చివరకు మిగిలేది

(నవల)

బుచ్చిబాబు

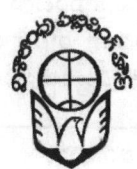

విశాలాంధ్ర పబ్లిషింగ్ హౌస్
విజయవాడ

CHIVARAKU MIGILEDI (Novel) - By **Bucchibabu**

ప్రచురణ నెం.	: 2350/2331-16R	ప్రథమ ముద్రణ : 1952
ప్రతులు	: 2,000	**వి.పి.హెచ్. గత ముద్రణలు :**
17వ ముద్రణ	: జనవరి, 2025	2000, 2001, 2002, 2003, 2004,
టైటిల్ డిజైన్	: చంద్ర	2006, 2007, 2008, 2009, 2012,
లోపలి బుచ్చిబాబు చిత్రం : బాపు		2013, 2015, 2016, 2019, 2023,
		2024

వెల : 300/-

ప్రతులకు

విశాలాంధ్ర పబ్లిషింగ్ హౌస్

33-22-2, చంద్రం బిల్డింగ్స్
చుట్టుగుంట, విజయవాడ-520004
ఫోన్ : 0866-2430302
Email : vphpublish@gmail.com

విశాలాంధ్ర బుక్‌హౌస్

విజయవాడ, విశాఖపట్నం,
అనంతపురం, గుంటూరు
తిరుపతి, కాకినాడ, ఒంగోలు
శ్రీకాకుళం, కడప, విజయనగరం

ముద్రణ : విశాలాంధ్ర విజ్ఞాన సమితి ముద్రణాలయం - విజయవాడ

బుచ్చిబాబు

మా మాట

బుచ్చిబాబుగా పిలవబడే శివరాజు వెంకట సుబ్బారావుగారు ఈ నవల్ని తన 30వ యేట, అంటే 1946లో రాశారు. ఆనాడు 'నవోదయ' పత్రికలో ధారావాహికంగా వెలువడింది. ఆయన రచనల్లో **చివరకు మిగిలేది** ప్రసిద్ధ రచన. ఇప్పటికే 13 ముద్రణలు వెలువడి, 14వ ముద్రణకు పోతుందంటే, ఈ నవల్లోని ఇతివృత్తం పాఠకుల మనస్సులో అంత గాఢంగా హత్తుకుపోయిందనే చెప్పాలి.

రెండవ ప్రపంచ యుద్ధానంతరం ప్రపంచ ప్రజాజీవితం అల్లకల్లోలమైంది. ఆనాటి యుద్ధ దుష్ఫలితాలు ప్రపంచంలోని అన్ని దేశాలను అతలాకుతలం చేశాయి. నాటి భారతదేశం కూడా అందుకు అతీతం కాదు.

బుచ్చిబాబుగారు 1943 నుండి కొంతకాలంపాటు రాయలసీమ ప్రాంతంలో జీవించారు. ఆనాటి రాయలసీమ జీవితానికి ఈ నవల అద్దం పడుతుందంటే అతిశయోక్తి కాదు. వ్యక్తుల మనస్తత్వాలు, లక్షణాలు, పర్యవసానంగా వారి జీవితంలో వచ్చే ఒడుదుడుకులూ, వైముఖ్యాలు, ప్రేమానురాగాలు, ద్వేషాలు ఈ నవలకు కేంద్ర బిందువులు. ఈ భావాలకు మూలకారణాలైన ఆర్థిక స్థితిగతులను కూడా బుచ్చిబాబుగారు వివిధ పాత్రల ద్వారా ఈ నవల్లో పాఠకులకు అందిస్తారు.

ఈ నవల్లో ముఖ్యంగా నాలుగు అంశాలను బుచ్చిబాబుగారు ప్రస్తావించి, ఆ అంశాల చుట్టూ నవల్ని నడిపారు. 1) జీవితంలో నిజమైన విషాదం ద్వేషించడం కాదు, ప్రేమించ లేకపోవడం; 2) పెద్దలు చేసిన తప్పులు పిల్లలపైబడి వారి జీవితాల్ని ఏ విధంగా వికసించనీయకుండా పాడుచేస్తాయి; 3) యుద్ధానంతర కాలంలో తెలుగునాట జీవితం ప్రత్యేకించి రాయలసీమ ప్రాంతంలో ఏ విధంగా ఉంది; 4) ఆర్థిక, సాంఘిక, రాజకీయాలకు అతీతమైన మనిషిలోని మానవత్వ లక్షణాన్ని తరచి చూడటం.

బుచ్చిబాబుగారి తాత్విక చింతన ప్రత్యేకమైంది. 'ఆధ్యాత్మిక, సాంఘిక విషయాలను గురించిన తర్కం, జీవిత సమస్యలపై నిర్వచనాలు' తెలుగు ప్రజలను ఆకట్టుకున్నందు వల్లనే ఈ నవల 1952 లగాయతు, ఇప్పటివరకు 13 ముద్రణలు వెలువడి, 14వ ముద్రణ ద్వారా విశాలాంధ్ర పబ్లిషింగ్ హౌస్ సవినయంగా ఈ నవల్ని పాఠకులకు అందిస్తుంది.

అభివందనాలతో

విజయవాడ,
24-6-2019.

గడ్డం కోటేశ్వరరావు
సంపాదకుడు
విశాలాంధ్ర పబ్లిషింగ్ హౌస్

"తిరుగులేని పుస్తకాన్ని నేను!"

శ్రీ బుచ్చిబాబు గారిది నూరవ పుట్టినరోజు ఈనెల అంటే జూన్ 14న. వారు పుట్టినది 1916 జూన్ 14న ఏలూరులో. వారి తండ్రిగారు పి.డబ్ల్యు.డి.లో సెక్షన్ ఆఫీసరుగా చేయటంతో కాలవగట్లూ, పచ్చటి పొలాలు, పడవలో ప్రయాణం, లాకుల్ని చూసేందుకు తండ్రిగారితో తిరుగుతూ వుండటం వల్ల ప్రకృతిని ఎంతో అందంగా వారు రచనల్లో రచన చేయగలిగారు. వీరు చిత్రించిన బొమ్మలు కూడా పొలంగట్లూ. పచ్చని చెట్లూ, పెంకుటిళ్ళూ, పల్లె వాతావరణమే ఎక్కువగా వుండేవి.

వారి రచనల్లో నడివయస్సు స్త్రీలు, వారికి కూడా కోరికలు వుంటాయి అనే సందేశం 'నన్ను గురించి కథ రాయవూ'లో వుంది. కానీ ఆ భావం బయటపడకుండా చెయ్యిని కొంగులోకి జరుపుకోగలుగుతుంది కుముదం. అన్ని కథలూ చివరంటా చదివించేవే అనటంలో అతిశయోక్తి లేదు అనిపిస్తుంది నాకు. వారి కథలూ, వ్యాసాలూ, నాటికలు, నాటకాలు రాస్తూనే బొమ్మలు వెయ్యాలన్న కోరికతో, ఓల్డు మాస్టర్ల పుస్తకాలు అన్నీ తెప్పించుకు చూసుకుంటూ మొదలెట్టిన వ్యాపకం ఎన్నో బొమ్మలని సృష్టించేట్లు చేసింది. చాలా బొమ్మలు అడిగినవాళ్ళకి ఇచ్చెయ్యగా, మిగిలిన బొమ్మలకి స్థిరవాసం తేగలిగిన తృప్తి ఆ బొమ్మల ముద్రణ చూస్తుంటే అనిపించింది. వీటి అన్నింటినీ పక్కకి జరిపి తిరుగులేని పుస్తకాన్ని నేను అనే పుస్తకం, 'చివరకు మిగిలేది' నవల. ఆ నవల ఊపిరి పోసుకుని అంకురించింది అనంతపురంలో. 1943లో అక్కడ లెక్చరర్‌గా వున్న కాలం అది. బుచ్చిబాబుగారు మళ్ళీ 1944లో వైజాగ్ ఏ.వి.ఎస్. కాలేజీకి మారటంతో రచన మొదలు పెట్టలేదు.

వైజాగ్ నుంచి 1945 జూన్‌లో మద్రాసుకి చేరుకున్నాము. మేము ఉండేందుకు

ఎగ్మూరులో ఇల్లు దొరికింది. మూడు గదులు ఎత్తుగా గ్లాసు తలుపులతోటి అందంగా వుండేది. మరోగది వరండాని గదిగా మార్చారు. ఆ గదిని బుచ్చిబాబుగారు వాల్‌పేపరు పట్టుకొచ్చి రూమ్‌లో అతికించాలని పురమాయించారు. కింద గోడలకి అతికించేసరికి పైన వున్న రేకులు మరీ నల్లగా వున్నట్లు వుంటే ఏం తోచక తలపట్టుకు కూర్చున్నారు. మా మంచాలు చేసిన నాయరు వచ్చాడు. మా అవస్థ అర్థం చేసుకున్నాడో ఏమో వుండండి అని చెప్పి వెళ్ళి మరో రెండు గంటల్లో పేకేజి చెక్కలు తెచ్చి రేపర్సు సాయంతో ఫాల్స్ రూఫ్‌లా తయారు చేశాడు. అతనే పేపరు కూడా అతికించి చాలా బాగా తయారు చేశాడు. బుచ్చిబాబుగారు అతని పనితనానికి చాలా మెచ్చేసుకున్నారు. ఇది అంతా ఎందుకు రాశానంటే ఆ గదిలోనే ఆయన పడక కుర్చీలో కూర్చుని రాసుకునేందుకున్న బల్లమీద పేపర్లు పెట్టుకుని రాయడం మొదలు పెట్టారు. ఆ రచనే (చివరకు మిగిలేది) ప్రతివారం పత్రికలో వచ్చేది. ఎందరో నవోదయానికి ఉత్తరాలు రాయడం లేకపోతే వారికోసం రేడియో స్టేషనుకి వెళ్ళి మెచ్చుకోవడంతో కాలం ముందుకు జరిగిపోయింది. నవల పూర్తి అయినా ప్రశంసలు వస్తూనే వుండేవి. 'చివరు మిగిలేది' మొదట బొందలపాటి శివరామకృష్ణయ్యగారు వేశారు. తరువాత కాలంలో మరో కొద్దిమంది ముద్రించినా విశాలాంధ్రలో ప్రచురణలు మొదలుపెట్టాక ఇంతవరకూ ప్రతిఏటా 'చివరకు మిగిలేది' వస్తూనే వుంది. విశాలాంధ్రలో బుచ్చిబాబుగారి రచనలు, వ్యాసాలు, కథల వాల్యూమ్స్ రెండింటిలో (80) కథలు వచ్చాయి. ఈ మధ్యనే అంతరంగ కథనం వచ్చింది. ఇప్పుడు 'చివరకు మిగిలేది' ఆయన నూరో పుట్టినరోజు సందర్భంగా తీసుకువచ్చినందుకు విశాలాంధ్ర పబ్లిషింగ్ హౌస్‌కు చాలా కృతజ్ఞతలు తెలుపుతున్నాను.

శివరాజు సుబ్బలక్ష్మి

బెంగళూరు,

7-6-2015.

సమర్పణ

(ప్రథమ ముద్రణకు రచయిత ఉపోద్ఘాతం)

ఈ నవల 1942లో తలపెట్టినా, రచన 1946లో 'నవోదయ'లో సీరియల్‌గా ప్రారంభమై పదహారు మాసాల తరువాత పూర్తయింది.

నవల ముగియగానే శ్రీ పిలకా గణపతిశాస్త్రి, శ్రీమతి ఆచంట శారదాదేవి 'నవోదయ'లో విపులంగా, లోతుగా పరిశీలిస్తూ, విమర్శలు ప్రచురించారు. వారికి నా కృతజ్ఞత.

పాశ్చాత్య దేశాలలో నవల జీవితం మూడు మాసాలుట. మనదేశంలో మూడు సంవత్సరాలనుకున్నా, ఈ నవల మరుగునపడి నాలుగేండ్లు కావస్తోంది. 'దేశికవితా మండలి' వారి సాహసం వల్ల ఈ నాటికి పుస్తకరూపంగా వెలువడుతోందని విని, కొందరు స్నేహితులు ఇందులో విశేషమేమిటని ప్రశ్నించారు. నిజంగా నాకు ఏం సమాధానం చెప్పాలో తెలియదు. ఈ ప్రశ్ననే నేను వేసుకుని మరొకరి పుస్తకాన్ని చదివినట్లుగా తిరిగి చదివితే కొన్ని విషయాలు తేటతెల్లమైనాయి. కాలం గడిచిన తర్వాత, రచయితకి తన రచనపై ఒక రకం ఏవగింపు పుడుతుంది. ఈ రకం రోత వల్లనే కాబోలు కొన్ని జంతువులు తమ సంతానాన్ని పుట్టగానే తినేస్తుంటాయి. ఇన్ని పుటల గ్రంథంతో విడవక, ఇంకా కొంత వ్యాఖ్యానంతో పాఠకుణ్ణి ఇబ్బంది పెట్టడం అన్యాయంగా తోచినా ఏవగింపుని కాసేపు దిగమింగుకుని, నవల పుట్టు పూర్వోత్తరాలని పరిచయం చేద్దామని, ఈ ఉపోద్ఘాతం సాగిస్తున్నాను.

1943లో రాయలసీమ ప్రజల్ని పరిశీలించే అవకాశం కలిగింది నాకు, వారిని పూర్తిగా అర్థం చేసుకున్నానని కాదు. చాలాకాలం దగ్గర పరిచయం వల్ల, వ్యక్తుల్ని అర్థం చేసుకోవడం సులభమన్నది నా అనుభవం కాదు. దూరంగా, అప్పుడప్పుడు లభ్యమయ్యే తాత్కాలిక పరిచయం వల్ల, చెత్తా చెదారం లేకుండా వ్యక్తుల ప్రధాన మనస్తత్వాలు, లక్షణాలు, ప్రస్ఫుటమవుతాయనుకుంటాను. ఈ పరిచయం వల్ల, రాయలసీమ ప్రజలకీ, సర్కారు జిల్లాల ప్రజలకీ పరస్పర వైముఖ్యాలున్నాయన్న సంగతి నాకు స్పష్టమైంది. వారినిగాని, వీరినిగాని విమర్శించాలన్న ఉద్దేశం నాకు లేదు. ఆర్థిక స్థితిగతులు; చరిత్రా ఈ విముఖత్వానికి కొంతవరకూ కారణాలైనా కేవలం అవే కారణాలనలేము. అసలు జనం ఎందుకు పరస్పరం ద్వేషించుకుంటారు? ఇరుగు పొరుగు

ప్రాంతాలవారి స్నేహ భావానికి ఆటంకాలేవి? పరస్పర ద్వేషం, అసహనం –ఇవి ఆ రోజుల్లో నన్ను కలవరపెట్టినాయి. భాష, ఆర్థిక పరిస్థితులు, రాకపోకల సౌకర్యాలు – ఇవన్నీ సంతృప్తిగా ఏర్పాటైనా, ఇరుగు పొరుగు ప్రాంతాల ప్రజలలో, ద్వేషచిహ్నాలుంటూనే వుంటాయి. ఒకవేళ సర్కారు జిల్లాల వారు, రాయలసీమ వారు ఏకమై ఆంధ్రరాష్ట్రం సిద్ధించినప్పటికీ, వీరిరువురూ కలిసి ద్వేషించేటందుకు మరో ప్రాంతం ప్రజ – ఏ తమిళులో, మహారాష్ట్రులో, కన్నడులో – ఎవరో ఒకరు కనిపిస్తూనే వుంటారనుకుంటాను. ప్రాంతీయ వైరాలు, అంతర్జాతీయ రంగంలో కూడా వుంటున్న విషయం మనమందరమూ గమనిస్తూనే వున్నాము.

ఇందులో నాయకుడు సర్కారు జిల్లాల వాతావరణంలో ఇమడలేడు. అనేక అనుభవాలు అతన్ని ఏకాకిని చేస్తాయి. రాయలసీమలో మరో జీవితం ప్రారంభిస్తాడు. అదృష్టవశాత్తూ అతనికి భాగ్యం లభిస్తుంది. స్థిమితపడుతుండగానే మళ్ళా పూర్వపు అనుభవాలు, శక్తులు అతన్ని చుట్టుముట్టుతాయి. ప్రేమ రాహిత్య ప్రవాహంలో పడిపోతాడు. ప్రాణాలతో బయటపడి, మరోచోట, మరో జీవితం సాగించడానికి వెళ్ళిపోతాడు. ఇదీ ఇందులో కథ. అతనేమీ సాధించలేడు. కాని సాధించలేకపోయానన్న జిజ్ఞాస అతన్ని జీవితానికి కట్టిపడేసినా కూడా, నిస్పృహుణ్ణి చెయ్యలేదు.

గతించిపోయిన యౌవనం, జాడ్యం, బీదతనం, మృత్యువు – ఇవి జీవితంలోని చెడుగు. ఈ చెడుగులో మానవుడు గుండె బాదుకోవాల్సిన విషాదం ఏమీ లేదు. జీవితంలో నిజమైన విషాదం ద్వేషించడం కూడా కాదు, నిజమైన విషాదం ప్రేమించలేకపోవడం. ద్వేషించడంలో కొంత పట్టుదల, కార్యసాధన కూడా వుండొచ్చు; కాని ప్రేమించలేకపోవడంలో అట్లా సమాధాన పడేటందుకేమీలేదు*. "నా కొరకు చెమ్మగిల నయనమ్ము లేదు" కంటె విషాదకరమైన గీతం ఏదుంది? ఈ సమస్య నన్ను బాధించింది. దీన్నిబట్టి ఈ సమస్యని నవలలో చర్చించి, ఒక సమాధానం కనుక్కున్నానని కాదు. ఈ వస్తువును వ్రాసేస్తే విషయం నాకు విశదపడుతుందనీ, నలుగురితో పంచుకుంటే బాధనుండి విముక్తి లభిస్తుందనీ తోచింది. వ్యక్తిగతమైన విముక్తి ఈ నవలకి ప్రేరణ.

ప్రేమించలేకపోవడం ఒకటే కాదు ఈ నవలలో వస్తువు. జీవితంలో 'చెడుగు'... 'పాపం'... ముఖ్యంగా పెద్దలు చేసిన తప్పిదాలు పిన్నలపై బడి వారి జీవితాల్ని ఏ విధంగా వికసించనీయకుండా పాడుచేసింది. ఇది కూడా ఒక ప్రధానమైన అంశమే. ఒకరు చేసిన అపచారాలకి మరియొకరు బాధ్యులై బాధపడటం వల్ల సమాజంలో

---

* కృష్ణశాస్త్రి

వ్యక్తిగతమైన నైతిక విలువలకి తావు లేకుండా పోతుంది. ఒక వ్యక్తికి కంటి మెల్ల వున్నప్పుడు, అతన్ని హింసించ దలచుకున్నప్పుడు సంఘం, అతని గుడ్డితనాన్ని వేలెత్తి చూపుతుంది. ఈ కథలో నాయకుడి "తల్లి" పాత్ర చిత్రించబడలేదు. కానీ ఆమె చేసిన అపచారాల ఫలితం, నీడలా అతన్ని వెంటాడి, సంఘ విమర్శ ద్వారా, జీవితాన్ని కలుషితం చేస్తుంది. ఈ దౌర్జన్యాన్ని ఎదుర్కోవడంలో అతను కొన్ని విలువల్ని సాధిస్తాడు. ఆ విలువలతో ఈ నవలకి నిమిత్తం వుంది.

ఈ సమస్యని కథా వస్తువుగా తీసుకుని, ఇదివరలో అనేకులు రాశారు. మన ప్రాచీన వాఙ్మయంలో రేణుక, జమదగ్నుల కథ ఎన్నదగ్గది. తల్లి అపచారం చేసింది గనుక ఆమెని సంహరించమని ఆ ఋషి తన పుత్రుల నడుగుతాడు. ఎవ్వరూ అంగీకరించరు. ఒక్క కుమారుడు మాత్రం సిద్ధపడి, ఆ కార్యం నెరవేరుస్తాడు. తండ్రి దానికి సంతోషించి, ప్రసాదించిన వరం వల్ల తన తల్లిని బ్రతికించుకుంటాడు. తల్లిని బతికించుకోగలనన్న ధైర్యం వల్లనే, అతనీ పని చెయ్యగలిగాడని నాకు స్ఫురిస్తుంది. ఇందులో ధ్వని కేవలం మాతృప్రేమ కాదు, అసలు మానవత్వం యొక్క ప్రేమ ప్రకర్ష.

షేక్స్‌పియర్ తన "హామ్‌లెట్" నాటకంలో ఈ వస్తువునే కళానుగుణంగా ప్రదర్శించ యత్నించాడు. ఈ యత్నంలో షేక్స్‌పియర్ విఫలుడయ్యాడని తీర్మానం చేస్తూ, T.S.Eliot ఇలా విమర్శిస్తున్నాడు.

*కళ ద్వారా ఉద్రేకాన్ని ప్రదర్శించాలంటే, ఆ ఉద్రేకంతో సమంగా తూగే పరిస్థితులను గాని, వస్తువులను గాని సృష్టించాలి; భౌతికానుభవంలో అంతమయ్యే ఆ పరిస్థితులను, వస్తువులను చిత్రించగానే, ఆ ఉద్రేకం ఉద్భవిస్తుంది. బాహ్య స్థితిగతులకు, ఆంతరంగిక ఉద్రేకానికి సమత్వం కుదిరినప్పుడే రసానుభూతి కలుగుతుంది. "హామ్‌లెట్"లో ఇది లేదు. స్థూల జగత్తులో కనబడే వాటికి మించిపోయిన ఉద్రేకానికతను లొంగిపోయాడు. తల్లిచర్య అతనికి రోత పుట్టిస్తుంది. కాని ఆ రోత తీవ్రతకి "తల్లి ప్రతిమ" సరిపడలేదు. అతని ఏవగింపు ఆమెని కమ్మివేసి అతీతమైంది. ఆ బాధకి సరిపడ్డ వస్తువు బాహ్యజగత్తులో లేకపోవడంవల్ల అతను విముఖుడయ్యాడు.

నాయకుని బాధకి, స్పృశించగల శక్తులకూ సమత్వం కుదర్చడానికీ నవల యత్నిస్తుంది.

తరువాత 1887లో గైడిమొపాసా ఈ సంఘటననే, తన 'పెర్రి అండ్ జీన్' (Pierre and Jean) అనే పెద్ద కథలో చిత్రించాడు. ఇందులో తల్లి చేసిన అపచారాలు ఆమె

* T.S.Eliot "Selected Essays" (Essay on Hamlet)

జీవించి వుండగానే తన సంతానంపై కురిపించిన అరిష్టాలని అందంగా చూపించాడని పిస్తుంది. మొపాసా తనకథకు రాసిన ఉపోద్ఘాతంలో "చిత్రపటం గీయించుకున్న చిత్రకారుడు, ఎముకల సొంపుని గురించి పట్టించుకోడు" అని రాశాడు. ఫ్రెంచి విమర్శకులు – ఈ రచన చదివినవాడు బాధపడతాడు గాని, రంజితుడు కాలేడన్నారు. ఎముకల అమరికతో నిమిత్తం లేకుండా చిత్రపటం గీయడానికి పూనుకోవడం సాహసమే మరి.

తల్లిదండ్రుల గుణాలుగాని, అవగుణాలుగాని రక్తం ద్వారా పిల్లలకు ఏ విధంగా సంక్రమిస్తాయో వివరించడం "చివరకు మిగిలేది" తలపెట్టదు. తన తల్లిని గురించి సమాజంలో చాటుచాటుగా నీతికీ, అవినీతికీ సంబంధంలేని కథలేవో ప్రచారమవుతుండగా వింటున్న కొడుకు జీవితం ఎన్ని విధాల కుంటుపడిపోతుందో చిత్రించడమే ఈ నవల లక్ష్యం. అంచేత ఈ ప్రచారానికి తావునిచ్చిన తల్లి జీవితంలోని ఘట్టాలలోని సంఘర్షణ తొలగించి, వాటిని మరుగుపరచడం జరిగింది.

ఈ సంకల్పం దోష భూయిష్టమైందని పాఠకులకు తోస్తే ఈ వస్తువే సారస్వతంలో కళానుగుణంగా ప్రదర్శించడానికి అర్హత లేనిదని అనుకోవాల్సి వస్తుంది. ఈ విషయం పాఠకునికే వదిలేస్తున్నాను. ఇవన్నీ అనవసరమని తోచినవారు "చీకటి సమస్య" అన్న అధ్యాయాన్ని వదిలెయ్యవచ్చును.

సమాజాల మధ్య వున్న ద్వేషాలకీ, వ్యక్తులు ప్రేమించలేక పోవడానికీ ఏదో సంబంధం ఉండివుండాలని నా నమ్మకం. అదేమిటో, ఎలా వుంటుందో కనుక్కుందామని ఈ నవలా రచన సాగిందనిపిస్తుంది. ఇదంతా చదివి ఈ నవల సమస్యలతో ప్రమేయం వున్న ప్రచారక గ్రంథం అనుకోవద్దని విన్నపం. తిరిగి చదివి, వెదికితే స్ఫురించే వ్యాఖ్యానాలివన్నీను. సమస్యల చర్చే ప్రధాన విషయమైతే ఈ నవలే రాయను. ఏ ఒక్క విలువతోనూ ఈ నవలకి ప్రమేయం లేదు? అంతమాత్రం చేత, దీనిలో ఏ విలువా లేదనుకోకూడదు.

కొందరు రచయితలవలె గ్రంథంలో ఉపయోగించే నిమిత్తమైన అనుభవాన్ని నేను అన్వేషించను. సంస్కృతిని సంస్కృతి కోసమే ఆరాధించేవాడిని కాను. ప్రవర్తనపైన, శీలంపైన వున్న ప్రభావంలోనే సంస్కృతి, కళల ప్రయోజనం ఉందనుకుంటాను. ఇది నేను ప్రగల్భంగా చెప్పడం కాదు. ఇందులో నాయకుడు, చివరలో జీవితానికి అర్థం లేదన్న నిర్ణయాని కొస్తాడు. తనని గురించిన నిజం తెలుసుకోవాలని బయలుదేరిన ఒక యువకుని అభిప్రాయంగాని, అది రచయిత నేర్చుకున్న పాఠం అనుకోవద్దని కోరుతున్నాను.

నిజంగా కూడా, పాఠకునికి రచయిత ఉద్దేశాలతోనూ, నమ్మకాలతోనూ "స్వీయ"

గాథతోనూ నిమిత్తం వుండదు. ఇవి అతనికి జీవితంపై వున్న జిజ్ఞాసని, సమగ్రంగా, నిజాయితీతో, అనుభవించగలిగేటట్టుగా చిత్రమైనవా లేవా అన్నదే పాఠకునికి కావాల్సింది.

ప్రథమ రచనలో కొంత పాండిత్య ప్రకర్ష వుంటుంది. తాను తెలుసుకున్న విజ్ఞానాన్ని పాఠకుడికి తెలియజెయ్యాలని రచయిత ఉబలాటపడతాడు కాబోలు. ఇది లోపమే. ఇట్లాంటిది అక్కడక్కడ ఈ నవలలో కూడా కనిపించింది. కాని అది కథా సంవిధానంలో ఇమిడిపోయింది. దాన్ని విడదీసి సంక్షిప్తం చెయ్యడం నావల్ల కాలేదు. ఆధ్యాత్మిక, సాంఘిక విషయాలను గురించి తర్కం, జీవిత సమస్యలపై నిర్వచనాలు, కొందరికి విసుగు పుట్టించవచ్చు; మరి కొందరికి కథ, పాత్రకంటె ఈ నిర్వచనాలే ప్రధానంగా తోచవచ్చు. ఇప్పుడు ఆ విషయమై నవలలో శిల్పం గురించి నిర్వచనాలు చెయ్యపూనుకోవడం లేదు. నవలను గురించిన రచయిత అభిప్రాయాలు, తాను రచించే నవలల్ని సమర్థించేవిగా వుంటాయనుకుంటాను.

ఏ వ్యక్తి జీవితంలోనూ అన్నీ రసవత్తరమైన ఘట్టాలుండవు. చాలాకాలం మామూలుగా జీవించి, ఒక్క క్షణంలో మహత్తరమైన అనుభవాలకి గురికావచ్చు.* "అలాగే పెద్దగ్రంథంలో కొన్ని విసుగు పుట్టించే ఘట్టాలుంటాయి. మొదటి పుటనుండి, చివరి పుట దాకా, చమత్కారంగా అద్భుతంగా, విసుగులేకుండా నడిచిన గ్రంథం, గొప్ప గ్రంథం అవదు" అన్నాడు బెర్ట్రండ్ రసెల్. ఈ కారణంగా, ఈ ఘట్టాలని భరాయించమనడం లేదు నేను. రెండు మహా సంగ్రామాల మధ్యకాలంలో, తెలుగునాట కొందరి యువతీ యువకులు జీవితం చిత్రితమైంది ఈ నవలలో, ఆ అల్లికలో ఇవన్నీ పోగులు వాటిని తొలగిస్తే మందం తగ్గొచ్చు కాని ఆకృతి పోతుందనుకుంటాను.

అంతేకాదు రచయితకి ముఖ్యమని తోచిన విషయాలే పాఠకుడికి కూడా ముఖ్యంగా తోస్తే, ఈ ఘట్టాలని హర్షించడం తేలిక. అలా కొందరు సాహితీప్రియులు ఈ గ్రంథం కుతూహలంతో చదివారనడానికి ఇందు పొందుపరిచిన కొన్ని అభిప్రాయాలు తార్కాణం. తన విముక్తి కోసం రచన సాగించినా, తన అంతరంగికాన్ని నలుగురితోనూ పంచుకున్నప్పుడే రచయితకి నిజమైన సంతృప్తి కలుగుతుంది. అట్లా పంచుకోవడంలో దానికొక మూల్యం, సామాజిక ప్రయోజనం ఏర్పడుతుంది. ఇందుకుగాను ఈ అభిప్రాయాలు తోడ్పడతాయని తోచినపుడు వాటిని పొందుపరచడంలో ఆక్షేపణేమీ కనబడలేదు.

"నా ఆనందం కోసం నేను రాసుకున్నాను, ఎవరి కర్థంకాకపోయినా, ఎవరు బాగోలేదన్నా నాకు లెక్కలేదు" అని నేననుకోలేను. ఏ రచయిత అయినా, అట్లా అన్నా

---

* The Conquest of Happiness

అది నేను నమ్మను. నా సమకాలికులలో కొందరు పిన్నలకీ, పెద్దలకీ కూడా నే చెప్పదలచుకున్నవి అవగాహన కావడం, రుచించడం, సానుభూతితో వారు విమర్శించ గలగడం నాకు ఉత్సాహాన్నీ, సంతృప్తినీ కలిగించింది. ఇది నా అదృష్టం.

ఈ గాథకి నేను మొదట అనుకున్న పేరు "ఏకాంతం". కథంతా చెప్పగా విని "చివరకు మిగిలేది" అని నామకరణం చేసింది శ్రీ ఆచంట జానకీరామ్. ఈ పేరు, గాథకి సమగ్రత నివ్వడమే కాకుండా, సరిహద్దుల్ని కూడా నిర్ణయించింది. ముఖచిత్ర నిర్మాణంలో సూచనలు చేసి, రచన సాగుతున్నప్పుడు తన విమర్శతో ఎక్కువ ప్రోత్సాహం కూడా ఇచ్చారాయన. ఇట్లాంటివి ఆయనకి నచ్చకపోయినా, కృతజ్ఞత చెప్పడం నా కర్తవ్యంగా తోచింది.

ఈ నవలలో పాత్రలు ఎవర్నీ ఉద్దేశించినవి కావని రచయిత చెప్పుకోవడం, తప్పకుండా అవి ఫలానా వారిని ఉద్దేశించినవి అని చదువరి అనుకోవడం పరిపాటి. అందుచేత ఆ విషయం కూడా చెప్పడం లేదు.

పుస్తకాలపై కాస్తో కూస్తో గౌరవం, అభిమానం వుండి, సారస్వతాన్ని నమ్మి, దానికొక స్థానం ఇవ్వడానికి అలవాటుపడ్డవారు, ఎందరు చదివి అనుభవం పొందితే అంతటి సంతృప్తి. ఎందుకంటే జీవితంపై ఒక దృక్పథాన్ని కలగచెయ్యాలన్న ఉద్దేశంతోనే ఈ రచన సాగింది. ఆర్థిక సాంఘిక చారిత్రక వ్యత్యాసాల కతీతమై మనిషినీ, మనిషినీ స్నేహపాశంలో బంధించివేసే మానవత్వం యొక్క శక్తుల్ని తరిచి చూసినప్పుడు, ఆ దృశ్యాన్ని తన్మయతతో అనుభవించగలం. కాని ఆ అనుభవాన్ని మాటల్లో చెప్పలేం. ఈ జీవిత రహస్యం - దాన్ని తెలుసుకోవడానికి మానవుడు చేసే యత్నం - ఏ గొప్ప గ్రంథానికైనా ఇవి పునాది. ఈ నవలకీ అదే పునాది.

ఇది చదివినవారు, విషయం ఏమిటో తెలిసిపోయింది కదా అనుకుని విరమించ కుండానే ఈ ప్రస్తావన ముగించి నవల సమర్పించుకుంటున్నాను.

- బుచ్చిబాబు

విజయవాడ,

1-7-1952.

అధ్యాయాలు

గడ్డిపోచ విలువెంత?

చివరికి మిగిలేదేమిటి? దీనికి సమాధానం తెలిస్తే జీవిత రహస్యం తెలుసుకున్నట్లే. అసలు జీవితానికర్థమేమై వుంటుంది? మానవుడు ఈ ప్రశ్నని వేసే అవసరం రావడమే జీవితానికేదో అర్థం ఉందనుకోవడానికి తార్కాణం. అర్థం లేదని ఇతరులు రుజువు చేస్తే మనం అంగీకరించలేము. ఆ నిరూపణ మన తార్కిక జ్ఞానాన్ని వెక్కిరించి, ధ్వంసం చేస్తుంది. అది మానవుడు సహించలేడు. జీవితానికర్థం లేదన్న నిర్వచనానికి అసలే అర్థం లేదు. కాని దాన్ని మనంతట మనమే రుజువు చేసుకుంటే, సృష్టి అంత భయంకరంగా వుండకపోవచ్చు. సృష్టికి ఇతరులు కలిగించిన అర్థాలని మనం అంగీకరించలేము. మనం కనుక్కుని, ఎముకలలో జీర్ణించుకున్న అర్థాలని ఇతరులకి చెప్పలేము. ఇతరులతో సంపర్కము వదులుకుని, ఏకాంతంగా మనం తెలుసుకున్న జీవిత రహస్యాన్ని యథార్థం అని నమ్మి సమాధాన పరచుకోవడం, సంఘంతో నిమిత్తం వున్న మనిషికి చేతకాదు కాబోలు. చరిత్ర కట్టుకున్న ప్రాచీన పునాదులు, సంఘం పాతుకున్న మట్టి విత్తనాలు, వాటిని మినహాయిస్తే మానవుడిలో చివరికి మిగిలే దేమిటి?

చివరికి మిగలడం! పడమటి ఆకాశంలో సూర్యుడు ఎర్రగా ఆవులించి మరో ప్రపంచంలో మూర్ఛిల్లిపోతే మిగిలినవి, పగటిని వదలలేక రాత్రిని వెతుక్కునే మత్తు మేఘాలు, నక్షత్రాలు భయంతో మెరుస్తున్నాయి. కాలవ తోకని తిప్పుకుంటున్న నల్లతాచులా వంకర తిరిగి దూరంగా అంతర్థానమైంది. ఆకాశం కేసి చూస్తూ ఒడ్డున గడ్డిపోచల మధ్య దయానిధి నవ్వుకున్నాడు. గడ్డిపోచని తెంపి, చిటికెన వేలికి చుట్టుకున్నాడు. గాలికి భయపడుతూ దగ్గరగా జరిగి తలకాయ లొంచుకున్న గడ్డిపోచలపై అతడు పడుకున్నాడు. గాలికి చొక్కా కాలర్ కదిలిచెవులో చక్కిలిగింత పెడుతోంది. శరీరాన్ని

ఆవరించుకున్న గాలి అందమైన అల్పానుభవం. శరీరం దాహంతో వికసిస్తుంది. రక్తాన్ని లేపి కొత్త దోవలు తీయిస్తుంది. గాలి, ఇంద్రియాలు మైకం చెందుతాయి. చర్మం లోపలి భాగాన్ని పైకి తెచ్చుకుంటుంది. గుండెలు లయ తప్పి మళ్ళా తేరుకుంటాయి. కళ్ళు చూడడం మానుకుని దర్శిస్తాయి. పడమటి ఆకాశంలో పూడుకుంటున్న పుండు రాత్రి వెదకడం విరమించుకున్న మేఘాలు, భయం లేకుండా మెరుస్తున్న నక్షత్రాలు, తోకని త్రిప్పడం మానుకున్న నల్లతాచులా నిశ్చలత్వం పొందిన కాలువ, పవిత్రంగా కదులుతున్న గడ్డి పోచలు, మూగభక్తితో ప్రశాంతం చెందిన ప్రకృతి, తనూ– అన్నీ ఏకమై పోయి, ఒక్కసారి చైతన్యం పోగొట్టుకుని, ప్రపంచంతో నిమిత్తం లేకుండా వుండిపోయాయి. "కాలం", "స్థలం", "ఉనికి", "లేమి", "అంతం", "అనంతం" ఈ ద్వంద్వాలిక లేవు.

"పొద్దోయింది ఇంటికి రాండి బాబుగోరు" కాలం, పొద్దు, స్థలం ఇల్లు ఈ ద్వంద్వాలెక్కడికి పోతాయి? లేచి కూర్చున్నాడు దయానిధి.

"ఇల్లా ఎక్కడ నుంచి నారయ్యా."

"ఆవుని ఇంటికి తోలుకెడుతుండానండీ, లెగండి పోదాం, అమ్మగారు మీకోసం చూస్తుంటారండి."

దయానిధి లేచి చొక్కా దులుపుకున్నాడు. గడ్డిపోచని తెంచి కాలువలో పారేశాడు.

"మధ్యాహ్నం మీరొచ్చేసిం తర్వాత, ఇంటికాడ పెద్ద గొడవ జరిగిందండి. అయ్యగారు, అన్నయ్యగారు తగువులాడుకున్నారండి. అమ్మగారుంటే నేవుండను. అమ్మగారన్నా వుండాలి, నేనన్నా వుండాలి ఈ కొంపలో అన్నారండి అన్నయ్యగారు. అమ్మగార్ని అయ్యగారు కేకలేశారండి. అన్నయ్యగారు, భూలక్ష్మమ్మగారు ఐదుగంటల బండి కెళ్ళిపోయారండి. భూలక్ష్మమ్మగారొచ్చిం తర్వాత అన్నయ్యగారు మరీ తొందర పడుతున్నారండి."

దయానిధి మాట్లాడలేదు. నారయ్య నమ్మకస్తుడే! తన చిన్నప్పటినుంచీ అతను వాళ్ళింట్లో పనిచేస్తుండడం వల్ల ఇంటి గొడవలు అతనికి తెలిసినా ఫరవాలేదు కాని, అతనితో ఇవన్నీ ముచ్చటించడం, చిన్నతనంగా తోస్తుంది.

"నారయ్యా నువ్వింటికెళ్ళు నే కాసేపుండి వస్తాగా."

"అమ్మగారు మీరు మధ్యాహ్నం కాఫీ కూడా తాగలేదని, కంటతడిపెట్టుకుని, ఎక్కడున్నారో కొంచెం చూసి తొందరగా ఇంటికి తీసుకు రమ్మని చెప్పారండి, మీరు మద్దినాళే ఎందుకొచ్చారండి. కామాక్షి కూతురు ఊర్నించి ఇంకా రాలేదు గదాండి?"

అతనికీ విషయం ఎట్లా తెలిసిందో దయానిధికి అర్థం కాలేదు, ఆలోచించడం మొదలు పెట్టాడు. కామాక్షి చెప్పి వుండొచ్చు. లేకపోతే అమ్మే చెప్పిందో...

"నారయ్యా.. అయితే ఊర్నించి ఎప్పుడొస్తుందిట? సరేలే నువ్వెళ్ళు నేనలా షికారెళ్ళి వో గంటలో వొస్తానని చెప్పు."

నారయ్య దూడ పలుపు నడుంకి చుట్టి, పాగాలోంచి చుట్టతీసి ముట్టించాడు.

"అయితే అబ్బాయిగారు మీకు కోపం రాదు గదాండి ఓ సంగతి చెబుతాను, మీరు దబ్బుని పెండ్లి చేసుకోరాదంటండీ."

నారయ్య నవ్వే శక్తి పోగొట్టుకోలేదు. అతని జీవితంలో కష్టసుఖాలంటూ విడివిడిగా కేటాయించిన అనుభవాలేవీ లేవు. పెండ్లాం చంద్రన్నతో లేచివెళ్ళిన రాత్రి పదిమందిని పోగుచేసి చెరువు గట్టున చెడుగుడి ఆడి తెల్లారగట్ల వేడినీళ్ళు పొయ్యమని చంద్రన్న ఇంటికెళ్ళాడు. మాధవయ్య గుర్రానికి వాతం కమ్మితే బెంగెట్టుకొని రెండు పూట్ల సరిగా తిండికూడా తినలేదు. లాలాసాహెబు మేకకి కాలు బరువేస్తే తనింటిలో మంచం క్రింద పడుకోబెట్టుకుని తెల్లవార్లూ తోమేడు. తనకి ప్రాప్తించిన వాటికి నవ్వుకుంటాడు. ఇతరులకు ప్రాప్తించిన వాటికి ఏడుస్తాడు. నారయ్య స్వభావం అది. దశరథరామయ్యగారి ఇంటి వ్యవహారాలు నారయ్య మనశ్శాంతిని భంగం చేసినా అతను నవ్వుకునేందుకు కనబడ్డ బోలెడు కారణాలలో కామాక్షి కూతురు కోసం అబ్బాయిగారు కాలవగట్టుకి రావడం.

దయానిధి లోపల నవ్వుకున్నాడు. ఈ నారయ్య కన్నీ తెలుసు. పెద్దవాడైపొయ్యాడు. తెలీనట్లు ఊరుకోరాదూ.

"రండి బాబుగోరు– సీకటిలో పురుగు, పుట్రా వుంటుంది, బేగిరం రండి."

నారయ్య ఆవును తోలుతూ ప్రయాణమయ్యాడు. కొంగలగుంపు సిగ్గుపడే వెన్నెట్లో మెరుస్తూ పోతున్నాయి. ఏదో పిట్ట కాలువ నీళ్ళని కదిపింది. గడ్డిపోచలు కామంతో వొణికిపోతున్నాయి. దూరంగా చెట్లు చీకటి ముసుగుల్ని కప్పుకుని గుసగుసలు మొదలు పెట్టాయి. నారయ్య చుట్ట తాలూకా పొగ చంద్రుడు దగ్గరకు పోయింది. వేసంగి పగటి నిద్ర మత్తుతో బరువెక్కిన మొహంలోని కాంతితో చంద్రుడు. చుట్టూ ఒళ్ళు విరుచుకుంది వెన్నెల. అప్రయత్నంగా ఊళ్ళోకి నడిచి కామాక్షిగారి దొడ్లోకి చేరుకున్నాడు దయానిధి. ఆ సందులో జనం ఎవ్వరూ లేరు మూడు గుడిసెలూ, పెంకుటిళ్ళు రెండున్నాయి. మెట్లదగ్గర నీడల్లే నుంచుని తలుపు కేసి చూశాడు. తలుపుమీద అతని నీడని చూసుకున్నాడు.

అతని నీడ ఎంతో బాగుంది. నీడలో అంత అందంగా కనిపించే ముక్కు అద్దంలో అలా వుంటుందేం? ఆ తలుపు మీద ఎన్నిసార్లు కోమలి నీడపడిందో- అదేచోట తలలో వేళ్ళుపెట్టి జుత్తుని కదుపుకున్నాడు. మెట్లమీద నుంచే కోమలి ఎన్నిసార్లు నడిచిందో, తను మెట్టుగా మారిపోకూడదు! నవ్వుకున్నాడు. నీడ నవ్వితే అతనికి భయమేసి ఉలిక్కి పడ్డాడు. ఏదో ధ్వని అతని కంఠంలోంచి వొచ్చింది.

లోపల్నించి "ఎవరది? మంగమ్మా చింతపండు తెచ్చావా- ఉండు తలంటు పోసుకుంటున్నా" ఒకడుగు వెనక్కి వేశాడు. ఊర్నుంచి సాయంత్రం వొచ్చారన్నమాట. తలుపు బీటలోనుంచి తొంగి చూశాడు. ఏదో నేరం చేసినవాడిలా చిన్నబుచ్చుకున్నాడు. అతని వెనకాల మరో తలుపు సందులోనుంచి అతను ఇలా చూడడం మరొకరు చూస్తే ఎల్లా వుంటుంది. మనల్ని ఎవ్వరూ చూడడం లేదన్న ధైర్యం ఉన్నప్పుడు ఎన్నో పనులు చేస్తాం. ఎవరన్నా చూస్తే ఎలా వుంటుందో ఊహించుకుని, అవకాశం వున్నా ఆ పనులు చెయ్యడానికి జంకుతాం. తలుపుసందు నీతి మనది అనుకున్నాడు.

సందు చివర ఏదో మెదిలింది. తిండి యత్నం విరమించుకుని, కాలక్షేపానికి ఫారా చేస్తున్న గాడిద చేస్తున్న అలజడి, అతనల్లా చూడడం చూసి ఆ గాడిద ఏమనుకుంటుందో, ఎనాటమీ ప్రొఫెసర్ మొహం అచ్చంగా దానిలా వుంటుంది. ఎండిపోయిన ఇస్తరాకుల్ని పరామర్శ చేసి ఓంట్రించడానికి విఫలయత్నం చేసి గాడిద నిష్క్రమించింది. కొంచెం ధైర్యం చేసుకుని తలుపు సందులోంచి తొంగి చూశాడు. లోపల ఎవరూ కనపడ్డంలేదు. నేలమీద నీళ్ళు పడుతున్న చప్పుడు. అవిగో చెంబు, చెయ్యి, మోకాలు చిప్ప ఊగిసలాడడం, తలుపులో బీట కొంచెం పక్కగా కుడివేపున వుండగూడదూ! గుండెలు దడదడ కొట్టుకుంటున్నాయి. అరిచేయి తలుపు మీద ఆనించిన చోట, చెమట మరకపడింది. వెదుక్కుంటూ నారయ్య తన కోసం రాడు కదా కొంపతీసి! వొస్తే మాత్రం ఏం? నారయ్యకి తెలుసు. "దబ్బుని పెండ్లి చేసుకోరాదంటండి?" అని అనగలిగేటందుకు అవసరమైన ధీమా వుండాలంటే ఎంతవరకూ తెలియాలో అంతవరకూ తెలుసు. చెయ్యి తలుపుమీద నుంచి తీసేశాడు. ఇదివరకెన్నడూ చూడని మోకాలు చూశాడు. అమావాస్య వెళ్ళిన మూడోనాటి చందమామలా మోకాలు తడితో తళుక్కుమంది. ఎనాటమీ ప్రొఫెసర్ ఏమంటాడో ఈ మోకాలు చూసి.

చెమట డాగుపడ్డచోట తలుపుని ఉఫ్‌మని ఊదాడు. మళ్ళా ఎడమచెయ్యి ఆనించాడు లోపల చెంబుజారి బిందెలో పడిన చప్పుడు.

"అబ్బా, సొట్ట చెంబమ్మా" అన్న కంఠం వినిపించింది. ఏదో ఆకృతి కదిలింది. గంగాళం–ఊగిసలాట నిలిచిపోయింది. తలుపుమీద నుంచి చెయ్యి తటాలున తీసేశాడు. ఉంగరం రాపిడి "కిర్" మంటూ ధ్వనించింది.

"ఎవరూ పలకరేం? మంగమ్మేనా? వొస్తున్నా– అమ్మ గుళ్ళోకి కెళ్ళింది..."

తలుపు తెరిచింది. తలుపు తీసిన వ్యక్తి లోపలే వుంది. దయానిధి లోపలికి నడిచి, తలుపు దగ్గరగా మూసి నిలబడ్డాడు. తెల్లబట్ట సగం ఒంటికి చుట్టుకుని పీటమీద కూర్చుని జుట్టు సవరించుకుంటున్న కోమలి వెన్నెల నగ్నంగా కూర్చుని తల్లో ఎర్రటి పిచ్చిపువ్వుని అమర్చుకుంటున్నట్లుగా వుంది.

"ఎవరూ– ఇదేమిటి– మీరా!" అని చీరకొంగుని కుడిభుజం మీద నించి లాక్కుని, మెడచుట్టూ తిప్పింది! దయానిధి ఆమెని పరకాయించి చూశాడు. క్రితం వేసవి సెలవుల్లో మొట్టమొదటిసారి ఆమెను చూశాడు. తరువాత క్రిస్‌మస్‌లో మొత్తం అంతవరకూ నూటపందొమ్మిది మార్లు చూడడం అతనికీ గుర్తుంది. ఆమె నిజమైన సౌందర్యం ఈనాడు చూశాననుకున్నాడు.

కోమలిది అన్ని సమయాలలోనూ, అన్నిచోట్లా, ఒకే మాదిరిగా కనబడే చక్కదనం కాదనుకుని కొంచెం విచారించాడు. పెట్టుపోతలు, సంరక్షణ, సింగారింపు, ఇవన్నీ బాగా జరిగితేనే గాని ఆమెలో నిజమైన అందం బహిర్గతం కాదు. వాళ్ళమ్మ మా అమ్మాయి మొన్ననే రజస్వలైందంటుంది. కాని కోమలికి పదహారేండ్లు నిండాయి. అయినా ఆమె ఎదగడం పూర్తికానట్లుగానే వుంటుంది. సన్నటి పొడుగాటి చేతులు, మొనలన్నీ సద్దుకోని భుజాలు, మరో శరీరానికి ఉద్దేసింపబడిన దానిలా కనబడే సన్నటి నడుం! సన్నగిలటం మానుకుని వ్యాపించిన చోట, ఏచీర పడేసినా చిలక్కొయ్యలా పట్టుకునే వొంకర వికసించడం ప్రారంభించినట్లుగా వుండి, స్ఫుటమైన ఆకృతి తెచ్చుకునే మగపిల్లాడి రొమ్ములు, పూర్ణచంద్రుడికి అడ్డం వచ్చిన పల్చటి మేఘంలాంటి మెత్తటి శరీరచ్ఛాయ, ఈ కోమల్ని చూస్తూ కూర్చోవడం దయానిధికి ఒక ఉత్కృష్టమైన అనుభవం. అన్ని ఆకర్షణీయమైన శరీర అవయవాలున్నప్పుడు, ప్రత్యేకం దేనికేసి చూడాలో అతను నిర్ణయించుకోలేడు. అంగనిర్మాణం సగం సగం చేసి దైవం ఊరుకున్నట్లుగా వుంది. యవ్వనం బయటపడి దర్శనం ఇవ్వడానికి భయపడుతున్నట్లుగా వుండే ఆమె అమాయకపు మొహాన్ని చూస్తున్నాడు. ఆ చింపిరిజుట్టు ఇష్టం వచ్చినట్లుగా అరణ్యంలో సహజత్వాన్ని అనుకరిస్తున్నట్లు పెరిగిపోయి, ఎక్కడ పాపిడి తీసినా లొంగదు. ఆ ముంగురుల్లు నుదుటిని

గట్టిగా పట్టుకుని ఏ దువ్వెనకి సందివ్వదు సౌందర్యం. నిద్రలో మూర్ఛపోయి, ఏదో స్మరణకు వచ్చి లేచినట్లుగా వెర్రిచూపులు చూసే నేత్రాలు అతనికి అమాయకంగా వుండొచ్చు- లేకపోతే బుద్ధిమాంద్యమేమో!

"ఊఁ" అంది కోమలి ప్రశ్నార్థకంగా, కనుబొమ్మలు ఒక్కసారి వొంకర తిరిగాయి. రెండు పెదవులు ముడుచుకుని, చెక్కిళ్ళ చర్మాన్ని లాక్కుని సున్నా చుట్టాయి.

"నీ కోసం వొచ్చా" అన్నాడు.

"నాతో ఏంటె పని మా అమ్మతోగాని ఎల్లండి" కూర్చున్న మనిషి లేచి, రెండు చేతులు తలుపులకు ఆనించి నిలబడింది. కంఠానికి చుట్టుకున్న కొంగు కిందికి జారింది. రొమ్ములో పట్టుదొరక్క, తడిని పట్టుకుని నడుం మీద నిలిచిపోయింది ఆనాటి దృశ్యం. అతనికి కొత్త చొరవనిచ్చింది. ఆమె అతనికి అర్థం అయిపోయినట్లుగా తోచింది. స్త్రీత్వంలోని "మాయ" శరీరాన్ని తాకి శోధించిన వాళ్ళకి కాని ఛేదించటం సాధ్యం కాదు. ప్రపంచంలోనో, ఏ జన్మలోనో వారిద్దరూ వొకర్ని వొకరు వెదుకుతూ, ఈనాటికి కలుసుకుని గుర్తించుకున్నట్లు అతనికి అనిపించింది.

"నాకు మీ అమ్మతో ఏం పనుంటుంది?"

"నాతో సీకట్లో ఏం పని మీకు? రాత్రి మా ఇంటికి రాకండి ఎప్పుడూ- మా అమ్మ సూసిందంటే తన్నుద్ది."

"నీ కిష్టం లేకపోతే రాత్రుళ్ళు ఎప్పుడూ రాను. ఇంట్లో గొడవగా వుంటే ఏమీ తోచక నిన్ను చూద్దామని వొచ్చాను" అని కొంచెం నిదానించి మళ్ళా మొదలెట్టాడు.

"అయితే కోమలి, ఎవ్వరూ లేరు కాబట్టి, ధైర్యం చేసి అడుగుతున్నాను. నిజం చెప్పు నేనంటే నీకిష్టమేనా?'

ఈ ప్రశ్న అతను పగలు వేసి వుండడు. కోమలి వొకడుగు ముందుకు వేసి వెన్నెట్లో నిలబడింది. తెల్లటి చీర ఆమెకి బాగా తగిందని నిర్ణయించుకున్నాడు. శిథిలావస్థలో వున్న తులసి దిమ్మమీద కూర్చుంది. అతను చీర మడతలు లెక్కపెడుతున్నాడు. శరీరంలో వొంపువున్న చోటులో పదిహేను మడతలు జమకొచ్చాయి. అల్పమైన మనిషి ఒంటిని తడిని కూడా ఆర్పుకోలేని నీరసించిన శరీరం.

"ఊఁ" అంటూ పెదవుల్ని సున్నా చుట్టింది.

"ఇష్టమంటే."

అతను ఆమె వైపు నడిచాడు, లేచి దూరంగా వెళ్ళింది.

"అమ్మో, దగ్గరగా రాకండి మా అమ్మ చూస్తే తన్నుద్ది."

"ఇష్టమంటే నీకు తెలీదూ? నాతో వుండాలని వుంటుందీ?"

"ఉండదు."

"పోనీ, నేను నీతో వుంటే నీకు సరదాగా వుంటుందీ?"

"అంటే"

కోలగా నవ్వింది. చంద్రమామ సిగ్గుపడి మేఘాన్ని ముసుగేసుకుంది. వేళ్ళు లేకుండానే ఉద్భవించి, వృద్ధి పొందిన లతలా, పల్చగా నవ్వింది.

"ఏది మళ్ళా నవ్వు."

"నాతో నవ్వుతాలేమిటి? మీరు బ్రామ్మలు - పెద్దవాళ్ళు."

"పెద్దవాళ్లతో స్నేహం నీకిష్టమేగా..."

"భయం"

"ఎందుకు?"

"మీరు గొప్పోరు. ఇన్నిసార్లు మాఇంటికొచ్చారు. నాకోసరం ఏమన్నా తెచ్చారా?"

"మీ అమ్మ అడగమందా?"

"ఛీ, పాడు- మా కట్లాంటి వృత్తిలేదు. అట్టాంటివన్నీ మీ వోళ్ళల్లోనే..."

"అట్లాంటి మాట్లనొచ్చా?"

"మీరనొచ్చు నేం?"

"అవును మరి, లేకపోతే డబ్బు విషయం ఎందుకు? డబ్బిస్తే నన్ను వుండనిస్తావా?"

"ఏమ్మాటలవి? ఊరుకుంటున్నాననా? వెళ్ళండి. మా అమ్మొచ్చిందంటే మాట దక్కదు. మీ ఎదవడబ్బు మాకేమీ అక్కరలేదు."

"అప్పుడే కోపమే- పోనీ రేపు సర్కస్‌కి తీసుకెడతా వొస్తావా?"

"ఎందుకు లంచం- మీనాన్నగారిలా మేం లంచాలు తీసుకోము."

"మా నాన్న లంచం విషయం నీకెలా తెలుసు?"

"సెప్పుకుంటారు. కృష్ణమాచారి అన్నాడు."

"అవన్నీ నువ్వు నమ్మకూడదు. సరదాగా మనిద్దరం కలిసి సర్కస్ చూసివద్దాం, రేపు వొస్తావా?"

"నేను రాను సర్కస్‌లో పుల్లు, సింహాలు వుంటాయి. నాకు భయం- నన్ను తీసుకెళ్ళేందుకు మీదగ్గర డబ్బెక్కడిదీ? మీనాన్న ఇస్తేగా?"

అతని దగ్గరగా వెళ్ళి "చూపించు జేబు" అని చొక్కాలో చెయ్యిపెట్టి గాలించి, బైటికి తీసింది గడ్డిపోచని.

"ఇదేంటి– చీ పాడు– గడ్డి దాచుకో" అని అతని ఒంటిమీద పారేసింది.

దాన్ని తీసుకుని ఆమె చేతిని గట్టిగా పట్టుకుని, గడ్డిపోచని తల్లో పెట్టబోయాడు. ఆమె శరీరాన్ని అతను ముట్టుకోవడం అదే మొదటిసారి. అతనికోసం సృష్టించబడిందని, ఇంద్రియాలు రుజువు చేస్తున్నాయి. స్పర్శతో అతని శరీరం కంపించిపోయింది. సముద్ర కెరటాలపై నురుగు మంటలుగా లేచి ఆకాశాన్ని ఆవరించుకుంటే మళ్ళా ఆ జ్వాలని ఆర్పేటందుకు ఆమె శరీరాన్నే తాకాలేమో అనిపించింది. అతని చేతిని విదిలించి పారేసింది. గడ్డిపోచని రెండు ముక్కలు చేసి అతని మొహాన్ని కొట్టింది.

"గడ్డినోట్లో పెట్టాలి. కాని తల్లో కాదు" అంది. ఆ వాక్యంలో వున్న అర్థం అతనికి బోధపడలేదు. అర్థపూరితమైన భాష ప్రయోగించే సంస్కారం ఆమెకి లేదని అతనికి తెలుసు. అందులో ఎంతో "వెక్కిరింపు, కసి" ఇమడ్చ గలిగింది. అతనికి కోపం వచ్చింది. నరాలు లాగేస్తున్నాయి. రక్తం మార్గాలు తప్పి, పొర్లి పొంగి పోతోంది. ఏమీ జరగదు–ఏమీ జరగదు– భయపడిపోయింది అతని శరీరం. దేనికీ కదలకుండా రివ్వున కదిలిపోయే బాణంలా ఇంద్రియాలన్నీ సాగిపోతున్నాయి. ఎక్కడికి? అన్ని నీటి కాలువలు, నదులు కష్టసుఖాలలోంచి ప్రవహించి మహాసముద్రంలోకి చేరుకుని నిశ్చలత్వంలో పరిపూర్ణతని పొందుతాయి. వాటికి విముక్తి వుంది. అతనికి శరీరంపై యవ్వనం దౌర్జన్యం చేసి అధికారం చెలాయించగలదు కాని, విముక్తి నివ్వలేదు. రెండు ఆకుపచ్చ గాజులు కలుక్కుమన్నాయి. ఎవరో తలుపు కొట్టిన చప్పుడు తలుపు సందులోంచి ఎవరో రహస్యంగా చూస్తొన్నట్లు, ఎవరో అతన్ని చూస్తే ఏం భయం? ఈ ప్రపంచంలోని జనమంతా ఒకరివెనుక ఒకరు క్యూలో మాదిరిగా నిలబడి మనిషి మనిషికి మధ్య తలుపుల్ని అమర్చి, ప్రతివాళ్ళూ, తలుపు సందులో నుంచి చూస్తూ నిలబడితే, ఎంతమంది సృష్టి రహస్యాన్ని తలుపు సందులోంచి శోధించడం మానేస్తారు? ఏ ఒక్కడో చూడడం మానేసి, వెనక్కి తిరిగి నిలిచిపోతే ఏమౌతుంది? అర్థం కాక కొందరు విసుగెత్తి కొందరు చూడ్డం మానేస్తారేమో కాని చూస్తే ఏమీ లేదనుకుని ఎవ్వరూ మానెయ్యరు.

కోమలి వెళ్ళి తలుపు తీసింది ఎవరూ లేరు.

"వెళ్ళండి, నాకు పనుంది. ఎప్పుడూ రాకండి"

"అంటే? ఊరికే వొచ్చి చూసి పోకూడదూ?"

"చూసేందుకు ఏముంది? ఉత్తుత్తచూపులేగా?"

"నా కవే చాలు. అంతకంటే ఏమీ అక్కరలేదు."

ఇంతలో మరో వ్యక్తి లోపలికి వచ్చాడు. తలకి చుట్టుకున్న టర్కీస్ తువ్వాలు విప్పి దులిపి భుజాన వేసుకున్నాడు. రేగిపోయిన మధ్యపాపిడి సరిచేసుకుని అగ్గిపెట్టి కోసం జేబు తడుముకుంటున్నాడు.

"రాండి ఆచారిగారూ-నుప్పు తెచ్చేదా" అంటూ కోమలి అతని దగ్గరగా వెళ్ళి ఆహ్వానించింది.

"మధ్యాహ్నం వొచ్చారుగదా, కబురేనా చెయ్యలేదేమి?"

"మా అమ్మ మీ ఇంటికాడికి రాలేదూ? గుడికాడ్నించి అట్లా వెడతానంది."

"అబ్బే, రాందే... యేమిటి ఈ పూట వొంట నువ్వేనా ఏమిటి?"

"అన్నం వార్చా, ఇంకా సారెట్టాలి.... మీరు తింటానంటే గుడ్లు పులుసొండుతా..."

"ఛ...ఛా... కోడిగుడ్లులా మొహం నువ్వూనూ, ఏ మాటలివి." దయానిధి వాళ్ళకేసి చూస్తూ నిలబడిపోయాడు.

"సరే నేను వెడుతున్నా కోమలీ..." అన్నాడు ఆకాశం కేసి చూస్తూ. ఆ వ్యక్తులు వినిపించుకున్నట్లు లేదు, తులసి దిమ్మమీద ఆచారి కూర్చోబోతున్నాడు.

"ఉండండి..బట్టలు పాడవుతాయి. మంచం వేస్తాగా..." అంటూ కోమలి దూరంగా నూతి పళ్ళానికి ఆనించి వున్న నులకమంచాన్ని తెచ్చి వాల్చింది. దానికి వున్న దుష్ట చతుష్టయంలాంటి నాలుగు కాళ్ళలోనూ, ఒకటి భూమిమీద ఆనదు. భారతదేశంలో ఐకమత్యం లేదనడానికి ఆ మంచం ఋజువు.

"అయితే కృష్ణమాచారిగారూ, నా మొహం కోడిగుడ్డన్నారు గదా. మరి మీదో.."

"కోడి పుంజు...ఏం?"

కోమలి విరగబడినవ్వింది. "లెగండి" అని అతని చెయ్యిపట్టుకు లేవదీసి మంచం మీద కూర్చోబెట్టింది.

"మంచినీళ్ళు కావాలా?"

"అహా! అతిథిని నులకమంచం మీద కుదేసి సత్కరించావు. భక్తితో పుష్ప, పత్ర, ఫలతోయము లొసంగిన..."

నవ్వుకుంటూ లోపలికెళ్ళింది. నీళ్ళు తీసుకుని మళ్ళీ వచ్చింది.

"మరి నే వెడుతున్నాను." అన్నాడు దయానిధి.

"వెళ్ళండి. సర్కస్‌కు మీరు తీసుకెళ్ళేదేమిటి? కృష్ణమాచారీ, నేనూ వెడతాం..."

"అవును. అసలందుకనే వచ్చాను కూడా, లే, లే దబ్బున తిండితిని పోదాం"

అన్నాడు కృష్ణమాచారి. దయానిధి వెళ్ళిపోయాడు. బయట మెట్లమీద నుంచుని అప్రయత్నంగా రెండు తలుపులూ దగ్గరగా జేరవేశాడు. సందువేపు చూశాడు. కుక్క దూరంగా మొరిగింది. ఎండిపోయిన ఆకులు రెపరెపమన్నాయి.

కోమలి తలుపులు తీసి అటూ ఇటూ చూసి మళ్ళీ భళ్ళుమని వేసేసింది. అతనేదో అడుగుదామనుకున్నాడు. వీపు చరిచినట్లు తలుపు చప్పుడైంది. వెళ్ళిపోయాడు. అతనికి కోమలి ప్రవర్తన అర్థం కాలేదు. తను ఆమెకోసం ఎంత ప్రాకులాడుతున్నా ఆమె సమాధానం ఇవ్వదు సరికదా, అతన్ని వెటకారం చేసి ఏడిపిస్తుంది. అతని యవ్వనం కాని చక్కదనం కాని, హోదాకాని ఏదీ ఆమెని ఆకర్షించలేదు. అసలట్లా ఆకర్షింపబడేందుకు తగినంతగా ఆమె శరీరం పక్వానికి రాలేదేమో. అదొక మందుగుండు సామాగ్రి వేసిన పెట్టె. దానికి ఎవరో నిప్పు ముట్టించాలి, అప్పుడు కాని అది బద్దలై బయటపడదు. నిప్పుపుల్ల- నవ్వుకున్నాడు. కృష్ణమాచారికి తానే నిప్పుపుల్ల వేస్తానంది నూనెలో ముంచని కాగడా కోమలి, ఆమె చేతిని తాకినప్పుడు వేడితో తన శరీరం కాలిపోయినట్లు అనిపించింది. కాని ఇప్పుడు ఆలోచించి చూస్తే ఆ వేడి తనలోదే ననుకున్నాడు. రాత్రంతా మంచు పీల్చుకుని వికసించలేని పుష్పంలాంటి కోమలిని, ఉదయభానుడి కిరణాలు మాత్రం ఏం చేస్తాయి. యవ్వనం ఇంకా గృహప్రవేశం చెయ్యలేదు. నిలయం వెతుక్కుంటూ ఆమె శరీరంలో విహారం చేస్తోంది. ఈ ఉపమానాల సారాంశం ఏమిటి? "ఫ్రిజిడిటీ" పాపం! ఆమెపై కోపగిస్తే ఏమిటి ప్రయోజనం? మంచుకొండ అగ్నిపర్వతం కాగూడదూ!

"ఉత్తుత్త చూపుల్లో ఏముంది?" అని అన్న మాటల్లో ఎంతో అర్థం వుంది. ఆకర్షణ అర్థంకాని అమాయకురాలను కోకూడదు. స్త్రీ పురుషుడ్ని అప్రయత్నంగా వేటకి రగల్చడం, అందకపోవడం మరింత కోరదగింది కావడం- ఇది అనాదినుంచీ వున్నదే- దాన్నే వ్యక్త పరుస్తోంది. ఆ కృష్ణమాచారెవడూ?

అతన్ని వేటకి రగల్చడానికి, వాడితోనా సరసాలు? వాడితో సర్కస్కి వెడుతుందిట! ఎంత ధైర్యం, ఎంత తెగింపు తనంటే ఎంత నిర్లక్ష్యం, నిరాదరణ! కాని అదంతా సహజమైన చర్యా, లేకపోతే నటనా? నటనైతే అతను క్షమించలేడు. ఏమిటో వెర్రి, క్షమించక చేసేదేముంది? అతను వేట మానుకోలేడు. ఇంద్రియాలు పీకేస్తున్నాయి. పల్చటి ఎముకలు చల్లటి మాంసం- వీటికి తన యవ్వనం దాస్యం చేయక తప్పదు అతనికి ఏం కావాలి విమర్శించి తేల్చుకున్నాడు. సంస్కారం? ఆమెకు లేదు తనకి అక్కర్లేదు. యవ్వనం ఒక ప్రాచీన శక్తి - తరతరాల వ్యక్తులను కాల్చి మట్టి చేసిన బలంతో సృష్టినే వేధించిన ఆ

మహత్తర శక్తికి, సంస్కారం, వన్నెచిన్నెలు, నగిషీలు. వంకర తిరిగి, హరిగి బైల్దేరిన స్థానానికి తెచ్చే మానసిక మెట్లు – వీట్లతో ఏం సంబంధం? తర్కంతారతమ్యం, మంచిచెడ్డలు, నాది, నీది – ఇవి సంస్కారం కట్టుకున్న పరిమాణాలు. వీటన్నింటినీ ఒక్కతాపు తన్ని తడబడే దృష్టితో చీకట్లో చూసి, మట్టిలో కలిసిపోయి నిశీధి తెరచుకున్న ద్వారాలమధ్య ఆత్మహత్య చేసుకున్న యవ్వనపు శక్తి, సంస్కారాన్ని కోరదు.

పోనీ, చదువు, తెలివితేటలు? ఏ చదువు ఈ అస్థిపంజరపు నిర్మాణాన్ని మార్చగలదు? బుర్ర, మెదడు, ఇవి దాస్యానికి అంతరాయాలే. అతనికి చదువక్కర్లేదు. సిపాయి విప్లవానికి కారణాలతో ఆ ఎముకలకు నిమిత్తమేమిటి. అవే విప్లవం చేసి, దాస్యం అనుభవిస్తాయి.

కుటుంబం, మర్యాద, కులం, గౌరవం ఇవి కావాలా? మొదలే అక్కర్లేదు. కోమలి వాళ్ళ వాళ్ళల్లో పుట్టివుండకూడదూ? అదేం కర్మమో వాళ్ళ వాళ్ళల్లో ఎందరో స్త్రీలున్నారు పెళ్ళికి సిద్ధంగా. వాళ్ళల్లో వొక్కళ్ళు నచ్చకూడదూ? అది అతని దౌర్భాగ్యం మరో దేశపు ముగ్ధ సౌందర్యంలో వున్న ఆకర్షణ కోమలిలో వుంది. గట్టిగా ఎముకల్ని పట్టుకునే చర్మం – పదునైన మాంసం, ఆ కొత్తదనం మరొకర్లో వుండి వుంటే ఎంత బాగుండును? కోమలి కుటుంబం మర్యాద, కులం, గౌరవం ఇవన్నీ వేరు ఇవి కూడా తన ఆకర్షణకి కారణాలే కాబోలు ఖర్మ.

కోమలే కావాలి – ఇంకెవ్వరూ పనికిరారు. ఆమె శరీరానికి అతను దాస్యం చెయ్యవలసి వచ్చినందుకు తిట్టుకున్నాడు. కోమల్ని మరిచిపోవాలి. యవ్వనానికి ఏ స్త్రీ అయితే ఏం? భారతదేశంలో ఎందరు స్త్రీలు లేరు. కోమలికంటే అందమైనవారు, తెలివైనవారు, గౌరవమైనవారు. తనే ఎరుగున్న వాళ్ళు ఆరుగురు దాకా వున్నారు. అతనితో కాలేజీలో చదువుకున్న మలయాళీపిల్ల శోభ లేదు? భాస్కరరావుగారి చెల్లెలు రమణి లేదు? అప్పారావుగారి ఆఖరమ్మాయి శకుంతల? అందాకా ఎందుకు ప్లీడరు గుమాస్తా కుటుంబయ్యగారి కూతురు శ్యామల? కొంచెం మెల్లకన్ను వున్నా ఎంత బాగుంటుంది? ఎంత అందమైన మెల్ల?

వీళ్లందర్నీ ఒక్కసారి ఊహా ప్రపంచంలో తిప్పి చూశాడు దయానిధి. ఆ మధ్య సంబంధాలు మూడు చూసివచ్చాడు. ఒకమ్మాయి తండ్రి అతన్ని ఇంగ్లాండు పంపడానికి సిద్ధపడ్డాడు కూడాను. వాళ్ళని కూడా సర్కస్ గుర్రాలలా తిప్పి చూశాడు. కోమలి సర్కస్‌కి వెడుతుంది కాబోలు, కాని ఏం లాభం? అతని దృష్టి వాళ్ళల్లో ఎవ్వరిమీదా కేంద్రీకరించటం లేదు. వాళ్ళని వాంఛించలేదు. వాళ్ళంతా మహాపతివ్రతలు. వాళ్ళెవరూ అక్కరలేదు. వాళ్ళతో మాట్లాడొచ్చు, చీట్లాడొచ్చు, బజారెళ్ళొచ్చు కాపురం కూడా చెయ్యొచ్చు. కాని

బాబో, వాళ్ళని తాకడం ఎట్లా? హరామీ చేస్తున్న గుర్రంలా, ఇంద్రియాలు వెనక్కి నడుస్తున్నాయి. వెలిగిపోతున్న కాగడాని ఐస్‌టబ్‌లో ముంచినట్లు ఛీ ఛీ ఏమి ఆలోచన్లు. తప్పదు కోమలికి దాస్యం. పోనీ కోమల్ని చంపేస్తే! ఒక ప్రాణికి ఒక ప్రతిభతో కొట్టుకుంటున్న హృదయానికిదొక సృష్టి కోసం నిశీధి తలుపులు పగలగొట్టిన శరీరానికి, ఆమె కలిగించిన బాధకి అదే ప్రాయశ్చిత్తం! అట్లాంటి వాళ్ళని చంపడం అపచారం కాదు, సంఘసేవ. ప్రపంచానికి పరమార్థం.

పాపం. ఆవులించడం కూడా చేతగాని అమాయకురాలు. కోమల్ని అని ఏం లాభం! కోమలితో ఈ ప్రపంచానికి నిమిత్తం వుంది. ఆమె తల్లిగా అయి, స్త్రీత్వాన్ని నిలబెట్టి, సృష్టికి ఒక పుష్పం అర్పిస్తుంది. తనెందుకు? డాక్టరై తను ప్రపంచాన్ని ఉద్ధరించేదేముంది. తనే చచ్చిపోతే ఈ బాధ వుండదు కదా! నిజంగా స్కూలు మేష్టర్లు, డాక్టర్లు మరణించిన తర్వాతే ఉపయోగపడతారు. మేష్టారు చచ్చిపోయారంటే స్కూలుకు సెలవు. డాక్టరు పోయాడంటే ఫీజు ఎగేసిన పేషెంటుకు విశ్రాంతి!

కోమల్ని ఎనాటమీ బల్లమీద ఊహించాడు. అబ్బ డోకొస్తుంది. ప్రతి అవయవాన్నీ కోసి చీల్చి పారేశాడు. అన్నీ వొచ్చి అతుక్కుని కదిలి అతన్ని వెక్కిరించాయి. ఛీ,ఛీ ఏమిటీ ఆలోచనలు!

అప్పుడే ఇంటికొచ్చేశాడు. ఇంటి ముందు జాతర జరుగుతోంది. ఏవో నెత్తిన పెట్టుకుని ముగ్గురు ఎగురుతున్నారు. చెవులు బద్దలయ్యేటట్టు కఠోరమైన డప్పుల ధ్వనులు, గుంపులో తన్మయుడైన నారయ్య. కుటుంబయ్యగారి శ్యామల ఎత్తు అరుగుమీద నుంచుని చోద్యం చూస్తోంది. అతను దూరంగా తూము దగ్గర నిలబడి గుంపుని చూస్తున్నాడు. ఇప్పుడు ఇంట్లోకి వెడితే నాన్నగారు కేకలేస్తారు. ఎక్కడికి వెళ్ళిందీ ఆరా తీస్తారు. ఈ నారయ్య వాగేసి వుంటాడు. అందరూ నిద్రపోయిం తర్వాత మెల్లగా ఇంట్లో దూరి అరుగుమీద మంచం వాల్చుకుపడుకుంటే, రాత్రి గడిచిపోతుంది. ఉదయం మనస్తత్వాలు మారతాయి. అప్పటికి ఎనిమిది కావొస్తోంది. అంతా నిద్రపోయేవరకూ ఏం చెయ్యడం? కోమలి, కృష్ణమాచారి సర్కస్ కెడతామన్నారు. తనూ వెళ్ళడానికి నిశ్చయించుకున్నాడు.

కోమల్ని ఆ సర్కస్ గుంపులో దూరాన్నుంచి, రహస్యంగా చూడాలి. వాళ్ళమ్మ కూడా వస్తుంది కాబోలు. అట్లాంటప్పుడు కృష్ణమాచారి అంత చనువు తీసుకోడు. ఐనా చూడాలి. ఏం చేస్తారో, నాలుగునెలల క్రితం మధ్యాహ్నం నిద్రించి లేచిన కోమలి మొహం జ్ఞాపకాని కొచ్చింది. ప్రపంచంలో అసంతృప్తిలోని బరువునంతటినీ మోస్తున్నట్లుగా వుండే కనురెప్పలు, లోకాన్ని చూసి జాలిపడుతూ చప్పరించుకునేటందుకు సున్నాలా

ముడుచుకున్న పెదవులు, నిద్రలో గుండ్రదనాన్ని పోగొట్టుకుని చదరంగంగా మారిన పిల్లాడి భుజాలు - అన్నీ జ్ఞాపకానికొచ్చాయి. వేడి, వాంఛ, చలించడం ఇవేమీ లేవు ఆమెలో! ఫ్రిజిడిటీ! ఏ ఒక్కదృశ్యం నిశ్చలంగా మనస్సులో వుండిపోదు. కావలసిన వ్యక్తిని ఊహించ యత్నించిన కొద్దీ అది మరింత దూరమై మసగై మరింత అతీతమై పోతుంది. అప్రయత్నంగా ఏదో చూస్తున్న ప్పుడూ, ఏదో వింటున్నప్పుడూ, ఏదో వాసన చూస్తున్నప్పుడూ ఆకస్మికంగా కోరుకున్న వ్యక్తి ఊహలో చొరబడి రంగుల కుంచెతో తన ప్రతిమని తనే చిత్రించుకుంటుంది. ఆ ప్రతిమని ఉంచుకోవడం, రప్పించడం, తోసివెయ్యడం మనకి సాధ్యం కావు.

జేబు చూసుకున్నాడు. కొద్దిగా చిల్లర వుంది. సర్కస్ కెళ్ళాలంటే డబ్బు కావాలి. ఎట్లా? పర్స్ జేబులో వేసుకురానందుకు తిట్టుకున్నాడు.

వైకుంఠంగారింటికి వెళ్ళాడు - వైకుంఠంగారు హెడ్‌మాష్టర్ కాకుండానే, అసిస్టెంటుగా వుండగా రిటైరయ్యాడు. ఆయనకి ముగ్గురు మగపిల్లలు, నలుగురు ఆడపిల్లలు, ఐదుగురికి పెళ్ళిళ్ళు చేశాడు. ఇంకా పెళ్ళిళ్ళు కావలసిన వాళ్ళు ఇద్దరాడ పిల్లలున్నారు. దయానిధి ఫిఫ్తఫారం ఆయన దగ్గరే చదువుకున్నాడు. సైన్సులో ఫస్టుగా వుండే వాడని ఇతనంటే ఆయనకి ఎంతో ఇష్టం. ఆలస్యంగా వచ్చినా అసలు క్లాసుకి రాకపోయినా, ఇతన్ని ఆయన ఏమీ అనేవాడు కాడు. పరీక్షలో రాసిన వానికంటే ఎక్కువ మార్కులు వేసేవాడు. ఆయనకి తనంటే అంతటి అభిమానం ఎందుకుందో దయానిధికి తెలియదు. అసలు అభిమానం వున్న సంగతే అతనికి తట్టలేదు. అతనికి ఏ మేష్టరన్నా ఇంతవరకూ సరయిన గురుభక్తి కలగలేదు. ఎవ్వరూ అతని హృదయానికి దగ్గరగా వచ్చినవాళ్ళు లేరు. మేష్టర్లంతా ఏకమై, ఏదో అతని దగ్గరనుంచి దాస్తోన్నట్లు, అతనూ అనుమానపడుతుంటాడు. "మనకేమీ తెలియదు! జీతాలెక్కువచేసేవరకూ, ఆఖరి ఈ విషయం కూడా ఎవళ్ళకీ తెలీనివ్వొద్దు" అని మేష్టర్లంతా కాన్ఫరెన్స్‌లో తీర్మానం చేసుకున్నారని అతని వెర్రి విశ్వాసం.

"వైకుంఠంగారు మడతమంచం వాల్చుకుని పడుకున్నారు. వీధిలో నల్లకుక్క మంచం కింద నక్కింది. కాంతమ్మ చెంబుతో నీళ్ళు తెచ్చిపెట్టింది. రాధ వెన్నెల్లో తన నీడలో ఆడుకుంటోంది."

"రావోయి నిధీ, రా- ఏమిటి భోజనాలయ్యాయా? షికారు బయలుదేరినట్లున్నావు. గోపాలం - దీపం లోపలికి పట్టుకుపో" గోపాలం నూనె లేక తన్నుకులాడుకుంటున్న లాంతర్ని లోపలికి పట్టుకెళ్ళాడు.

"ఇంకా లేదండి మేష్టారు. ఇంట్లో ఏమీ తోచక"

"అవునవును! మద్రాసులో చదువుకుంటున్న యువకులకి ఈ ఊళ్ళల్లో ఏం తోస్తుంది? మీ నాన్నగారు క్లబ్బునుంచి వొచ్చేరా"

"తొయ్యకేమండి! పుస్తకాలు, చదువు, క్లబ్బు, స్నేహితులు, కాలవగట్టు ఎంతో హాయిగా వుంటుంది. పైగా సర్కస్ ఒకటొచ్చిందిగా. వెడదామని బుద్ధి పుట్టింది. మీరు చూశారా."

"ఇద్దరి భార్యల్ని భరాయించే అప్టుడేట్ భర్తలాంటిది కాదు ఈ మంచం. ఒరేయ్ గోపూ ఆ కుర్చీ ఇలా లాక్కురా."

"ఆ కుర్చీ ఇద్దరు ముగ్గురు కలిసి లాక్కొస్తేకాని వచ్చేరకం కాదు. ఏ భాగానికా భాగం ఊడనూ వూడదు. అతకనూ అతకదు. వైకుంఠంగారు దాన్ని ప్రేమతో తిలకించాడు.

"నా హెడ్మాష్టరీ లాంటిదే దాని బ్రతుకూను..."

"మీకేమండి కీర్తి సంపాదించారు."

"మేష్టరుకి బ్రతికుండగా కీర్తి రాదు. ఆ మాటకొస్తే చచ్చింతర్వాత కూడా రాదు. రిటైరయింతరువాత దివంగతుడైతే కనీసం సెలవైనా ఇవ్వరు..." అని ఆయనే నవ్వుకున్నాడు.

"అయితే, మేష్టారు మొత్తం మీద మీరు మేష్టారుగా పని చేసినందుకు మీకు గర్వంగా వుందా?"

"అసలు జీవించినందుకే గర్వంగా వుందనుకుంటాను. ఏమిటీ? నువ్వు అందరిలోనూ అడగకూడని ప్రశ్నలడుగుతున్నావు? ఏం కథ, కొంపతీసి డాక్టరు చగువు చాలించి మేష్టారవుతావా ఏమిటి?"

దయానిధి నవ్వాడు. "లేదండి డాక్టరుగా వుంటే మాష్టారీ వృత్తి జోడించొచ్చు. పైగా ఈ రెండు వృత్తులకీ ఇంకా దగ్గరగా సంబంధం వుంది లెండి. మేష్టార్లు నేడు బోధించే బోధనవల్ల పిల్లలందరూ పెద్దవాళ్ళు కాగానే పేషెంట్లకింద మారిపోతారు" అని ఇంకా వాక్యం పూర్తి కాకుండానే వైకుంఠంగారు అందుకుని "అవును ఆ పేషెంట్లనీ నేటి డాక్టర్లు అధమం జబ్బు పేరేనా చెప్పకుండా, పైలోకానికి రవాణా చేసేస్తారు" పూర్తి చేశారు.

"మేష్టారూ! మీకు ఈ లోకం, పరలోకం అంటూ వున్నాయని నమ్మకం వుందన్న మాట! అయితే, జీవితానికి అర్థమేమిటంటారూ."

వైకుంఠంగారు లేచి నిలబడ్డాడు. ఎవరో కొంటెపిల్లాడు ఆయన పాగా లాగేసినట్లయింది.

"చూడు, ఇట్లాంటి ప్రమాదకరమైన ప్రశ్నలు ఇంటిదగ్గర నలుగురూ వింటూండగా

28 చివరకు మిగిలేది

వెయ్యకూడదు. తెలిసిందా?" అంటూ దయానిధి భుజం మీద చెయ్యివేసి లేవదియ్య బోయాడు. ఇద్దరూ రెండడుగులు ముందుకు వేశారు.

"ఇల్లాంటి ప్రశ్న వెయ్యవల్సిన అవసరం ఏమొచ్చింది నీకు ఇంత చిన్న వయస్సులో!"

"అడగడం తప్పుగా తోస్తే నన్ను క్షమించండి."

"అది కాదు నిధీ... సృష్టిని గురించి ఒక వ్యక్తి ప్రశ్నలు వేశాడంటే ఆ వ్యక్తి జీవితంలో ఏదో లోపం వుందన్నమాట. గొప్ప రాజకీయ సంఘటనలు వంటింట్లో జనిస్తాయి. గొప్ప వేదాంతపు ఉద్యమం పడకటింట్లో పుడుతుంది. మరిచాను. నీకింకా పెండ్లి కాలేదుగా... మా కాంతానికి ఏదైనా సంబంధం చూడవోయి దబ్బున."

"దయానిధికి భయమేసింది. అతన్నే చేసుకోమంటాడేమోనని! మాట తప్పించడానికి ప్రయత్నించాడు."

"ఇంతకీ నా ప్రశ్నకి సమాధానం చెప్పారు కారు" అన్నాడు.

"నీ పెళ్ళి కానీ, తరువాత అడుగు చెబుతాను. మా కాంతానికి మంచి కుర్రాడిని చూడాలోయ్. మీ కాలేజీలో నీతో చదువుతున్నవాళ్ళల్లో ఎవరేనా...."

తరువాత వాక్యం వినిపించుకోలేదు. అతన్ని చేసుకోమని అడగనందుకు ఆశ్చర్య పడ్డాడు. మంచి కుర్రాడిని చూడాలిట తను మంచివాడు కాడూ? వైకుంఠంగారిని గురించి తనకున్న అభిప్రాయం మార్చుకోవాలనుకున్నాడు. ఇప్పుడు తనకి కావాల్సింది డబ్బు.

"నేను సర్కస్‌కి వెడదామనుకుంటున్నాను. మీరూ వొస్తారా ఏమిటి?"

"నా ఇల్లే ఓ సర్కస్. వేరే సర్కస్ చూడటం దేనికి? మా ఆవిడ రింగ్ మాష్టర్. సారీ, మిస్ట్రెస్..."

"పోనీ, మీ గోపిని పంపండి, ఇద్దరం వెళ్ళొస్తాం."

"గోపి మొన్న వెళ్ళొచ్చాడు. అయినా ఇప్పుడేం తొందర నువ్వింకా నెలదాకా వుంటావు కదా. ఈ సర్కస్ వొచ్చింది మొన్ననేగా... వెళ్ళొచ్చులే..." దయానిధికి కావలిసిన డబ్బు ఏ విషయం మీద అడగాలో తెలీలేదు. సర్కస్ దగ్గరికి వెడితే, అక్కడ ఎరుగున్న వాళ్ళెవరైనా వుండొచ్చు పర్సు పోయిందంటే, ప్రొప్రయిటర్ తరువాత చూసుకోవచ్చునని ప్రవేశం ఇవ్వచ్చు. అసలు టిక్కెట్టు లేకపోతే మాత్రం ఏమొచ్చింది? అతను చూడదల్చుకున్నది సర్కస్ కాదుగా. ఎల్లాగా డేరాకి బోలెడు కంతలుంటాయి. వాటిల్లోంచి చూడొచ్చు. సగం ఆట అయింతర్వాత, టిక్కెట్లు పట్టింపు వుండదు. ఏమీ లేకపోతే ఆట ముగిసిం తర్వాత కోమలి బయటికొస్తుంది కదా! అప్పుడే చూడొచ్చు. వైకుంఠంగారి దగ్గర సెలవు తీసుకుని నడవడం మొదలట్టాడు.

నడుస్తుంటే ఏవేవో ఆలోచనలొస్తుంటాయి. స్థిమితంగా కూర్చుని ఆలోచించడం చేతకాదు.

ఆలోచన సాగిస్తుంటే ఏదో బరువు తగ్గినట్లుగా వుంటుంది కాని ప్రస్తుతపు విషయాలను గురించి అతను ఆలోచించలేకపోతున్నాడు! ప్రస్తుతం అంటే యథార్థం, ఇప్పుడే ఏదో నిర్ణయించుకోవాలి. కర్తవ్యానికి దిగాలి, దీనికి ధైర్యం లేదు! భయంకరమైన యథార్థం. ఇతరుల సలహా పనిచెయ్యదు. దీనికి సమాధానం పుస్తకాలివ్వలేవు. చరిత్ర తనని తానే అనుకరిస్తుందన్నది సత్యం కాదు. ఒక సమయంలో ఒకచోట ఏర్పడ్డ పరిస్థితులు, ఎప్పుడూ, ఎక్కడా మళ్ళా ఏర్పడవు. ప్రతి సంభవం అపూర్వమైనది, దానికదే సాటి. అలాంటప్పుడు చరిత్రలో మానవ సంఘాన్ని హృదయము యొక్క పరిణామాన్ని కొలుచుకుని, అందులోంచి భవిష్యత్తుకి ఉపయుక్తమయ్యే సిద్ధాంతాలను, ప్రతిపాదించటం గొప్ప పొరపాటు. ప్రాకృతిక సిద్ధాంతాలను అనుకరించవచ్చు. అవి తప్పవు. వాటిని ఎవ్వరూ అతిక్రమించలేరు. సూర్యుడు ప్రతి నిత్యమూ తూర్పున ఉదయిస్తాడని అనుకుని ప్రవర్తించడంలో హాస్యాస్పదమేమీ లేదు. కాని సిపాయిల తిరుగుబాటు విజయనగర సామ్రాజ్యపతనం మళ్ళా ఆ పరిస్థితులను సృష్టిస్తే సంభవిస్తాయనుకుని, చారిత్రక సిద్ధాంతాలని ప్రతిపాదించి వాటిని తొలగించడానికి, మార్గాలు వెదకడం హాస్యాస్పదమే.

ఆలోచన, వర్తమానాన్నుంచి తప్పించుకుని పారిపోయేటందుకు ఇవ్వబడిందా?

జరిగిపోయిన విషయాలను స్మరించుకోవడం, ముందు జరగబోయే విషయాలను, ఊహించుకోవటం ఇదే ఆలోచన. చేసేపని వర్తమానాన్నుంచి పారిపోతుంది. ఫలితం? సగం సగం ఆలోచనలు, బుర్ర అలసిపోవడం, శరీరం బాధపడటం.

అన్నయ్య దెబ్బలాడి వెళ్ళిపోయాడు. ఆనాడు పెట్టె వీధుల్లోకి గిరవాటెట్టాడు. తక్షణం ఇంట్లోనుంచి పొమ్మన్నాడు. ఎక్కడికి పోతుంది. "మా అమ్మని మా నాన్న వదిలేస్తే, నీకభ్యంతరం వుందా? ఎంత ధైర్యంగా అడిగాడు. తను అడ్డం రాకపోతే ఏనాడో ఆ సంసారం భగ్నమైపోను. కోమలి కోసం పడే బాధ అమ్మకి తెలుసు. రక్తం చెబుతుంది. హృదయంతో అర్థం చేసుకుంటుంది. తప్పని దండించదు. సరే నంటుంది. ప్రపంచంలో అందరికీ అమ్మలా అర్థం చేసుకునే హృదయం ఉండకూడదూ! అమ్మనే సంఘం ఏమంది! హృదయం వున్న వాళ్ళని సంఘం దూషిస్తుంది. సంఘం కోరేది, మానవుడి ఆనందం, క్షేమం కావు. అది కోరేది నమ్రతా, విలువలు. మనకిలేని అనుభవం, ఆనందం ఇతరుల కెందుకు? అనుకొని సంఘం వాటి వినాశానికి దారితీసే ద్వారబంధాలని నిర్మాణం చేస్తుంది.

పాపం, సంఘాన్ని దూషించడం ఎందుకూ? సంఘం ఏం చేసింది? కాస్త నా సుఖాన్ని ఆనందాన్ని, వీటిని గురించి ఆలోచించడం మానుకుని, కొంచెం వీటిని త్యాగం చేస్తినా, ఇతరులు కూడా హాయిగా వుంటారు. కాబట్టి, నేపెట్టిన నియమాలని అతిక్రమించకుండా జాగ్రత్తగా నడుచుకోమంటుంది సంఘం. "నీ ఇష్టం నీతి అనుకో, సాంప్రదాయమనుకో– నీకు సంఘంలో ఉన్నంతవరకూ వీటితో నిమిత్తం తప్పదు పిచ్చివాడా" అంటుంది. నక్షత్రాలని తారామండలంలో "విధి" పడిపోకుండా నడుపుతుంది. సూర్యచంద్రాదులు వీటికి అతీతం కాలేదు. చెట్లు, నదులు, కొండలు, అట్లా వుండిపోతాయి? సృష్టిని సైతం నోరునొక్కి కట్టిపడేసింది "విధి".

కోమలికి ఇవేమన్నా అర్థమౌతాయా? ఆమె కోసం అతని హృదయం ఎట్లా తన్నుకులాడుతోందో తెలియచెయ్యడం ఎట్లా? ఆమె పాదాల బూడిదతీసి ఫేస్‌పౌడరు కింద రాసుకుంటానంటే "ఛీ" అని ఉమ్మేస్తుంది. మరో ప్రపంచంలో వారిద్దరూ ఒక శరీరమే! ఇక్కడెందుకో విడిపోయారు. తను నశించి ఆమెలో ఐక్యం కావాలంటే ఇద్దరూ కైలాస పర్వతంపై నుంచి పారే మంచునదిలో పడి, కొట్టుకుపోయి హతమవ్వాలి. పవిత్రతతో పొంగిపొయ్యే ప్రేమ కాదు అది. కవులు మురిసిపోయి పాడుకునేటందుకు సంఘటించిన కలయిక కాదు. అదొక జబ్బు. జాడ్యం దాని కెవ్వరూ బాధ్యులు కారు. పెద్దలు, నీతి మర్యాద, ఔచిత్యం, సంఘం వీళ్ళెవరినీ నిందించకూడదు. ఆ శక్తి అతనిలో పుట్టి ఆమెలోనే అంతమొందాలి. కాదు కాదు. అతని శక్తి నంతటినీ ఆమె దాచుకుంది. అతని పంచప్రాణాలు అతనిలో బిగించి తాళం వేసి, తాళం చెవి మొల్లో దోపుకుంది. మొలచుట్టూ చీరతిప్పి అరటిపండులా కట్టుకుంటుంది! అమ్మమ్మ వెనుక చెప్పిన కథలో ఒక రాక్షసుడి ప్రాణాలు, రామచిలుక కంఠంలో వుండేవిట. ఆ కంఠం పిసికితే వాడు చస్తాడు. తన బ్రతుకు ఆ రాక్షసుడిలాగైపోయింది.

చంద్రుడు చరాచరా కదిలిపోతున్నాడు. మేఘాలు కల్పించిన ఆటంకాలను చుట్టూ కట్టుకున్న చక్రంతో తొలగించి కదిలిపోతున్నాడు. ఇండ్లల్లో పొగ వయ్యారంగా ఆకాశంలోకి లేస్తోంది. కీటకాలు గాలి ఒత్తిడికి తట్టుకోలేక అమాయకంగా మనుష్యుల ముఖాన్ని కొడుతున్నాయి. ఎక్కడో అసందర్భమైన కాకి అరుపు, అర్థం లేని కుక్క మొరుగు, కాళ్ళు కడుక్కునేటందుకు మనుషులు చేసే నీళ్ళ చప్పుడు, పులిస్తరాకులు పారేసిన శబ్దం అన్నీ దూరంగా వెళ్ళిపోయాయి. దూరంగా సర్కస్ బాండు, గుడిగంట చప్పుడుని ముంచి వేస్తోంది. సన్నగిల్లిన దీపాలు, గుంపులు మాట్లాడుకుంటున్న చప్పుడు, మానవబృందం కులాసా కోసం గుమికూడింది. ఈ సమూహంలో కోమలి కనిపించలేదు. అబానుయాహు

కృష్ణమాచారి కూడా లేడు. లోపల ఎక్కడో వుంటారు. కామాక్షి కూడా లేకుండా వాళ్ళిద్దర్నీ ఒంటిగా పంపుతుందా?

"లోపలికి దయచెయ్యండి బాబూ..."

తనెవర్రైందీ ఆ ప్రొప్రయిటర్‌కి ఎట్లా తెలిసిందో.

"అబ్బే, సర్కస్‌కి వద్దామని రాలేదు. ఊరికే షికారు బయలుదేరాను.."

"నాన్నగారు రాలేదు? ఇవాళ మోటారు సైకిల్ జంప్‌కూడా వుంది. పోనీ కాసేపు కూర్చుని పోండి."

నాన్నగారికి కాంప్లిమెంటరీ వచ్చి వుంటుంది. లేకపోతే ఉచితంగా రమ్మంటాడా? లోపలికి వెళ్ళి కూర్చున్నాడు. అరుగో డాక్టరు గోపాలరావునాయుడు, భార్య, వాళ్ళ అబ్బాయి కూడా వచ్చారు. రెండో అబ్బాయి. ఇప్పుడు ఏం చేస్తున్నాడో...దూరంగా పులి గర్జిస్తోంది. చుట్టూ చూశాడు. ఎక్కడా వాళ్ళొచ్చిన జాడలేదు. తనని బలే దగా చేశారు. ఇంట్లో మాత్రం ఒంటరిగా ఎందుకుంటారు? వాళ్లమ్మ కూడా వుంటుందిగా. అబ్బ, లోపల ఉక్కగా వుంది గాలి లేదు. డేరాలో పైనున్న చిల్లులోంచి నక్షత్రాలు కనిపిస్తున్నాయి. ఈ నక్షత్రాలని కానీ ఖర్చులేకుండా అందరూ చూడవచ్చు కదా! కోమలి వాటికేసి చూస్తూ కూర్చుంటుంది కాబోలు! ఆమె నేత్రాలే మబ్బు మధ్య మెరిసిన నక్షత్రాలు, తెల్లచీరె చంద్రుడిపై నుంచి పచ్చగా కదిలిన మబ్బు, ఇలా పోల్చుకుంటూ వర్ణనలతో ఎంతకాలం తృప్తి పడటం? భాష, భావాలు, ఊహా వుండబట్టిగాని, లేకపోతే మూగబాధ ఎంత చెడ్డది? ఊహించుకుని తృప్తి పడకపోతే వాంఛ మనిషిని హరించేస్తుంది. గాలి కోసం అప్రయత్నంగా బయటకొచ్చాడు.

ఇంకా ఆట ఆరంభం కాలేదు. వాళ్ళు ఈ పాటికి వస్తూవుంటారేమో గేటు దగ్గరే నుంచుంటే, తప్పకుండా కనబడతారు మారువేషం వేసుకుంటే తప్ప. ఏమో వాళ్ళు ఎంతయినా తగుదురు. కృష్ణమాచారి నాటకాలలో ఆడవేషం వేసేవాడుట - ఎవరు చెప్పారు చెప్మా! కోమలికి లాగు, చొక్కా వేస్తే అచ్చంగా కుర్రాడులా వుంటుంది. కాని ఆ జుట్టుని ఎక్కడ దాచుకుంటుంది. నీకూ నాకూ మధ్య నీడలా పడిన నిశీధి నీ జుట్టులా - ఎక్కడిదో ఈ భావం? భావాలు చాలా విచిత్రమైనవి. మన సొంత భావాలు, ఎవరివోలా కనిపిస్తాయి. ఎవరో చెప్పినవి మనసొంతంలా కనిపిస్తాయి. నిజంగా కొత్తభావాలంటూ లేవు ఆకలి, నిద్ర, దాహం, ఆకర్షణ, అసంతృప్తి, జీవితంపై మమకారం - అందరికీ ఇవి సమానమే. కొత్తవి ఎట్లా వస్తాయి. భావాలు మానవులందర్నీ ఏకం చేస్తాయి.వాటిని చెప్పడంలో ప్రయోగించే వివిధ భాషలు మానవుల్ని విడదీస్తాయి. ప్రాణంపై తీపి...

తీసుకోండి, చావడానికి ఎవరూ ఇష్టపడరు. చచ్చిపోయింతర్వాత కూడా బతకాలన్నంత తీపి దానికోసం, మరో లోకం, స్వర్గం, స్వర్గానికి అధిపతి ఆత్మ అక్కడికి చక్కాపోయి, శాశ్వతంగా ఉండడమో, లేకపోతే మళ్ళా కొన్ని జన్మములు ఎత్తి - మానవ జన్మమే ఎత్తాలి. మళ్ళా ఆత్మని శుద్ధం చేసుకుని, మళ్ళా పైకి పోయి పరమాత్మలో ఐక్యం కావడం, ఇన్నిటిని కల్పించుకుంది జీవితంపై మమకారం. అంతేకాదు. ఈ జీవితం అంతా అసత్యం, శరీరం మాయ, బ్రతుకు కల, పరమాత్మలో జీవాత్మ ఐక్యం కావడం సత్యం, అని నమ్మమని చంపుకుతింటుంది ఈ మమకారం.

శరీరంపై శరీరాన్ని సైతం త్యాగం చెయ్యమని ప్రబోధించేటంతటి మమకారం ప్రాణానికి ఈ మతాలు, ఈ దేవుళ్ళు, ఈ ఆదర్శాలు, భాష కల్పించినవే కదా పాపం. ఈ భావాలే యథార్థాలని నమ్మి తృప్తి పడతారు అమాయకపు మానవులు. కోమలి శరీరం మట్టి, హృదయం భ్రమ, ఉనికి మాయ, స్థలంలో లేదు. సమయంలో లేదు. ఆమెని గురించిన భావాలే తనకి గోచరించే యథార్థం. భావాలు లేకుండా బుఱ్ఱ మాత్రం వుంటే ఎంత హాయిగా వుండును. అదుగో వస్తున్నట్లున్నారు, అబ్బే కాదు వాళ్ళెవరో -మాయ సంఘంలో సంసార కూపంలో పడి, జంతుజాలంతో, ప్రకృతితో వుండే బాంధవ్యాన్ని వొదులుకున్న ఒక మనుషుల జోడా - మళ్ళా ప్రాచీనత్వాన్ని పొందడానికి సర్కస్‌కి వస్తున్న దుస్తులలో జంతువులు. ఆకలేస్తోంది. సోడా తాగాలి. ఆకలి, దాహం ఆలోచన - పూర్తికాగానే నీరసం, నాలిక పీక్కుపోవడం, బుఱ్ఱ వేడెక్కి బద్దలు కావటం - ఆకలి దాహం, ఆలోచన యుగ యుగాలుగా పెరిగి రంగు పంపించుకుని పుష్పించిన రోజా పుష్పం కోమలి అధరాలు. యుగ యుగాలుగా కొండ శిఖరాలపై మంచు కురిపించి మత్తెక్కిన చంద్రబింబాలు కోమలి నేత్రాలు. అనంతం నుంచి ప్రళయంలో ఉద్భవించి మూగదైపోయిన ప్రపంచం రొద కోమలి కంఠధ్వని- ఆకలి, ఆలోచన.

"ఇక్కడున్నారంటండి; అబ్బాయిగారూ..." వెనక్కి తిరిగాడు.

"ఏం నారయ్యా? నువ్వొక్కడివేనా?"

"మీ కోసం బజారంతా వెతికానండి. కాలవకాడి కెళ్ళాను. కామాక్షింటికెళ్ళాను.

"కోమలి వుందా?"

"ఉండకెక్కడికి పోద్దండి? తొంగుంది ఆఖరికి వైకుంఠంగారు చెప్పారండి. సర్‌కస్ కాడకెళ్ళమని."

"అంత హడావుడి దేనికి నారయ్యా?"

"ఏం చెప్పనండీ అన్నయ్యగారెళ్ళిన కాణ్ణుంచి అమ్మగారి కొకటే ఆవేశం, గుండె దడ– మిమ్మల్ని దబ్బున తీసుకురమ్మన్నారండి."

"మళ్ళీ ఫిట్ వొచ్చిందా?"

"కావుసునండి, మాట్లాడటం లేదండి. నాన్నగారు డాక్టర్ కోసం వెళ్ళి మిమ్మల్ని తొందరగా రమ్మన్నారండి. బండిమీదెళ్ళండి. నేనల్లా గెల్లి తేనె తీసికొస్తానండి."

"నారయ్యా, అయితే కామాక్షింటికి ఎందుకెళ్ళావూ? అమ్మ వెళ్ళమందా?"

"వాటికేంలెండి ముందు తొందరగా కదలండి బాబూ..."

దయానిధి ఇంటివైపు నడవడం మొదలు పెట్టాడు. అన్నయ్య ఊరికెళ్ళటానికి, అమ్మకి ఫిట్ రావడానికి సంబంధం లేదు. ఫిట్లు అప్పుడప్పుడు వస్తూనే వుంటాయి. రక్తం తక్కువ, నరాలకి పటుత్వం తక్కువ. ఎప్పుడూ ఏదో ఆలోచించి ఏదో ప్రమాదం తెచ్చిపెట్టే మెదడు తను సొంతంగా తయారు చేసుకున్న మందులు తప్ప డాక్టర్లిచ్చిన మందులు పనికిరావు కదా! ఇంట్లో గొడవలు తను తెచ్చి పెట్టుకున్నవే. వయస్సు మళ్ళింది. హాయిగా పేచీ లేకుండా సంసారం చక్కబెట్టుకోరాదూ? తండ్రి సంపాదిస్తున్నాడు. పెద్దకోడలు కాపరానికొచ్చింది. ఇప్పుడైనా తన జీవితాన్ని ఒకమార్గంలో పడేసుకుని, ఒడిదుడుకులు లేకుండా నడుపుకోరాదూ? ఎన్ని ఉపన్యాసాలిచ్చారు? ఎందరెందరు, ఎన్నెన్ని చెప్పి చూశారు. ఎంత బెదిరించారు. తిట్టారు. ఇంట్లోంచి పంపివేస్తామన్నారు? గోవిందరావుగారు– "ఏరా, అమ్మని పంపించేస్తే నీకిష్టమేనా?" అని అడిగాడు. ఎంత తెగింపు? అన్నయ్య సరేనన్నాడుట. నాన్నకి అర్థం కాక పంచెలో మొహం దాచుకున్నాడట! తను "వీల్లేదు" అనగలిగాడు. ఎక్కడికి పోతారు? కుట్రలతో, రహస్యమైన మూగవాంఛలతో, బహిర్గతం కాని ప్రవర్తనతో, కుళ్ళి సంసారంలోనే వుండి "మేం మర్యాదస్తులం" అని చెప్పుకుంటూ, గౌరవంగా నటిస్తూ అందులోనే వుండిపోవాలి గాని, హిందూ కుటుంబం విడిపోవటమే! కుటుంబంలో ఐక్యత చూపడానికి కావాల్సింది నీతి, న్యాయం, మంచి కావు. కావల్సింది నటన. భర్త దుష్ప్రవర్తనలని భార్య చూడనట్లు నటించాలి, అవసరం వొస్తే ఆమోదించాలి. భార్య దుండగాలు భర్తకి తెలియకుండా చేసుకోవాలి. తెలిస్తే భర్త క్షమించాలి. కొడుకు చేష్టల్ని, తండ్రి తలుపు సందులోంచి చూసి ఏమీ తెలీనట్లు నటించాలి. పెద్దల ఎడల వుండవలిసిన గౌరవం, వాళ్ళు చేసే పనులన్నిటినీ ఉత్తమ కార్యాలని మెచ్చుకుని, పిన్నలు కూడా ఆచరించే అవసరం రావడానికి తగినంత నటన కనపర్చాలి. "నువ్వు దారుణాలు చెయ్యొద్దు.చేస్తే పట్టుబడిపోకు సుమా" అంటుంది నేటి సంఘంలో మర్యాద. "ఎల్లాగ" అని చేతులు పైకెత్తి అడుగుతారు. నటించమంటుంది. "అందరూ

34 చివరకు మిగిలేది

నటిస్తే అది నటనగా కనపడదు" అంటుంది. గోవిందరావుగారింట్లో జరిగే పని ఇదే. ఆ పెద్దమనిషి తనిల్లు చక్కబెట్టుకోకుండా, తన తల్లి విషయం అతనికెందుకో! కాలేజీ చదువుకుంటున్న గోవిందరావు కూతురి పేరు ఎన్నిసార్లు గోడలమీద రాయడం, చెరపడం, వ్రాయడం మానిపించటం చేర్పించడం జరగలేదు. ఆ పెద్దమనిషి తన ఇంటిని చక్కబెడ తాడట. ఇదే ఈ దేశంలో, అసలు ప్రపంచానికి అనర్థం తెచ్చేవాళ్ళు ఇల్లాంటి వ్యక్తులే. ఇతరులని బాగుచేద్దాం, ఉద్ధరిద్దామన్న ఉబలాటం చూపే వ్యక్తులే సంఘ పురోగమనానికి శత్రువులు. ఏ ఒక్కరి పరిస్థితులూ, బుద్ధివికాసాలూ మరొకరికి రావు. అయినా వాళ్ళందర్నీ ఒకే ఫక్కీలో ఒకడు శాసించిన ఫక్కీలో నడుచుకోమనడమే మన దౌర్భాగ్యం. ఎవరి జీవితాన్ని వారు చక్కబెట్టుకుంటే ప్రపంచం బాగుపడుతుంది. తను మధ్యాహ్నం మూడు గంటలకు మతిపోయినవాడిలా ఇల్లు ఒదిలాడు. ఇప్పుడు పదిగంటలు కావొస్తోంది. అసలు విషయం ఆలోచించడానికి తగినంత ధైర్యం లేక, కోమలి సంగతి ఆలోచిస్తూ వర్తమానాన్నుంచి తాత్కాలిక విముక్తి పొందాడు. కోమలిపై తనకున్న భ్రమంతా, తల్లి తనింట్లో అల్లిన పద్మవ్యూహంలో నుంచి పారిపోయేటందుకు ఏర్పడ్డ అవకాశమేమో ననిపిస్తుంది. శరీరాన్ని అందులో నుంచి తప్పించాడు. కాని మనస్సుని తప్పించడం ఎట్లా? ఆ పాడు ఆలోచన లన్నింటినీ, బుర్రలో అమర్చబడ్డ అధోలోకంలో బంధించి, పైన కెరటంపై నురుగులాంటి కోమలి సౌందర్యపు ప్రతిబింబాన్ని కదిలించి నింపుకుని తృప్తి పడటం ఎంతటి దుస్థితి!

కోమలి ప్రపంచంలో నుంచి మళ్ళా "ఇంటి" ప్రపంచంలోకి పోవాలి. తప్పదు. ఏ ప్రపంచంలో కెళ్ళినా మనిషికి సంకెళ్ళే! సంకెళ్ళని చప్పుడు కాకుండా మాత్రం చూసుకోవాలంటే మళ్ళా "నటన" అల్లించిన ముసుగుని తగిలించుకోవాలి.

దయానిధి లోకల్ ఫండ్ డిస్పెన్సరీ దాటి వంతెన దగ్గరకొచ్చాడు. డిస్పెన్సరీ తలుపులు మూస్తున్న చప్పుడవుతోంది. దూరంగా మిల్లు రోదిస్తోంది. జనం పల్చబడ్డారు. దూరంగా ఎవరో కుర్రాడు "స్థిరమైన నడవడీ" పాడుకుంటూ పోతున్నాడు. బళ్ళముందు గుర్రాల చప్పుడు తప్ప వేరే అలజడి లేదు. చెట్ల నీడలు రోడ్డుమీద మసకగా పడ్డాయి. వుండి వుండి మెరుగు పురుగు మెరుస్తోంది. వంతెన దగ్గర మలుపు తిరిగాడు.

"ఇంత రాత్రి దాకా ఎక్కడ తిరుగుతున్నావు" ఉలిక్కిపడ్డాడు. వీపు మీదెవరో తట్టినట్టయింది. గుండెలు జల్లుమన్నాయి. స్తంభించిపొయ్యాడు. కాసేపు మాట్లాడలేదు.

"షికార్లకి పగలు చాల్లేదు కాబోలు" ఏమీ మాట్లాడలేదు.

"మీ అమ్మ అన్నయ్యని ఊరికి సాగనంపింది విన్నావా? మాట్లాడవేం"

"మరేట మళ్ళా ఏమొచ్చిందీ?"

"అవును, నీకెందుకూ ఇంటి విషయం నీ షికార్లు, నీ దీర్ఘాలోచనలు, నువ్వెందుకు పట్టించుకుంటావ్....."

"ఇంతకీ ఏమిటో చెప్పరాదు"

"అవునవును. అడ్డమైన కొంపలూ తిరిగి ఆ మాత్రం విసుగు కనపర్చొద్దూ మరి..."

"నేను అడ్డమైన కొంపలూ తిరగడం లేదు నాన్నా. ఇంట్లో వుండడం భయమయి పోయింది. కాసేపు ఇవన్నీ మరిచిపోదామని ఏకాంతంగా కాలవగట్టుకి షికారెళ్ళాను.

"కామాక్షి కూతురితో...."

నిశ్శబ్దంగా ఇద్దరూ కొంత దూరం నడిచారు. "మీ అమ్మకి ఫిట్టొచ్చింది తెలుసా?"

"అవున్ట- నారిగాడు చెప్పాడు..."

"అంతా 'టా' లతో వుంది నీ ఇది. ఎవళ్ళేమైపోతే నీకెందుకూ"

"లేదు నాన్నా, మధ్యాహ్నం నేను బయలుదేరేటప్పుడు బాగానే వుందే..."

"ఇలాంటి ఫిట్లు ఎన్ని చూళ్ళేదూ నిజం ఫిట్టయితేగా! ఇదో నాటకం. ఏదైనా పేచీ కానీ, అవాంతరం కాని వస్తే ఫిట్టని మంచమెక్కుతుంది. నాకీ ఖర్చూ, డాక్టర్లంబడి తిరగడం, వాళ్ళు ఇదేమిటని లోపల నవ్వడం ఇదీ వ్యవహారం..."

"నేనట్లా అనుకోను నాన్నా, అమ్మ ఒంట్లో రక్తం లేదు, రోజు రోజుకీ క్షీణించి పోతుంది. పాపం ఆయాసం, మందు పుచ్చుకోదు! అందులో అన్నయ్య కేకలు, వదిన రాద్ధాంతాలు, మీ ఎగురుళ్ళూ- ఫిట్టు మొగాళ్ళకే వొస్తుంది మనింట్లో..."

"ఆఁ, అట్లాగా... నీ నిశ్చితాభిప్రాయం సెలవిచ్చావు. ధన్యులం. అవును మరి, అమ్మని వెనకేసుకుని రాకపోతే కామాక్షి కూతురుతో నీ ఆటలెలా సాగుతాయి. కామాక్షింట్లో వుంటాడు, కబురంపండీ" అంటూ చిలకలా చెప్పింది మూలుగుతూ.

"నీ ఆటల్ని సాగనిస్తూ, నీకన్ని ఏర్పాట్లు అది చేసిపెడుతుంది. దాని ఆటలకి నువ్వు మద్దత్తవుతావు."

"అబ్బ అపండి నాన్నా.. నే వినలేను. రోడ్డుమీద ఎవళ్ళైనా వింటారు కూడా..."

"రోడ్డు మీద ఇప్పుడు వినేదేమిటి?లోకం ఇదివరకే కోడై కూసింది. నువ్వూ నేనూ దాస్తే దాగుతుందా? నీకు ఇరవై రెండేళ్ళు దాటుతున్నాయి. ఇంతవరకూ నీకెందుకు సంబంధాలు రాలేదో తెలుసుకున్నావా...."

"నాకు సంబంధాలు రాకపోవడం వల్ల దేశానికి అనర్థం రాలేదు. నాకేమి బెంగా లేదు."

"అవునవును, నీకు బెంగెందుకుంటుందీ... నీ ఆటలు సాగుతుంటే..."

"ఏమిటి నాన్నా...మనం చదువుకున్నవాళ్ళం ఇల్లాంటి మాటలు..."

"మరి నువ్వు చేసే పనులేమిటోయ్. మాటంటే రోషమెందుకు? చదువు వెలిగించి, నువ్వూ, నీ తల్లి చేరి చేస్తున్నదేమిటీ?"

దయానిధి కంఠం పెద్దదైంది. మాటలు తిన్నగా ఉచ్ఛరించలేకపోతున్నాడు ఉద్రేకంతో...

"నాన్నగారూ, నన్ననండి పడతా... నా పాపాలు అమ్మకి చుట్టకండి. పాపం-అమ్మకేమీ తెలీదు."

"ఏమీ తెలీకపోతే కామాక్షి కోసం ఎందుకు కబురు చేస్తుంది."

"ఊరికే అందేమో..."

"అనడమేమిటి? కామాక్షి ఎవత్తో చక్కా వొచ్చి పరాయిమొగాణ్ణి ఉద్యోగస్తుడ్ని అనేనా లేకుండా నాతో వాదించడం మొదలెట్టింది. దాని కూతుర్ని నేను కోడలు చేసుకోవాలిట."

"నిజంగా అలా అందా నాన్నా"

"నువ్వు రోజూ వాళ్ళ కొంపచుట్టూ తిరుగుతున్నావట. పెళ్ళి చేసుకోకుండా ఇట్లాతిరిగితే ఏం మర్యాదగా వుంటుంది. మా అమ్మాయికి పెళ్ళి కావాలా- కాబట్టి ఏదో తేల్చేయ్యమని కూర్చుంది. పో...పో... అవతలికి పొమ్మన్నాను. ఎవత్తిరా అది?"

"నిజంగా కామాక్షి ఎవరో నాకు బాగా తెలీదు నాన్నా."

"దానికి మొగుడూ మొద్దులూ వున్నాడా?"

"నాకది తెలీదు నాన్నా...వాళ్ళు బ్రాహ్మలు కారు.."

"కులగోత్ర నామాలు లేవు. మొగుడూ సంసారం లేదు. నలుగురూ ఎక్కే గుమ్మం, దిగే గుమ్మం. నీకు దాని కూతురు కావాల్సివచ్చిందా- ఇంత చదువూ చదువుకుని..."

"మీరు భ్రమపడుతున్నారు నాన్నా.. రోడ్డుమీద వెడుతుంటే కోమలి కనిపిస్తుంటుంది. అంతే కాని పెళ్ళి చేసుకోవడం కామాక్షి అనుకున్నంత సుళువు కాదు..."

"అయితే ఏమిటి నువ్వు చెప్పొచ్చేది?"

"ఏమీ లేదు. ఊరికే అది అన్నంత మాత్రాన జరిగే ప్రమాదం ఏమీ లేదు. నిజంగా పెళ్ళి చేసుకోదల్చుకుంటే కులగోత్ర నామాలు అడ్డుతగుల్తాయా..."

"అవునవును, భూములు తనకాపెట్టి చదువులు చెప్పిస్తున్నందుకు ఈ మాత్రం మా మీద గౌరవం చూపించొద్దు..."

"కులగోత్ర నామాలకీ మనుషుల శీలాలకీ సంబంధంలేదు నాన్నగారు, ఎందరో మర్యాదస్తులు చెడిపోవడం మనం చూడడం లేదూ? చదువులేకపోతే చెప్పించొచ్చు,

సంపర్కం వల్ల సంస్కారం తెప్పించొచ్చు, ఎల్లా పడితే అల్లా తయారు చేసుకోవచ్చు, కాని సౌందర్యం ఎక్కడ నుండి తేగలం.."

"ఏరా గుర్నాథం, ఏమన్నాడు డాక్టర్?" అన్నాడు దశరథరామయ్యగారు అరుగు మీద కూర్చుంటూ.."

"ఇప్పుడే ఊర్నించి వొచ్చారటండీ భోజనం చేసి వస్తామన్నారండి కాంపౌండ రొస్తున్నారండి..."

దశరథరామయ్యగారు పొడుం డబ్బీ తీసి కాస్త పొడుం పీల్చారు.

"చాలా దూరం వెళ్ళిందన్నమాట నీ కథ – ఈ లేచొచ్చిన దాని కూతురుతో నువ్వు సరసాలాడుతుంటే మీ అమ్మ సరేనని తాళమెయ్యడమా..."

"అదే వద్దన్నది నాన్నగారు అమ్మని ఇందులో దింపకండి."

"ఈ భూప్రపంచంలో ఇందరుండగా మరినువ్వు దీనితోరా..." గోవిందరావు మామయ్యగారు సుశీల నిస్తామని మొరెట్టుగుంటోంటే అది అక్కర్లేదన్నది ఇందుకా..."

"సుశీలని ఇస్తామని వాళ్ళు ఎప్పుడూ అనలేదు. అదంతా మీరనుకోవడం, పైగా సుశీలని చేసుకుంటే నాకు సుఖం వుండదు. మన గుట్టంతా వాళ్ళకి తెలుసు.."

"ఛీ, నోరుముయ్! తప్పుడు కూతలు కూస్తావు. దాని కొడుకువు కాబట్టే నీకీ బుద్ధులొచ్చాయి."

"మీ కడుపున పుట్టినందుకు నేనూ విచారించని రోజు లేదు..."

"ఛప్, వాగుతున్నావ్..." అప్రయత్నంగా దశరథరామయ్యగారు అతన్ని లెంపకాయ కొట్టారు.

"కొంచెం లోపలికి రావాలి..." అంటూ కాంపౌండరు అరుగుమీది కొచ్చాడు. వెనకాల నారయ్య నిలబడ్డాడు. గబగబా దశరథరామయ్యగారు, దయానిధి లోపలికెళ్ళారు. అంతా అయిపోయింది. దశరథరామయ్యగారు పంచలో మొహం దాచేసుకుని ఏడవడం మొదలెట్టాడు."

"దయానిధి మంచం పక్కన కూర్చుని తేరిపార చూశాడు. అతని కర్థం కాలేదు. గబగబా దొడ్లోకి పరుగెత్తుకుపోయాడు. దేవుళ్ళకి మొక్కాడు బ్రతికించమని, ఇంకేమీ కోరనన్నాడు. జీవితంలో అతను కోరింది అది ఒక్కటే, కాళ్ళూ చేతులూ కదుల్తాయేమోనని దొంగతనంగా అటుకేసి చూశాడు. ఏ దేవుడూ అతని మొక్కు చెల్లించలేదు. ప్రొద్దున్నకి లేవకపోతుందా? లేచి "నిధీ నా బంగారం లేవరా, కాఫీ చల్లారిపోతోంది" అనకపోతుందా?

అతనికి ఏడుపు రాలేదు. కాలం ఆగిపోయినట్లనిపించింది.

జేర్‌సొప్పా నయాగరా జలపాతాలు, హిమాలయ పర్వతాలూ, సింధూ, భాగీరథీ నదులూ – వీట్లకి మల్లే తల్లి ఎప్పుడూ వుండిపోతుందనుకున్నాడు. ఇవి లేకుండా తన జీవితమే లేదు. సృష్టి వెనక్కి వెళ్ళినట్లయింది. చిన్నతనంలో శవాన్ని చూసి నవ్వి ఎవరిదో, మనది కాదు అనుకునేవాడు. అతనూ, తల్లీ, తండ్రి, అన్న శవాలు కారు. తల్లి మరణిస్తే నక్షత్రమండలం కూలిపోతుంది. సముద్రాలు పొంగి లోకాన్ని ముంచివేస్తాయి. భూమి విడిపోయి లోకాన్ని మింగివేస్తుంది.

అంతా అయిపోయింది.

పిచ్చివాడిలా కాలువ గట్టుకు నడిచిపోయాడు. సాయంత్రం తను పడుకుని దొర్లిన గడ్డిలో పడుకుని ఏడవలేకపోయాడు. కళ్ళు ఎండిపోయాయి. నీళ్ళు రావు. రక్తం గడ్డకట్టింది. చంద్రుడు పైకి వాడిపోయి మరి లేవని నిద్రకో అన్నట్లు ఆవులిస్తున్నాడు. నక్షత్రాలు తూర్పు వెలుగులో తడిసి విడిపోతున్నాయి. తూర్పు ఆకాశం తలుపులు తెరుచుకుంది. చీకటి రావద్దని గెంటేస్తోంది. కాలువ కదల్దు, పక్షులు చెట్లలో కదలలేవు. ప్రాతఃకాలపు ప్రకృతి అమ్మలాగై పోయింది. అంతా అయిపోయింది.

అమ్మమ్మ, అమ్మ బాల్యంలో ఎట్లా వుండేదీ చెప్పే కథలు స్మరణకు వొచ్చాయి. పరికిణి కట్టుకుని కాలువ గట్టున ఆడుకునే అమ్మ, పెళ్ళికొడుకు బావగారి పాదాలు చూచి, భర్తయే అనుకున్న పెళ్ళికూతురు అమ్మ, పల్లకీలో దాహం వేస్తే నోరెత్తి అడగలేకపోయిన అమ్మ, బాకాల మోతకి చెవుల్లో వేళ్ళు దోపుకున్న అమ్మ, తల్లి గండాన పుట్టాడు, వాడ్ని చంపేస్తాం అంటే "అమ్మో" అని భయంతో వణికిపోయి కళ్ళు పెద్దవి చేసి నిట్టూర్చిన అమ్మ, హాస్టల్లో తండ్రి కోరినప్పుడు డబ్బు పంపకపోతే, గాజులు తాకట్టు పెట్టి మనియార్డరు కట్టిన అమ్మ, తెల్లని చీరని చూసి, తను దీపావళినాడు తెల్లపట్టు చొక్కాలో మతాబు కాలుస్తుంటే మురిసిపోయిన అమ్మ, కోమలిని వర్ణిస్తుంటే అర్థమైపోయినట్లు తలపంకించిన అమ్మ.

అంతా అయిపోయింది.

తండ్రికి భార్య, సంఘానికి దిద్దుకోవడం చేతకాని సంసారి, కుటుంబానికి ఇల్లాలు, లోకానికి ఒకావిడ, సృష్టికి స్త్రీ, తనకి మాత్రం అమ్మ.

ఈ ప్రపంచంలో పుట్టి, ఇంతమందితో ఇన్ని ఇక్కట్లుపడి ఏం చేసింది? మాతృత్వం పొంది తల్లిగా మారింది. తన పని అయిపోయింది. వెళ్ళిపోయింది. అందుకనే వచ్చింది. అది వ్యర్థ జీవితం కాదు.

కన్నీటితో గడ్డిపోచలు తడిసినాయి. ప్రాణానికి ఎంత విలువ వుంది. గడ్డిపోచకెంతో అంతే! ఆపలేకపోతున్నాడు. పొంగిపొరలి పొయ్యే కన్నీటి ధారలను, తరతరాల జీవులు ఎడబాటు కోసం దాచివుంచిన కన్నీటి ధారలు ప్రాచీన మానవులకు అర్థంకాని కన్నీరు ఎన్నో యుగాలుగా ఊరుతున్న కన్నీరు ఎవరికోసమో, ఎందుకో తెలియదు. సముద్రాలని సైతం ఇముడ్చుకున్న కన్నీటి బిందువు. ఆకాశాన్ని ముంచివేసే కన్నీరు ఆనందంతో ఉబికిపోతోంది.

అమ్మ జబ్బు బాగు చేద్దామనే తను ఈ డాక్టరు చదువు ప్రారంభించాడు. ఆ నీటి ధారలని ఆపకూడదు. తడిసిన గడ్డిపోచ సూర్యుడి తాకిడికి తేరుకుంటుంది. ఏమీ అయిపోదు.

ఇంతవరకూ అతనికి వేరే ఉనికి లేదు. ప్రతి చిన్న విషయానికి తల్లిమీద ఆధారపడ్డాడు. డబ్బు కావలిస్తే తల్లిచేత నాన్నని అడిగించవలసిందే. ఈ సంఘం ఒక సముద్రం అయితే, అతను నిలబడేటందుకు అమ్మ ఒక లంగరు. ఇప్పుడు ఆ లంగరు లేదు. ఏదో శక్తి అతన్ని వదిలిపోయింది. అతన్ని ప్రపంచానికి బంధించిన గొలుసులో గొళ్ళెం ఊడింది. కోమలి అతన్ని గడ్డిపోచకింద తీసిపారేసి, గడ్డిపోచని మొహాన కొట్టింది. మృత్యువు తల్లిని గడ్డిపోచ కింద తీసిపారేసింది. శక్తి, బలం, సంతోషం, ఆదర్శం అన్నింటినీ అమ్మ తీసుకుపోయింది. అంతా అయిపోయింది. చివరికి మిగిలింది తను.

★ ★ ★

అనుభవానికి హద్దులు లేవు

ఏడు మాసాలు గడిచినై, క్రిస్మస్ సెలవులకి దయానిధి వాళ్ళ ఊరు చేరుకున్నాడు. బండి దిగి ఇంట్లో అడుగు పెట్టేటప్పటికి ఉదయం తొమ్మిదిన్నరైంది. గుమ్మం దాటి హాల్లోకొచ్చాడు. ఏదో పరాయి ఇంట్లోకి వచ్చినట్లనిపించింది. అమ్మ వుండివుంటే స్టేషన్‌కి మనిషిని పంపేది. గుమ్మం దాటే ముందు దిష్టితీసేది. నాన్నగారి ఆఫీసు గదిలోకి వెళ్ళాడు. కిటికీలోంచి జోగొప్పనాయుడుగారు కొత్తగా వేసిన మేడ కనిపించింది. తను పట్నం వెళ్ళేటప్పుడు కట్టడం మొదలెట్టారు. చాలా పెద్ద విశాలమైన మేడ. ఎంతో ఖర్చువుంటుంది. రంగురంగుల అద్దాల మేడ. అన్నీ వున్నాయి. ఒక్క అందం తప్ప. టేబుల్ మీద వున్న లెటర్ రాక్‌లో ఉత్తరాలు ఏమీ తోచక తీశాడు. గోడన అమ్మా నాన్నా పెళ్ళిఫొటో వుంది. అన్నయ్య అమృతం, అమ్మా కలిసి తీయించుకున్న చిన్నప్పటి ఫొటో వుంది. కృష్ణాపురానికి బదిలీ అయిన తరువాత, నాన్నగారికి పార్టీఇచ్చి వీడ్కోలు సందర్భంలో తీసిన ఫొటోలో తనూ వున్నాడు. డ్రాయరులో చిన్న షేవింగ్ మిర్రర్ వుంది. తీసి తనమొహం చూసు కున్నాడు. రైలు బొగ్గుకి మొహం వాడిపోయింది. వెంట్రుకలు కాడలుగా నుదుటిమీదికి జారాయి.

దయానిధివి పెద్ద విశాలమైన నేత్రాలు, నల్లటి పాపలు, కోలగా సాగిన కళ్ళు. కళ్ళ చుట్టూ కాటుక పెట్టుకున్నట్టుగా వుండే నలుపు, సోగగా జారిన కనురెప్పలు.

ఆర్చిలా అమర్చబడ్డ కనుబొమ్మల మధ్య కత్తిరించిన వెండ్రుకల మెరుపు,చదరమైన తలకట్టు, గుండ్రటి పొడుగాటి మెడ, పల్చటి పై పెదవి నవ్వుతుంటే జాలిగా మెరిసే పళ్ళు మూతికి కుడి వైపున చిన్న నొక్కు, అతన్ని చూస్తే అతనికే నవ్వొచ్చింది. అకస్మాత్తుగా అమ్మని చూసినట్లనిపించింది. తనలోంచి తల్లి తొంగిచూస్తున్నట్లు, తనలో ఎవరో వుండి అతన్ని జీవింపచేస్తున్నట్లు, నిజంగా తల్లి చావలేదు అతనిలోనే వుండిపోయింది. హెచ్.జి.

వెల్స్ తన అల్లుడు ఇండియాలో వున్నాడని రాశాడు. అతని మేనమామ నార్వేలో వుండొచ్చు. ఎంతమంది రక్తమో అతనిలో ప్రవహిస్తోంది. కాళిదాసు, అరిస్టాటిల్, సెంట్ ఫ్రాన్సిస్ ఆఫ్ అసీసి, మొల్ల, ఫ్రెంచి విప్లవంలో రాబ్స్ ప్రియర్, వేమన, వీరేశలింగం పంతులు వీళ్ళందరి రక్తం కోమలిలో ప్రవహిస్తోంది. ఆమె అతనిలో అంతా, అందరూ ఈ మానవరక్తంతో ఏకమైపోయారు. సృష్టి అంతమొందేవరకూ వరదలై మానవ రక్తం ప్రవహిస్తూ, అందర్నీ బంధించి, ఏకం చేసిన మృత్యువుకి అతీతమైపోతుంది. అదే కాబోలు అమరత్వం అంటే! తనలో తల్లి అమరత గడించుకుంది.

తను పట్నం నుండి రెండునెలల క్రితం తండ్రికి రాసిన ఉత్తరం తీసి చదవడం మొదలెట్టాడు. "అన్నయ్య ఇష్టపడక పోయినందుకు విచారిస్తున్నాను. నాకు ఎట్లాంటి అభ్యంతరమూ లేదు మొగాడు ఏకాంతంగా వుండలేడు. నాకు తెలుసు, ఆధారపడి, ఆదుకునేటందుకు స్త్రీ అంటూ వుండకపోతే మొగాడి జీవితం సంపూర్ణం కాదు. చుక్కాని లేని నావ..." ఉద్రేకం లేకుండా ఉత్తప్పుడు అట్లాంటి ఉత్తరం నాన్నకి రాయగలడా!

"ఇంట్లోకిరా బావా కాఫీ తాగు, స్నానం చేద్దువుగాని లే...."

ఉత్తరం మూసేసి ఉలిక్కిపడి పక్కకు తిరిగాడు.

"అమృతం"

"ఏం దయ్యం అనుకున్నావా?"

"అమృతం..." అంటూ గోడనున్న ఫొటోకేసి చూశాడు.

"అవును అమ్ములు...."

ఇద్దరూ నవ్వుకున్నారు. అమృతం నాన్న తాలూకు దూరపు చుట్టం. చిన్నప్పుడు "అమ్ములు" అనేవారు. ఆ అమ్మాయిని అన్నయ్య కిస్తామనుకున్నారు. ఆ సంబంధం ఎందుకు పొసగలేదో అతనికి తెలీదు. చిన్నప్పుడు కోతిలా అల్లరి చేసేది. జడ వుండేది కాదు. అందరూ ఏడిపిస్తుండేవారు. ఇప్పుడెట్లా మారిపోయింది. ఎగా దిగా చూశాడు. అమృతం అతను గుర్తుపట్టలేనంతగా మారిపోయింది. ఈ పదేళ్ళల్లోనూ మిసమిసలాడే చామనఛాయ, గంభీరమైన కళ్ళు, ఉంగరాలు తిరిగి మెడంతా ఆవరించుకున్న పెద్ద జుట్టు, బలమైన నడుం, గట్టిగా గుండ్రంగా వుండే భుజాలు, అన్నిటికంటే ఆకర్షణీయమైన వక్షస్థలం – ఇంగ్లీషు ఫేషన్ మేగజీన్‌లలో బొమ్మలోలాగుండే రొమ్ములు. ఆశ్చర్యంతో, భయంతో చూశాడు ఆమెకేసి.

"కాఫీ బావా! చల్లారిపోతోంది."

అతనికి ప్రాణం లేచి వచ్చింది, అతన్ని ఇంతవరకూ అంత ముద్దుగా బావా అన్న

వాళ్ళు లేరు. మామయ్యగారి సుశీల అసలతన్ని పిలవనే పిలవదు; పైగా ఆమె ధోరణి చిన్నప్పటినుంచీ ఎరుగున్న దానిమల్లే వుంటుంది. అతనేమీ మాట్లాడలేదు.

"అమ్మ చెప్పడం తప్ప నిన్ను బాగా ఎరుగను, పెద్దబావ బాగా తెలుసు. పాపం అత్తయ్యకి నేనంటే ఎంతో ఇష్టం. నువ్వూ నీ మొగుడూ సెలవులకి రమ్మని ఎన్నోసార్లు రాసింది. మా వారికి ఎప్పుడూ తీరుబడయ్యేది కాదు. ఏదోపాపం, జబ్బుతో బాధపడుతూ వుండటం కంటే, పోనీ పునిస్త్రీ జన్మ..."

కొంగుతో కళ్ళు తుడుచుకుంది. తల్లిపోయింతర్వాత పరామర్శ చేసినవాళ్ళని చాలా మందిని చూశాడు దయానిధి. ప్రతివాళ్ళూ విధాయకంగా, తప్పనిసరిగా ఏడ్చినట్లుగా వుండేది, అమ్ములు కన్నీరు సహజంగా వుంది. ఇతరుల దుఃఖాన్ని పంచుకోవటం తన నైజమల్లే.

"మీ ఆయన కూడా వచ్చాడా...పేరేమిటి?"

కొంగు కళ్ళమీద నుంచి తొలగించింది. పసుప్పచ్చ పల్చటి ఖద్దరు చీర ఎందుకో అతనికి కాళిదాసు నాటకంలో శకుంతల స్ఫురణకొచ్చింది. భుజాలకి గుండ్రంగా పట్టుకున్న మొద్దు జాకెట్టు, జడలో పడిపోతున్న మందారం, లోయలో సూర్యాస్తమయం చూసినట్లుంది ఆమెకేసి చూడడం... నీళ్ళతో కళ్ళు తడిసి జాలిగా మెరుస్తున్నాయి.

"రంగు పోతుందిస్మా, తడిపితే" అన్నాడు.

చీరకేసి చూసుకుని తడిసిన భాగాన్ని దాచేసి నవ్వడానికి యత్నించింది.

"అవును, మొన్ననే కొన్నాం, ఇంకా ఉతుక్కి వెయ్యలేదు."

"ఇంతకీ మీ ఆయన పేరు చెప్పావు కాదు"

"సిగ్గుతో తలొంచుకుంది.

"అబ్బో, తెలీనట్లు..."

"నిజంగా జ్ఞాపకం లేదు."

"నాకు తెలీదు. నే చెప్పనబ్బా సిగ్గేస్తుంది" అని దగ్గి, వచ్చే నవ్వు ఆపుకుంది.

"పోనీ ఏం చేస్తున్నాడు?"

"వ్యవసాయం, కరణీకం కూడా వుంది. నువ్వు నా పెళ్ళికి రాలేదు, పోనీ మా ఊరైనా రాకూడదా ఏమిటి?"

"నన్ను ఎవరూ రమ్మనందే?"

"ఏమ్మాటలు బావా, నన్ను ఎవరు రమ్మన్నారు. ఇష్టం వుంటే సరి"

"బాగుంది. అత్తయ్య చచ్చిపోయింది కాబట్టి చూడ్డానికొచ్చావు. అంతేనా?"

"పో బావా, భలేవాడివే! ఇంకా మాటలు రావు అమాయకుడివనుకున్నాను. నాకు

మా వాళ్ళనందరినీ చూడాలని వున్నా ఒక్కదాన్ని ఎలా రాగలను బావా? నువ్వే చెప్పు. మావారికి పదిమందిలోకీ వెళ్ళడం, తిరగడం సరదా లేదు. ఎప్పుడూ ఊద్పులో, జమా బందీలో... అయినా బస్తీలలో వుండేవాళ్ళు మా పల్లెటూళ్ళ కెందుకొస్తారు? మాదో అడివి."

"నీలాంటి పెళ్ళాం వుండగా అడవిలో కాపురంవుంటేనే...."

"పో, కొంటీ..."

ఆ వాక్యం పూర్తికాకుండానే సుశీల చక్కా వచ్చింది. సుశీల కొంచెం పొట్టి మనిషి, చిన్న నుదురు? చిన్ని కళ్ళు, గుండ్రని బుగ్గలు, బాగా ఎర్రటి ఛాయ, కండ్లజోడు మొహానికి నిండిచ్చింది.

"హల్లో! డాక్టరుగారు కాబోలు... మీరు మెయిల్లో దిగినట్లు తెలుస్తోంది కాబట్టి ఎప్పుడొచ్చారని అడగక్కర్లేదేమో...."

"హల్లో సుశీలాదేవిగారు.. మీరన్న దాన్ని ఎంతమాత్రం ఖండించను."

"మీ రాక పట్నం నుంచే గాబోలు."

"అవును, మీరు సత్యానికి దగ్గరగా వచ్చారు"

అమ్ములు నవ్వుతోంది. "ఏమిట్రా ఇదంతాను?"

సుశీల కొంటెగా నవ్వింది.

"మొగుడూ పెళ్ళాం సరసాల మధ్య నేనెందుకు.." అని వెళ్ళబోయింది అమ్ములు.

"అమ్ములూ, ఎప్పుడూ అట్లాంటి మాట్లనకు" అంది సుశీల.

"అందులో తప్పేముంది; ఉన్నమాటంటే..."

"ఊరుకో అమృతం, నీకు మాట్లాడ్డం చేతకాదు. పల్లెటూరిపిల్లకి మేనర్స్ ఎట్లా వస్తాయి."

"తప్పు సుశీలా– నీ ఇంగ్లీషు కోపం అమృతం మీద చూపించ కూడదు.

"లేకపోతే ఏం మాటలవీ, ఏం మాట్లాడుకున్నా మొగుడూ పెళ్ళాలు పెళ్ళి గొడవే – తను చేసుకుందిలే ఓ పల్లెటూరి మొద్దుని."

అమ్ములు పెదవులు అసహాయమైన కోపంతో ఒణికిపోతున్నాయి.

"ఏమిటి సుశీ! ఆ ఎత్తి పొడుపులు– ఇప్పుడు ఏమన్నాననీ! మొద్దో మహారాజో ఎవరో మొగుడంటూ వున్నాడు. పద్దెనిమిదేళ్ళొస్తున్నా నీకు అదీ లేదుగా."

"అతిగా వాక్కు!"

దయానిధి కాఫీ కప్పు బల్లమీద పెట్టి, అమ్ముల్ని చేయి పట్టుకుని హాల్లోకి తీసుకెళ్ళాడు, ఏడుస్తూ మంచం వాల్చుకుని కూర్చుంది.

44 చివరకు మిగిలేది

సుశీల చరచరా నడిచి తన గదిలోకి వెళ్ళి చప్పుడయ్యేటట్లు గడియేసుకుంది.

మధ్యాహ్నం భోజనాలవేళ నరసమ్మత్తయ్య, సుశీల తల్లి అతని చదువుని గురించి కుశల ప్రశ్న వేసింది.

"ప్రాక్టీస్ ఎక్కడ పెడతావ్!'

"ఇప్పుడెక్కడమ్మా, ఇంక రెండేళ్ళ తరువాత మాట కదా"

సుశీల అమృతం ఏమీ మాట్లాడకుండా తింటున్నారు.

"సుశీల చదువు సంగతి ఎలా వుందో కనుక్కున్నావా" అంది నరసమ్మగారు.

"ఎల్లా వుండాలి? డాక్టరీ పూర్తయినప్పుడే నా ఇంటర్ మీడియట్టూ పూర్తవుతుంది చాలు, నెయ్యి వడ్డించకు... ఇక్కడికే నా క్లాస్‌మేట్సు లావెక్కిపోతున్నానని ఏడిపిస్తున్నారు. హల్లో డాక్టర్, నెయ్యిలో విటమిన్స్ విషయంలో మీ అభిప్రాయం ఏమిటి?"

"నీకు చెప్పేటందుకు నేనెంతవాడ నబలా! కొన్ని విటమిన్స్‌ని ఎబ్‌సార్బ్ చేసుకునేందుకు బాడీకి ప్రీ డిస్పొజిషన్ వుంటుంది, అంటే ఏం చేస్తే లావెక్కిపోతానో అని భయపడుతూ, "లావుని" గురించి ఆలోచిస్తావు. దేన్ని ధ్యానం చేస్తే అదే ఐపోతావని హిందూ ఫిలాసఫీ చెపుతోంది కూడా. భక్తుడు ప్రార్థనవల్ల దైవత్వం పొందుతాడు. నీ కేసులో ఒబేసిడే అనే ఆబ్‌స్ట్రాక్టు కాన్సెప్టుని ఊహించుకుని భయపడతావు. నీ బాడీ ఇన్‌ట్యూటివ్‌గా రియాక్టు అయి నువ్వు ఏది కాకూడదనుకుంటున్నావో అదే అవుతావు."

నరసమ్మగారు అడ్డం వచ్చి...

"నీకేమన్నా తెలుస్తోందే అమ్మ" అమృతం తలెత్తలేదు.

"నువ్వూ, నేను చదువులేని మొద్దులం, మనకెందుకు?" అని నవ్వించబోయింది.

సుశీల అందుకుంది "అది మొద్దేం ఖర్మం. అది ఆవకాయ పెట్టినట్టు..."

"నా జోలికెందుకు? ఆవకాయే పెడతానో..."

"అండమాన్స్‌కి రాణీనే అవుతానో యక్ష్యూజ్‌మి..."

"చూశావమ్మా నరసమ్మ పిన్నీ, నా జోలి తనకెందుకు మళ్ళానే ఏమన్నా అంటే వచ్చీరాని ఇంగ్లీషు మాటలతో..."

"అబ్బ పోనీలేవే, ఏదో నలుగురూ ఏకమైనప్పుడే అచ్చట్లూ, ముచ్చట్లు, వేళాకోళం చేస్తే నీకింత కోపమెందుకో – వాళ్ళ నాన్న తాసిల్దారు. కాలేజీకి పంపించాడు... అందరి మొగుళ్ళూ ఐ.సి.యస్.లూ, డాక్టర్లూ అవుతారటే" అంది నరసమ్మగారు.

ఆ వాక్యం యొక్క తాత్పర్యం దయానిధికి అర్థం కాలేదు.

"అత్తయ్యా, మీ అల్లుడు ఐ.సి.యస్. కాని పక్షంలో అధమం డాక్టరేనా రావాలనా

ఏమిటి నీ అభిప్రాయం- ఆ రెండింటికీ అతకదే. ఐ.సి.యస్. గవర్నమెంటు సర్వెంటు, డాక్టర్ సిక్ పీపిల్‌కి సర్వెంటు"

"ఏమో, నా కవన్నీ తెలియవు వాళ్ళ నాన్న తాసీల్దారై వుండి ఐ.సి.యస్.ని తీసుకురాలేరు."

"అల్లుడికి జబ్బు చేస్తే మందు నువ్వే ఇద్దుగానిలే" అని పూర్తి చేసింది. ఆవిడ మనస్సులో వున్నదాన్ని అంత నాజూకుగా తెలియజేసినందుకు నరసమ్మ గార్ని లోలోపల అభినందించాడు నిధి, అమ్మయ్య అనుకుని నిట్టూర్పు విడిచాడు.

మధ్యలో సుశీల మొదలెట్టింది. "ఐ.సి.యస్. వాళ్ళకి గవర్నమెంటు డాక్టర్లే వుంటారు."

"యక్సలెంట్, హాట్స్ ఆఫ్" అన్నాడు నిధి.

"ఇంక నేను సుశీల చదువు పరీక్ష చేసేదేం వుందమ్మా అత్తయ్యా! సుశీల సెక్రటరీ ఆఫ్ స్టేట్ సర్వీస్ భోగట్టా కూడా వల్లె వేసింది. ఇంతకీ మనదేశంలో చదువుకున్న మొగాళ్ళ ఆశయం ఐ.సి.యస్.లు కావడం చదువుకున్న స్త్రీల ఆశయం ఐ.సి.యస్.లకి పెళ్ళాలు కావడం."

"తీరా అయ్యేది తాలూకా గుమాస్తా పెళ్ళాం" అని అమృతము వాక్యం పూర్తి చేసింది.

"ఓస్! తాలూకా గుమాస్తా, కరణం కంటే మెరుగులే" అంది సుశీల.

"నేను నీతో అనలేదు. మా బావతో అంటున్నాను."

"నేను నీతో అనలే, మా అమ్మతో అంటున్నాను" అంది సుశీల.

"నేను కొంతవరకు అమృతంతో ఏకీభవిస్తున్నా. సుశీల చెప్పిన దాంట్లో కొంతవరకే యథార్థం లేకపోలేదని అనుకోడానికి, కొంత వరకూ సాహసిస్తున్నానని చెప్పేటందుకు సంకోచించవలసిన అవసరము వుందని అనుకోవాల్సి వొస్తుంది." అన్నాడు నిధి.

నరసమ్మగారు కూడా నవ్వుకున్నారు. సుశీల ముఖం చిట్లించుకుంది.

"ఇంతకీ నా 'లావు'కి మందు చెప్పలేదు" అంది సుశీల.

"నీ మొహం, నువ్వు లావని ఎవరన్నారే. ఎదిగే పిల్లలు బొద్దుగా వుండరా ఏమిటి? అమ్ములు చూడు. గుండ్రంగా-కూజాలా జబ్బలూ అదీ"

"కూజా గొట్టంలా వుంటే బాగుంటుందేమో!" అన్నాడు నిధి.

"నన్నేం ఆక్షేపించనక్కర్లేదు. నాకు జబ్బలెక్కడున్నాయి" అంటూ అమ్ములు జాకెట్టు కేసి చూసుకుంది. పుస్తెల గొలుసు పమిటలో సర్దుకుని "నాకేం పేషన్లు లేవు చేతుల్లేని రెవికలూ..."

"ఇక్కడెవరికీ చేతుల్లేని రెవికలు లేవులే మహా. ఇట్లాంటి మాట్లంటేనే నాకు ఒళ్ళు మండుకుని వస్తుంది."

"ఒళ్ళు మండిన వాళ్ళచేత ఆవకాయ పెట్టించాలి" అన్నాడు నిధి. నరసమ్మగారు నవ్వింది.

"ఆవకాయ పెడితే మీ అమ్మే పెట్టాలి...పాపం"

"అప్పులు చేసిన అత్తయ్యే చెయ్యాలి" అంది సుశీల. అమ్ములు కోపంగా సుశీల కేసి చూసింది.

"అత్తయ్య చచ్చి స్వర్గానుంది. ఏం మాటలత్తయ్యా!" నరసమ్మగారందుకుంది.

"అవునే మరి, బతికున్నన్నాళ్ళూ మేం ఎవ్వరం నోరెత్తలేదు. మాకు దమ్మిడీ ముట్టలేదు. మరి, ఏం చేసేదో, ఎవళ్ళకి పెట్టేదో మొన్న మొన్న నగలూ, మూడెకరాలూ అమ్మితే ఆ అప్పులన్నీ తీరినై."

"వెధవ డబ్బు పోతేనే. హాయిగా రాణిగా బ్రతికింది. హాయిగా పునిస్త్రీ చావు చచ్చింది. ఎవళ్ళకో ఎందుకు పెడుతుంది? తన కొడుకులికి, కోడళ్ళకి పెడుతుంది... అమృతం వాక్యం పూర్తి కాకుండా సుశీల అడ్డం వచ్చింది.

"కోడళ్ళకే అని బహువచనం వద్దు, కోడలికే అను..."

"సరే, అడ్డంరాకు నువ్వు, నిధికి పెండ్లామంటూ రాదా ఏమిటి.. ఏ నీ బోటిదో..."

"నా జోలెత్తద్దని ఎన్నిసార్లు చెప్పినా నీకు జ్ఞానం లేదా?"

"ఏ నీ బోటి చదువుకున్నదో అనబొయ్యానో"

"అబ్బ వుండవే! చెప్పనీవే పోనీలేవే నీకెందుకు అంత..." అంది నరసమ్మగారు.

"ఔనౌను. నేను నరసమ్మత్తయ్యతో ఏకీభవిస్తున్నాను; ప్రజా పరిపాలనా యుగంలో వాక్‌స్వాతంత్ర్యానికి ప్రథమస్థానం" అన్నాడు నిధి.

లేకపోతే తన పుట్టింటారికి పెట్టుకుంది. ఉన్నవాళ్ళం – నీకూ నాకూ ఎందుకు పెట్టాలి" అని పూర్తి చేసింది అమృతం.

"ఇంతటితోనే ముగిస్తున్నాను. అంతేనా అమ్ములు?"

"నేను మాత్రం ఏమన్నాసరే రైయ్యిమని నా మీదికి లేస్తావ్?"

"అవును పిన్నీ, చచ్చిపోయిన వాళ్ళను తిట్టడం ఎందుకన్నాను. నీ కిష్టం లేకపోతే నీ కూతుర్నిచ్చి పెళ్ళి చెయ్యకు. అంచేత అతనికి పెళ్ళికాకనూపోదు."

"ఛ..ఛ..మళ్ళా అదే వాగుడు నా జోలెత్తొద్దంటే నీకు జ్ఞానం లేదా ఏమిటి...?" అంది సుశీల.

"నా ఇష్టం అంటాను నువ్వొక్కదానివే చదువుకోలేదు..."

నోర్ ముయ్..."

"నువ్వే మూసుగో" అని అమృతం కంటతడిపెట్టుకుని అన్నం తినడం పూర్తికాకుండా లేచి వెళ్లి చెయ్యి కడుక్కుంది.

ఇంతలో జగన్నాథం చక్కా వొచ్చాడు. జగన్నాథం అమృతం తమ్ముడు. హైదరాబాద్‌లో అయిదోఫారం చదువుతున్నాడు. జగన్నాథం ఎందులోనూ అమృతం తమ్ముడులా వుండడు. అమృతం దిగులుగా ఏదో మనోవ్యాధితో వున్న దానిమల్లే వుంటుంది. మొహంలో విషాదం వుంది. నవ్వుతుంటే రాజ్యం వినాశం జరిగిన తర్వాత, శిథిలాలని చూసి, ఒకప్పుడు మహావైభవం అనుభవించిన రాణీ నవ్వడంలా నిండుగా, బరువుగా, ఠీవిగా వుంటుంది. జగన్నాథం సన్నగా వుంటాడు; కొంటెగా, పళ్ళన్నీ కనబడేటట్లు నవ్వుతాడు. నవ్వేటప్పుడు కళ్ళు మూసుకుపోతాయి. తల మెడమీద వెనక్కి వాలిపోతుంది. మనుష్యులకేసి చూస్తూ మాట్లాడలేడు; ఒకరి వేపు చూస్తూ, మరొకరితో మాట్లాడుతుంటాడు. యవ్వనంలోని కాంతి దాగుడుమూతలాడుతూ, అప్పుడప్పుడు బుగ్గలలో దర్శనం ఇస్తుంటుంది. ఏ దువ్వెన్నకీ లొంగని ఉంగరాలజుట్టు. చాలా చలాకీగా వుంటాడు. ఒక్క నిముషం ఊరుకోలేడు దయానిధిని అతను చూడ్డం అదే మొదటిసారి.

"ఏరా జగం, ఇంతపొద్దు పోయిందేం? దయానిధి బావొచ్చాడు, చూశావా? వాడి మొహం, వాడే మెరుగును" అంటూ నరసమ్మగారు ప్రశ్నలు వేసుగుని, సమాధానం చెప్పుకుంది.

"నరసమ్మగారూ, నేను కాలవలో స్నానం చేసి వచ్చా. రేపు మీరుకూడా రండి నాతో... ఏమండోయ్ బావగారు, మా హైదరాబాద్‌లో అచ్చంగా మీలాంటాయన్నే చూశానండి. మీకు టోపీ వేస్తే అల్లాగే వుంటారు."

"ఏమిట్రా, ఆ వెఱ్ఱివాగుడు" అంది దూరాన్నుంచి అమృతం తమ్ముడ్ని మందలిస్తూ.

"ఏమేవ్ ఇది వెఱ్ఱియింగాదు, వాగుడున్ కాదు. నీకంటే భోజనం చేస్తే మత్తుగా వుంది. నాకూ మాంచి ఆకలిమీదుంది కథ వాగకుండా ఎల్లా వుండనూ... నరసమ్మగారి చేతిమీద గోంగూర పచ్చడి మనకి భగవానుడిక్కడ రాసిపెట్టెంగదా– అన్నట్లు ఏమండోయ్ నిధిగారూ, మా మేష్టారు ఈ ఊళ్ళో కనిపిస్తే బాగుండునండి. రేపు కాలవ స్నానానికి ఆయన్ని కూడా లాక్కుపోదును. మాంచి సుడిగుండం, ఇహ తిరిగిరారు."

"అందుకనా నాయనా నన్నూ రమ్మన్నావ్ మాంచి పిల్లాడివే."

"పిన్నీ, వాడితో మీ కేమిటి, వాడిది పిచ్చివాగుడు."

"పిచ్చివాగుడనడానికి వీల్లేదు. అతని పిచ్చిలో ఫక్కీ వుంది, పద్ధతీ, క్రమం వున్నాయి.

"Well Said దయాళో – మీరు పిచ్చాస్పత్రికి సూపరెంట్‌గా వుండాల్సినవారు"

"ఊరుకోరా, వెధవా" అంది అమృతం.

"మొగాడు వెధవేమిటి? అది కేవలం స్త్రీలింగం"

నరసమ్మగారి వడ్డనతో జగన్నాథం కిక్కురు మనకుండా భోజనానికి ఉపక్రమించాడు. ఒడ్డన విషయంలో తినేవాడు. నరసమ్మగార్నే కనుక్కోవాల్సి వుంటుందని అనుభవం మీద అతనికి తెలుసు.

నిధికి, మొత్తంమీద తన ఇంటికి రావడం, అనుకున్నంత భయంగా కనబడలేదు. కొత్త వ్యక్తుల్ని కలుసుకున్నాడు. వాళ్ళ వైషమ్యాలూ, వాళ్ళ చేష్టలూ చాలా చిత్రంగా వున్నాయి. బస్తీలలో మనుష్యులు ఇంచుమించు అందరూ ఒకలాంటి దుస్తులే ధరించి, ఒకలాగే మాట్లాడి, ఒక మాదిరిగానే ఆలోచిస్తారు. పారిశ్రామిక నాగరికత, ఉద్యోగంలో పోటీ, అందరి మనస్తత్వాలని, నైతిక పద్ధతులనీ, సాఫీ చేసి, ఒకేలా వుండేటట్లు చేస్తుంది. డిమాక్రసీ జనం అంతా భిన్నమైన అభిరుచులు, ఆశయాలు లేకపోవడాన్నే కోరుతుంది. దాని ఉనికికి అది అవసరం. అంతేకాదు, నిధి పట్నంలో చెప్పుకోతగ్గ స్నేహితులను చేసుకోలేకపోయాడు. జీవితాన్ని పరిశీలించాలన్నవాడు పట్నంలో వెదుక్కోవల్సిన అనుభవాలు ఏమీ లేవేమో ననిపిస్తుంది. పల్లెటూళ్ళో వ్యక్తులు కొంచెం సహజంగా వుంటారు వెరైటీ వుంటుంది.

ప్రతి చిన్న చేష్టా, మామూలు మాటా కొత్త అర్థాన్ని కొత్త వెలుగునీ తెచ్చుకుంటుంది. అల్ప విషయాలన్నీ నూతనంగా తోస్తాయి.

దయానిధి అనుకోకుండా, మంచి రసవత్తరమైన ఘట్టం మధ్యలో వొచ్చిపడ్డాడు. ఇంట్లో నటీనటులున్నారు. నాటకానికి అవకాశం వుంది. తెర వెనుక చూశాడు. వ్యక్తులు వేషాలు ధరించడం. లోలోపల యుద్ధాలు జరుగుతున్నాయి. ఒక బృందం తన తల్లిని హేళన చేసి దూషించడం మరో బృందం తన తల్లిని వెనకవేసుకుని రావటం. ఒకరు ఉద్యోగం, డబ్బు, హోదా, గొప్ప ఇవి చాలంటున్నారు. మరొకరు వీటిని చూసి హాస్యాస్పదంగా నవ్వుతున్నారు. ఇంగ్లీషు విద్య పేరు చెప్పి పై మెట్లమీద కొందరు నిలబడ్డారు. అది లేనివారు మరో లక్షణాన్ని ఆయుధంగా తెచ్చుకుంటున్నారు. పట్నవాసాలకీ, పల్లెలకీ, యంత్రాలకీ, హృదయాలకీ, పారిశ్రామిక నాగరికతకీ, పాడిపంటతో నిండిన నెమ్మది వ్యవసాయానికీ దేశంలో అన్ని దేశాలలోనూ నిరంతరం జరిగే మహాసంగ్రామం, తను తన ఇంట్లో చూస్తున్నాడు. తను ప్రేక్షకుడుగా వుండలేదు. ఇందులో ఏది మంచిదో

నిర్ణయించలేం. అసలీ సమస్యలు తార్కిక బుద్ధితో తీరవు. శరీరంతో తాకి, హృదయంతో అనుభవించి నాళాలపై రుజువు చేసుకోవాలి.

జగన్నాథం భోజనం చేసి చక్కా వొచ్చాడు."నిధిగారూ"

"నిధిగా రేమిట్రా, బావగారూ అనలేవు."

"ఓ గూఢచారిణి, నువ్విక్కడే వున్నావు! రైటో బావగారూ అయితే అక్కయ్యా, మన ఊళ్ళో అసలు బావనీ, ఈయన్నీ ఎట్లా, వేరే చెయ్యడం - ఏమనాలో తెలీడం లేదు. విడతియ్యడంలో What a foolish I am పిలవడంలో తేడా ఎట్లాగంటావు ఆఫ్‌కోర్సు. మా బావగారికి మీసాలున్నాయండోయ్. మీరు వాటికి Good-bye కొట్టారే, రైటో ఆయన్ని మీసాలు బావా అని పిలుస్తుంటాను."

"నన్ను?" అని అడిగాడు నిధి.

"మైనెస్ మీసాలు బావా"

"తప్పురా కోతీ" అంది అమృతం, ఆకులకి సున్నం రాస్తూ.

"కోతీ - What foolish అది కరెక్టు జగ్గూ!" నిధి అందుకున్నాడు.

"జగ్గూ - A jug the Crow and the jug దారుణం, పేరు ఫిరాయించండి- నాథ్ అనండి, ఒద్దన్ను."

"రైటో నాథ్" అన్నాడు నిధి.

ముగ్గురూ నవ్వుకున్నారు.

"ఎవరేనా పెద్దమనుషులున్నప్పుడు, సమయానుకూలంగా నాథ్ జగ్ అని కూడా అనొచ్చు. ఇంతకీ మీరు కోతిని గురించి చెప్పబోయేది కిల్లీ ముగించి చెప్పండి"

"ఏమీ లేదు జగ్గూ."

"మళ్ళీ అదే"

"సారీ నాథ్! మీ అక్కయ్య కోతీ అనడంలో, డార్విన్ శాస్త్రజ్ఞుడు కొన్నేళ్ళు పరిశోధనలు చేసి కనుక్కున్న సత్యాన్ని ఇట్టే కనుక్కుంది. నువ్వు ముందు చదువుకుంటావు.

మనుషుల పూర్వీకులు కోతులు. అంటే కోతినుండి మొదటి మనిషి ఉద్భవించాడన్న మాట. ఆ పక్షంలో నువ్వూ, నేను కోతి సంతానం Whereas మీ అక్కయ్య తోకలేని కోతి సంతానం."

"మా కెమిస్ట్రీ మేష్టారి పాఠంలా చాలా గంద్రగోళంగా వుంది" అన్నాడు జగన్నాథం.

"బావగారికి నిద్రొస్తోంది. రాత్రంతా రైల్లో నిద్రలేదా మరి -మనం పోదాం పద" అని అమృతం కదిలింది. పసుప్పచ్చని ఖద్దరు చీరని మెదచుట్టూ గుండ్రంగా కప్పుకుని

పెదవులను తమలపాకులతో ఎర్రబుచ్చుకుంటూ కదిలింది మాట్లాడే వెన్ను. మెడని కౌగలించుకున్న జడా – ఎందుకో పిల్లల తల్లిలా కనిపించింది నిధికి. పిల్లలున్నట్లు లేరు వుంటే కనబడరూ!

"రైటో! పోవుచున్నాడే. ఇంతకీ చెప్పదల్చుకున్నదేమిటంటే, ఇందాక లాకు సూపరెంటు గారితో మాట్లాడొచ్చును. మా మామయ్య, పిక్నిక్‌కి సిద్ధం చెయ్యమన్నాడని చెప్పాను. సో, రేపు మనమందరం షికారెడుతున్నాము. Excepting నరసమ్మగారూ! ఆవిడ చుక్కానీ దగ్గర పడివుండొచ్చనుకోండి – కాని ఆవిడ తుమ్మడం వగైరా చేసిందంటే బుడుంగ్ మంటుంది పడవ."

"షికారేం ఖర్మం, రేపు పిక్నిక్ కెడదాం మరి నిద్రపోనా" ఆవులించి పక్కకి తిరిగాడు.

"నేను నేరుగా నారయ్య దగ్గరికి పోతున్నాను. అతనితో నాకో పేచీ వుందిలెండి" అంటూ జగన్నాథం వెళ్ళిపొయ్యాడు.

నిద్రనుంచి లేచేటప్పటికి మధ్యాహ్నం మూడు గంటలైంది. సుశీల టీ తీసుకొచ్చింది. జగన్నాథం ఉత్తరాలు తీసుకొచ్చి అలమర్లో పెట్టాడు. ఒకటి దశరథరామయ్యగారు క్యాంప్ నుంచి రాసింది. ఆయన వారం రోజల వరకూ క్యాంప్‌లో వుండాల్సి వొచ్చింది. కాబట్టి నారయ్య ద్వారా సరిపడ బట్టలిచ్చి పంపించమన్నారు. మరో ఉత్తరం శ్రీనివాసరావు దగ్గర నుంచి. శ్రీనివాసరావు నిధి ఇంటర్‌మీడియెట్ కలిసి చదివారు హాస్టల్‌లో ఒక రూములోనే వుండేవారు. వాళ్ళ నాన్న డిస్ట్రిక్టు మెడికల్ ఆఫీసర్. అతన్ని అందరూ సీనూ అని పిలిచేవారు.ఇంటి పేర్లో ఆర్ అనే అక్షరం వుండేది. అంచేత రొమాంటిక్ సీనూ అని అనుకుంటూ అందర్నీ అలా పిలవమని చంపుకుతినేవాడు. మనిషెప్పుడూ నీరసంగా కనబడేవాడు. ఎప్పుడూ కీళ్ళ నొప్పులంటూ కాలేజీ ఎగేసి, గదిలో పడుకుని డిటెక్టివ్ నావల్స్ చదువుకుంటూ గడిపేవాడు. వేళాకోళంగా అతన్ని రిమాటిక్ సీనూ అంటూ ఏడిపిస్తుండేవారు స్నేహితులందరూ. ఇప్పుడు ఆనర్సులో చేరాడు. సెలవులకి ఆ ఊరుమీదుగా ఏదో సంబంధంచూడ్డానికి వెళ్ళాల్సిన అగత్యం వుంది. కాబట్టి అతన్ని కలుసుకుని ఒకపూట కాలక్షేపం చేద్దామని వుంది. కాబట్టి నిధిని తను ఆ ఊళ్ళో వుండేదీ లేందీ తెలియబర్చమని అతనికి అభ్యంతరం లేకపోతే వొస్తానని రాశాడు. చివరలో తల్లి చనిపోయినందుకు కండొలెన్సెస్ స్వీకరించమని కోరుతూ ముగించాడు.

దయానిధి లేచివెళ్ళి మొహం కడుక్కుని, తలకాయ దువ్వుకుని బట్టలేసుకున్నాడు. సుశీల చీరమార్చి, రిబ్బన్‌లు తీసేసి ఒదులుగా జడేసుకుని చక్కా వచ్చింది. నిధి హోల్డాల్ విప్పి, మాసిన బట్టలన్నీ మూట కట్టి దూరంగా వేశాడు. తరువాత ట్రంకు తీసి ఒక్కటొక్కటీ

సామానులు తీసి చాపమీద పరుస్తున్నాడు. అరడజను పుస్తకాలు రెండు పాకేజీలు (ఒకటి పెద్దది, ఒకటి చిన్నది) లెటర్ కేస్ మంచం మీద పెట్టాడు.

"ఇవన్నీ ఏమిటి, కాలేజీ టెక్స్ట్ బుక్కులా?" అంటూ సుశీల పుస్తకాలని పరిశీలించడం మొదలెట్టింది.

"నాకోసం ఏం తెచ్చావు పట్నం నుంచి డాక్టర్" అంది. దయానిధికి సుశీల అక్కడ నుంచి వెళ్ళిపోతే బాగుండు ననిపించింది.

"సుశీలా, కొంచెం దొడ్డిలో నారయ్య వున్నాడేమో చూసిరద్దూ."

"లేదు బావా, నారయ్యా, తమ్ముడూ జీడిమామిడి తోటలోకి వెళతామని వెళ్ళారు. ఇంకా ఒచ్చినట్లు లేదు" అని పక్కగదిలోంచి అమృతం అంది.

'మంచివాళ్ళు తమకి తెలీకుండా హాని చేస్తారు' అనుకున్నాడు నిధి. ఎట్లా సుశీలని అవతలకి పంపడం?

"నువ్వు టీ తాగుతావా, కాఫీయా సుశీలా?" అన్నాడు.

"నాకా పట్టింపులు లేవు- రెండూనూ, ఏం? ఎందుకు?"

"ఏమీ లేదు, సాయంత్రం కూడా ఒక్కసారేనా కాఫీ తాగకపోతే ఎట్లాగో వుంటుంది. కొంచెం కాఫీ ఇచ్చావంటే నీకు సర్వదా కృతజ్ఞుడను" అన్నాడు.

"ఇప్పుడేగా టీ త్రాగాం."

"నే పెడుతున్నా బావా" అంటూ లోపల్నుంచి అమృతం అంది.

కాఫీ సామాను, కుంపటి చప్పుడు వినబడుతోంది. మిడ్‌వైఫరీ మాన్యుయల్ తీసి సుశీల చూడడం మొదలెట్టింది.

ఛీ, ఛీ ఇవేం బొమ్మలు పాడు" అని డోకొచ్చిన శబ్దం చేసింది.

"నీకెందుకు సుశీలా, అవన్నీ మా టెక్ట్స్ బుక్స్."

"నేను డాక్టరీకి మాత్రం చదవను" ఖచ్చితంగా అంది.

"అట్లాగైతే భారతదేశం అధిక జనసంఖ్య తగ్గే ఆశలు మంట కలిసినై" అని అతనే నవ్వుకున్నాడు.

"మా నాన్‌డిటైల్డ్. రాబిన్‌సన్ క్రూసో" అంది గర్వంగా.

"చూశావా ఎంత మంచి పుస్తకమో, డాక్టర్లు బాధ పళ్ళేకే రాబిన్‌సన్ క్రూసో ఏకాంతంలోకి పారిపోయాడు. నరసమ్మత్తయ్య లేచిందేమో చూడు."

"ఆ పాకేజీ లేమిటి? నా కోసం ఏం తెచ్చావ్ డాక్టర్"

"ఇవా? ఇవి మందులు!"

"ఏం మందులో చూడనియ్యవు, డాక్టర్."

"సుశీలా, నువ్వు నన్ను డాక్టర్ అని పిలవడం బొత్తిగా బాగుండలేదు. ఇంకా నేను డాక్టర్ని కాలేదు. రెండోది, ఒక్క పేషెంట్లకే నేను డాక్టర్ని అవుతాను కాని, అందరికీ కాను. పైగా నువ్వు పిలుస్తుంటే ఎల్లాగో వుంటుంది కూడాను."

అంటూ ఆమెకేసి, ఎగాదిగా తేరిబార చూశాడు. కనుబొమ్మలు చిట్లించాడు.

"డాక్టరని పిలిచినందుకు Excuseme డాక్టర్" అని నాలిక కొరుక్కుంది. "అదే అలవాటైపోయింది. పైగా, అల్లా పిలిస్తే నువ్వు సంతోషిస్తావనుకున్నాను" అంది సుశీల.

"కాదు, నేను సంతోషించనని నీకు తెలుసు. అది నువ్వు సమాధాన పరచుకునేందుకు సృష్టించుకున్న కారణం. నన్ను బాధపెట్టడం నీకు సరదా... నీకు మొత్తం డాక్టర్లపై వున్న కోపం అంతా నామీద చూపిస్తున్నావు."

"నాకు డాక్టర్ల మీద కోపమెందుకు? నువ్వు చిత్రంగా మాట్లాడుతున్నావు. నిన్ను వూండ్ చేసేనా?" అంది.

"ఇదివరకే వూండై వున్న వాళ్ళని మనం వూండ్ చెయ్యలేం. నిజం చెబితే నువ్వు బాధపడతావు. నిన్ను బాధ పెట్టడం నాకిష్టం లేదు. నాకు చేతకాదు."

"నేనేమీ అనుకోను. చెప్పు నిధీ, నాకు డాక్టర్లంటే ఎందుకిష్టము లేదు. చెప్పకపోతే నాకు రాత్రంతా నిద్రపట్టదు" అంది.

"ఊరికే అన్నాను సుశీలా - తమాషాకి ఆ మాత్రం ఊహించలేవేం?"

"చెప్పితీరాలి నువ్వు. మాట మరిపించేస్తున్నావు. నిన్ను వూండ్ చేశాను. ఎందుకో చెబితే ముందు జాగ్రత్తగా వుంటాను. ఏదో మీ అమ్మ వుందని, మామయ్య ఒంటిగా వుంటాడని, ఇక్కడికొచ్చాం గాని నీకు మనస్సులో ఏవో బాధలున్నాయంటే మావల్ల. నేను రేపే వెళ్ళిపోతాను" అని సుశీల తల వంచుకుంది.

"నిజం, సుశీలా! నువ్వు అల్లా అనుకోవద్దు. మీరందరూ ఇక్కడికి రావడంవల్ల నాకెంతో సంతోషంగా వుంది. మీరు లేకపోతే చాలా దిగులు పడిపోదును. ఏమీ లేదు, నువ్వు కట్టుకున్న చీరలాంటిది మా అమ్మకి వుండేది. అది జ్ఞాపకం వొచ్చింది, అంతే!" అన్నాడు.

"ఈ చీర మీ అమ్మదే. అమ్మ కట్టుకు చూడవే, నీ కెంతో బాగుంటుందని చంపుకుతింటే కట్టుకున్నాను- ఇప్పేస్తా నుండు."

"నా ముందే. ఖర్మ"

సుశీల వెళ్ళింది. బ్రతికానురా దేముడా అనుకుని, చిన్న ప్యాకేజీ పొట్లం కోటు జేబులో దాచేసి, మిగతావి ట్రంక్‌లో సర్దడం మొదలెట్టాడు. ఇంతలో కాఫీ తీసుకుని అమృతం చక్కా వచ్చింది.

"పట్నం నుంచి బావ ఏదో చాలా తెచ్చాడే!"

నాకేం తెచ్చావు బావా అని అడుగుతుందేమోనని భయపడ్డాడు.

"బావా, నువ్వు పట్నం మళ్ళా వెళ్ళినపుడు మా ఊళ్ళో దిగావంటే, నీకు ఇట్లాంటి ప్యాకేజీలిస్తాను. తీసుకెళుదువుగాని" అంది అమృతం.

"ఏమిస్తావ్?"

"సొజ్జప్పాలు- మాకు మంచి పూతరేకులొస్తాయి. అవీ; కజ్జికాయలు..."

"కజ్జికాయలు మనమూ తింటాం" అంటూ చక్కా వచ్చాడు జగన్నాథం.

నీ కోసం ఇక్కడేం సిద్ధంగా లేవు.

"ఇవన్నీ ఏమిటండోయ్" అంటూ జగన్నాథం పుస్తకాలను పరామర్శ చేసి, సొంత పెట్టిలా, పెట్టి కెలకడం మొదలెట్టాడు.

"తప్పురా, అవన్నీ అల్లావుంచు."

"ఇదేమిటండోయ్" ప్యాకేజీ కాగితం తొలగించి అట్టపెట్టి బయటికి లాగాడు. సుశీల చీరమార్చి చక్కా వచ్చింది. ఏదీ నన్ను చూడనీమని ఆ పెట్టి లాక్కుంది. జగన్నాథం మళ్ళా లాక్కుని హాల్లోకి పరుగెట్టాడు. సుశీల తరుముకుంటూ వెళ్ళింది.

అమృతం గుమ్మంలో కొచ్చి నారయ్యని కేకేసింది.

"నారయ్యా, వాడ్ని ఇల్లా లాక్కురా. ఆ పెట్టి పుచ్చుకుని చక్కా పోతున్నాడు."

నారయ్య తువ్వాలు నడుంకి బిగించాడు.

"ఈ అబ్బాయిగారి పని మా ఇదిగా వుందండి. కోతల్లరి" అంటూ అరుగుమీద కొంత పెనుగులాట జరిగింతర్వాత ఆ పెట్టిని సుశీల తీసుకొచ్చింది.

"అదేమిటో చెప్పేస్తా నాకేమిస్తావు?" అన్నాడు జగన్నాథం.

"నువ్వెందుకయ్యా పెద్దాళ్ళల్లో కెగబడతావు?" అని కసురుకుని నారయ్య దొడ్లో కెళ్ళాడు. కూకలేసి, అదమాయించేటందుకు, నేటికో వ్యక్తి దొరికాడు గదా అని లోపల నారయ్యకి పరమానందం.

"కెమేరా?"

"కెమేరా"

"అంటే- ఫొటోగ్రాఫులు తీసేదా?" అంది అమృతం.

"నిధీ, నా ఫొటో తియ్యవ్?" అంది సుశీల.

"మనుషులూ పడతారా?"

"ఒక్క మనుషులే కాదు, ఆకస్మిక ఛాయాచిత్రం అనగా Snapshot కూడా రాత్రింబవళ్ళూ ఇక్కడ తియ్యబడును. సరసమైన రేట్లు" అని పూర్తి చేశాడు జగన్నాథం.

"ఏదీ నన్ను తీ" అని చేతులు కట్టేసుకుని, మూతి బిగించి నిలబడ్డాడు.

"ఊ బాగున్నావులే, కోతిలా" అంది అమృతం.

"నేను భవదీయ సోదరుండని, మరువకుమో మగువా.... ఈ మధ్య తెలుగు దంచేస్తున్నాడండి బావగారు, క్లాసులో నా పేపరు అర్థంకాక మా మాష్టారు ఫస్టుమార్కు ఇచ్చేసి ఊరుకుంటున్నారు. ఈ పూటకి ఫొటోలు తీయటం ఆపు చెయ్యడమైంది. రేపు పిక్‌నిక్‌లో మంచి దుస్తులతో, సెంటు పౌడర్లు వగైరాలతో వచ్చిన వారందరికీ ఉచితంగా ఫోటోలు తీసి, వారి వారి ముక్కులకే తగల్చబడును. ఏమంటారు బావగారు."

"అయితే, నిధీ, ఎవర్నితియ్యాలని?" అంది సుశీల.

"What a foolish"

"ఎవర్ని"

"What a foolish! నన్నే..."

"మనమందరం రేపు తీయించుకుందాం. లాకుల్ దగ్గర నాచురల్ సీనెరీ వుంటుంది. ఏం జగ్గూ?" అన్నాడు నిధి.

"మిమ్మల్ని మీరు సరిచేసుకోండి. నో జగ్, Call me నాథ్."

"రేపు తీయించుకుందాం. మరి ఈ పూట నువ్వు నారయ్యా వెళ్ళి రేపటికి తెడ్లు, తాడు - అన్నీ ఏర్పాటు చేసి, లాగేటందుకు మనుష్యుల్ని మాట్లాడండి."

"రైటో- కాని నారయ్యకు నాకు మాటల్లేవు."

"నేను మీ ఇద్దరికీ రాజీ చేస్తాగా..." నారయ్యతో బయట కొంత ప్రసంగం చేసి చక్కా వచ్చాడు నిధి.

నారయ్య ప్రశాంతాన్ని కొంతవరకూ జగన్నాథం భంగం చేశాడనే చెప్పాలి.

ఏవో కొత్తరకం మొక్కల్ని నారయ్య దొడ్లో పాతాడు; ఓ కర్రపుచ్చుకుని, ఓ దానిమ్మ పండుని తీసుకుని ఆ కర్రతో కొడుతూ, దొడ్డంతా జగన్నాథం తిరగడం అప్పటికి రెండు సార్లు జరిగింది. మొదటిసారి చూసి నారయ్య ఊరుకున్నాడు, ఏదో కుర్రాయనగదా అని. రెండోసారి అదేమిటనడిగాడు. అది Home golf అనే ఆటట. మాట దక్కదన్నాడు నారయ్య. ఆ మొక్కల్ని ధ్వంసం చెయ్యడానికే తనీ అవతారం ఎత్తినట్లు ప్రవర్తించడం చూసి నారయ్యకి ఒళ్ళు మండిపోయి ఆ కర్రని విరిచి అవతల పారేశాడు. గొయ్యితీసి అందులో దానిమ్మకాయని పూడ్చాడు.

జగన్నాథం మళ్ళా ఆవాళ ప్రొద్దున జీడిమామిడికాయని తీసుకుని సిద్ధమయ్యాడు.

ఆ జీడిమామిడి కాయలు కొయ్యడానికి తనూ బాధ్యత వహించాడు. గనుక రాజీకి నారయ్య ఒప్పుకున్నాడు. ఇద్దరూ లాకుల దగ్గరకెళ్ళారు.

దయానిధి లోపలికొచ్చేప్పటికి సుశీల మంచంమీద మడిచిపెట్టిన కోటుని తొడుక్కు చూసుకుంటోంది.

"చూస్తున్నావా బావా, వద్దంటుంటే ఆ కోటుని నలిపి పాడుచేస్తోంది" అంది అమృతం.

"నాకు సరిపోయింది చూశావా! నిధీ. నేను నీ అంత లావు వున్నానన్నమాట" అంది సుశీల ఎగాదిగా చూసుకుంటూ. ఆ కోటు సుశీల మోకాళ్ళదాకా వచ్చింది. ఆ కుడివైపున ఆ ఎత్తేమిటంటూ, అమృతం విరగబడి నవ్వుతోంది. విరగబడి నవ్వినప్పుడు పళ్ళు అంత బాగుంటాయని తనకి తెలియదు.

"ఎందుకానవ్వు! నీ కేమన్నా ఫ్యాషన్స్ తెలుసా, పాడా? నార్తు ఇండియాలో వింటర్లో లేడిస్ అందరూ కోట్లేసుగుంటారు? ఒసే అమ్ములూ, మీ ఆయనెప్పుడైనా కోట్లేసుగుంటాడే?" అంది వెక్కిరిస్తూ సుశీల.

"ఆ ప్రశ్న అడిగించుకునే అర్హత నీకు లేదు కదా! కోటు కోసం పెండ్లి చేసుకుంటుంది కాబోలు పెళ్ళి బాబోయ్" అంది అమృతం.

"అదిగో! మళ్ళా నా పెళ్ళి మాట ఎందుకెత్తుతావూ? ఆ నవ్వేమిటి? పిచ్చెక్కిందా?"

సుశీల మళ్ళా చూసుకుంది. మధ్యబొత్తం పెట్టడం వల్ల కుడి వైపున ఏర్పడ్డ ఎత్తుని చూసి నాలుక కొరుక్కుని, గోడవైపుకి తిరిగి కోటు విప్పి, జేబులోంచి చిన్న ప్యాకేజీ తీసింది. అమృతం కిందికి జారిపోయిన పమిటకొంగును సరిగా సర్దింది సుశీల. చేతిలోంచి తటాలున నిధి ప్యాకేజీని లాక్కున్నాడు. అదేమిటో చూపించమని అతన్ని ఇద్దరూ చంపుకుతిన్నారు.

"నన్నడక్కండి. ఇది మీకు అనవసరం" అన్నాడు.

"దాన్ని మాకివ్వనక్కర్లేదు. అదేమిటో చెప్పుచాలు" అన్నారు.

రహస్యాలంటే స్త్రీలకి గిట్టదు. స్త్రీ హృదయం ఒక రహస్య మందిరం. దాన్ని పురుషుడు తెలుసుకోనంతకాలమూ స్త్రీ పురుష వ్యత్యాసాలుండాల్సిందే అనుకునే సనాతనులు భ్రమపడుతున్నారు. ఆ రహస్యం అంతా ఊహకి దాసులైన సౌందర్య పిపాసులు కల్పించేదే, కాని వారిలో ఏ రహస్యం లేకపోవడం సరిగదా సృష్టిలో వారి కర్థం కాని రహస్యాలతో అసలు మానవునికే నిమిత్తం లేదన్నట్లుగా స్త్రీలు ప్రవర్తిస్తుంటారు. గుప్పెట్లో గాలిని దాచి "ఇదేమిటో చెప్పుకో" అంటే పురుషుడు "కొంత వ్యవధి నివ్వండి ఆలోచించి

56 చివరకు మిగిలేది

చెబుతాను" అంటాడు. స్త్రీ గుప్పెటని రక్కేసి వేళ్ళని బలవంతంగా లాగి తీరా చూసి "ఓస్ ఇంతే, నాకక్కర్లేదు" పొమ్మంటుంది.

ప్రపంచం పురుషుడికి చెందుతుంది. దాన్ని శోధించి అర్థం చేసుకోవాలి. కాని ఏం లాభం? పురుషుడు స్త్రీకి చెందుతాడు, అంచేత ప్రపంచ రహస్యంతో స్త్రీకేం నిమిత్తం? వీళ్ళు ఒదిలేటట్లు లేరనుకున్నాడు నిధి.

"ఇది; ఒకమందు"

"ఆ మాత్రం దానికి ఇంత దాపరికం ఎందుకు?" అంది సుశీల.

"నేనేం దాచలేదు, అందులో సీసాలు బద్దలౌతాయేమోనని నా భయం" అన్నాడు.

"కొంపతీసి పొటాషియం సైనైడా?"

"అంటే?"

"అదో విషం- తాగితే హాయిగా బాధలేకుండా చచ్చిపోవచ్చు" అంది సుశీల.

"అబ్బే- ఇది విషం కాదు. Artificial Gold చేసేందుకు ఇదో ద్రావకం."

"ఏదీ చూణ్ణీ?"

"వద్దు, వద్దు వెలుగులో దీన్ని బయటికి తీస్తే దీని పటుత్వం తగ్గిపోతుంది" అంటూ నిధి కోటు వేసుకుని అరుగు మీదికి నడిచాడు.

ఎదురుగుండా వొచ్చింది జోగప్పనాయుడిగారి కూతురు నాగమణి, జోగప్ప నాయుడుగారు కంట్రాక్టులు చేసి బోలెడు డబ్బు గడించాడు, పెద్ద కొడుకు ఇంగ్లండు వెళ్ళాడు. ఎందుకో ఎవళ్ళకీ తెలియదు. పెద్దపిల్ల మొగుడికి బొంబాయిలో పని. నాగమణి రెండో కూతురు. డబ్బు గడించడం, ఇల్లు కట్టడం గొడవల్లోపడి సరిగా కూతురు విషయం కనుక్కోకపోవడం వల్ల స్కూల్ ఫైనల్ మూడుసార్లు ఫేలవడం జరిగిందనీ, ఉత్తుత్త పరీక్షలు ప్యాసు చేయించడం తన సంకల్పం అయితే ఈ పాటికో పదివేలు తగలేసి బి.ఏ. కూడా ప్యాస్ చేయించి వుందుననీ, అప్పుడప్పుడు వాపోతూవుంటాడు. ఆ కారణాల వల్లనే వివాహం కూడా చెయ్యలేదంటాడు. ఉద్యోగం లేక పొట్టకూటికి అమ్ముడు పోయే అల్లుళ్ళు దేశంలో అంతమంది వుంటుండగా తన కూతురు వివాహం విషయంలో ఆంధ్రదేశంలో ఎవరూ బెంగపడక్కర్లేదని క్లబ్బులో పైబేస్తు గెలిచిన హుషార్లో అనేసినా లోలోపల పెళ్ళి కానందుకు కొంత చింతపడుతున్నట్లు క్లబ్బు స్నేహితులకి కూడా తెలుసు. గుమాస్తా కూర్మయ్య, జోగయ్య నాయుడు కొత్తగా కట్టిన ఇల్లు కామాక్షి కోసమే అంటుంటాడు కాని అతను కుటుంబసమేతుడై అందులోనే కాపురం వుండడం వల్ల ఆ పుకార్లో యథార్థం ఎంతవరకూ వుందో గట్టిగా నిర్ణయించిన వాళ్ళులేరు. కూర్మయ్య

తనవాదం మాత్రం మానడు. ఆ మనిషి ఎట్లాంటి వాడైందీ ఆయన కట్టించిన మేడ చెబుతుంది అంటాడు. కాని ఇదంతా యజమానిమీద నౌకరుకుండే ఈర్ష్య, కసి కింద కట్టేసి ఆ వాదాన్ని ఎవరూ బలపర్చడంలేదు ఈ మధ్య కూర్మయ్య సందడి నాలుక మరో కొత్త పుకారు లేవదీసింది. జోగప్ప నాయుడిగారికి బ్రాహ్మణ కుర్రాణ్ణి అల్లుడిగా తెచ్చుకోవాలని వుందనీ, అందుకే దశరథ రామయ్య గారబ్బాయితో అంత స్నేహంగా వుంటున్నాడనీ, ఈ పుకారు సారాంశము. దశరథ రామయ్యగారితో వియ్యమొందాలన్న కామాక్షి సంకల్పాన్ని మెచ్చుకుని. నాయుడిగారి ఆశలు అంతటితో అడుగంటుతాయి కదా అన్న ధైర్యంతో కూర్మయ్య నిశ్చింతగా వుంటున్నాడు. ఈ విషయమై లోగడ ఇద్దరి వ్యక్తులతో స్వల్ప పందాలు కూడా వేశాడట. నాగమణి స్కూల్ ఫైనల్ పరీక్షలకి కట్టిన డబ్బుతో విశ్వవిద్యాలయం అభివృద్ధి చెంది తీరుతుందని కూర్మయ్య కసిగా అంటాడుగాని అలా జరిగే చిహ్నాలేవీ లేవు, నాగమణి చదువు చాలించుకుంది.

గిట్టని కూర్మయ్యలాంటి వాళ్ళు నాగమణిది దోసకాయ మొహం అంటారుగాని, అది ఆ అమ్మాయికి అన్యాయం చెయ్యడం. నాగమణి చాలా పొడగరి- శరీరానికి తగినట్లుగా వుండే, పొడుగాటి కోలమొహం; ములక్కాడల్లా వేల్లాడే సన్నటి పొడుగాటి చేతులు, చెవులని కప్పేసి, చంపల నావరించుకుని ఒత్తుగా వుండే జుట్టు, పల్చటి పట్టుచీర, అందులోంచి కనిపించే లేస్‌తో కుట్టిన పరికిణీ అంచు; కూర్మయ్య అన్నట్లు "ఆ రవ్వల దుద్దులు తీసేసి నుంచోమనండి అందం బయటపడుతుంది." అట్లాగైతే ఎట్లా వుంటుందో తెలీదు కాని, ధగధగ మెరిసిపొయ్యే రాళ్ళదుద్దులు, చెవులమీది జుట్టులోంచి శ్మశానంలో అర్ధరాత్రి మంటలా వెలిగి పోతుంటాయి. రెండు శిఖరాల మధ్య అస్తమించబొయ్యే సూర్యుడిలాంటి ఎర్రబొట్టు... నాగమణిది కళైన మొహం కాకపోతే కూర్మయ్య బోటిగాళ్ళు చక్కదనంలేదని రుజువు చేసే అవసరమే రాదు.

నిధిని చూసి నమస్కారం పెట్టింది.

"మీరు పొద్దున్న రావడం చూశాను" సుశీలని, అమృతాన్ని చూసి నిలిచిపోయింది.

"మా ఇల్లు చూడ్డానికి రారూ?"

"రేపు తప్పకుండా వొస్తాను..."

"రేపు మధ్యాహ్నం పిక్‌నిక్‌కి నువ్వుకూడా తప్పకుండా రావా"అంది సుశీల.

"మీరొచ్చి మా నాన్నగారితో చెప్పకూడదూ..అవసరం లేదనుకోండి..."

"ఓ అల్లాగే..."

"అవును మరి పెళ్ళికాని పిల్ల పరాయి వాళ్ళతో షికార్లు చెయ్యడం ఏమంత బాగుంటుంది?" అంది అమృతం.

"మహా చెప్పొచ్చావు లెద్దూ, నాగమణి చదువుకున్నది –నీలా పల్లెటూరిరకం కాదు."

"ఎంత చదువుకున్నా, మనం ఉన్నది పల్లెటూరు కాని మహాపట్నం కాదుగదా.. నలుగురికి మనం భయపడాలి. మీ నాన్న పెద్ద ఉద్యోగస్తుడు గనుక, నీకు పెళ్ళి కాకుండా, ఎన్నాట్లాడి..."

"అదే ఒద్దన్నది. నా పెళ్ళి జోలెత్తకు నీకు సరదా లేదు. ఇంకోళ్ళు సరదాగా వుండటం నీకు గిట్టదు, రా నాగమణి, అమ్ములు మాటలకేమిటి?"

"మనం ఈ విషయం వీధుల్లో కాకుండా, ఇంట్లో తర్కించుకుంటే బాగుంటుందేమో."

"మరి నే అట్లా వెళ్ళిరానా?"

"ఎక్కడికి?" అన్నాడు నిధి.

"ఎక్కడికైతే నీ కెందుకు. మొగాడు తన ఇష్టం వచ్చిన చోటికి..." అమ్ములు వాక్యం పూర్తి కాకుండానే సుశీల మొదలెట్టింది.

"నీకెందుకు నిన్నెవరూ అడగలేదు."

"ఎక్కడికేమిటి? క్లబ్బుకి..."

గుమ్మందాటి హాల్లో కెడుతూ నాగమణి మెల్లగా అంది. "ఎక్కడికి –కోమలి ఇంటికి."

సుశీల కళ్ళజోడు తీసి కొంగుతో తుడుచుకుంది. అమృతం ఆశ్చర్యంతో కళ్ళు పెద్దవి చేసుకుని, రెండుసార్లు రెప్పలు కదుపుకుని ఇంట్లో కెళ్ళింది.

దయానిధి నవ్వుకుంటూ నడిచిపోయ్యాడు. నాగమణి ఎట్లా కనుక్కుందా అని ఆశ్చర్యపడ్డాడు. మనుషుల్ని మనుషులు అర్థం చేసుకోలేరేమో అనుకునేవాడు. భార్యాభర్త వందేళ్ళు కలిసి కాపురం చేసినా, ఒకర్ని ఒకరు ఎంతవరకూ అర్థం చేసుకుంటారు? తండ్రి కొడుకుని అర్థం చేసుకోగలడా? అందాకా ఎందుకు? తనకి తనే అర్థమయ్యాడా? నిద్రపోయి లేచి అద్దములో మొహం చూసుకున్నప్పుడు ఎవరోనని భయపడడం ఎన్నిసార్లు జరగలేదు? స్వప్నంలో తనను చూసుకుని ఎంత ఆశ్చర్యపడ్డాడు! స్వప్నములో క్రూర మృగాలతో భీకరయుద్ధం. స్త్రీలలో లాలన, సంఘంలో చీకటి శక్తులతో పోరాటం వీటిలో ఎన్నింటిని తన నిత్య జీవితంలో కనపర్చగలుగుతున్నాడు?

నిజంగా ఎవరూ, ఎవరికీ అర్థం కాదు. మనిషికీ మనిషికీ మధ్య గోడలు లేచి వున్నాయి. అవతల్నించి మనం మాట్లాడే మాటలు వింటారు. మన చేష్టల్ని చూస్తారు. "ఆ మాటలు మాట్లాడిన వ్యక్తి ఆ సమయంలో అట్లాగ చేస్తాడు" అని సంఘం

నిర్ణయించుకుని వాడిని తక్కెట్లో తూచి బరువు కట్టేసి వాడితో నిమిత్తం ఒదులుకుంటుంది. నూటికి తొంభై తొమ్మిది మార్లు, వాళ్ళు అనుకున్నట్లుగానే ఆ మనిషి ప్రవర్తిస్తూ వుంటాడు. సంఘం కట్టిన విలువ సరైనదని రుజువైపోతుంది. అందుకనే తన నియమాల్ని అందరూ పాటించేటట్లు చేసుకునే బలం సంఘానికి వుంది. అందుచేతనే సంఘం అంటే అమృతం లాంటి వాళ్ళకి అంతభయం.

మనిషికీ మనిషికీ మధ్యలోనే కాదు గొడవలుండటం, ప్రతి మనిషిలోనూ ఒక తెర వుంటుంది. ఆ తెర ఊడిపోకుండా "సంఘం" కాపలా కాస్తుంది పగటిపూట. మామూలు సమయాలలో ఇస్త్రీ మడతలా ఆ తెర బాగానే వుంటుంది. కాని రాత్రి ఎప్పుడో, మండు వేసంగి రాత్రి మైమరిచి నిద్రపోతుంటే వానచినుకులు పడినప్పుడో, చీకట్లు అనంతాన్ని పెల్లగించుకుని ఆత్మని ఆవరించుకున్నప్పుడో, ప్రాచీన శక్తులు వేడి రక్తంలో కాలిపోయి వుండలేక శరీరాన్ని బద్దలు చేసినప్పుడో, ఎప్పుడో, ఎందుకో ఆ తెర ఊడిపోతుంది.

పిచ్చాసుపత్రులలో వున్న వాళ్ళందరూ, ఈ "తెరలు" ఊడిపోయిన వాళ్ళూను, కొంచెం చిరిగిపోయినవాళ్ళూను.

ఆ రోజు ఎన్ని అబద్ధాలాడాడు! ఎంత గుట్టు, ఎంత దాపరికం! ఎంతటి కుట్ర, ఎవర్నో ఖూనీ చెయ్యటానికి సంకల్పించుకున్నట్లు! ప్రేమలో సత్యం వుందని అతను నమ్మలేకపోతున్నాడు. ఆ పవిత్రమైన వస్తువు అతనిచేత అబద్ధాలాడిస్తోంది, కుటిలత్వం నేర్పింది, సుశీల, అమృతం లాంటి వాళ్ళకి భయపడాల్సి వచ్చింది. పురుషుడి కృత్రిమ మనస్తత్వాలని ఛేదించి సాఫీ చెయ్యడానికి మరింత "కృత్రిమం" స్త్రీకి "సృష్టి" ప్రసాదించింది. అది ప్రేమ కాదేమో! పాపం, ప్రేమని ఎందుకు నిందించడం. ఇతరుల మనస్తత్వాలను తెలుసుకోవడంలో మనం చూపించే శ్రద్ధ, ఓర్పు, తెలివి, మనల్ని మనం తెలుసుకోడంలో ఉపయోగిస్తే ఎంత బాగుండును, లేక ఏదో శక్తిని సంపాదించుకోవటం కోసం, వున్న నాలుగు శక్తుల్నీ దుర్వినియోగం చేసి, చంపుకునేటట్లు, సంఘం తర్ఫీదు చేస్తుంది.

అదుగో క్లబ్బు.

దయానిధి క్లబ్బులో పత్రికలు తిరగవేస్తూ అరగంటసేపు గడిపాడు. కబుర్లు చెప్పడానికి జోగప్పనాయుడుగారు లేరు. అధమం కూర్మయ్య కూడా లేడు. ఓ మూల సుబ్బారావు పరీక్ష పోయినందుకు ఎవరు పరామర్శ కొస్తారోనని భయపడుతూ, "తోడా" స్త్రీల బొమ్మలు చూస్తూ వీక్లీ ఆఫ్ ఇండియా వెనుక దాక్కున్నాడు. కోటయ్యగారు, తన బృందంతో కసిగా చీట్లాడుతున్నాడు. ప్రపంచంతో నిమిత్తం లేనట్లుగా ఓ ముసిలాయన స్తంభానికి జేరబడి అనంతాన్ని చుట్టపొగ లోంచి తిలకిస్తున్నాడు.

మోడరన్ రివ్యూ తీశాడు. అది నాలుగు నెలల క్రితంది. అది లైబ్రరీ మూవ్‌మెంట్ లేవదీస్తూ విశ్వనాథంగారు గంభీరోపన్యాసం ఇచ్చిన వారంలో తెప్పించిన తాలూకు. అద్దాలూడిపోయిన బీరువాలో, ఏ నాగరికతకి చెందినవో కొన్ని పుస్తకాలున్నాయి. ఒకటి రెండు బయటికి తీసి చూశాడు. పురుగుల అస్తిపంజరాలూడిపడ్డాయి. పుటలు తిప్పేటప్పటికే, టపటపమని ఊడిపోతూ పొడుమై పోవడానికి సిద్ధపడుతున్న పుస్తకాన్ని హత్య చెయ్యటానికి ఇష్టంలేక, దాన్ని దాని స్థానంలో ఉంచేశాడు. గోడ మీద ఇవ్వవలసిన రోజుకు పుస్తకాలు ఇవ్వని వాళ్ళ పేర్ల జాబితా తగిలించారు. అందులో మొదటి పేరు గోవర్ధనరావుగారిది. పాపం ఆయన చనిపోయి ఎనిమిది మాసాలైంది.

మళ్ళా దినపత్రికలున్న బల్ల దగ్గరకొచ్చి కూర్చున్నాడు. పత్రికలలో విశేషాలేమీ లేవు. కాంగ్రెస్ ప్రెసిడెంట్ హౌరాస్టేషన్‌లో దిగినప్పుడు అమృతలాల్‌గారు, భూలాభాయి దేశాయి తుమ్మినట్లు, అన్సారీగారు ముక్కుపొడుం పీల్చుమన్నట్లూ స్వకీయ విలేకరి తెలియజేస్తూ, ఆ తుమ్ము, జరుగుతున్న సంప్రదింపులు బాగా సాగటంలేదని సూచించడమేమోనని కొందరు పైవాళ్ళు అనుకుంటున్నారనీ రాశాడు. "భావల్ సన్నాసి" అప్పీల్ చదువుకుందామనుకుంటే, కాగితంలో సగం భాగాన్ని ఎవరో చించేసి, చెవుల్లో తిరెట్టుగున్నారు. సుబ్బారావు గబగబా వెళ్ళి బీరువా పైన వున్న వీక్లీల కట్టతీసి, దులిపి, మళ్ళా చదవడం మొదలెట్టాడు.

దూరంగా స్కూలు పిల్లలు ఆడుతున్న బంతాట ముగిసింది. చీకటి కోసం కాచుకున్న దొంగలా చీకటి తూర్పున మెదుల్తోంది. పొగ చూరిన చిమ్నీ తుడిచి క్లబ్బు కుర్రాడు దీపం వెలిగించాడు. క్లబ్బు కుర్రాడు తన విధి నెరవేర్చాడు. కాని దీపం ఎందుకూ ఉపయోగం లేదు. సుబ్బారావు బొమ్మలు కనబడక కాబోలు వీక్లీ తీసుకుని బయటకొచ్చి స్తంభానికి జార్లబడి చదవటం మొదలెట్టాడు. అనంతాన్ని తిలకిస్తున్న ముసలాయన చుట్ట ఆరిపోవడం వల్ల కాబోలు మళ్ళా ప్రపంచంలో అశాంతిని తెలియజేస్తూ "నీ పరీక్ష ఏమైంది, సుబ్బారావూ?" అని కుశల ప్రశ్న వేశాడు.

సమాధానం వినకుండానే నిధి క్లబ్బు విడిచి వీధిలోకి నడిచాడు ఆవులమంద నడిచిన వింత వాసన దుమ్ములో లేచింది. సిగరెట్టు నుసి లాంటి రంగుగల పొగ ఇళ్ళ కప్పులపై చుట్టుకుంది. చీకటిపడ్డ వార్తని తెలియజేస్తూ పక్షులు చెట్ల కొమ్మల్లో పలకరించుకున్నాయి. మదార్ సాయిబు సోడాకొట్టు క్రింద నుంచి నల్లకుక్క ఒక్కసారిగా బయటికి వచ్చి ఆకాశంలో నక్షత్రాలని చూసి మొరిగింది. దాని స్నేహిత బృందం దూరాన్నుంచి అందుకుని బృందగానం సాగించాయి. సృష్టిపై వున్న విరక్తిని కుక్కంత

విశదంగా ప్రాణికోటిలో మరే జంతువూ ప్రకటించుకోలేదు. అరుగుల మీద నుంచి చాలా మంది దిగి వచ్చి ఆపుజెయ్య డానికి ప్రయత్నించారు గాని లాభం లేకపోయింది. సంత చేసుకొస్తున్న వారి తాలూకు పొరుగూరి కుక్కని చూసి మరింత పేట్రేగిపోయి, కుక్కజాతికే తీరని కీడు సంభవించినట్లు ఏకస్థాయిలో మొరగడం మొదలెట్టాయి. పట్నంలో ఉన్నన్నాళ్ళూ మనవూరు ఎప్పుడు పోదామా అనుకునేవాడు. ఈ కుక్కల గోల అచ్చంగా పట్నంలో ట్రాములు చేసే చప్పుడులా వుంది. పొరుగూరి కుక్కకు బదులుగా ప్రయివేటు కార్లు, లారీలు వుంటాయి. వీటిగోల ఆపుచెయ్యటానికి వచ్చినవాళ్ళే అక్కడ పోలీసులు.

సందులో కొచ్చాడు. ఆదుర్దాతో కొట్టుకుంటున్న నరాలన్నీ చప్పుడికి అదిరిపోయి నాయి. చెవులున్నా లేకపోయినా మనిషికున్న వందేండ్ల ఆయుర్దాయంలో ఈ శబ్దాలు, అధమం ఐదేళ్ళయినా హరిస్తాయి.

తలుపు తట్టాడు. అతను వస్తాడని తెలిసి, కాచుకున్న దాని మాదిరిగా కామాక్షి వెంటనే తలుపు తీసింది. "రండి రండి" అంటూ గదిలోకి తీసుకెళ్ళింది. అతను కూర్చోతగిన కాళ్ళ పీట ఒకటి మాత్రం వుంది. ఓ మంచం వుంది కాని, కూర్చోతగిందిగా లేదు, దుప్పటి - చిరిగిపోగా మిగిలిందే మడతలు రేగిపోయి, చాకలాడికి పడేద్దామనుకుని బయటికి లాగి, మళ్ళా ఎందుకులే అనుకుని వదిలేసినట్లుగా వుంది. తలగడ దిండ్లు వుండవలసిన చోట్ల లేవు. గదిలోకి రాగానే తలగడని చూచి కోమలేమో ననుకుని హడలి పోయాడు. గోడని పైభాగం బీటవేసిన అద్దం వుంది. అదేనా గోడని ఆనుకుని లేదు. ఏ స్థలంలో నుంచుంటే కనపడతామో తెలియాలంటే, చూసి తెలుసుకోవాల్సిందే. కాని తిన్నగా వెళ్ళి నవ్వుతూ మొహం చూసుకుంటే కూర్మయ్య భాషలో "అడ్డంగా మాడిపోతారు" గోడని రెండు మూడు పటాలు కూడా వున్నాయి. కాని అవి జంతువులవో, మనుషులవో, చెట్లవో రాత్రిపూట ఆ దీపం వెలుగులో నిర్ణయించలేరు.

"పొద్దున వొచ్చారుటగా ఇంకా మేం జ్ఞాపకం వున్నామా? మీ అమ్మగారితోనే పోయింది ఆ ఇంటికళ. ఆవిడ దర్జావేరు, ఆవిడ సర్దా వేరు. గిట్టనోళ్ళు ఎన్నసుకుంటే ఏం గాని, భలే తెగింపు. ఆ ధైర్యం, చొరవ, ఇంతమంది బ్రాహ్మల్ని చూశాగాని ఎవ్వాళ్ళ లోనూ లేవు స్మాండి అల్లా ఆ పీటమీద కూర్చోండి. ఆ మంచం మీద నల్లులుంటాయేమో"

కామాక్షిని పరకాయించి చూశాడు. విశాలమైన పెద్ద ముఖం, సన్నటి పొడుగాటి కళ్ళు, కళ్ళక్రింద నల్లటి గీతలూ నిర్మలమైన పల్చటి నుదురూ, ఒకప్పుడు చాలా అందమైనదని చిన్న వయస్సులో వున్నవాళ్ళకి అనిపించినా కూర్మయ్య భాషలో చెప్పాలంటే "దాంతగలెయ్యా అది రోజు రోజుకీ బాగుండే బాపతు." వెళ్ళిపోయిన యవ్వనానికి

వీడ్కోలులా అక్కడక్కడ నెరసిన వెండ్రుకలు ఆ నిండు విగ్రహానికి పరిపూర్ణత నిచ్చాయి. కోమలి తల్లి పోలిక కాదనుకున్నాడు నిధి.

"ఇంక మీకు మాతో ఏం అవసరం వుంటుంది. మీ సుశీల, అమృతం వచ్చారుగా" అంది. ఆడవాళ్ళకి మనస్సు నొప్పించడం సరదా కాబోలు ననుకున్నాడు.

"సుశీలా, అమృతం ఇవాళే మా వాళ్ళు కాలేదు. వాళ్ళు నే పుట్టినప్పటి నుంచీ వుంటూనే వున్నారు" అన్నాడు.

"ఎక్కడో వుండటానికీ, దగ్గరగా వుండటానికీ భేదం లేదు?" అంది.

"నువ్వనుకుంది నిజమే అయితే, ఇక్కడికి నేనెందుకొస్తాను కామాక్షి? సుశీల తండ్రి తాసిల్దారు; ఆస్తిపరుడు, నాకూ మా అన్నయ్యకి అంతా కలిపి ఆరెకరాలుంది. ఇప్పటికప్పుడే రెండెకరాలు అమ్మివేశారు. మాలాంటి బీదసంబంధం వాళ్లకెందుకు?"

మధ్యలో కామాక్షి అందుకుంది.

"మీరంటే సుశీలకి చాలా ఇష్టంటగా."

దయానిధి నవ్వుకున్నాడు.

"ఏమో, నాకేం తెలుసు? పైగా పెళ్ళిళ్ళు సుశీల ఇష్టంపైనా, నా ఇష్టంపైనా ఆధారపడవుగా."

"అదేమన్న మాటలెండి, చదువుకున్న వాళ్ళు మీరు ఒకర్ని ఒకరు కోరుకున్న తరువాత, ఆపుచెయ్యడం ఎవరితరం! మీకు ఇష్టమేటగా?"

"నీ కెందుకు ఆ అభిప్రాయం కలిగింది?"

"మా కోమలి అంటుంది."

"తనలాగా నేను అందరితోనూ స్నేహం చేస్తాననుకుంది కాబోలు."

చురచురా కోమలి గదిలో కొచ్చింది. వస్తు ప్రదర్శనశాలలోకి చిరుతపులి జొరబడి నట్లుగా వాతావరణం చెదిరిపోయింది.

"ఆయన కెందుకేమిటి? నా ఇష్టమొచ్చినోళ్ళతో సేవితం చేస్తాను. నేనేం సుశీలనీ, అమృతాన్ని కాను..."

కోమలి కళ్ళల్లో కోపాన్ని చూసి నిధి హడలిపోయాడు. అది భావగర్భితమైన కోపం కాదు. చాంచల్యానికి జనించిన చమత్కార కోపం. అందుకనే అది మరీ భయంకరంగా వుంటుంది. ఆడవాళ్ళు చాలా చిత్రంగా ఎదిగిపోతారు. ఎనిమిది నెలల్లో ఎంత మారిపోయింది. ఇంచుమించు తనంత పొడుగూ వుంది. ఇదివరకూ బలహీనంగా కనిపించే గడ్డం ఇప్పుడు ఒంకర్లు తిరిగి బలంగా "నా సంగతి కనుక్కోండి, చూద్దాం!"

అని సంఘాన్ని సవాల్ చేసినట్లుగా వుంది. దట్టమైన నల్లమేఘం మధ్యలో మెరిసిన నక్షత్రంలో నల్లటి పాప దీపంలో మెరిసిపోతోంది. రాణివాసంలా ఉన్న ఠీవితో ఎడమ కనుబొమ్మని పైకి కదుపుతోంది. పురుషుడు సౌందర్యం ముందు చూపించే మూగ బాధ, భయం, సిగ్గూ.... అన్నీ శరీరాల్ని చూస్తే అంత చిత్రంగానూ, మెదడు, బుద్ధీ కూడా మారి వికసిస్తే ఎంత బాగుండును! శరీరంలో యవ్వనం తెచ్చిన మార్పుని మహాశక్తిలా, ఆరాధించి ఆ మార్పునే, స్త్రీ హృదయానికి కూడా ఆపాదించి, స్త్రీని దేవత కింద పూజించడం వల్ల, పురుషుడ్ని లోకువకట్టి ఆడించగలుగుతుంది కాబోలు ననుకున్నాడు. తెలివితేట్లని ఆయుధంగా సంపాదించుకుని మొగాడు ప్రపంచాన్ని లోబరచుకుంటున్నాడు. తెలివితేట్లు వుండక పోతాయా అని భ్రమించేటట్లుగానో... లేక అసలే తెలివి విషయం స్మరించకుండా చేసేలాంటి గీర్వాణ సౌందర్యాన్ని స్త్రీ తన ఆయుధంగా సృష్టిని కోరితెచ్చుకుని, మొగాడ్ని లోబరచుకుంది. లేకపోతే ఆ విశ్వాన్ని సైతం ముద్దులో అమర్చుకున్న పెదవులు, మూగ ప్రపంచాన్ని ఒక్క కేకతో మధురగానంలోకి పురిగొల్పే ఆ కంఠం - అందులో నుంచి రావల్సింది "సేవితం" అమృతం" ఇవా?

"ఊరుకోవే పిచ్చిపిల్లా"

"నావూసు ఆయన కెందుకు? తనవరే?" అని తల్లిని బుకాయించింది.

"ఆ రోజున కృష్ణమాచారితో నిన్ను చూడలేదా?" అన్నాడు నిధి.

కామాక్షి తెచ్చిపెట్టుకుని వికృతంగా నవ్వింది.

"కృష్ణమాచారిట చూడొసే" అంటూ, గడ్డంకింద చెయ్యి పెట్టుకుని, నీళ్ళల్లో కదిపిన ప్రతిబింబంలా మొహాన్ని ఒంకర్లు చేసుకుంటూ కామాక్షి నవ్వడం మొదలెట్టింది. కోమలి కనుబొమ్మల్లో కోపం పెదవుల మీదికి దిగజారి, నవ్వుకోసం బుగ్గలు ఆశ్చర్యంతో కదిపింది.

అర్థం కాకుండా అతడూ నవ్వడం మొదలెట్టాడు.

"ఆ కోడుగుడ్డు మొహం కృష్ణమాచారి" అని మళ్ళా కామాక్షి అతిగా నవ్వితే వికృతంగా మారుతుందన్న సంగతి కూడా మరిచిపోయి నిర్మొహమాటంగా నవ్వేసింది.

" మా పొలం ప్రక్కనే వాళ్ళ పొలమూను- వాడు అందరితోటి ఎకసెక్కాలాడతాడు" అంది కామాక్షి.

"పోనీ మరోడు..." అన్నాడు.

"ఎవరన్నారు మీతో!"

"అనుకుంటున్నారు..."

"మీ బ్రాహ్మలకంటే నయమేలెండి మేం, ఇంట్లో గుట్టంతా కప్పెట్టుగుని ఊళ్ళోవాళ్ళని

అచ్చేపించక్కర్లేదు. దాగుద్దేంటి." కోమలి మొదలెట్టింది. "అవేం మాట్లండి పెద్ద కుటుంబంలో వారు కదా మీరిట్లాంటివన్నీ నమ్మొచ్చా? మేమేం కులం తక్కువైనా చెడ్డవాళ్ళం కాదు. మొన్నమొన్న దాకా కోమలి తండ్రి నారాయణాచార్లుగారే అన్నీ చూసుకుంటుండేవారు. ఏదో ఓ ఎకరం భూమి రాసిపోయ్యాడు. హాయిగా బతికిపోయాం! మాకా పాడు బుద్ధుంటే ఈ పాటికి మేడలే కడుదుం. కోమలి సక్కదనం చూసి జమిందార్లు కుక్కలా మా ఇంటిచుట్టూ తిరుగరూ-మర్యాదగా బ్రతికినోళ్ళం. ఇంకెప్పుడూ ఇట్లాంటి మాట్లనకండి."

"మరే" అంది కోమలి.

"నువ్వింట్లోకి పోవే నీకెందుకు?" అంది తల్లి.

"కూచోని, ఏదో బ్రాహ్మల్ని గురించి అనబోతోందే..." అన్నాడు.

"అంటాను, ఇంకా అంటాను నాకేం భయమా?" కాలుజారి గుమ్మం పట్టువూడి ముందుకు పడింది.

"వెర్రి ఆవేసం- పిచ్చిపిల్లకి దీనికో మంచి మొగుడ్ని పడేస్తే నా కింక బెంగుండదు. మీరు చదువుకున్నవారు గందా, చేసుకోండంటే మీ నాన్న బుస్సుమన్నారు. అయ్యోరాత... ఏమండోయ్ నేనొకటడుగుతాను- ఎవళ్ళతోనూ అనకండేం... మీ అమ్మగారు ఎలా చచ్చిపోయారంటారూ?.... మామూలుగా చావలేదంటగా..."

దయానిధి ఆమెకేసి చూళ్ళేకపోయాడు. మొహం కిందికి వాల్చాడు. మంచం మీద దుప్పటిలాగి వేలుకి చుట్టుకున్నాడు. ఈ ఆలోచన అతనికి ఎప్పుడూ రాలేదు. ఇది నిజమైతే ఇంకేమన్నా వుందా? తండ్రి హంతకుడు. తను హంతకుడి కొడుకు. అధోలోకం తలుపుల్ని ఎవరో తెరిచినట్లయింది. అందులో అడవి మృగాలు ఆకలితో గర్జిస్తున్నాయి. ఒక్కసారి ప్రాచీన శక్తులన్నీ అందులోకి చొరబడి భేతాళ నృత్యం సాగిస్తున్నాయి. అతనింక మనిషి కాదు, కాలిపోయి మాడిపోయి నుసై గాలిలో కలిసి విశ్వమంతా వ్యాపించిన మహోద్రేకాల సారాంశం.

"మామూలుగా జబ్బుచేసే..." అన్నాడు తల పైకెత్తకుండా.

"ఏమో లెండి- అల్లాగనుకున్నారు. మీ నాయనగారేనంట... అయినా నాకెందుకు ఈ గొడవలన్నీ! గొప్పోళ్ళ ఇళ్ళల్లో బోల్డు గొడవలుంటాయి."

అతనికి భయమేసింది. హిందూసంఘంలో మర్యాదస్థుడైన భర్త అంతకంటే ఏం చెయ్యగలడు? నారయ్య బోటిగాడు ఎదరవాడిని పొడిచేస్తాడు. భార్యదే తప్పనుకుంటే భార్యనే పొడుస్తాడు. పెండ్లాం ఒదిలిపెట్టిపోతే, దేశానికి స్వతంత్రం వచ్చిన రోజున ప్రజల మాదిరిగా హాయిగా చెడుగుడు ఆడుకుంటాడు. మర్యాదస్థుడు భార్యని

ఒదిలెయ్యలేదు, అప్రతిష్ట సహించి ఊరుకోలేదు. అప్రయోజకుడంటారు. దారుణం చేసి అటో ఇటో తేల్చలేదు భయం. తన్ను తాను చంపుకోవాలి. చేతకాదు. ప్రాణంపై తీపి, హత్య! అన్నగారి మీదికి రాకుండా ఊరికి పంపించివేసి, ఊళ్ళోని డాక్టర్‌కి కబురంపి, తను ఇంట్లోలేని సమయాన అది కాస్తా చేసేసి, ఏమీ తెలియని వాడిలా రోడ్డుమీద వంతెన దగ్గర నిలబడిపోయినప్పుడు ఎవ్వరూ దగ్గరలేకుండా ఎంత చక్కటి పన్నాగం! శవాన్ని బయటికి తీసి పరీక్ష చేస్తే దీని నిజం బయటపడుతుంది. ఇప్పుడెట్లా శరీరాన్ని తగలపెట్టేశారు ఆఖరికి ఎముకల్ని కూడా నదిలో పారేశారు. తగలేసే ఆచారం ఇందుకే పెట్టారు కాబోలు, దూరదృష్టి గల మన పూర్వీకులు.

లేకపోతే అన్నగారే చేశాడేమో ఈ పని. మందు సీసాలో విషం కలిపి ఆఖరు డోసు సాయంత్రం ఏడింటికి పుచ్చుకుంటుందిగా మరితను నాలుగింటికే వెళ్ళిపోయాడు. హంతకుడు హత్య జరిగినచోట లేడు. ఎవ్వరూ అనుమానపడరు. పోలీసులు తండ్రీ కొడుకులను అరెస్టు చేస్తే ఏమౌతుంది? ఎవరి మట్టుకు వారు నేనక్కడ లేందే అని తప్పించుకుంటారు. ఇంతకీ చంపటానికి తగినంత కారణం ఎవరికుంది? తండ్రి "నువ్వెక్కడున్నావు?" "కోమలి కోసం వెళ్ళాను" కోమలిని సాక్ష్యం కోసం కోర్టుకీడుస్తారు. "అబ్బే మా ఇంటికసలు రాందే– నాతో ఆడికేం పని" అని కళ్ళు పెద్దవిచేసి, కనుబొమలు ఎగరేస్తూ, మూతి సున్నాలా చుట్టుకుని అంటుంది కాబోలు. "ఏమయ్యా, రాలేదంటుంది ఈ పిల్ల. చదువుకున్న వాడివి అబద్ధాలాడతావా?" తలకాయలో మెదడు గుండెల్లోకి లాగినట్లయింది. అనుకున్నంత అసంభవమా అలా జరగడం? తనే ఎన్నిసార్లు ఆ పని చెయ్యాలనుకోలేదు?

కాని అల్లాంటివి జరగవు. అనుకోడానికీ, ఆచరించడానికీ మధ్య చాలా దూరముంది. ఒక పర్వత శిఖరం మీదనుంచి మరోదేశంలో వున్న పర్వత శిఖరం మీదికి దూకడం లాంటిది. ప్రతిదేశానికి పుష్కరంలా పన్నెండు సంవత్సరాలకి ఒకసారి "ఇవాళ, అందరూ అనుకున్న వాటిని యథేచ్ఛగా ఆచరణలో పెట్టొచ్చు" అని ప్రభుత్వం టాంటాం వేస్తే, ఏం జరుగుతుంది? రోడ్డుమీద నడిచేవాళ్ళు, మొట్టమొదట కనిపించిన పోలీసుని కసిగా ఖూనీ చేస్తారు. క్రింద ఉద్యోగులందరూ, పైవాడి నోట్లో గుడ్డలు కుక్కుతారు. పెళ్ళాం భర్త నెత్తిమీద పులుసు రాచ్చిప్ప ఒదిలేసి, కొరకంచుతో కాలుస్తుంది. రోగి డాక్టర్ని మంచానికి కట్టేసి నోట్లో రూళ్ళకర్ర దోపి టెంపరేచర్ చూస్తాడు. కోడలు అత్తగారిని మురుక్కాలవలోకి తోసి ఈదమంటుంది. స్కూలు పిల్లలు మేష్టారుచేత గోడకుర్చీ వేయించి "ఏది ఇప్పుడు చెప్పు అలాస్కాలో ఏం పండుతుంది?" అనడిగి సమాధానం చెప్పింతర్వాత, గుండుసున్నా

"నీ మార్కు" అంటూ చుట్టూ గుండ్రంగా తిరుగుతారు. అంచేత ఇలాంటివి అసంభవం అనుకున్నాడు నిధి. తనేం చేస్తాడో ఆ రోజుని? నవ్వొస్తుంది తల్చుకుంటే సిగ్గేస్తుంది ఛీ ఛీ.

"గిట్టనివాళ్ళు అనుకుంటారు" అన్నాడు.

"ఏమోస్మాండి-మళ్ళా ఎవళ్ళతోనేనా అనేరు గనుక."

"మాలో ఇట్లాంటివి జరగవ్" అన్నాడతను.

"అవునవును, బ్రాహ్మానోళ్ళ ఇళ్ళల్లో పిసుక్కుసావడాలే" అంది కోమలి- తరాలుగా బ్రాహ్మణులు ఇతర కులాలపై చేసిన దౌర్జన్యాలకి, ఒక్కసారి తిరుగుబాటు చేసినట్లు మళ్ళా బ్రాహ్మణుడికి పుట్టిందిట.

"ఊరుకో నీకెందుకు..." అంది కామాక్షి కాసేపు నిశ్శబ్దం. కోమలి గుమ్మం మీద కూర్చుంది. తనచుట్టూ తిరుగుతున్న పురుగుని తప్పించుకోడానికి అటూ ఇటూ కదుల్తోంది. చెవుల్లో వేళ్ళు దోపుగుని, కళ్ళు గట్టిగా మూసుకుంది. "పో, పో- వెళ్ళి ఆర్ని కుట్టు" అని ఆ పురుగుని తోసేసింది!

"కుడద్ది, కుడద్ది" అని అతని మీదకి వెళ్ళిన పురుగుని చేత్తో తరమడం మొదలెట్టింది. ఏమిటి? ఏం చెయ్యాలి? ఏం చెయ్యాలి? వెడదామని లేవబోతాడు, వెళ్ళలేడు. ఎందుకొచ్చినట్లు? కోమల్ని చూడాలని. కోమలికి చదువు చెప్పించాలి, డాన్స్‌ట్రూప్‌తో ఇండియా అంతా తిరిగి తరువాత ఇంగ్లండు వెళ్ళాలి! ఇంగ్లండా, ఫ్రాన్సా? తన హాస్పిటల్‌లో నర్సుగా వుంటుంది. తెల్లటి యూనిఫారమ్‌లో కోమలి ఎంత బాగుంటుంది!

"నర్సమ్మగారు, సుశీల పెండ్లి నిశ్చయించుకోడానికే వచ్చారుటగా" అంది కామాక్షి సంభాషణ సాగనిద్దామని.

"సుశీల నన్ను చేసుకోదు" అన్నాడు.

"అబ్బే లేదే, సుశీల చేసుకోదు, ఈనే సుశీల్ని చేసుగుంటాడు" అని కోమలి నవ్వింది.

"నీ మొహం" అంది వాళ్ళమ్మ.

"మరెవర్ని చేసుగుంటుందండి?"

"అవన్నీ నాకేం తెలుస్తాయ్?"

"పోనీ మీరెవర్ని చేసుకుంటారు?"

దానికి సమాధానం చెప్పలేడు కోమల్ని చేసుకుంటాను అని అనేటందుకు ధైర్యం లేదు. అంటే చేసుకుతీరాలి. దాని కతను సిద్ధంగా వున్నాడా?

వివాహం కోసం, స్త్రీ భర్తని అంగీకరిస్తుంది. మొగాడు స్త్రీ కోసం వివాహాన్ని అంగీకరిస్తాడు.

అతనికి కావాల్సింది పెండ్లి కాదు పెండ్లంటే ఏమిటో అతనికి అర్థం కాదు. కోమలి పెండ్లాం ఏమిటి? ఎవరైనా నవ్వుతారు. కోమలి పిల్లల్ని కంటుందా? అన్నం వండుతుందా? కోమలి అసలు స్త్రీ కాదు. ఏదో పొరబాట్న, ఈ ప్రపంచంలో తమాషా చూసిపోదామని వొచ్చిన ఒక స్వప్న సౌందర్యం. అసలు కోమలిని ఏ మొగాడూ తాకలేడు. చేతులాడవ్. మాటరాదు. కళ్ళు కనపడవు. కోమలిని ఎవరూ పెండ్లి చేసుకోకూడదు. ఏ మొగాడికీ చెందకూడదు. చంద్రుడు, నక్షత్రాలు, సముద్రం, తాజ్‌మహల్, పార్కులు– వీటిని అందరూ ఊరికే చూసి ఆనందిస్తారు ఏ ఒక్కరూ ఇవి నావి అనరు. అట్లాగే కోమలి. ఆమె పెండ్లాం కాకూడదు. ఆమె ఒక సామ్యవాదపు సౌందర్య సంస్థ.

"మిమ్మల్నే" అంది కామాక్షి

"ఏమిటి?"

"మీరు ఎవరిని పెండ్లి చేసుకుంటారు?"

"నేను పెండ్లి చేసుకోను."

"ఈ మాటలకేంలెండి బోలెడు కట్నంతో ఏ పిల్లొస్తే ఆ పిల్లని పెండ్లాడుతారు. అంతేనా?"

వీటికి ఏం సమాధానం చెప్పాలో అతనికి తెలియదు. అతని మనస్సులో ఈ విషయమై స్పష్టమైన అభిప్రాయాలు లేవు. సాంఘిక దృష్టితో యవ్వనం చూళ్ళేదు. అతని మనసులో వున్నవాటిని ఇతరులతో ఎలా చెప్పాలో తెలీదు. ఎవ్వరికీ అర్థం కాదు. పాశ్చాత్య విజ్ఞానానికి అలవాటుపడి భావదాస్యం అలవరచుకున్న భారతీయ యువకుడికి, మట్టిలో పాతుకు పోయిన సంఘానికి మధ్యపెద్ద గోడవుంది. ఇతను అవతలనుంచి ఎంత అరిచినా, ఇవతల వాళ్ళకు అరుపులు వినబడటమేగాని మాటలు అర్థం కావు.

"నాకు కట్నం అక్కర్లేదు."

"అబ్బో, ఈ మాటలకేం లెండి. పెద్ద కట్నంతో కలెక్టర్ గారమ్మాయి చదువుకున్నది..."

అతను కోమలికేసి చూశాడు.

"మా అమ్మాయిని చేసుకోనక్కర్లేదులెండి, అల్లా చూస్తున్నారు."

"మీ అమ్మాయికి పెళ్ళి చెయ్యవా?"

"ఏమో దానికెవడు రానున్నాడో– మీరెందుకు చేసుకుంటారు గొప్పోరు."

"నేనసలు పెళ్ళి చేసుకోను" అంది కోమలి, ఎవరూ తన విషయం అడగకుండానే.

"అవును నీకు పెళ్ళెందుకు?"

"అట్లాంటి మాటలనకండో! ఎవరమనుకున్నారు మేం? మీ వోళ్ళల్లోనే ఇట్లాంటివన్నీ,

కట్నాలకోసం పెళ్ళిళ్ళు చేసుకుని పై పై సర్దాలన్నింటికి, సందులమ్మట తిరిగి మా కొంపలు తీయటమేగా..."

కామాక్షి వాక్యం పూర్తి కాకుండానే, దయానిధి మధ్యలో అందుకున్నాడు. "ఇప్పుడు ఇవన్నీ ఎందుకు?"

"లేకపోతే ఏం మాటలండవి? మరెందుకూ, మా అమ్మాయి కేసి చూడ్డం. అసలు మా ఇంటికి రావడం ఎందుకు? ఖలేజా వుంటే పెళ్ళి చేసుకోండి. పాపం, సిన్నపిల్లనిచేసి..."

"నే సిన్న పిల్లని కాను- పెద్దమనిషినయ్యాను."

"నువ్వూరుకో- లోపలికిపో, నువ్వెందుకిక్కడ?"

పెళ్ళి చేసుకుంటాననటానికి అతనికి ధైర్యం లేదు. అనుకోవడం ఒకటి, నిజంగా చేసుకోవడం ఒకటి. ఈ కొండమీద నుంచి ఆ కొండమీదకి దూకడం. ఏం చెయ్యడం? ఎవరూ సలహా చెప్పరు. ఎవ్వరికీ అర్థం కాలేదు. తను చేసేది మంచో, చెడో తనకే తెలీదు అసలెవ్వరికీ తెలీదు. ఈ దౌర్భాగ్యపు భారతదేశంలో, ఎవరిమట్టుకు వారు ప్రత్యేకమైన దోవ తొక్కి అనుభవం వల్ల చివరికి మంచో, చెడో ఎవరికి వారు నిర్ణయించుకోవాల్సిందే. ఈ సంఘం ఒక పెద్ద కర్మాగారం. అంతా పనివాండ్రు. అంతా తలోపని చేస్తారు. ఒకరిది మరొకరికి అర్థం కాదు. నెలనెలకీ పనివాండ్రు, పనిముట్లు మారిపోతున్నాయి. కాని వేతనాలు, చెయ్యాల్సిన విధానం, నియమాలు మారడం లేదు. ఇదొక పిచ్చాసుపత్రి. సంఘం కట్టుబాట్లు దానికి సూపరింటెండెంట్.

కోమలి ఆ కులంలో ఎందుకు పుట్టాలి? తల్చుకుంటే భయమేస్తుంది.

కామాక్షేనా ఊరికే అంది. కాని నిజంగా కూతుర్నిచ్చి పెళ్ళిచేస్తుందా? అదంతా అతన్ని పరీక్ష చేయడం ఎంత అసంభవమో, హాస్యాస్పదమో కామాక్షికి మాత్రం తెలీదూ? అంత అనుభవం గల మనిషి!

"నేను సరేనన్నా, నిజంగా నువ్వు ఒప్పుకుంటావా? ఏమిటి?" అన్నాడు.

"అనండి – ఆ పైన అడగండి... అంతకంటే ఏముందండి... మీకు భూములు, చదువు, చక్కదనం–అన్నీ వున్నాయి. ఈ వెర్రిమాలోకానికి మీలాంటి మొగుడు దొరుకుతాడా?"

"ఛీ... ఈన మొగుడేంటి"

"చూశావా; ఇప్పుడే ఇట్లాగంటోంది. ఇప్పటికే కృష్ణమాచారి, రామనాథం, వగైరా ముగ్గురు యోధుల పేర్లు విన్నాం" ఏదో అనబోయాడు.

"ఏ వెధవండీ మీతో అంటా – దగ్గరికి తీసుకురండి, పళ్ళూడగొడతాను."

"సీతాకాలపు సందేళా ఇంట్లోకి రానిచ్చినందుకా... ఒసే నువ్వింట్లోకెళ్ళు - ఈన కథ నే కనుక్కుంటా..." అంటూ కోమలి వాళ్ళ అమ్మని గదిలోంచి గెంటేసింది.

కామాక్షి "ఏమోనమ్మా, మీరు మీరు ఏమన్నాకండి" అని సణుక్కుంటూ వెళ్ళిపోయింది.

కోమలి కళ్ళల్లో ఒక్కసారి జీవం మెరిసింది. కనురెప్పల్ని కిందికివాల్చి, మూతి బిగించి, గడ్డాన్ని వయ్యారంగా కదుపుతూ "ఏంటి మీరంటున్నది?" అని అతని మీదికి రాబోయింది.

"అవును విన్నాను" అతనికి భయమేసింది; బ్రాహ్మణుల దౌర్జన్యం పై దారుణమైన విప్లవం కోమలి నేత్రాలలో చూశాడు.

"మీరే, విన్నారా?" అర్థం లేకుండా గర్జించింది.

"అవును, మీ కులంలో అంతకంటే..."

"ఏమిటి, మళ్ళా కుయ్యండి ఆ కూత...."

"అనుకుంటుంటే నేను విన్నాను. నాకవి లెక్కలేదు, నీకెందుకంత కోపం?"

అతని దగ్గరకెళ్ళి తలవంచి అతని రెండు కళ్ళల్లోకి చూసింది. నీళ్ళకి బదులు రక్తం పోసి పెంచిన రోజాపుష్పంలా కనిపించింది ఆ మొహం.

"నేనూ విన్నా మీ అమ్మగారిని గురించి, సరేనా?" అంది, సగం ధ్వనిని కంఠంలో బిగించి, అప్రయత్నంగా అతని కుడిచెయ్యి కోమలి మొహాన్ని మధ్యగా బలంగా కొట్టింది. ఊపిరి లోపలికి పీల్చి కోమలి మంచం మీద భూకంపంలో వేళ్ళు వూడిన చెట్టులా వాలిపోయి, తలగడా పైన వేసుకుని దుప్పటిలో మొహం దాచేసుకుంది.

గదిలో రోదిస్తూ తిరుగుతున్న రెండు పురుగులూ గోడనివున్న దీపాన్ని చుట్టుకున్నాయి. ఎక్కిళ్ళతో బాధపడుతున్న దానికి మల్లే - అందులో మంట పైకీ కిందికీ ఆడుతోంది. ఆ ఆటకి వికృతమైన నీడలు గోడమీద పడుతున్నాయి.

దయానిధి తన చేతికేసి చూసుకున్నాడు. ఆ చెయ్యే తనతో నిమిత్తం లేకుండా ఆ పని చేయించింది అంతే? మనిషికి శరీరంపై అధికారం లేదు? ఉద్రేకాలని అతను కట్టేసుకోలేడు? వేదాంతంలో సత్యం సత్యం అని మొరెట్టుకుంటారు? సత్యం ఎంత ప్రమాదకరమైంది! నిజం చెబితే ఎవరు సహించగలరు? నిజం కాకపోతే అతనికి అంత కోపం ఎందుకొచ్చింది? కోమలి కెందుకంత కోపం? నిజంగా తను మోపిన నేరాలన్నీ నిజాలై వుండాలి. లేకపోతే అంతకోపం రాదు. అతన్ని నొప్పించాలంటే ఎన్నో సంగతు లుండగా, ఆ ముక్కలే ఏరడం ఎందుకు? మొగాడిని ఏ విధంగా బాధ పెట్టాలో స్త్రీలకే తెలుస్తుంది. సత్యం నవ్వొస్తుంది. వికృతమైన అసహ్యమైన సత్యం ఎవరిక్కావాలి? అందమైన అసత్యాలే కావాలి! సంఘంలో నెగ్గాలంటే ఎంతో ప్రేమ వెలిబుచ్చుదామని వచ్చాడు,

70 చివరకు మిగిలేది

చేసినపని ఇది. అనుకోడానికీ, ఆచరణకీ మధ్యవుండే లోయని పూడ్చటం ఎట్టాగో ఎవరికీ తెలీదు. కోమలి జడని స్పృశించడానికి తాను పెంచుకున్న చెయ్యి చేసిన పని ఇదా!

లేచాడు. కోటులో ప్యాకేజ్ బయటికి తీశాడు. బల్లమీద పెట్టాడు. ముందుకి కదల బోయాడు. కోమలి చివాలున లేచి అతని చెయ్యి గట్టిగా పట్టుకుంది. అతనికేమీ అర్థం కాలేదు. ఎక్కడ పుట్టిందో సర్వేశాఖ వారు నిర్ణయించకపోయినా పిల్లనదిలా కన్నీళ్ళు అందంగా బుగ్గమీద జారి, పాయలుగా చీలి అధరాన్ని తడిపి గడ్డంకింద మాయమవుతున్నాయి. మంచం బద్దీ మీద జారిపోయిన కొంగుని కళ్ళకద్దుకుంది. ఒక్క కన్నీటి బిందువు వంటి నక్షత్రంలా కంటికొనను అంటిపెట్టుకుని వుంది.

"మీ రెడతాని కీల్లేదు."

"ఎందుకు నేనిక్కడ? నీకు నాతో ఏం నిమిత్తం?"

"అసలెందు కొచ్చారు?"

"చూసి పోదామని బుద్ధిలేక"

"సూసిపోవడమంటే, చెంప పగలెయ్యటమా?"

"అలా ఎప్పుడూ అనకు."

"నన్ననకండి."

"నీ జోలి నాకక్కరలేదు."

"అక్కర్లేకపోతే నన్ను సూత్తం ఎందుకు. మీరు కాబట్టి సరిపోయింది? మరొకరైతే రక్కుదును..."

"ఇప్పుడు రక్కు, అంత కసిగా వుంటే."

"అమ్మో! రక్కటమే. గోళ్ళు లేవుగా..."

"చెయ్యొదులు, నే వెళ్ళాలి..."

"సల్లో ఎక్కడి కెళతారు? చూడండి, ఎదవ దీపం, సలికి కిరసనాయిలు లేక ఊ, సత్తోంది తన్నుకు" అని లేచి చీరంతా సర్దుకుంది- కిరసనాయిలు పోసింది దీపంలో.

"సీరకట్టు నాకు చేతకాదు - చూడండి మా అమ్మదీ చీర, తెరసాప లాగుందికాదు?" అని తనే నవ్వుకుంది, ఆ తుపానుకి హడలిపోయి, రాయి వెనుక దాక్కుని అవగానే బయటకొచ్చిన గడ్డిపువ్వులా, కోమలి మొహం కలకల్లాడుతోంది. కన్నీరు పాపాన్ని కొట్టేసి, పవిత్రం చేసింది ఏడ్చేటందుకు కూడా ఓపికలేని కోమలి మొహం.

"చెయ్యి వాసన చూడండి. పాడు కిరసనాయిలు కంపు....ఛీ..ం" అని డోక్కున్నట్టుగా మొహాన్ని వికారంగా చేసుకుంది. ఎంత వికారం చేసుకున్నా, కోమలి మొహం వికృతంగా

వుండదు. ఎండిపోతున్న కన్నీటి బిందువుని వేలుతో తొలగించాడు. నాలుకమీద పెట్టుకుని చూశాడు ఉప్పగా వుంది.

"అదేంటి, ఊరుకోండి, మా అమ్మ తన్నద్ది."

బల్లమీద ప్యాకేజ్ విప్పింది అందులో టాల్కమ్ పౌడరు, స్నోబుడ్డి, సెంటుబుడ్డి, రిబ్బన్, ఏట్సు రీడర్ వున్నాయి.

"ఇవన్నీ ఏంటి? అంటూ ఒక్కొక్కదాన్నే తీసి చూడడం మొదలెట్టింది. కాస్త పౌడరు చేతిలో పోసుకుంది.

"పా అడ్రి" అని నవ్వింది గాలికి అదంతా ఎగిరిపోయింది.

"గట్టిగా తగిలిందా?" అని అడిగాడు, ఇందాకటి దెబ్బని గురించి ఆలోచిస్తూ.

"ఏంటి, దెబ్బా? అప్పుడే పోయింది. ఏడిస్తినిగా అమ్మ చెప్పిన మాట ఇనకపోతే చితకబొడిచేది. మా అమ్మ ఎంత తన్నినా ఏడుపు రాదు.."

"ఎందుకు ఏడ్చావు?"

"ఏమో, నాకు తెలియదు...నన్నల్లా ఎప్పుడూ?"

"అసలు ఇంకెప్పుడూ ఇక్కడికి రానుగా" అన్నాడు.

"ఎందుకు రారు- రాకుండా వుండలేరుగా.."

"నీ కెట్లా తెలుసు?"

"ఏమో, ఇవన్నీ ఎందుకు?"

"నీ కోసం, అవన్నీ వాడుకుని, మంచిచీర కట్టుకుని రేపు మాతో పిక్‌నిక్‌కి రావాలి."

"పికినిక్కేంటి?"

"నేను, సుశీలా, అమృతం అందరం కలిసి పడవమీద లాకులు కాడికి షికారెడుతున్నాం. అక్కడే కాఫీలు, ఉప్మా చేసుకుని హాయిగా తిరుగుతాం. నువ్వు రావాలి."

"నేనెందుకు? సుశీల, అముత్రం వున్నారుగా.."

"అముత్రం కాదు ఏది అను; అమ్మ 'మా' కింద 'అరు' కారం అమృ-'అమ్'-'రు' -'తం' అను."

"నోరు తిరగదు. అమ్‌తరం, అమ్‌రుత్రం.... ఛీ...ఛీ... ఈ మాటు అంటాలెండి అమ్‌రుత్రం..." అల్లా అనుకుంటూ కూర్చుంది.

"నిన్నే! రేపు రావూ?"

"ఆళ్ళల్లోకి రాను, భయం, అమ్మ సంపుద్ది."

"మీ అమ్మతో నే చెప్తాగా." భుజం మీద చెయ్యి వెయ్యబోయాడు. ధైర్యం చాలలేదు.

"పట్టుచీర మా అమ్మది. ఊ-సలిపుట్తోంది. నేనో చీర కొనుక్కుంటాను, పది రూపాయలివ్వరూ- నా కొద్దు మా అమ్మ అడగమంది." చీరకొంగు రెండు చేతుల్లోనూ తీసుకుని వేళ్ళతో నలుపుతా బొటనవేలిమీద రాస్తోంది కోమలి.

"మా అమ్మ కస్తమానూ డబ్బు ఏవే" అంది.

"నీకు లేదూ?"

"ఛీ, నాకెందుకు ఎదవ డబ్బు?"

"మరి నీకు వాళ్ళతోనూ, వీళ్ళతోనూ, స్నేహా లెందుకు?"

"నేనేం సేవతాలు చేశానా?"

"స్', 'సే', 'హ', తం - స్నే - అను"

"అబ్బ, ఉంకోపాలంటా లెద్దురు. ఆళ్ళే మా ఇంటి చుట్టూ తిరుగుతారు. కృష్ణమాచారి మంచోడు, భలే కబుర్లు చెప్తాడు. రామనాథం మా అమ్మసుట్టం. నన్ను బుజాల మీద ఎక్కించుకుని దొడ్డంతా తిరుగుతాడు."

"వాళ్ళందరితోనూ అల్లా తిరగొచ్చా?"

"ఆళ్ళకి నేనంటే సర్దా"

"వాళ్ళు రూపాయ లిత్తుంటారా?"

"ఓ, కృష్ణమాచారి బియ్యం పంపుతాడు."

"చీరలు కూడా వాళ్ళనే అడగరాదు?"

"ఆళ్ళని అడిగింది మా అమ్మ"

"ఇదంతా డబ్బుకోసం అన్నమాట!"

"ఛ, ఛ నా కెందుకు డబ్బు? మా అమ్మకి."

దయానిధికి ఏమీ అర్థం కాలేదు. డబ్బు గడించడం కామాక్షి ఉద్దేశ్యమైతే, కోమలి ద్వారా వేలు గడిస్తుంది. తిరుపతి కొండమీద గుళ్ళో డబ్బీ అంతా భక్తితో తలో అణా వేస్తారు. ఏడాదిలో నిండు గుంటుంది. కోమలి అందరి హస్తాలలోను పడి నలిగిపోయినట్లు ఊహించి బాధ పడ్డాడు. మానవుడు భరించలేని ఈ సౌందర్యాన్ని ముట్టుకోడానికే తనకి చేతులు రాని ఈ మనిషిని - ఆ శుంఠలకు, ఆ మృగాలకి ఒప్పగించటం ఎంతటి అపచారం! తను పెళ్ళి చేసుకోమంటుందిగా కూతుర్ని!

"నువ్వు పెళ్ళి చేసుకోవు?"

"ఛీ పెళ్ళేంటి?"

"పెళ్ళి - అందరికీ పెళ్ళి, ఆడది పుట్టగానే పెళ్ళి, పెళ్ళికాని మొగాడికి సంఘంలో

చోటు లేదు. మొగాడ్ని ఒంటిగా వుండనివ్వరు" స్త్రీలు వేటాడతారు; బ్రహ్మచర్యం కాగానే, సంసార జీవితాన్ని వేదాంతులు శాసించారు. పెళ్ళికాని మొగాళ్ళు అక్కడక్కడ వుండొచ్చు; కాని ఆడాళ్ళు వుండకూడదు. అలా వుండాలనుకున్న వాళ్ళు – నామకహో ఒకర్ని చేసుకుని, కావాలంటే తరువాత వాణ్ణి వదిలేసో, చంపేసో ఒంటిగా ఉండాల్సిందే పెళ్ళంటే ఏమిటో కోమలికి అర్థంకాదు. అసలు ఏ వ్యక్తికీ పెళ్ళంటే ఏమిటో తెలియదు. అంతా సంఘం నేర్పింది. ఆ సంకెళ్ళు తగిలించి మళ్ళా వాటిని ఒదిలించుకోమని, వేదాంతం అడుగుతుంది– పెళ్ళి ఒక పద్మవ్యూహం – ఒక జైలు, బయటవాళ్ళు లోపలికెళ్ళాలనీ, లోపలివాళ్ళు బయటికి రావాలనీ ఉబలాటపడటం, ఎందుకు ఈ పెళ్ళి?

గాంధీగార్ని ఎవరో ఈ ప్రశ్న అడిగారు. పిల్లల ఉద్దేశం లేకపోతే అసలు పెళ్ళికి అవసరం లేదన్నాడాయన.

పెళ్ళికాకపోతే పిల్లలు పుట్టరని కాదు, పుట్టకూడదని తాత్పర్యం. ఏ మొగాడైనా "ఈ పెళ్ళికోసం కాదు, పిల్లలకోసం తప్పదు గాబోలు. కానీ ఏం చేస్తాం" అనుకుని వివాహం చేసుకుంటాడా! గాంధీగారికి ఉత్తరం రాసి కనుక్కోవాలి–తీరా చేసుకున్న తరువాత సంతానం కలగకపోతే! అతనికేమీ అర్థం కాలేదు. కోమలికి పెళ్ళంటే ఏం తెలుసు? అమాయకపు సౌందర్యాన్ని వివాహం అనే సంకెళ్ళతో బంధించడం ఏం న్యాయం?

"డబ్బు తీసుకుని రాత్రికి రానా?"

"రేపు రండి."

"పగలు నాకు వీలుండదు. ఇవాళే వొస్తాను."

"బాబో! రూపాయలూ వద్దు ఏమీ వద్దు. అసలు రాకండి."

"అయితే నేనంటే నీకిష్టం లేదన్నమాట."

"ఏమో, నాకేం తెలుసు?" కాసేపు నిశ్శబ్దం.

"నేను పిక్‌నిక్‌కి రమ్మంటే రావు! రాత్రొస్తానంటే వద్దంటావు, నాకు నీతో ఏం నిమిత్తం? నే వెళ్ళిపోతా. ఇంకెప్పుడూ రాను."

"కోపం వచ్చిందా?"

"ఆ"

"ఎంత పొడుగు? నా జడంత పొడుగా..."

"నీకు నాతో వేళాకోళం ఏమిటి? మీ రామనాథంతో సరసాలాడు."

"అట్లాగంటే రక్కుతాను... ఎళ్ళండి ఎప్పుడూ రాకండి." ఇంతలో కామాక్షి లోపల్నించి, "ఏమే తిండి తిప్పలూ అక్కర్లేదా ఏమిటి? పొద్దోతోంది... నాకు నిద్దరొస్తోంది" అని కేకేసింది.

"ఒస్తున్నా... అమ్మ పిలుస్తోంది...ఎల్లుండి రాత్రి నూతికాడ దీపం పెడతాను దీపం లేకపోతే లోనికి రాకండి..." అప్పుడే వెళ్ళిపోయింది. ఏదో అడుగుదామనుకున్నాడు. సమయానికి అనుకున్నవి జ్ఞాపకం రావు. సంభాషణ నడపటం అవతల వాళ్ళమీద ఆధారపడుతుంది.

దొడ్లోకెళ్ళి తలుపు తియ్యబొయ్యాడు.

"వెడుతున్నారా?" అంది కామాక్షి.

అతనేమీ మాట్లాడలేదు.

"ఇట్లా సర్దా ఏం తీరుతుంది? చేసుకుంటే పెళ్ళిచేసుకోవాలిగాని" అంది.

"నాకా ఉద్దేశం ఎప్పుడూ లేదు."

"ఇదంతా ఎందుకు మరి? ఇట్లాంటివన్నీ మీ ఇళ్ళల్లో సాగుతాయేమోగాని, మాకు వీలుపడదు. పదిమందీ నా నోట్లో గడ్డెడతారు. ఎంత తీసిపోయినవాళ్ళమేనా, మాకూ మంచీ మర్యాదా వున్నాయి."

అతను మాట్లాడకుండా వెళ్ళిపోయ్యాడు.

బయట చలిగా వుంది. మంచు, చలి, యమపాశంలా ఊరిని బంధించాయి. ఇళ్ళు, గుడిసెలు, వెచ్చగా వుండటం కోసం దగ్గరగా జరిగినట్లున్నాయి.

గదిలో కోమలిముందు మాట్లాడుతున్నంతసేపూ చలిమంట కాచుగున్నట్లుగా వుంది – వేడితో వాతావరణం బరువెక్కింది. కన్నీరుతో తడిసిన తలగడ దిండు మీద చెయ్యి పెడితే, నిప్పులో వేలెట్టినట్లుగా వుంది. అంతా వేడి –వేడి, వెలుగుమాత్రం లేదు.

ఇంటికి చేరుకున్నాడు. అరుగుమీద జగన్నాథం, ముసుగుతన్ని పడుకోవాలని యత్నిస్తున్నాడు. సుశీల గదిలో దీపం, తలుపు సందులోంచి చూశాడు. పక్కగదిలో నాగమణి, అమృతం గవ్వలాడుకుంటున్నారు. భోజనం దగ్గర నరసమ్మగారు.

"మేం వొచ్చి చాలారోజులైంది. వెళ్ళాలి. ఆయన రమ్మని ఉత్తరంకూడా రాశారు" అంది.

"పోనీ మామయ్యనే రమ్మని రాయకూడదా?"

"ఆయనకి తీరికెక్కడా? ఎంత తాసిల్దారీ చేస్తున్నా సంబంధాల కోసం తిరగడం తప్పదుకదా?" అన్నది నరసమ్మగారు.

"సంబంధాల కోసం ఆయనెందుకు తిరగాలి? చదువుకున్నది కాబట్టి తనే నచ్చిన వాడిని చేసుకుంటుంది. అసలు చాలామంది, సంబంధాలు చూడలేకనే, పిల్లలకి చదువులు చెప్పిస్తున్నారు. పైగా కోరి చేసుకున్న తర్వాత, ఏ ఒడిదుడుకులొచ్చినా, తల్లిదండ్రులని తిట్టరు" అన్నాడు నిధి.

"సరేలే, సుశీలమాట ఏం చెప్పావ్! దాని మంచి దానికే తెలియదు. అలాగని వాళ్ళని వదిలేస్తామా? పెళ్ళిళ్ళ విషయంలో ఆదుర్దా పడడము పెద్దవాళ్ళ విధి."

"అవును మరి..." అంటూ లేచి చేయి కడుక్కుని సావిట్లో కొచ్చాడు. గవ్వలాట ముగించి నాగమణి వీధి గుమ్మంలో కొచ్చింది. గది గుమ్మంమీద అమృతం నుంచుంది.

"ఇంత పొద్దోయిందాకా ఎక్కడికెళ్ళావు బావా?" అతనేమీ మాట్లాడలేదు.

నాగమణి రోడ్డుమీదికి వెడుతూ, "ఇంకెక్కడికి? కోమలింటికి" అంది.

ఆడాళ్ళకీ విషయాల్లో అంత చొరవ ఎలా వొస్తుందో అతనికి అర్థం కాదు. పరాయి స్త్రీ మీద వాళ్ళకంతటి అధికారం వుండి, తనెక్కడి కెడితే తనకెందుకు? తన పెళ్ళాం కాదుగా! మొగుడు టైఫాయిడ్ జ్వరంతో మూలుగుతుంటే – "క్రితం సంవత్సరాది రాత్రి ఎందుకాలస్యంగా వొచ్చారో నాకు తెలుసులేండి" అంటుంది పెళ్ళాం. అంతే స్త్రీ వాళ్ళకి కావాల్సింది ప్రేమ కాదు; పదిమంది ఇతర స్త్రీలలో తాము వాంఛింపబడటం.

"గవ్వలాటొచ్చునా బావా?"

"రాదు, నేర్పుతావా?"

"ఓ"

గదిలో కెళ్ళాడు. మంచం పక్కన కుర్చీ లాక్కుని కూర్చున్నాడు. అమృతం మంచం మీద కూర్చుంది.

"అంతే బావా... కాపులుకి మంచిలా మాట్లాడడం తెలియదు. మా ఊళ్ళో కమ్మారమ్మా యుంది..." ఆ గొడవ చెప్పటం మొదలెట్టింది. అమృతం కమ్మారమ్మాయి మీద కోపం ప్రకటించినప్పుడు నుదుటిమీద అందంలా గీతలు పడ్డాయి. అమృతం ఏం చెప్పేది అతని కర్థం కాదు – చిత్రకారుడు రచించిన బొమ్మతో ప్రసంగం.

"ఏమిటి బావా, తెల్లపోయి చూస్తావు?"

"......."

"అయితే ఎవరు బావా కోమలి?"

"అమృతం నేను అవస్థలో వున్నాను? సాయం చేస్తావా?"

"ఏమిటి బావా చెప్పవు? నే నెవరితోనూ చెప్పను. చాతనైతే తప్పకుండా చేస్తాను."

"నేను మంచివాణ్ణేనా?"

"అదేమిటి బావా... చిత్రంగా అడుగుతున్నావు? నువ్వు చాలా మంచివాడివి."

"మంచివాడు అంటే అర్థం ఏమిటి అమృతం!"

"నీకు వుంకోళ్ళ జోలి అక్కర్లేదు. గడుసుతనం తెలీదు– అమాయకుడవు" అంటూ

అప్రయత్నంగా పడుకుని తలని చెయ్యిమీద 50 డిగ్రీల కోణంలో ఆనించింది. అమాయకత్వం అజ్ఞానానికి నిదర్శనం. అట్లాంటి అమాయకత్వం, మంచితనం ఎలాగవు తుంది అతని కర్థం కాలేదు. అమృతం అందరిలా లోకజ్ఞానం, అనుభవం వున్నదానల్లే మాట్లాడడం అతనికాశ్చర్యం కలుగజేసింది. స్త్రీలు, మానసికంగా దబ్బున ఎదిగిపోతారు; పురుషుడి శీలం అంత తొందర్లో పరిణామాన్ని పొందలేదు.

"నువ్వనుకున్నంత అమాయకుడ్ని కాను అమృతం – నీలాగే అందరూ అనుకుంటారు; తమ గుణాలని ఇతరులలో చూడడం మనుషుల నైజం" అన్నాడు.

అట్లాగైతే, మన కిష్టమైన వాళ్ళందరూ మంచివాళ్ళూ, ఇష్టం లేని వాళ్ళందరూ చెడ్డవాళ్ళు– సరేనా?" అన్నది.

"ఆ ఇష్టా యిష్టాలు దేనిమీద ఆధారపడతాయంటావు?"

"చెప్పడం కష్టమే సుమా; కొందరంటే ఎందుకో ఇష్టం వుండదు. నీకూ అంతేనా?"

"అవుననుకో– దానికి కారణం ఏమిటో తెలుసుకోవాలి. కొందరు మనుషుల్ని చూడగానే తొలగిపోతాం. కొందరి మాటలు మనకి సరిపడవు, కొందరు నవ్వడం చూసినా తట్టుగాలేసుకొస్తుంది. కాని ఇది తప్పు అన్యాయము అనిపించదూ. నీకు? మనుషుల శీలాన్ని బట్టి గుణాలని బట్టి మనము ఆదరించాలని పెద్దలు చెపుతారు. కాని నిజంగా మనం చూసేది ఇది కాదు. మనుషుల వాలకం, వైఖరి ఇవే ఇష్టాలు నిర్ణయించేవి.

అమృతం మూతబడుతున్న కనురెప్పల్ని ఆపుజెయ్యడం కోసం నాలుగుసార్లు గబగబా కదిపి, వచ్చే ఆవులింత చిటికిన వేలితో ఆపుకోలేక సాగదీసి నవ్వి, కాళ్ళమీదికి లాక్కున్న శాలువాని తొలగించి లేచి కూర్చుంది.

"నిద్రొస్తోంది కదూ నాకు? అందుకనే సుశీల నన్ను మొద్దంటుంది.

మావారు నన్ను అట్లాగే పిలుస్తారు అప్పుడప్పుడు. నిజంగా మొద్దునే అంటావా బావా?" అని సముద్రంలో కొట్టుకుపోతున్న గడ్డిపోచని చూసి ఓడమీదున్న ఆవుదూడలా, జాలిగా అడిగింది.

"పరిపూర్ణ జ్ఞానంతో విముఖత పొందిన అమాయకత్వం నీది."

"అబ్బో ఇంతకంటే మావారు 'మొద్దు' అనడమే బాగుంది. ఊరికే అన్నాను బావా! అందుకనే అమాయకుడన్నాను. మొద్దుల్ని చూసి ఏదో పెద్ద పేరెట్టి సంతోషిస్తావు నువ్వు. ఇంతకీ నీ అవస్థ ఏమిటో చెప్పావు కాదు."

"నీకు నిద్ర వొస్తున్నట్లుంది– నే వెడతాను."

"లేదు, లేదు బావా, నిజంగా వినాలని వుంది."

"అయితే అడగనా? నాకిప్పుడో యాభై రూపాయలు కావాలి అమృతం. మళ్ళా కొద్ది రోజుల్లో ఇచ్చేస్తాను."

"ఓస్- ఇంతేకదా, అలాగే తీసుకో. నా ప్రయాణానికి ఏం ఫరవాలేదు. మా వారు నాలుగురోజుల్లో ఎల్లానూ వొస్తున్నారు. ఇప్పుడే కావాలా?"

"ఈ క్షణం"

"ఇంత రాత్రి ఎందుకు?"

"నీకు తెలుసు అమృతం."

"నాకా? అదేమిటి బావా, నాకెట్లా తెలుస్తుంది?" ఆశ్చర్యంగా తెచ్చిపెట్టుకున్న నవ్వు నవ్వింది.

"ఆలోచించు నీకే తెలుస్తుంది."

"నాగమణైతే, ఇంకెందుకు కోమలి కోసం" అంటుంది.

"నువ్వసాధ్యురాలివి అమృతం. నిన్ను మొద్దన్న మీ ఆయన్ని చూడాలని వుంది. నిజంగా అందుకే."

"ఏదో అలా వుంటావు నాకేం తెలుస్తుంది? ఊరికే అన్నాను. అయితే కోమలి ఎవరు బావా?"

ఈపాటికి నాగమణి మీ అందరితోనూ యాగీ చేసి వుండునే."

"ఏదో సుశీలా, తనూ మాట్లాడుకున్నారు మధ్య తన కెందుకు నీ సంగతి?'

"ఏమిటో"

"కోమల్ని చూపించవూ?"

"కోమల్ని నువ్వెరగవ్" నే నెల్లా చెబితే అల్లానే చేసేది కాదు. దానికి మంచీ మర్యాద తెలియదు. అదొక తలకాయలేని శరీరం; ఆత్మలేని అంగపుష్టి. అది దర్శనం ఇవ్వమంటే ఓ అవతారం ఎత్తాల్సిందే..."

"అవును బావా-- వాళ్ళల్లో మంచీ మర్యాదా వుండవు. మోటసరసం; మా ఊళ్ళో కమ్మారమ్మాయంతే. మావారితో మోటసరసాలాడుతుంది. దానికి తగినట్లే ఈయనాను."

"మీ ఆయన కథానాయకుడే."

"ఏదో అందరిళ్ళల్లోనూ వుండేవే. ఎటొచ్చీ కొందరు నోరుండి బయటపడతారు. ఆడదానికి సిగ్గులేకపోయిం తర్వాత, పాపం మావారు మట్టుకేం చేస్తారు?"

"కోమలికి సిగ్గంటే ఏమిటో తెలియదు"

"అలాంటి పిల్ల నీ కెల్లా నచ్చింది బావా.."

"ఏమిటో అమృతం. దానికి సమాధానం తెలిస్తే, జీవిత రహస్యమే తెలిసిపోను."

"అందులో రహస్యమేముంది? కుఱ్ఱతనపు చేష్టలు! పెద్దయి సంసారంలో పడ్డ తర్వాత బాగుంటారు."

అని దుప్పటిమీదికి జారిన దవనాన్ని తల్లో సర్దుకుంది.

"సంసారంలో పడటం అంటే నాకు భయం అమృతం. ఆ విధంగా బాగుండడం అంటే నాకు అసహ్యం కూడాను. నిర్మానుష్యమైన అడవిలో ఋషిగా వుండొచ్చు. కాని చుట్టూ పరిమళంతో మత్తెక్కించే పుష్పాలుండగా ముక్కు మూసుకుని కూర్చోటం మనుషులకి చేతకాదేమో"

"అడవిలోనూ అడవి పువ్వులుంటాయిగా" ఉద్యానవనం తగులబడుతుంటే రాణీలు చూసి బాధతో నవ్వినట్లు అమృతం నవ్వింది.

"అట్లాంటి కోమలి కోసం వీడికి పిచ్చేమిటని జాలిపడుతున్నావు కదూ అమృతం?"

"లేదు బావా, ఎంత మొద్దునైనా నా కర్థమవుతుంది. పిచ్చివాళ్ళని చూసి మనం జాలిపడ్డట్లే, పిచ్చివాళ్ళు మన్ని చూసి జాలిపడతారు."

"నీలాంటి ఔదార్యం, సానుభూతి అందరికీ వుంటే, ఈ సంఘం స్వర్గంగా మారును అమృతం."

"నువ్వల్లా అన్నావా, మావారు అసలు ఆడాళ్ళే వుండకపోతే బాగుండునంటారు, ఒక్క కమ్మారమ్మాయి తప్ప..."

"నీలాంటి పెండ్లాన్ని సంపాదించుకున్నందుకు మీ ఆయన తపస్సు చేసి వుండాలి."

"అడవి పువ్వుల మధ్య అడవిలోనా?" నీరసంగా నవ్వింది.

"అయితే బావా, డబ్బు కావాలందా?"

"........"

"పోనీ అడగన్లే, తాళాల గుత్తికోసం పక్కతడిమి, తలగడ గలీబులోంచి బయటికి తీసింది గుత్తిని."

"అమృతం ఈ సంగతి ఎవరితోనూ చెప్పకు సుమా, నేను కోమల్ని పెళ్ళి చేసుకుంటే నువ్వు ఆశ్చర్యపడతావా?"

అమృతం లేచి చీర సర్దుకుంది. నరసమ్మగారు "ఇంకా పడుకోలేదఱ్ఱా" అనడం వినిపించింది.

"అబ్బ దీపం లాక్కుపోకు" అన్న సుశీల కంఠం వినిపించింది.

"నరసమ్మ పిన్నీ, కుంపటిమీద పాలు, ఫ్లాస్కులో నేపోస్తాను– నువ్వు పడుకోవమ్మా" అంది అమృతం.

"దాన్ని పెళ్ళి చేసుకుని నువ్వేం సుఖపడతావు బావా."

"నేను చేసుకుని దాన్నో మనిషి చెయ్యాలని నా ఆశయం. నేను చేసుకోకుండా వదిలేస్తే, పదిమందిలోనూ పడి అది ఏమైపోతుందో తల్చుకుంటే భయమేస్తుంది. చక్కదనం వుంది. చదువు, సంస్కారము, మర్యాద అన్నీ నా సంపర్కం వల్ల అబ్బుతాయని నే అనుకుంటున్నా, అవసరమైతే వో ఏడాది నీ దగ్గర ట్రైనింగ్‌కి పంపుతాను."

"బాగానే వుంది బావా-కాని దాని సంపర్కం వల్ల నువ్వేమవుతావో ఆలోచించ లేదు" అంది.

"నేను ఏర్పడిపోయాను, ఏర్పడిపోయిం తర్వాత మనుషులింక మారరు. నువ్వు మీ ఆయన్ని ఎంతవరకు మార్చగలిగావు?"

"ఏమో కోమలి ఇప్పటికే మంచిది కాదంటుంది నాగమణి."

"కావచ్చు. పరిస్థితులను బట్టి, అది అట్లా అయివుండొచ్చు. పరిస్థితులు మార్చావంటే, మరోలా అవుతుంది. ఎంత చెడిపోయినా, చచ్చేవరకూ బాగుపడే అవకాశాలుంటూనే వుంటాయి. చెడ్డవాళ్ళని మనం చేరదీసి బాగుచెయ్యాలి కాని వాళ్ళని హింసించి దూరం చెయ్యకూడదు. ప్రతియోగికీ భవిష్యత్తు వున్నట్లే ప్రతిపాపికీ ఒక భావికాలం కూడా వుందని మా ప్రొఫెసర్ చెబుతుండేవాడు."

అమృతం ట్రంక్ తెరిచి వెండి సబ్బుబిళ్ళ పెట్టెలోంచి నోట్లు తీసి అతనికిచ్చింది.

"నిజంగా అమృతం, సంతోషం ఎట్లా తెలియజెప్పాలో చేతకావడం లేదు."

"ఇందులో ఏముంది బావా? అవసరాలు అందరికీ వస్తుంటాయి. ఏదో వుంది గనుక ఇవ్వగలిగాను" మళ్ళా ఆవులించి వంటింట్లో కెళ్ళింది.

దయానిధి కప్పులో పాలుతాగి, గోడ గడియారంకేసి చూసి వీధిలోకి నడిచాడు. అరుగుమీద మూలగా నారయ్య ఏదో చేస్తున్నాడు.

"ఏమిటి నారయ్యా, మూటతో కుస్తీ పడుతున్నావ్?"

"ఏముందండి, అయ్యగారి బట్టలు, తెల్లారగట్ల నాలుగింటికి లేచెడతానండి."

దయానిధి రోడ్డు మీదికి నాలుగడుగులేసి వంతెన మీద కాలుపెట్టి నిలబడి ఆకాశం కేసి చూశాడు. పక్కన నారయ్య నీడ పడింది.

"ఇంతరాత్రి ఎక్కడికండి."

"నిద్ర రావడం లేదు. చందమామని చూద్దామనొచ్చాను."

"దానింటి కెళ్ళమోకండి - వాళ్ళింటికి సుట్టాలొచ్చారుటండి; అబ్బాయిగార్ని రావొద్దని చెప్పమందండి."

“నీతోనే?”

అవునండి. దుకాణం కాడ కనబడి చెప్పిందండి?

“ఎవరు?”

“కుర్రదేనండి, అయినా మీకా పోకిరిదాంతో ఏంటండి?”

“నారయ్యా, దాన్ని అట్లాగనడం బాగుండలేదు నాకు. కళ్ళతో నువ్వు నిజంగా చూశావా!”

“అయ్య బాబూ, బాగుంటే అయిపోయిందంటండీ! వాళ్ళు ఎంత బాగుంటే అంత ముదనష్టపు సన్నాసు లౌతారండి. రమ్మన్నవాడితోటల్లా పోవడం ఆడోళ్ళ నైజం.”

“నారయ్య, నీకు ఆడాళ్ళంటే మంచి అభిప్రాయం లేదు. అందరూ నీ భార్య మాదిరే ననుకుంటావు. పొరపాటు నారయ్య... ఇల్లాంటివి ఎవరి ముందూ అనకు.”

“అందరికాడా అనడం నాకేం పనండి. వాళ్ళ సంగతి నాకు తెలుసు. ఎట్లా చెయ్యాలో అట్లా చేస్తానండి. మంచులో జబ్బండి- లోపలికి రండి.”

ఇద్దరూ లోపలికి వెళ్ళారు.

★ ★ ★

“కిటికీ సందులోంచి సూర్యకిరణం గోడమీదున్న జాబ్‌కో క్యాలెండర్ మీద పడింది. నిధి శాలువాని మరింత దగ్గరగా లాక్కున్నాడు. ఎదురుగుండా క్యాలెండర్ 1934ది - సంవత్సరం చూపుతోంది. ఇక రెండు రోజుల్లో 1935 జనవరి వస్తుంది. ఆ క్యాలెండరు తీసేవాళ్ళు లేరు. దానిమీద బొమ్మ కూడా వికృతంగా వుంది. వికృతంగా వున్న వస్తువులు ఎందుకో అంత బాధ కలిగిస్తాయి. గోడమీద వొంకరగా అమర్చబడ్డ ఫొటోలు పద్ధతిలో పెట్టని కుర్చీలు, బల్లలు, నలిగిపోయిన దుప్పటి, గొళ్ళెంపడని తలుపు, తెరుచుకోని కిటికీ - ఇవి నిత్యజీవితంలోని వికృతాల సారాంశం; మానవుడి చికాకుకి కారణభూతాలు. 1933 నవంబర్ 6వ తేదీన, పాపిడి తిన్నగా కుదరక పడిన చీకాకు జ్ఞప్తికి వచ్చింది. దువ్విన విసిరిపారేశాడు; జుట్టంతా రేపేసుకున్నాడు. అద్దాన్ని నేలమీద బోర్లించాడు; నుంచోబెడితే నిలబడదు. ఆ అద్దం; వెనకాల ఎత్తు పెట్టాడు- జారిపోయింది. అద్దాన్ని కిందపెట్టి, అతను బల్లమీద పడుకుని దువ్వుకున్నాడు. బుగ్గల కిందకి జారి, కళ్ళు పెద్దవయి, మొహం ఉబ్బినట్లయింది. తన ప్రతిమని కోమలి అద్దంలో చూసి ‘వొంకరమొహం’ అంది. అద్దంలో దగాచేసే వస్తువు భౌతిక ప్రపంచంలో మరొకటి లేదు. అందరి మొహాలూ వంకరగా కనబడతాయి. కాని ఎవరికి వారు తెలుసుకోలేరు! వుంకోళ్ళు చెబితే కోపం వస్తుంది.

చికాకు వేసే ఈ అల్ప వికృతాన్ని సరిదిద్దుకోవాలని ఎవ్వరికీ అనిపించదు. నాగ భూషణంగారి వంటింట్లో దేవుడి పటాలని చూసిం తర్వాత, నాలుగు రోజులు నిద్రపట్టక జబ్బుచేసినంత పనైంది. పుష్పించని మొక్క, ఫలించని ప్రేమ, సిద్ధించని ఆశయం, యథార్థం. కాని – కల. ఇవి ఆశాజ్యోతిని ఆరకుండా చూస్తాయి. తలుపులన్నీ మూస్తే జ్యోతి ఆరకుండా వుండొచ్చు. కాని అది వెలిగించేది, విప్పుకోని గొడుగుతాడు, తెగిన చీపురు పుల్లల సమూహం. పట్టుచీరలో గోచరం కాని ముల్లు – వీటిని.

“బావగారు–నిన్ననే తెల్లారింది. మరి ముసుగులోంచి బయటపడండి మీ కోసం ఓ అమ్మాయొచ్చింది” అన్నాడు జగన్నాథం. నిధి కంగారుగా శాలువాతోసేసి లేచి కూర్చున్నాడు.

“ఎవరు?”

“ఓ అమ్మాయి – కొండొకచో ఒకానొక స్త్రీ”

“స్త్రీ!”

“ఎవరి పూర్వులు తోకలేని కోతో.... ఆ యొక్క స్త్రీ What a foolish తోకలేని కోతులో...”

“ఇంకా లేవలేదు బావా” అంటూ అమృతం గదిలోకి చక్కావచ్చి అతని తేరిపార చూసింది.

అమృతం కేసి నిధి పరీక్షగా చూశాడు.

రాత్రంతా ఏడ్చి ఏడ్చి మొహం వాచినట్లుగా వుంది. కన్నీటి తడిని ముంగురులు మొద్దుబారి నుదుర్ని పట్టుకుని నిరుత్సాహంగా నిలబడ్డాయి.

“ఏం బావా నిద్రపట్టలేదా ఏమిటి?”

“హాయిగా నిద్రపట్టింది. ఆ ప్రశ్న నిన్నడగాలనుకుంటున్నా?”

“నాకా! నాకెందుకుపట్టదు...?” అని దిగులుగా, కళ్ళల్లో లేని నవ్వుని పెదాలమీద చూపించింది.

“ఏమోలే...భర్తగారి కోసం...”

“ఊరుకో బావా, పొద్దున్నే ఏంమ్మాటలవి... ఒరే నారయ్యని పళ్ళుతోము పుల్లట్టుకు రమ్మను...”

“అతగాడితో మనకు సంప్రదింపులు లేవు....”

“నారయ్యలేడు, పొద్దున్నే నాన్నకు బట్టలు తీసుకుని వెళ్ళాడు” అన్నాడు నిధి.

“శుభవార్త చెప్పారు. బావగారు – దుర్వాసుడు వెళ్ళిపోయిం తర్వాత ఆశ్రమం

లాగా, నేడు మన గృహం... పుల్లయు తోయము, తువ్వాలున్ మనమే తెచ్చెదంగాక..." అంటూ చక్కాపొయ్యాడు.

నిధి అరుగుమీదికి వచ్చాడు. ఆ వొచ్చిన అమ్మాయి, ఆ ఊళ్ళో ట్రైనింగ్ చదువుతున్న క్రిస్టియన్ పిల్ల రోజ్. అతని తల్లి అప్పుడప్పుడు ఏదో ముట్టచెబుతూ ఆదరిస్తుండేది. పరామర్శ కోసం వొచ్చింది. రోజ్ అతనూ వీధిలోకి నడిచి, వంతెన దగ్గర నిలబడ్డారు.

"మా అమ్మ చచ్చిపోయినంత మాత్రాన నిన్నిక్కడ చూసేవారు ఎవరూ లేరనుకోకు అప్పుడప్పుడు వస్తూ వుండు ఏదో తోచింది ఇస్తుంటాను."

రోజ్ విచారం ప్రకటిస్తూ మాట్లాడలేదు.

"ఇప్పుడేమన్నా కావాలా?"

"ఊరికే ఎల్లా పుచ్చుకోనండి? నాకు చిన్నతనం. మీ అమ్మగారిచ్చే వారంటే అది వేరు. మీరు ఇస్తున్నారంటే అందరూ ఏమన్నా అనుకుంటారు."

"అందరూ ఏమనుకుంటారో అని భయపడేవాళ్ళు, ఎప్పుడూ జీవితంలో సుఖంగా వుండరు. మన ప్రవర్తన మనకి నచ్చాలి గాని ఊళ్ళో వాళ్ళేమనుకుంటే మనకెందుకు? పోనీ ఒక సహాయం చేస్తావా?"

"ఏమిటండి?"

"ఈ ఊళ్ళో కామాక్షి కూతురిని ఎరుగుదువా?"

"కోమలిని ఎరక్కేమండి!"

"ఎట్లా ఎరుగుదువు"

"అప్పుడప్పుడు మా స్కూలులో సపోటా చెట్టుకాడి కొస్తుంటుందండి. ఓనాడు మా క్లాస్‌మేట్స్ అందరూ భలే గోల చేశారు."

"ఎందుకు"

"ఎవరో ఏదో అన్నారు. అది వెక్కిరించింది. ఇహచూస్కోండి."

"నువ్వు, నీకు తీరుబడిగా వున్నప్పుడు వాళ్ళింటికి వెళ్ళి మెల్లగా స్నేహం సంపాదించి, దానికి చదువు చెప్పాలి. జీతం నేనిస్తాను నా విషయము వాళ్ళతో చెప్పకు..."

రోజ్‌కి అర్థమైనట్లు తలపంకించింది.

"అది చెప్పుకోపోతేనండి."

"ఎలాగో మచ్చిక చేసుకుని నేర్పాలి."

రోజ్ వెళ్ళిపోయింది.

కాఫీ తాగి, నిధి పిక్‌నిక్‌కి కావాల్సిన సరంజామా అంతా సర్దుతున్నాడు.

"నా మిడ్ వైఫరీ మాన్యువల్ ఏది! ఎవరైనా చూశారా?"

సుశీల కళ్ళజోడు కేసు కోసం వెదుక్కుంటూ అక్కడికొచ్చింది.

"పుస్తకం దొరికింది బావా" అంటూ అమృతం చక్కావొచ్చింది.

"ఎక్కడ దొరికింది?"

"సుశీల పక్కమీద తలగడా కిందుంది" అంది అమృతం.

"నిన్న అందులో బొమ్మలు చూసి డోక్కున్నదానవు. అంత రహస్యంగా చదవాల్సిన అవసరం ఏమొచ్చింది సుశీలా?" అనడిగాడు నిధి.

"రాత్రి నిద్రపట్టక ఏదో కాసేపు పేజీలు తిరగేశాను" అంది సుశీల కొంగుతో కళ్ళజోడుని తుడుస్తూ. సుశీల కళ్ళజోడు తీసేస్తే అమాయకురాలిగా వుంటుంది. కొంచెం లోతు కళ్ళు. కుడి కనుబొమ్మలో వెంట్రుకలు అంత సమంగా లేవు. జోడు ఆనే చోట ముక్కు మీద చిన్నమచ్చ వుంది. సుశీల దృష్టి చిన్నతనంలోనే చెడిపోయిందని కళ్ళడాక్టరు పరీక్షచేసి జోడు తగిలించడం సుశీల అదృష్టమే.

"అయితే రాత్రి నీకూ నిద్రపట్టలేదు? ఒక్క బావకే ననుకున్నాను" అంది అమృతం.

"మీరిద్దరూ నిద్ర పట్టకపోయినా, రాత్రంతా గుసగుసలతో కాలం గడిపారుగా" అంది సుశీల ఈసడింపుతో.

"గుసగుసలేం వుంటాయి. ఏదో కష్టం సుఖం చెప్పుకున్నాం" అంటూ అమృతం అందుకుంది.

"ఔను, ఇవాళ పిక్‌నిక్‌కి ఏవేం జరగాలో అవన్నీ అనుకున్నాం కదు అమ్ములూ..." అన్నాడు నిధి.

"చూశావా, ఒక్కరాత్రిలో అమృతం అల్లా అమ్ములైంది" అప్రయత్నంగా సుశీల ముఖం ఎర్రబారింది, అర్థంకాని అసంతృప్తితో ఆమె పెదవి కదుల్తోంది.

"అమ్ములూ అంటే తప్పా? నీకెందుకు? ఆ మూడుముళ్ళు పడ్డ తర్వాత నిన్ను సుశీ అంటాడులే పోనీ" అంటూ నుదుటి మీద గీతలు తెచ్చుకుని అమృతం కోపాన్ని ప్రదర్శిస్తోంది.

"ఏమిటమ్మా... ఆ విషయం ఎత్తొద్దని ఎన్నిసార్లు చెప్పినా జ్ఞానం లేదేం?"

"అట్లాంటప్పుడు నన్ను అమ్ములూ అంటే నీకెందుకు అంతదుర్ద?"

"అబ్బో, మా అక్కయ్య పెద్ద పెద్ద మాటలే వేస్తోంది" మధ్యలో జగన్నాథం మొదలెట్టాడు.

"నిన్ను అమ్ములూ అంటే నాకెందుకు, అరటిబొంద అంటే నాకెందుకు... ఏదో తమాషాకన్నాను.."

"హాయ్ హాయ్ భలే రైమ్ సుశీల ఇంక తెలుగు మేష్టారిణీగా వుండొచ్చు."

"పోనీ నేను అరిటిబొందనే, నీలా నాజూకుగా అరిటాకు కానులే."

"అరిటాకు! What a foolish ...."

"ఊరుకో జగ్గూ"

"అదే వొద్దన్నది. అరిటాకులు, అరిటిబొందలు వున్నాయి. అయితే మైనస్ మీసాల బావగారు అరిటిపండు కాబోలు, కొట్టో!"

"తప్పురా..."

ఇంతలో నరసమ్మగారు చక్కా వచ్చింది.

"ఏమర్రా... ఎక్కడికో వెళతామన్నారు, నీళ్ళు పోసుకుని, మరి దబ్బుని తెమలండర్రా."

"నేను రాను – మీ రెళ్ళండి" అని సుశీల తనగదిలోకెళ్ళి తలుపులు చప్పుడయ్యేటట్లు మూసింది.

"తన కెందుకు బావా అంత కోపం?"

"ఏమో?"

"బావగారూ, సత్యభామాదేవి అలక తీర్చండి. మరి మనకి కావాల్సిన వస్తువులు ఏమిటో చెప్పండి జాబితా వేస్తాను" అని కాగితం తీసుకుని జగన్నాథం జాబితా వెయ్యడం ప్రారంభించాడు.

నిధి పక్కగదిలోకి సుశీలని వెతుక్కుంటూ నడిచాడు.

"ఎందుకు రావు సుశీలా? నిన్నల్లా వెడదామని ఎంతో సరదా పడ్డావు" సుశీల లేచి గోడ వైపుకి మొహం తిప్పుకుంది.

"ఇటు చూడు సుశీలా" అంటూ దగ్గరగా వెళ్ళి కళ్ళల్లోకి చూశాడు.

"నా ఒంట్లో బాగాలేదు."

"నేను డాక్టర్ని. ఎగ్జామిన్ చేసి మందిస్తాగా" అని చెయ్యి తీసుకుని నాడి పరీక్ష చేశాడు.

"ఏమీ లేందేనే... దొంగా..." అని జగన్నాథం ధోరణిలో అన్నాడు. నవ్వుతో కదుల్తున్న పెదవుల్ని బిగించింది కాని కన్నీటితో కళ్ళజోడు అద్దం మసగైంది అతను తీసి తుడిచి మళ్ళా చేతికిచ్చాడు.

"ఏదో గుండెల్లో ఆయాసంగా వుంది" అని మంచం బద్దీ మీద కూర్చుంది. ఏడ్పు సుశీల ఆభరణం కాదు, కోపం చూపినప్పుడే కొంచెం బాగుంటుందనుకున్నాడు.

"స్టెతస్కోప్ తీసుకురానా!"

"వొద్దు మీరెళ్ళండి – నువ్వు, మీ అమ్ములూ, కోమలీ... నేను రాను."

"నీ కోపం నామీదా? వాళ్ళమీదా? మధ్యలో కోమలెందుకు?"

"అమృతం చూస్తానంటే కూడా తీసుకొస్తానన్నావుటగా..."

"నీకెవరు చెప్పారు? అయినా, నువ్వు మాత్రం మా దానవుకావా ఏమిటి - ఎందుకీ తేడా?"

"అమ్ములొస్తే నేనురాను. నన్ను దొంగంది- పుస్తకం నేను దొంగిలించానా? తనే దొంగ తనకే కావాలి. ఊళ్ళో విషయాలు, నీ విషయాలు దండకంలా చదవబోయింది...'

"నా విషయాలే మున్నాయి సుశీలా? నీవన్నీ అనవసరమైన అనుమానాలు. అమృతం ఏదో తమాషాకి అల్లా అంటుంటుంది. చదువుకున్న దానివి. నువ్వు ప్రతిదానికి ఇదవుతే ఎట్లా చెప్పు."

"దాన్ని నా పెళ్ళిజోలి ఎత్తొద్దని చెప్పు."

"ఓస్, ఇంతేకదా... లే, మరి... నీ కొత్త జార్జెట్ చీర సింగారించుకుని, చైనీస్ డాల్ మాదిరిగా...."

"అదుగో నన్ను డాల్ అంటున్నావూ..." అని గారాం చెయ్యపోగా "స్నానం కరిష్యే" అంటూ జగన్నాథం గదిలోకొచ్చాడు.

"చూళ్ళేదు - ఇక్కడ మనుష్యద్వయం వున్నారు. ఇవాళ మనం ఏ గదిలోకెళ్ళినా, మనుష్యద్వయం మంత్రాంగం చెయ్యడమే చూస్తున్నాం. ఆ నారిగాడి మొహం చూశాను కాబోలు ఆ గదిలో అక్కయ్య నరసమ్మ. ఎక్స్‌క్యూజ్‌మి, నరసమ్మగారూ, ఇక్కడ ఈ..."

"లే మరి... అమృతం నిన్నేమీ అనకుండా చేసే పూచీ నాది" అన్నాడు నిధి.

"మనం స్నానం చేశాం. ఈ వెంద్రుకా రాజములకు ఇంత నూనెకోసం ఇలా తిరుగుతున్నాం కాని, మదీయ యత్నంబును విఫలం బయ్యే...సుశీలాదేవిగారూ, మీ హేరాయిల్ ఇప్పిస్తారూ... లేనిపక్షాన, డాక్టర్ జీ ఇంత ఫినైల్ ఇప్పించండి..." అంటూ జగన్నాథం మంచంకింద దూరి పరకాయించడం మొదలెట్టాడు.

"లే మరి - చూడు. జగన్నాథం స్నానం కూడా చేసేడు" అన్నాడు నిధి సుశీలని సముదాయిస్తూ.

మంచం కిందనుంచి, జగన్నాథం "మిమ్మల్ని మీరు సరిచేసుకోండి - నాథ్ అనాలి - జగన్నాథం కాదండోయ్ మహాప్రభూ, మీరల్లా పిలవకపోతే పిక్‌నిక్‌కి నేనూ రాను. రాకపోవడంలో సుశీలకు తీసిపొయ్యేవాళ్ళు ఎవళ్ళూ లేరు" అన్నాడు.

"ఎక్స్‌క్యూస్‌మి. నాథ్... అయితే తమరు మంచంకింద పరిశోధిస్తున్న దేమిటో తెలుసుకోవచ్చా?" అన్నాడు నిధి వేళాకోలంగా.

"నిరభ్యంతరంగా –What a foolish మూతా మూతిలేని కొబ్బరినూనె సీసా తాలూకు మిగిలిన భాగం...." సుశీల కొంగుతో కళ్ళు తుడుచుకుని నవ్వుకుంటూ స్నానానికెళ్ళింది.

దయానిధి స్నానం చేసి, రాయవలసిన రెండుత్తరాలు రాసి, టపా తీసుకున్నాడు, "రిమాటిక్ సీనూ" దగ్గర నుంచి మరో ఉత్తరం వచ్చింది. అతను పెండ్లి సంబంధం చూడడానికి వెళ్ళే అవసరం లేదనీ, అంచేత అక్కడికి రాలేకపోయాననీ, మళ్ళా ఏదేనా అవాంతరం వొచ్చి, రావాల్సిన అవసరం వస్తే, టెలిగ్రాం పంపుతానని రాశాడు. టైమ్ అప్పటికి పదిగంటలైంది. కాని పక్కగదిలో గోడ గడియారం ఏడుగంటలు కొట్టి నిలిచిపోయింది. దాని కథ కనుక్కుందామని పక్కగదిలోకి నడిచాడు. గదిలో మంచం మీద, 'మూడు' అంకిలా ముడుచుకుని అమృతం పడుకుంది. అది నిద్రపోవడానికి సిద్ధం చేసుకున్న పక్కకాదు; దుప్పటీ అంతా రాత్రి నిద్రకి నలిగిన స్థితిలోనే వుంది. ఒక దిండు తలాబు దిక్కునా, రెండోది కాళ్ళవేపునా వుంది. అమృతం తల దిండుమీద లేదు. ఆమెలో ఏమో మార్పు జరిగిందనడానికి అదే నిదర్శనం.

"అమృతం, గడియారం ఎన్ని గంటలు కొట్టిందో విన్నావా?" సమాధానం లేదు.

"అమృతం, అలా పడుకున్నావేం?"

"ఏమీ లేదు బావా" అని అవతలికి తిరిగి పడుకుంది.

"గడియారం విన్నావా?"

"లేదు"

మనస్సులో జరిగిన మార్పులు శరీరంలో బహిర్గతం కాకుండా చేసుకోలేరు స్త్రీలు. కొందరి స్త్రీల కది అలంకారం; మరికొందరికి ఆయుధం. బాధపడటం వాళ్ళకి సంతృప్తి నివ్వదు; ఆ దృశ్యాన్ని ఇతరులు చూసి సానుభూతి ప్రకటిస్తేనే ఆ బాధ తీరుతుంది. ఆ ఇతరులు మళ్ళా స్త్రీలు కాకూడదు. కొంత బాధ అట్లా ఓదార్చే దగ్గర మొగాళ్ళు లేకపోవడం వల్ల కలుగుతుంది. బహిర్గతమైన ఉద్రేకం యొక్క ఆంతర్యం తొందర్లో అవగాహన కాదు ఇతరులకి అది కోపమో, దుఃఖమో, విరహమో వారే నిర్ణయించుకోలేరు. అదే దౌర్భల్యం, అబలత్వం అనబడుతోంది.

"అలా పడుకున్నావేం, అమృతం? లేచి స్నానం చెయ్యవూ? మనకి వేళవుతోంది" అంటూ ఆమె ఎదురుగా ట్రంకుపెట్టి లాక్కుని కూర్చున్నాడు.

"ఏమీలేదు– ఊరికేనే బావా" లేచి కళ్ళు నులుముకుని, చేతులు మెడవెనుక బిగించి వయ్యారంగా ఆవులించి నిద్రొస్తోంది అనుకుని, మళ్ళా పడుకునే ఉద్దేశంతో శరీరాన్ని మోచేతిమీద ఆనించింది. నవ్వు నీడ ఘోరంగా కళ్ళల్లోనే కలిగి కాటుక చుట్టూ జారింది.

"ఎందుకల్లా వున్నావు అమృతం, మీ ఆయన జ్ఞాపకం వచ్చాడా?"

"ఏం మాటలు బావా.. నేనేం చిన్నపిల్లనా ఏమిటి?"

"లేకపోతే మనుమల్ని మోసిన ముసలిపండువా?"

నిర్జీవంగా నవ్వి, చీర మడమల మీదికి లాక్కుంది. కాలి బొటనవ్రేలి ప్రక్కవేలు, బొటనవ్రేలి కంటే పొడుగ్గా వుండడం చూశాడ ప్రయత్నంగా తనపాదం కేసి చూసుకున్నాడు.

"పాదాలు చూసుకుంటున్నా వెందుకు బావా?"

"నేనాడదాన్నయితే నీలా పట్టాలు పెట్టుకుందును కదా అని" అన్నాడు.

"పట్టాలు బాగుండలేదా? తీసేస్తాలే; మావారికీ ఇవంటే చిరాకే."

"లేదు లేదు – నీ పాదాలకి చాలా బాగున్నాయనుకుంటున్నా"

"ఏం ఆక్షేపిస్తావులే..."

"కాదు, కాదు. నిజంగానే అంటున్నా."

"దొంగమాటలు నీవి."

కొంచెంసేపు ఎవ్వరూ మాట్లాడలేదు.

"చాలా పొద్దుపోయింది. మనం వెళ్ళొద్దూ – దబ్బున మరి సుశీలావాళ్ళు సిద్ధం అయ్యారప్పుడే"

"నేను రాను – మీరెళ్ళండి బావా."

"ఎందుకు రావు? నిన్ననెంతో సరదాపడ్డావు."

"ఎల్లాగో వుంది, నేనెందుకు? సుశీలావాళ్ళు వున్నారుగా, నేను రావటం సుశీలకి ఇష్టం లేదు."

"అదంతా సరిచేశాగా ఇప్పుడు నువ్వు రాకపోతే తనూ రానంటుంది" అన్నాడు.

"అబ్బో; ఈ మాటలకేంలే. అంతా నాటకం."

"కాదు – కావాలంటే జగన్నాథాన్ని అడుగు" అని కాసేపాగి అన్నాడు. "ఇంతకీ రాత్రి వెళ్ళనే లేదు" అర్థం కానట్లు కళ్ళు పెద్దవి చేసింది. అమృతం లేచి కూర్చుంది.

"ఏం?"

"వెళ్ళలేదు. అంతే" అసలు కారణం చెప్పడానికి ఇష్టంలేక అబద్ధం ఆడినందుకు అతనేమీ నొచ్చుకోలేదు.

"రాత్రంతా నిద్ర పట్టలేదు నాకు. నువ్వు లోపలికి రావడం. దీపం తగ్గడం, హెచ్చడం, పడుకోడం – అన్నీ గదిలోంచి కనిపెడుతూనే వున్నా" అంది.

"మీ ఆయన కోసం బెంగా?" అన్నాడు.

"ఛో- ఏంమ్మాటలు, రాత్రి నీతో మాట్లాడేటప్పుడు మావార్ని గురించి నీతో అట్లా ఎందుకు చెప్పానా అని దిగులేసింది."

"ఓస్-ఇదా నేనేమీ అనుకోలేదులే. మీ ఆయన ఎట్లాంటివాడైందీ నాకు మాత్రం తెలీదు? నువ్వేం బాధపడనక్కరలేదు."

"ఆయన చాలా మంచివాడు" అంది.

"మంచివాడంటే ఎవరో నీకూ నాకూ తెలుసు, దానికి దిగులెందుకు? కాని పది మంది మొగుణ్ణి మెచ్చుకుంటే, పెళ్ళానికి మొగుడు చెడ్డవాడు. పదిమందీ మొగుణ్ణి తిడితే, పెళ్ళానికి మొగుడు మంచివాడు" అనుకున్నాడు.

"ఆయన విషయం ఎవళ్ళతోనూ చెప్పకూడదు అనుకునేదాన్ని, ఏమిటో నిన్ను చూస్తే చెప్పాలనిపించింది" అంది తనేదో అపచారం చేసినట్టూ, దాన్ని సమర్థించుకున్నట్టూ.

"నువ్వు చెప్పినవి, నాకేమీ అంత ఘోరంగా కనిపించడం లేదు" ఆ వాక్యం తాత్పర్యం అమృతానికి బోధపడలేదు. తన సౌందర్యాన్ని భర్త అనుభవించే సంస్కారం కలవాడు కాదని అనుకోవడం భర్తపై అసంతృప్తి కంటే, తన సౌందర్యంపై ఆమెకున్న ప్రీతిని రుజువు చేస్తుందని అమృతం ఒప్పుకోలేదు. తనని అర్థం చేసుకోవడం అంటే, తన అందాన్ని అనుభవించినట్లు తెలియపర్చడం ఈ పని ఎవరు చెయ్యగలుగుతారు? "నేనేం బావుండను. నేను కోతిని - పోనీలే" అని స్త్రీ అన్నదంటే, ఇతర విషయాలకంటే తన చక్కదనం గురించి ఆలోచించుకోవడంలో ఎక్కువ కాలం వృధా చేస్తుందన్న మాటే నిజంగా బాగుండదని తెలుసుకున్న వాళ్ళు కూడా ఇలా వృధా చేయడం మానరు. అదేం ఖర్మమో!

అమృతం చిక్కుపడిన జడని సరిదీసుకుంటూ లేచింది. "నేనింట్లో వుంటా - మీరంతా వెళ్ళిరండి - నరసమ్మ పిన్ని ఒక్కతే వుంటుంది పాపం" అంది.

"అసలిదంతా మీ కోసమేగా ఏర్పాటు చేసింది? అంత ఇష్టం లేకపోతే అందరం మానేద్దాం- పోనీ" అని నిధి లేచాడు.

"కోపం వొచ్చిందా బావా - ఉండు ఇప్పుడే వస్తాను" అంటూ దూరంగా వెళ్ళింది. అమ్మయ్య ఇప్పటికి తెమిలిందనుకుని నిధి హాల్లోకి నడిచాడు. జగన్నాథం హాల్లో బీరువాకింద కర్రతో ఏదో పొడుస్తున్నాడు.

"మొన్న తాళ్ళు కనబడ్డాయి కాని జోడు కనబడలేదు. ఇవాళేమో జోళ్ళున్నాయి కాని తాడు కనబడ్డంలేదు" అని స్వగతం మొదలెట్టాడు. దొడ్లోంచి నరసమ్మగారు, పక్కదొడ్లో నాగమణిని స్టవ్ పొడిచే పిన్ను కావాలంటోంది. దయానిధి ఈలోగా కుర్చీమీద నిలబడి

గోడగడియారాన్ని గంటలు కొట్టిస్తున్నాడు. ఇంతవరకూ కొన్ని నిబంధనలకు కట్టుబడిన ఆ గడియారం పూర్ణ స్వరాజ్యాన్ని ఇష్టమొచ్చినట్లు గంటలు మోగిస్తూ ప్రకటించుకుంటోంది. తరతరాలుగా దాస్యానికి అలవాటుపడి తిరుగుబాటు చేతకాని ప్రజలమాదిరి, ఏళ్ళ కొలది పనిచేస్తున్న గడియారం "కీ" లేకుండానే తిరుగుతూ వుంటుంది. అద్దం తలుపు తీసి అందులోంచి సిగరెట్టు పెట్టె అట్టలతో చేసిన పర్సుని బైటికి లాగాడు నిధి. గడియారం మూలుగు విని జగన్నాథం లోపలికిచక్కా వొచ్చాడు.

"ఏమండోయ్ - దాని జోలికి పోకండి అందులో మన తాలూకు వుంది" అని ఆ పర్సుని లాక్కున్నాడు.

గడియారాన్ని బాగుచెయ్యడం చేతకాక, నిధి ఆ యత్నం మాని, కుర్చీ దిగి మళ్ళా హాల్లోకి రాబొయ్యాడు. అమృతం దూరంగా మూల నిలబడి వుంది.

"ఏమిటి ఇంకా ఇక్కడే వున్నావు- స్నానానికి వెళ్ళావనుకున్నాను."

ఇంకా మూలగా నడిచి; జడని ముందుగా వేసుకుని పమిట నిండుగా కప్పుకుంది.

"నేను రావడానికి వీలులేదుగా" అని తలకాయ కిందికి వంచి అతనికేసి చూసింది.

"ఏం?"

"పో" నవ్వుకోసం పెదవులు మెదిలాయి కళ్ళలోని నల్లటి ఆకల్ని; పళ్ళల్లో తెల్లటి సిగ్గు దాచలేకపోయింది.

అతనికి అర్థమైంది. చూస్తుండగా ఎదిగిపోతున్నట్లు కనిపించే అమృతాన్ని చూస్తే అతనికి భయం వేసింది. అమృతం ప్రకృతిలో ఐక్యమైపోయింది. తన ఉనికితో వాతావరణంపై ఒత్తిడి కలిగించింది ఆమె - అప్రయత్నంగా ఆమెని తాకాలనిపించింది. ఏపని బహిష్కరించబడుతుందో ఆ పనే చెయ్యాలని మనిషెంతో ఉబలాటపడుతుంటాడు. అనుభవానికి అనూహ్యమైన హద్దులు లేవు, రహస్యం యొక్క పరిమితి తగ్గిన కొద్దీ, అనుభవం లేని విలువ సన్నగిల్లుతూ వుంటుంది.

"దూరం, దూరం.."

"ఇది అర్థంలేని ఆచారం - ఈ ఒక్కసారి దీన్ని మానెయ్యాలి..."

"అమ్మయ్యో!" అని కళ్ళు పెద్దవి చేసుకుని, గుండెలమీద చెయ్యి వేసుకుంది.

"నిజంగా ఆలోచించు - ఇందులో అర్థం వుందా? అందరూ ఇల్లా చేస్తున్నారు కాబట్టి కొందరు చెయ్యకపోతే తప్పుగా ఎంచబడుతోంది కాని, చెయ్యక పోవడం తప్పు కాదు. ఈ సమయంలో విశ్రాంతి కావాలి. ఇల్లా పెట్టకపోతే విశ్రాంతి పొందలేరేమోనని భయపడి, ఈ ఆచారం పెట్టారు కాని..."

"అయ్యబాబో - ఎవరికేనా తెలిస్తే ఇంకేమన్నా వుందా...!"

"ఉస్ - కేకలెయ్యకు... ఎవ్వరికీ చెప్పొద్దు, మామూలుగా వుండు. లే, స్నానాని కెళ్ళు..."

"తప్పు బావా...అమ్మో నాకు భయం. రేపు మీ ఆవిడచేత ఇవన్నీ చేయిద్దువుగాని లే..."

"అమృతం చూడు- నా మాటంటే నీకు గౌరవం వుంగా?"

"ఉందనుకో..."

"నేను తప్పు విషయం చెప్పగలనని నువ్వు ఊహించగలవా... ఏ దేశంలో, ఏ స్త్రీ ఇల్లా చెయ్యదు; ఒక్క మనదేశంలో, కొన్ని కులాలలో మాత్రం ఇది వుంది. నిజంగా దీనివల్ల ఎంతో నష్టం, చిక్కు వుంది."

అని Periodic cycle, mienopause ciemacterie ను గురించి లెక్చరివ్వాలనుకున్నాడు గాని, దానికి సరైన మాటలు దొరకలేదు. పైగా అమృతంతో ఎలా చెప్పాలో మొదటే అర్థం కాదు; స్త్రీతో మాట్లాడేటప్పుడు కావాల్సిన మానసికబలం అతనికింకా రాలేదు. సిగ్గుపడ్డాడు, తడపడ్డాడు; పెద్ద నేరం చేసినవాడల్లె కుంగిపొయ్యాడు. వాళ్ళు ఏమను కుంటారో వాళ్ళకు తెలుసు- భాషలేకుండా మనుషుల్ని ఒకరిని ఒకరు అర్థం చేసుకునే నిశ్శబ్దాలలో అది ఒకటి. ఆ విచిత్రమైన అనుభవం, అతన్ని అమృతానికి బాగా దగ్గరగా తీసికెళ్ళింది. పంచేంద్రియాలూ, ప్రకృతి పిలుపుకి మారుమోగిన మూగ అనుభవం.

నిధి, చాపచుట్టి మూలకి గెంటాడు. జగన్నాథం, పొడుగు చేతుల చొక్కాకి కఫ్‌లింక్స్ వెదుక్కుంటూ చక్కా వచ్చాడు. ఊడిపోయిన రెండింటినీ దారంతో కట్టి అక్కయ్యని కప్స్ దూర్చమన్నాడు. అమృతం దూరంగా వెళ్ళబోయింది. దయానిధి ముక్కుమీద వేలేసుకుని వొద్దని సంజ్ఞ చేశాడు. నరసమ్మగారు సుశీల కూడా చక్కా వచ్చారు. అందరూ ఏకమై పోయారు. మనుషులే ప్రకృతిని మైల చేశారు.

భోజనాలు చేశారందరూ. వీధిలో రెండు ఒంటెద్దు బళ్ళు సిద్ధంగా వున్నాయి. సుశీల జార్జెట్ చీర కుచ్చిళ్ళు కుదరక అమృతాన్ని సర్దమంటోంది. అమృతం ఖద్దరు ఎఱ్ఱపువ్వుల చీర పమిటంచు బాగుండలేదని నరసమ్మగారితో ఫిర్యాదు చేస్తోంది.

"ఎట్లా వుంది బావా, ఈ చీర?"

అది అర్థంలేని ప్రశ్నని అతనికి తెలుసు.

"ఈ చీరలో నే నెట్లా వున్నాను అని - అంతేనా?"

"పోనీలే చెప్పకపోతే" అని అద్దంలో గుండ్రంగా తిరిగి చూసుకుంది. పమిట చేతులో పట్టుకుని వెన్ను చూసుకుంది. రవికకీ, చీరకీ మధ్య చర్మం కనిపిస్తోంది; "బిగుతమ్మా జాకెట్టు ఇచ్చేస్తా" అంటూ స్వగతం చెప్పి మళ్ళా గదిలోకెళ్ళింది.

జగన్నాథం ఎడంకాలి జోడు పట్టక పడుతూ, లేస్తూ గుమ్మం మీద కసరత్తు సాగించాడు. నాగమణిని గుమ్మం దగ్గర అటకాయించి జోడు వ్యవహారం చూడమన్నాడు! "హేయ్ హేయ్" అన్నాడు. గాలిపీలుస్తూ, నాగమణి వాడిన నైట్‌క్విన్ పరిమళం హాలంతా వ్యాపించింది. జగన్నాథం నాగమణి భుజం మీద చెయ్యి వేసి, ఎడంకాలి మడవని గుమ్మానికి తన్ని మొత్తానికి జోడుని కాలుకి తగుల్చుకున్నాడు. నాగమణి తెల్ల సిల్కు జాకెట్టు మీద గుమ్మానికి కొత్తగా రాసిన పసుపు తాలూకు మూడువేళ్ళూ గుర్తు పడింది.

"క్షమించండి కాలవలో స్నానం చేస్తే, అదంతా పోతుందిలెండి" అన్నాడు జగన్నాథం.

"మంచి పిల్లాడివే" అని సణుక్కుంటూ నాగమణి వాళ్ళింటికి వెళ్ళిపోయింది.

సుశీల జార్జెట్టు – ఒంటిమీద నిలబడటం లేదని తీర్మానించుకుని, అది మార్చి సేలం పట్టుచీర కట్టుకుని అద్దం ముందు చూసుకుంటోంది. "చీర సొంతమేనా?" అన్నాడు జగన్నాథం. కుర్చీమీద నిలబడి జోళ్ళని అద్దంలో చూసుకుంటూ.

"ఒక్కటేస్తాను" అని సుశీల కొట్టబోగా, ఇద్దరూ హాల్లో పరుగులు మొదలెట్టారు. గుమ్మం మీద నాగమణితో ఢీక్కొని ఆమెని గుమ్మానికి చేరేసి క్షమించమన్నాడు. పసుపు మరకలు చీర కొంగుమీద పడ్డాయి. "ఛీ, పొద్దున్నే ఎవరి మొహం చూశానో" అనుకుంటూ మళ్ళా ఇంటికి వెళ్ళింది.

దయానిధి గోచీపోసి పంచ కట్టుకుని లాల్చీ, పైన కండువా వేసుకుని బండిదగ్గరకు హాజరయ్యాడు. జగన్నాథం హుషారుగా "మీర జాలగలడా సత్యాపతి" పాడుతూ పచార్లు చేస్తున్నాడు. చిన్ని బోర్డర్ మందారం రంగుచీర, వెడల్పంచు రవికా వేసుకుని అమృతం సిద్ధమైంది. జడ మెలితిప్పి 'బర్మా' ముడిగా మెడమీద అమర్చుకుని మందారాలని దోపుకుంటోంది.

"సాల్వేషన్ ఆర్మీ వేషం!" అన్నాడు జగన్నాథం.

"నోర్మూయ్"

"మూశాం."

దయానిధి నవ్వుతున్నాడు.

"ఏం బావా, బాగాలేదా? పోనీలే, ఏం చెయ్యను. ఇంతకంటే మంచి చీరలు నాకెక్కడనుంచి వస్తాయి?" అంది.

"చాలా బాగుంది. రంగు చీరల సెలక్షన్‌లో నువ్వు చిత్రకారిణివి" అన్నాడు.

"ఏం ఆక్షేపిస్తావులే"

ఇంతలో నరసమ్మగారు "ఇంకా బయలుదేర రేమర్రా" అంటూ బయటికి వచ్చింది. మొసలి చర్మం శాండల్స్ తొడుక్కుని సుశీల కూడా వొచ్చింది.

"వాదులాడగలడా నాతో ఇక", "ఎక్కండి, ఎక్కండి" అని జగన్నాథం అరుగుమీద వాళ్ళని ఆహ్వానిస్తున్నాడు. వీధిలో గేదెమీద నుంచి దిగి పాలేళ్ళ కుర్రాడు, కర్రమీద మెడ ఆనించి ఈ దృశ్యాన్ని చూస్తూ నిలబడ్డాడు.

"ఇవాళ జగన్నాథం తెగ ఎగిరిపోతున్నాడు. నారయ్య లేడు కాబట్టా?" అంటూ నరసమ్మగారు నవ్వడం మొదలెట్టింది.

"ఆ రోజులు వెళ్ళిపోయినాయండోయ్! నారయ్యే మదీయ కోపాగ్నికి తట్టుకోలేక వెళ్ళిపోయాడని గమనించ ప్రార్థన" అన్నాడు జగన్నాథం.

కళాసి 'బికారి' కొంతసామాను బండిలోకి జేరేశాడు.

"నీ జోళ్ళేవి అమృతం?" అని అడిగాడు నిధి.

"మాకు జోళ్ళెందుకు?"

"మాకు – అని నన్ను కూడా కలపకు; నాకున్నాయి. ఇవాళే బొగ్గుపొడి, కొబ్బరినూనె కలిపి పాలిష్ కూడా వేసుకున్నాను" అన్నాడు జగన్నాథం. నాగమణి కొత్తచీర ధరించి బండిలో ఎక్కింది. బండి వెనక్కి, ముందుకీ కదిలి పది గజాలు ముందుకు నడిచింది.

"నేను, నాగమణి ఓ బండిలో" అంది అమృతం.

"What a foolish జగ్గు! నేనూ, బావగారు ఓ బండిలో, మిగతా అందరూ ఓ బండిలో" అన్నాడు జగన్నాథం.

"మీరందరూ ఎల్లాగో అల్లా రండి – నేను నడుస్తాను" అన్నాడు నిధి. "అయితే మనమూ నడుస్తాం" అని పూర్తి చేశాడు జగన్నాథం.

పాలేరు కుర్రాడి నల్లమొహంలోంచి తెల్లటి పళ్ళు కనిపిస్తున్నాయి. కొంత గింజు కోటాలు, తోసుకోటాలు, దిగడాలు, ఎక్కడాలు, కాడివూడ్డం, అందరూ దిగడం అందరూ ఎక్కడం – అన్నీ జరిగాయి. ఆఖరికి నాగుమణి, నిధి, జగన్నాథం ఓ బండిలో, మిగతా ఇద్దరూ 'బికారీ' మరో బండిలో ఎక్కారు. బళ్ళు కదిలాయి. సందు మళుపు తిరిగింది. అది ఈస్టిండియా కంపెనీ కాలంలో పరిచిన రోడ్డు; ఆనాడది రాజబాట. జగన్నాథం జోళ్ళకాళ్ళకి పట్టుదొరక్క అటూ ఇటూ ఎగిరి పడుతున్నాడు. నాగమణి ముందుకుపడి నిధి మోకాళ్ళి గట్టిగా పట్టుకుంది. వొదిలింది. బండి ముందు బరువన్నారు. జగన్నాథం

వెనక్కిపాకాడు. మళ్ళా గొయ్యి, నాగమణి నిధి భుజాన్ని పట్టుకుంది. చేతులు తొలగించాడు. మళ్ళా పెద్ద గాడు. నిధి చెయ్యిని బిగించి పట్టుకుంది. తోసేశాడు. అతనికెల్లాగో వుంది. దిగి నడుద్దామనుకున్నాడు. నాగమణి నవ్వుతోంది.

"నీలు తేబోతుంటే నీ తోడే వోలమ్మి, నన్నెనక ఎవరోను తన్నినట్లుంటాదే..." అని జగన్నాథం 'ఎంకి పాట' మొదలెట్టాడు.

నాగమణి అతన్ని పదే పదే తాకటం, నిధికి తప్పుగా తోచినా, బాధ కలిగించినట్లు ఒప్పుకోలేక పోతున్నాడు. అదో అల్పమైన తాత్కాలిక అనుభవం. ప్రేమికుల నిరంతర యాత్రలో, లక్ష్యం చేసుకునే ముందు, మార్గాన్ని చూపే మైలురాళ్ళు ఈ అనుభవాలు. ఆ చేష్టలకి ఏమీ అర్థంలేదు; ఎవ్వరూ ఇలా చెయ్యాలీ అనుకోరు; పరిస్థితులను బట్టి యాత్రీకులు నిర్మించుకున్న మజిలీలు, ఎప్పుడూ ఎవర్నో ఒకర్ని ప్రేమిస్తూ వుండడం మానవుడి నైజం. ఈ చేష్టలన్నీ ప్రేమరాజ్యంలో సామంతరాజులు. అప్పుడప్పుడు, అవకాశాలను బట్టి సామంత రాజులు కేంద్ర ప్రభుత్వంపై తిరుగుబాటు సల్పడం జరుగుతూ వుంటుంది. చివరికి వారి ఓటమి తప్పదు; అప్పుడు రాజు వారిని దండించ కూడదు వారు లేందే తన రాజ్యమే లేదు.

అతను చెయ్యీ కాలూ దూరంగా లాక్కున్నాడు. ఇంతలో కాలు మళ్ళా ఆమె కేసి ఎల్లా జరిగిందో? ఏకాంతంగా వున్న తన చేతిమీదికి నాగమణి చెయ్యి ఎల్లా వొచ్చింది? ఇద్దరూ అది గమనించడం, గమనించనట్లు ఏదో కేవలం బండి కుదుపుకే అలా జరిగినట్లు నటించడం జరుగుతూనే వుంది. అతని చెయ్యిని గట్టిగా అదిమింది. చెయ్యి మార్చి అర చేతిని పైకి తీశాడు. ఎక్కడో అడుగు దూరంలో వున్న ఆమె కుడిచెయ్యి, ఆ చేతిమీద ఆని, వేళ్ళు కలిపి బిగించేసింది. సామంతరాజుల తిరుగుబాటు సన్నటి, పొడుగాటి గట్టి వేళ్ళు.

లాకు దగ్గరికి బళ్ళు చేరుకున్నాయి.

రెండు టాపులేని డింగీలని, మధ్య తాడుకట్టి ఒకటి చేశారు. చుక్కానికి గురువడు సిద్ధమయ్యాడు. ముందు పడవలో డేరా కోసం తెచ్చిన పెద్దదుప్పట్లు, రెండు కంబళ్ళు, టీ సామాను పెట్టి, కేరంబోర్డు వుంచి జగన్నాథాన్ని కూర్చోమన్నాడు. అమృతం కూడా అందులోనే కూర్చుంటానంది. సుశీలా, నాగమణీ వెనకాల దాంట్లో ఎక్కారు.

పై లెవల్ కాలువ వడిలేకుండా గట్లని నిండుగా అదుముకుంటూ, ఎదురో, వాలో తెలియకుండా పాకిపోతోంది. రెండు పక్కలా చెట్లు కొమ్మల్ని నీళ్ళల్లోకి చాచుతూ ఆహ్వానం కోసం హాజరైన స్కౌట్ల సిబ్బందిలా పొడుగూతా వుంటూనే వున్నాయి. నల్లటి నీడల్ని పరిచేందుకు తగిన తీక్షణత లేని శీతాకాలపు సూర్యుడు నీళ్ళల్లో వజ్రంలా మెరుస్తున్నాడు.

దిక్కులేని గాలి, నీళ్ళని ఉత్తర దక్షిణాలకి గెంటుతోంది. ఎగిరి పడుతూ మొహాన్ని మూసేస్తున్న పమిటని అమృతం తలమీద గుండ్రంగా ముసుగేసుకుని, కొంగుని జబ్బమీద రెవిక అంచులో దోపుకుంది. ఎగిరిపోతున్న నాగమణి కొంగుని సుశీల తన పళ్ళతో బిగించి పట్టుకుంది. జగన్నాథం క్రాపింగు పాపిడి ఎప్పుడో చెరిగిపోయి వెంట్రుకలు పైకి నిలబడ్డాయి. అక్కయ్యని దువ్వెన తియ్యమన్నాడు. కసురుకుంది. ఊరుకుని కాసిని నీళ్ళతో జుట్టుని తడుపుకుని సర్దుకున్నాడు. దయానిధి వీళ్ళ నీడల్ని నీళ్ళల్లో చూస్తూ గట్టున నడుస్తున్నాడు.

ముందు పడవకి తాడుకట్టి 'బికారి' గట్టున లాగుతూ నడుస్తున్నాడు. మలుపు తిరగ్గానే ఫర్లాంగురాయి దగ్గర బికారి ఆగిపొయ్యాడు. గోచీ పెట్టుకుని, ఎర్రగుడ్డ పాగా చుట్టుకుని నల్లకుర్రాడు కొబ్బరి చెట్టు మొగలో వుండి, కాయలు దింపుతున్నాడు. కింద మరో వ్యక్తి నడుంకి తువ్వాలు చుట్టి, కొబ్బరికాయలు కొడుతున్నాడు. రెండో చెట్టు వెనకాల బండమీద కోమలి కూర్చుని గుంజు తింటున్నది.

బికారి చెట్టుమీద నుంచి కుర్రాడ్ని దిగమని ఆజ్ఞాపించడం, కొంచెం వెనక నడుస్తున్న దయానిధి విన్నాడు.

"ఏమయ్యా పెద్దమనిషి, కుర్రోడికి, వాడికి బుద్ధి చెప్పడం పోయి నువ్విదేం పనయ్యా – జుల్మానా తెలుసా? సర్కారు చెట్లు ఇవి" అని బికారి నడుం తువ్వాలు వ్యక్తిని కూకలేస్తున్నాడు. ఆ వ్యక్తి కాయలు కొట్టడం మాని కాలవలో చేతులు కడుక్కున్నాడు.

"ఎవరిది? ఈసెట్టు మాది – కొట్టు రంగయ్యా – ఏంటి భయం!" అంటూ కోమలి చెట్టు వెనుకనుంచి వచ్చింది. రెండు మూడురకాల చెట్లు మొదళ్ళలోనే అల్లుకుపోయి నట్లుగా జడంతా ముళ్ళడిపోయి, విడిపోయిన వెంట్రుకలు చెంపని పరదాలో కప్పివేశాయి. అంచులేని పల్చటి ఆకుపచ్చచీర గాలికి రెండుకాళ్ళనీ పట్టుకుని వెనక్కి గోచీకోసం ఎగురుతోంది. కుడిచేతికి వక్కటే ఆకుపచ్చ గాజు, అక్కడక్కడ రాళ్ళు లేని దుద్దులు, ఎర్రగళ్ల నల్లరవిక. ఖరీదైనవేషంలో వున్న కోమలి, కోపం ప్రకటించడానికి కొంటెయత్నం చేస్తోంది.

నల్లకుర్రాడు కిందికి దిగాడు. "నాకు తెల్దండి – ఆరెక్కమన్నారండీ"

"పో, వెధవ" అన్నాడు బికారి.

"పోతానండి" అంటూ వాడు పరుగెత్తాడు.

"మా ఇష్టం, మా సెట్టు, నీ కెందుకు?"

"నువ్విక్కడికి దాపరించావా?" అన్నాడు బికారి. దయానిధి వారిని కలుసుకున్నాడు.

"మీరు వచ్చారే" అంటూ తెల్లబోయింది కోమలి.

మళ్ళా అందుకుంది "చూడండి - ఈ సెట్టు మాది. అల్లదిగో ఆడుండేది మా పొలం, మా అమ్మ కూడా వుందక్కడ. ఈ మూడూ సర్కారోళ్ళవి."

అది నిజమే, సర్కారు చెట్లపై నెంబర్లు చెక్కి వున్నాయి. నెంబరు లేనిది కామాక్షిది. అన్నీ కలిసి దగ్గరలో వుండడం మూలాన, ఇట్లా కళాసీలు ఆ చెట్టుపై అధికారం చూపిన వాళ్ళని బుకాయించడం పరిపాటయిపోయింది.

"అబ్బో, సాలామందే వున్నారే.... రంగయ్యా, నువ్వింటికి పో, అమ్మతో కాసేపుండి వత్తానను" రంగయ్య తువ్వాలు తలకి చుట్టుకుని, రెండు కొబ్బరికాయలు మెలివేసి కట్టి బుజాన వేసుకుని నడవడం మొదలెట్టాడు.

"తొందరగా రా...." అని దూరాన్నుంచి సంజ్ఞ చేశాడు. రంగయ్య - ఎవరో?.... కోమలి వింత ప్రపంచంలోని విచిత్ర వ్యక్తులలో వొకడు. కోమలి ప్రభావం వాళ్ళందరిమీద కూడా ఒత్తిడి కలిగించింది.

పడవలో గుసగుసలు బయలుదేరాయి. జగన్నాథం పడవని ఒడ్డుకి నెట్టి, గట్టుమీదకి దూకాడు.

"నాకీ జైలు ఖర్మమేం? హాయిగా నడుస్తా."

"నేనూ నడుస్తాబాబూ..." అంటూ సుశీల కూడా దిగింది. మొత్తం మీద ఒకరి వెనుక ఒకరు, అందరూ దిగారు.

చుక్కానీ వాడు పడవలో పడ్డ చేపలు పట్టుకుని కాలవలో పారెయ్యడానికి యత్నాలు చేస్తూ కూర్చున్నాడు.

"సేపని పడతం రాదు - ఇంతేనా" అంటూ కోమలి చుక్కానీ వ్యక్తిని చూస్తోంది. తను గబగబా పడవలోకి ఎక్కి, చేపకోసం వేట ప్రారంభించి" ఇట్టే పట్టుకుని గట్టుమీదికి వచ్చింది.

"ఛీ ఛీ - ఏక్"అంది సుశీల.

"బాబో, అదేమిటి!" అంది అమృతం.

జగన్నాథం కొంచెం దూరంగా నిలబడ్డాడు.

"ఇంద నాగూ" అని కోమలి చేపని నాగమణికి ఇవ్వబోయింది.

"అవతల పారెయ్యి - నాగూ ఏమిటి? నాగమణి అనలేవు?" అని కసురుకుంది.

దయానిధి వాళ్ళని ఎలా పరిచయం చెయ్యాలో తెలియక బాధపడుతున్నాడు. గొంతుక సవరించుకుని...

"చూడు - ఈవిడ అమృతం..."

"ఓ, అముత్రం గారా... ఇందండీ, సేపని చూస్తారా?" అంది కోమలి.

సుశీల నవ్వింది.

"అదుగో ఆవిడ సుశీల - మా మేనత్త..."

"నాకు తెల్సు"

"సరే ఈవిడ..."

"నాగు" అని పూర్తి చేసింది కోమలి.

"నాగేమిటే నీకు - ఒళ్ళు పొగరెక్కి" అని నాగమణి కోమలిపైకి వెళ్ళింది.

"దగ్గర కొచ్చావంటే సేప - జాగ్రత్త..." అని మాటలను పెద్దవిగా బొంగురు కంఠంలో విడదీసి ఉచ్చరిస్తూ జడిపించింది.

"అవతల పారెయ్యి - పెంటబుద్ధులు, నువ్వూనూ" తప్పించుకుని దూరంగా పారిపోయింది నాగమణి.

"మిమ్మల్ని పరిచయం చెయ్యక్కరలేదు - అదుగో ఆ అబ్బాయి"

"అబ్బా యేమిటండో బావగారు?" జగన్నాథం అందుకున్నాడు.

"పోనీ, ఆ బుల్లి పెద్దమనిషి"

"జగ్గు" అని సుశీల అడ్డం వచ్చింది.

"నాన్‌సెన్స్ - నాథ్"

"సరే - నాథ్ - అమృతం..."

"మా యొక్క అభిమాన తమ్ముండను. కొండకచో చిరుసోదరుండ - ఈమె ఎవ్వరో తెలుసుకోవచ్చునా ఆర్యా!"

"ఏడిశావ్- ఊరుకో" అంది అమృతం.

"అదేమిటే జెంటిల్‌మేన్‌లా మాట్లాడుతుంటే - ఏయ్ అమ్మాయి, దానిమీద పడెయ్యి చేపని" అన్నాడు జగన్నాథం.

"ఓ" అంటూ కోమలి చేపని జగన్నాథం మీద గిరవాటెట్టింది.

"What a foolish! మనకి జలచరాలంటే కించిత్ భయం" అనుకుంటూ జగన్నాథం దూరంగా పరుగెత్తాడు. అందరూ నవ్వుకున్నారు. మళ్ళీ పడవల్లోకి ఎక్కారు. అమృతం కోమల్ని తనతో పడవలో కూర్చోబెట్టుకుంది. వెనకాలదాంట్లో నాగమణి, సుశీల యధాస్థానాల్లో కూర్చున్నారు.

"మీ రెక్కరేం?" అంది గట్టునున్న నిధిని కోమలి.

"నేను నడుస్తా."

"నేను నడుస్తా - దిగండి-అమ్మృతంగారు మనం నడవలేమంట పెద్ద మొగాళ్ళు."

ఈలోగా వాళ్ళు దిగకుండానే బికారి పడవల్ని లోపలికి గెంటేశాడు. జగన్నాథానికి పల్లేరు కాయలు గుచ్చుకున్నాయి. వాటిని తీసుకుని, "నా జోళ్ళు పడెయ్యండర్రా" అంటూ పడవలోకి దూకబొయ్యాడు. కోమలి ఇన్ని నీళ్ళు తీసి అతని మీద కొట్టింది.

"దిగు నీ పని చెప్తా"

వాళ్ళిద్దరూ నడక సాగించారు.

పడవలు ఐదు ఫర్లాంగులు వెళ్లి, మలుపులో నిలిచిపొయ్యాయి. అందరూ దిగారు.

చేలల్లోంచి సన్నటి కాలిబాట వుంది చేలు దాటగానే పెద్ద పచ్చగడ్డి మైదానం అడుగుఎత్తు ఎదిగిన గడ్డిపోచలన్నీ గాలికి తలలాడిస్తున్నాయి. మైదానం మధ్యలో జట్టుగా సర్వీచెట్లు జడలు విరబోసుకున్నట్లుగా పలకరించుకుంటూ మెదుల్తున్నాయి. వాటిని ఆనుకునే పెద్ద మామిడితోపు - సూర్యరశ్మి సోకకుండా, దట్టంగా అల్లుకుని మామిడి చెట్లు రహస్య నిశ్చలత్వాన్ని నిరూపిస్తున్నాయి. వాటి కొమ్మలు, మధ్యగా వున్న చిన్న చెరువులోకి వ్రేల్లాడుతున్నాయి. ఆ చెట్ల మెత్తటి చలినీడలలో వాళ్ళు విడిది చేశారు. తపోభంగమైన ఋషిలా, ఒడ్డునున్న కప్ప నీళ్ళల్లోకి ఎగిరిపడింది. ఎవరి కాలికిందో మామిడి రెమ్మ పట్టుక్కుమంది. ఆకులు రెపరెపలాడాయి. పశ్చిమ పవనం ఆకుల్ని పోగు చేసుకుని జోహారిస్తూ వర్షించింది. రామచిలుకలు చెప్పరాని సిగ్గుతో తలకాయల్ని దాచుకుని సైగలు చేస్తున్నాయి. ఈలపిట్ట మత్తుతో ఒళ్ళు విరుచుకుంది. ఒక్కసారిగా ప్రకృతి జీవించి చోద్యం చూస్తోంది.

కోమలి చెరువుగట్టున వికృతంగా కాళ్ళు ముడుచుకుని కూర్చుంది. మెల్లమెల్లగా ఆకృతి పొందుతున్న పొడుగు కెరటం ఆమె మొహాన్ని అవతల గట్టుదాకా వ్యాపింపచేసింది. నీళ్ళల్లో ప్రతిమలా, శీలంలేని మొహం - చన్నీళ్ళ లోతులో గోరువెచ్చదనం దాచుకున్న చల్లటి మొహం.

"కళ్ళెత్తితే సాలు కనకాభిషేకాలు" అన్నపదం జ్ఞాపకం వచ్చింది నిధికి. కాంతులు కురిపిస్తూ, ధగధగసిరితో మెరిసి, కోర్కెతో మండిపోతున్న నేత్రాలు.

చెట్లకింద అన్నీ పరిచి నాగమణి స్టవ్ ముట్టించింది. సుశీల చూస్తూ కూర్చుంది. కోమలికేసి, నిధికేసి - వారిద్దరూ తన్ని చూడకుండా, ఒకర్ని ఒకరు చూస్కుంటున్నప్పుడు -సుశీల తన్ని చూడకుండా అదంతా అమృతం చూస్తోంది. నాగమణి, అమృతం, సుశీల చూడకుండా, సుశీల రాళ్ళని చూడడం, అమృతం గమనించకుండా, అందర్ని చూస్తోంది.

కోమలికి తనని ఇంతమంది చూస్తున్నారని తెలియక పోయినా, తెలిస్తే తాను ఎల్లా చూసునో, అల్లా చూడాలని ప్రయత్నిస్తున్న దానికిమల్లే చూసి, చూసి ఆఖరికి నవ్వేసింది – ఏదో గట్టుమీద నుంచి చెరువులోపడి, కెరటం, ప్రయాణం ప్రారంభంలోనే నవ్వింది.

"ఇదేనా – పిక్కిక్కు?"

సుశీల నవ్వింది – కళ్ళజోడు పట్టుజారి ఊడేటట్లుగా.

"పెద్ద నవ్వాలా ఏమిటి?" అంది అమృతం.

"టికిక్, పికిక్ చికిక్..." అంటూ నాగమణి ఆక్షేపణ మొదలెట్టింది, కోపం వచ్చింది.

"మహా – పాసిపళ్ళ మాలచ్చి" అని పళ్ళ చిగుళ్ళు చూపిస్తూ వెక్కిరించింది.

"నీవా – నీవి ..." ఏమనాలో నాగమణికి తెలీదు. పళ్ళు పట పట కొరికి స్టవ్ పిన్ను విరగకొట్టింది.

"చూస్కో –నా పళ్ళకేం" అని కోమలి పళ్ళని ప్రదర్శించింది. దయానిధికి నవ్వొచ్చింది.

"మిమ్మల్ని ఇది చుట్టానికేనా తీసుకొచ్చింది?" అని సుశీల అడిగింది చెట్లని సంబోధిస్తూ...

"ఏదో ఇంగ్లీషు రాదనుకో... అంటే కోపం రాదా ఏమిటి?" అంది అమృతం.

"నువ్వేం వెనకేసుకుని రానక్కరలేదు?"

"అవును పాపం అల్లా అనడం ఏం బాగుంటుంది?"

"మధ్యన మీకెందుకండి.." అని నాగమణి అందుకుంది.

"ఏమిటి బావా, అల్లా చూస్తూ ఊరుకుంటావ్!"అంది అమృతం.

"సూత్తమే ఆయనకి బాగా సేతవుద్ది" కోమలికి ఏం మాట్లాడాలో తెలీడంలేదు, అలా అనడం తప్పేమోనుకుంటూ.. "సూత్తం కూడా తెల్దు"అంది.

సుశీల నవ్వుని కొంగుని పళ్ళల్లో బిగించి ఆపుకుంది.

"తానం ఆడతారా!" అంది కోమలి అందర్నీ ఉద్దేశించి.

"నీ కీతొచ్చునా?"

"ఓ..."

"గోదావర్ని అట్నించి ఇటు ఈదినవాడు, నేనూ ఒకే రైల్లో ప్రయాణం చేశాం –అంచేత స్నానానికి మనం సిద్ధం" అంటూ జగన్నాథం ప్రవేశించాడు.

"ఇంతసేపు ఏం చేస్తున్నావురా?" అమృతం అడిగింది.

"బికారితో స్వైర విహారం."

"ఆ వెనకాల చేతులో ఏమిట్రా?"

జగన్నాథం చేతులు వెనకాల బిగించి కోమలి దగ్గరగా వచ్చాడు.

"ఇందాక మీద నీళ్ళు పోసి, పదిమందిలోనూ పరాభవం చేసిన అంగనవు నీవేనా? బావగారూ! ఈ పూట తెనుగు దంచేస్తున్నాను."

"ఏంటి పిల్లోడా!" అని వెనక్కి తగ్గింది కోమలి, మొహం చిట్లించి కళ్ళు మూసేసుకుంది. సూర్యరశ్మి భరించలేని పద్మంలా.

"What a foolish మళ్ళా మనవి చేసుగుంటా... బైదిబై బావగారూ ఈ యువతీలలామ ఎవరో కించిత్ సెలవిచ్చారు కారు."

"కోమలిరా... అదేం వాగుడు? తిన్నగా మాట్లాడలేవా?" అంది అమృతం.

"More foolish? Italian of the East స్వచ్ఛమైన తెలుగు భాష ప్రయోగిస్తుంటే to call it వాగుడు!"

"ఏంటబ్బాయి - మీది మీది కొస్తుండా...." అని ఇంకా వెనక్కి జరిగింది కోమలి.

"నీ కలవాటేగా" అంది నాగమణి.

"తప్పు" అంటూ అమృతం ముక్కుమీద వేలేసుగుంది.

"ఏంటి కూశావు-మళ్ళీ కుయ్" అని కోమలి నాగమణి కేసి కసిగా చూసింది.

"What a foolish! కూత! ఇందాక నా మీద జలచర ప్రయోగము చేసిన అబలవు నువ్వేనా?" అంటూ చేతులో వున్న ఆకుల కొమ్మని మోచేతికి రాశాడు. కోమలి గోక్కోడం మొదలెట్టింది.

"ఆ ఆకులేమిట్రా - ఇల్లా పట్రా" అంది అమృతం.

కోమలికి దురద ఎక్కువైపోయింది. జగన్నాథం కేసి కొంటెగా చూసి, మంటని బలవంతంగా ఆపుకుని, ఆ కొమ్మని లాక్కోబోయింది. జగన్నాథం పరుగెత్తాడు. అతన్ని తరుముతూ వెనకాల పరుగెత్తుతోంది కోమలి. ఈ దృశ్యం చూస్తూ దయానిధి నడవడం మొదలెట్టాడు. అంతవరకూ ఏదో చెప్పరాని అనుమానాలతో మూగదయిపోయిన వాతావరణము కంఠం సవరించి, సాఫీ చేసుకున్నట్లుగా, మిగిలిన వ్యక్తులందరూ మామూలు ధోరణిలో పడ్డారు. నీళ్ళన్నీ ఎండిపోయిన కాలువ.

చింపిరి జుట్టులో జొరబడి పాపిడిలా దారి చూసుకుంటూ నడిచిపోయిన మెరుపు పురుగులా కోమలి గడ్డిలో పరుగెత్తుకుపోతోంది. జగన్నాథాన్ని తరుముకుంటూ, దూరంగా సర్వీచెట్టు వెనకాల దయానిధి నిలబడి చూస్తున్నాడు. కోమలి జగన్నాథాన్ని పట్టుకుంది. ఇద్దరూ పెనుగులాడుకున్నారు. అతనిచేతిలో వున్న దూలగుండ మొక్కని లాక్కుని అతన్ని భుజాలమీదికి ఎత్తుకుంది! ఆ మొక్కని అతని మొహం అంతా రాసింది. అతను గడ్డిలోకి

100 చివరకు మిగిలేది

దూకి, ఆమె చేతిలోంచి ఆ మొక్కని లాక్కున్నాడు. మళ్ళా పరుగులు ప్రారంభించారు. ఆమె ముందు, అతను వెనకా, గడ్డిపోచలే ప్రాణం తెచ్చుకుని ఎదిగిపోయి మనిషిగా, మారినట్లు పచ్చ చీరలో కోమలి కదిలిపోతోంది. సర్వీచెట్ల వెనుక మాయమవుతూ నల్లటి మేఘాల మధ్యనుంచి ఆకస్మికంగా మెరిసిన మెరుపులా, ప్రకృతిని తనలో ఐక్యం చేసుకుంటోంది. ఇంకా దూరంగా వెళ్ళిపోయింది. ఆకుపచ్చగా, పల్చబడి అంతర్ధానమై పోయింది. చెట్లు, గట్లు, పుట్టలు, పిట్టలు అన్నీ అటుకేసి కదుల్తున్నట్టుగా మెదుల్తున్నాయి. ఆకాశం విశాలంగా నవ్వి సూర్యుడ్ని అరచేతి మేఘంతో కప్పింది. నీలం ధ్వని లేకుండా నవ్వుతోంది. నీలం ఆకుపచ్చల్ని దూరంగా కోమలి చెయ్యి చెయ్యీ కలిసింది.

"అట్లా గడ్డిపోచల మధ్య గంతులేస్తూ ఆకాశాన్నీ, భూమిని బుజ్జగిస్తూ స్నేహం చేసుకుంటూ వుండవలసిన వ్యక్తి కోమలి. ఆమె నిజస్థానం అది. పుట్టినిల్లు పచ్చగడ్డి, అత్తిల్లు ఆకాశం. పిట్టలు, పువ్వులు సంతానం. మనుషుల మధ్య ఇండ్లల్లో వుండి, ఎంగిళ్ళు ఎత్తవల్సిన మనిషి కాదు. కొందరు కొన్ని వాతావరణాల కోసం ఉద్దేశింప బడతారు. ఆ వాతావరణం మధ్యనే వారికి పరిపూర్ణత వుంటుంది. స్వేచ్ఛా జీవనానికి ఆలయాలు వాతావరణమే. అందులోంచి తొలగిస్తే వారు నీరు విడిచిన చేపలు - శృంఖలాలు లేని బానిసలు. సర్వీచెట్లు వానాకాలంలో పీల్చుకున్న వర్షం నీటిని ఈనాడు మెల్లమెల్లగా వొదులుతూ కోమలిని మధ్య కూచోబెట్టి తలంటుపోస్తుంది. గాలి సిగ్గులేని పిచ్చి పువ్వుని బలవంతంగా తల్లో అమరుస్తుంది. వానకి చలించిన వేడి భూమిలో మైకం చెంది సుగంధ పరిమళం కింద ఆమెని ఆక్రమిస్తుంది. ఎర్రపువ్వులను బంధించు తున్న గడ్డిపోచలు గాలికి ఎండలో మెరుస్తూ లయగా ఆరబెట్టిన ఆకుపచ్చ పట్టుచీరలా, ఎండుకుని, కోమల్ని చుట్టుకుంటాయి. ఆకలి దాహాలు లేని అయోమయపు ఆశదారుణాలు, ఎరగని దైవత్వం, హద్దులు లేని అనుభవం ఆమె.

రాతి శిథిలాల మధ్య వుండవల్సింది అమృతం. ఎక్కడో ఏ హంపీలోనో అన్నీ రాళ్ళు- భగ్న ప్రతిమలు. ఒంటరిగా నిల్చిపోయిన స్తంభాలు ప్రేమకోసం గుండె రాయిచేసుకున్న రాకుమార్తెలా విగ్రహాలు అన్నీ శిథిలమైపోయి, ఏ అర్ధరాత్రో అడుగుల చప్పుడూ, నిట్టూర్పు వినబడితే కదులుతాయేమో ననిపించే ప్రమాదస్థితిలోపడి వుంటే వాటి మధ్య అమృతం కూచుని, విషాదంలో నవ్వుతుంది. ఆమె గడిచిపోయిన అనుభవపు వైభవాలని తల్చుకుని, ఏడ్చి ఏడ్చి, అతీతం అయినప్పుడు కన్నీరు చుక్కలు చుక్కలుగా రొమ్ముల మధ్యనుంచి జారి ఈనాటి నదిగా ప్రవహిస్తోంది. తన దుఃఖం నదులై పొంగి పొంగి దేహాన్ని ముంచి

వేస్తుంది. తప్పు! తను ఏడ్వకూడదు. విషాదంతో నవ్వుతుంది. ఆనాడు సౌందర్యం తన యాత్ర ముగించుకుని ఆమెను శిలగా మార్చివేస్తుంది. ఏ రాతిని నిట్టూర్పుతో కదిల్చినా అమృతం కలలో కార్చిన కన్నీరల్లె నీరైపోతుంది.

సుశీల వాతావరణం వేరు. పెద్ద బస్తీలో మధ్య బంగళాలో మూడో అంతస్తుమీద మధ్య గదిలో, మధ్య సోఫాలో కూర్చుంటుంది. పైన ఆకుపచ్చని రంగు ఫాన్, ఎడమవైపున బ్రాకెట్ బల్ల, దానిమీద చేతిలో ఎలక్ట్రిక్ బల్బు పట్టుకున్న వీనస్. డిమైలో బ్రాంజ్ ప్రతిమ, ప్రక్కన ఇరవైమూడు పుస్తకాలు పట్టే అద్దాల బుక్ షెల్ఫ్ – దానిమీద ఫోటోస్టాండ్‌లో తోర్‌దత్ తైలచిత్రం తొమ్మిది గజాల ఆగ్రామసిన్ చీరచుట్టూ నాలుగుసార్లు తిప్పి కట్టుకుని, చైనీస్ డిజైన్ లాంప్ షేడ్ కింద, ఇండియా పేపర్ ఎడిషన్‌లో వచ్చిన Scot's Bride of Lammermoor పుటలని దంతపు పేపర్ కట్టర్‌తో కోస్తూ కూర్చోవలసిన మనిషి జ్ఞాపకం తెచ్చుకుని బాయ్‌ని కేకేసి తన కళ్ళజోడు chest of drawers మూడో అరలో వుంచిన గంధపు పెట్టెలో వుంది తీసుకురమ్మంటుంది. కాబోలు!

జగన్నాథాన్ని తప్పించుకుని దయానిధి దగ్గరగా వొచ్చి, ఆకుల్ని అతని ఒంటికి రాస్తోంది కోమలి. అక్కడుండి ఇక్కడలేని కోమలి గంతులేస్తూ ప్రకృతంతా వ్యాపిస్తుంది. అతడు వెనకాల తరమడం మొదలెట్టాడు. ఒక మహత్తర శక్తి వారిద్దర్నీ ఎక్కడికో తోసుకు పోతోంది చోద్యం చూస్తూ. ఉడతల జంట వెంటబడింది. అది చిన్న కొలను; గడ్డి వయ్యారంగా నీళ్ళల్లోకి వొరిగింది. మాసిపోయిన అద్దంలోలాగా సూర్యబింబం నీళ్ళల్లో చలించకుండా. జలచరాలని రంగు రంగులుగా చలింపచేస్తోంది. కోమలి అక్కడ పడిపోయింది. అవయవాలు పట్టుతప్పి పోయి నిస్పృహగా వుండిపొయ్యాయి. చీరచుట్టువిడి ఒంటిని అంటి గడ్డిలో కలిసిపోయింది. అతను ఆమె రెండు చేతులూ పట్టుకున్నాడు, పచ్చగాజు పటుక్కుమంది. ఉడతలు సిగ్గుతో కొమ్మమీద దగ్గరగా జరిగాయి. నాలుగు కళ్ళూ వాళ్ళకే వొప్పజెప్పి మూతులు బిగించుకుని రహస్యాన్ని తెలుసుకున్నట్లు నివ్వెరపోతూ – అతను కొమ్మను పీకి అవతల పారేశాడు, ఆమె రెండు కళ్ళలోకి తీవ్రంగా చూశాడు.

భరింపరాని సహజ సౌందర్యం అతన్ని శక్తిహీనుడ్ని చేసింది. అతనికి వస్తువులు కనబడక, చూపు తడబడుతోంది. కళ్ళు గట్టిగా మూసుకుని మూతిని సున్నాలా చుట్టుకుని;

"ఏంటది?" అంది కోమలి – మైకం చెందిన ఉడత కొమ్మమీది నుంచి పడింది. అర్థంలేని అయోమయపు మూగబాధ అది. గాజు పటుక్కుమన్నచోట రక్తం బొట్టు చూసు కుంది. లేచి కూర్చుంది, చెయ్యి వదిలించుకుంది; ఆపలేని ఆయాసాన్ని ఆపుకుంటోంది. రెండు చెమట బిందువులు నుదుటినుంచి జారి కనురెప్పల్ని అంటిపెట్టుకున్నాయి. చెమట

బిందువులో, ఆనందంతో మెరుస్తున్న కన్నీటి బిందువులో తెలియకుండా రెండు ఉడతలు దగ్గరగా వచ్చి చెవులు నిక్కబొడుచుకుని వింటున్నాయి.

ప్రశ్నలు అతని కళ్ళని కలవరపరుస్తున్నాయి. ఏం కావాలి? "ఎప్పుడు, ఎక్కడ?" ఈ రెండింటికీ సమాధానం. చేతిని చూసుకుని "రకతం" అంది. రుమాలుతో తుడిచాడు- ఎరుపులేని, ఓపిగలేని పల్చటి, ఎర్రటి రక్తాన్ని.

"ఏంది? అల్లా చూస్తారు? అమ్మో - ఉడత!" అంటూ ఉడతల రేసి చూడమంది. ఉడతల జంట భయంతో దూరంగా గెంతింది.

ఉడతలాగే తనూ మొహం బిగించుకుంది. అప్రయత్నంగా అతని భుజంమీద చెయ్యివేసి పైకి లేవబోయింది. అతను చేతిని గట్టిగా పట్టుకోబొయ్యాడు. కాని అప్పుడే జడ మెడమీద నుంచి ముందుకు జారి అతని మొహాన్ని కప్పేసింది. "నీకూ నాకూ మధ్య నిశీథిలా పడ్డ నీ జడ" అన్న వాక్యం జప్తికొచ్చింది.

"తప్పు-ఏంటది!" అని చిత్రంగా ముక్కుమీద వేలేసుకుంది. లేచి నిలబడింది 'ఇస్' అని చప్పుడు చేసి, ఉడతల్ని దూరంగా తరిమేసింది. "రాతిరి నూతికాడ దీపం పెడతాగా... రాతిరి" అని 'రాతిరి'ని సాగదీసి ఉచ్చరిస్తూ కళ్ళు గట్టిగా మూసుకుంది. ఉడతలు అర్థమైనట్లు గుసగుసలాడుకుని, విసుగేసి వెళ్ళిపోయాయి. కోమలి పడ్డచోట కోమలంగా ఒరిగిపోయిన గడ్డి మెల్లగా యథాస్థానంలోకి లేచి కదుల్తోంది. జలచరాలు అవతల ఒడ్డుకి నవ్వుకుంటూ వెళ్ళిపోయాయి. రంగులతో చీరలో దిగబడిపోయిన ఆకుల్ని, గడ్డిపోచల్ని అతను విడదియ్యటం మొదలెట్టాడు. లాక్కుని వెనక్కి అడుగేసి, పట్టుజారి కొలనులో పడింది కోమలి. అతను చెయ్యిపట్టుకుని పైకి లాగాడు. నోట్లోంచి నీళ్ళు వొదిలేసింది. నీళ్ళకి తడవనంతటి తన ఒత్తయిన జుట్టుని తన చేత్తో వెనక్కి సర్దుకుంది. తడి ఒంటిని చీరని అదిమేసి ఆరేస్తే గాలికి కాలవలో పడ్డ చీర మడత లాగైంది; బుజాల ఒంపు వికృతంగా బయటపడింది. చలికిచలుస్తున్న చర్మం, ఆమెను గొట్టంలోంచి కడగడానికి బైటికి దీసిన థర్మాస్ ఫ్లాస్కులా పచ్చగా మెరిసేటట్లు చేసింది. ఒడ్డున మోకాళ్ళ చుట్టూ చేతులు బిగించుకుని, ఒణికిపోతూ కూర్చుంది.

"సలి పుడుతోంది. - ఏదేనా తీసుకురండి - అబ్బ ఏంటది - మొగాళ్ళు దూరంగా సెట్టుకాడి కెళ్ళండి."

దయానిధి అటూ ఇటూ దిక్కులు చూస్తున్నాడు. అతని కండువా తోట్లో చెట్టుకొమ్మని వదిలేశాడు. ఏం చెయ్యడం? చివాలున అతని పంచి గోచీలోంచి తొలగించి మొహం

తుడుచుకుంది. రుమాలిచ్చాడు. తలకి చుట్టుకుంది. వస్త్రాలు లేని రోజుల్లో పూర్వీకులు ఏం చేసేవారో? చెట్ల మొదళ్ళు, ఆకులు – వీటితో తుడుచుకునేవారు.

ఎక్కడేనా అరటాకు దొరుకుతుందేమోనని దూరంగా చూస్తున్నాడు.

"ఇక్కడున్నారంటండీ నాన్నగారొచ్చారు. మిమ్మల్ని తొందరగా రమ్మన్నారు. రండి రండి..."

వెనక్కి తిరిగాడు, సర్వీచెట్టు వెనక నారయ్య.

"ఏం నారయ్యా – అప్పుడే..."

"జట్కాబండిలో వొచ్చారండి. కాలవ కాడున్నారు. మిమ్మల్ని దబ్బున తీసుకు రమ్మన్నారు."

కూర్చున్న కోమలిని చూశాడు నారయ్య. "నువ్వెందుకొచ్చా, ఇక్కడికి?"

"నేనే రమ్మన్నాను" అన్నాడు నిధి.

"ఆరేం రమ్మనలేదు – నేనే వొచ్చా మా పొలం కాడికి – నా ఇష్టం, నీ కెందుకు?" అని వంకర మాటలతో అంది కోమలి.

నారయ్య కళ్ళల్లో కోపాగ్ని చల్లార్చుకుని, నవ్వుని బలవంతంగా ఆపుగుని, పాగా గుడ్డతీసి కోమలి ఒంటిమీద గిరవాటెట్టాడు.

"ఛీ–పాడు..." అనుకుంది తనలో..

"ఏడిశావ్ – నీళ్ళల్లో తడిపి ఆరేసుగుని కట్టుగురా, పద, వీపు పగలెయ్యమని చెబుతా మీ అమ్మతో..." అన్నాడు నారయ్య.

"అంత తొందరేమొచ్చింది నారయ్యా?" అని నిధి ప్రశ్నార్థకంగా అడిగాడు.

"నాకేం తెలుస్తుందండీ లెండి, వెడదాం."

ఇంతలో "పీతొచ్చింది. పీతొచ్చాడు" అని కేక వేస్తూ జగన్నాథం చక్కా వొచ్చాడు.

"అదేంటయ్యా, పీతేంటి కుర్రాయనా?" అని అడిగాడు నారయ్య.

జగన్నాథం జోరు తగ్గింది; గుటకలేసి..

"సుశీల పిత...." అన్నాడు.

"అంటే" అన్నాడు నిధి.

"ఓస్ ఇంతమాత్రం తెలియదుటండీ– పిత – తండ్రి.'

"సుశీల పిత – సుశీల నాన్నగారు వచ్చారని తాత్పర్యం" అన్నాడు.

"గోవిందరావ్ మామయ్యా!"

"అతగాడు సుశీల పితైతే అతగాడే – ఓహో గోపికా జలక్రీడా ఫలితంలా అంది ఓహో, శ్రీ కృష్ణుం డెవ్వరొక్కో....!" అంటూ కోమలి కేసి చూస్తున్నాడు.

"ఏంటయ్యా ఆ పిచ్చివాగుడు?"

"దగ్గరకొచ్చావంటే సూస్కో!" అంది కోమలి జగన్నాథాన్ని బెదిరిస్తూ.

"మనకి నీళ్ళంటే కించిత్ భయం. అందులో నీళ్ళాడిన అంగనలంటే మరీని పాపం రెవిక లేదు కాబోలు. శివదీక్షాపరురాలనురా - చీర ఎంతైనా విడవనురా - ఇదుగో, ఈ చీర చీనాంబరం ధరింపుము" అని చొక్కా తీసేసి కోమలికిచ్చి, తొడుక్కోమని సంజ్ఞ చేశాడు.

"ఛీఛీ పాడు పిల్లడ..."

"మీరు రండి - అది బట్టలార బెట్టుకుని ఇంటి కెడుతుందిలెండి" అని ఇద్దర్నీ కదిపాడు నారయ్య.

"ఎల్లిపోతుండారా!" అంటోంది కోమలి.

"పోయెనయ్యో ఇప్పుడు ననుబాసి..." అంటూ పాడుకుంటూ జగన్నాథం పరుగెత్తాడు.

పిక్‌నిక్ సరంజామా అంతా కట్టివేసి అందరూ కాలవ వొడ్డుకి నడవటం సాగించారు. సుశీల అందరికంటే ముందుగా నడుస్తోంది విడిగా.

అమృతం ఫ్లాస్కు పుచ్చుకుని, కండువా భుజాన వేసుకుని మెల్లగా నడుస్తోంది. పక్కనే నాగమణి.

"కాస్త టీ తాగు బావా!" అని ఫ్లాస్క్ తీసి మూతలో కొంచెం పోసిచ్చింది.

"ఎక్కడికెళ్ళావు బావా!"

అతనేమీ మాట్లాడలేదు.

"ఇంకెక్కడికి? ఆ కోమలితో సరసాలు" అంది నాగమణి.

సుశీల జోళ్ళో ఇరుక్కున్న మట్టిబెడ్డ తీస్తూ నిలబడి వాళ్ళని కలుసుకుంది.

"ఆ పెంటముండతో సరసాలా?" అంది గీర్వాణంగా.

"తప్పు సుశీలా పెంటదెల్లాగైంది? ఏదో మనకి నాలుగు ఇంగ్లీషు ముక్కలొచ్చునుగదా అని" అంటోంది అమృతం.

"నువ్వు చెప్పకే అమృతం... నీకూ, మీ ఆయనకి పెంటవాళ్ళ మధ్య ఆ పల్లెటూళ్ళలో వుండడం మరిగి, వాళ్ళు అందరూ దేవకన్యకల్లా కనిపిస్తారు."

"మేమేం పెంటవాళ్ళ మధ్యలేం మా వూరిలో అరవై బ్రాహ్మణ కొంపలున్నాయి. నీలా డాబులు చెయ్యకపోతే సరా" అంది అమృతం.

"పల్లెటూరి మొద్దువి. నీకు మాట్లాడ్డం తెలిస్తేగా..."

"చూశావా బావా, ఎంతలేసి మాటంటోందో... తన్ని ఏమన్నానని? తనకీ గర్వం అంతా తండ్రి తాశిల్దారనేగా. అవును మరి మర్యాదగా సంసారం చేసే నాబోటి మొద్దులు నీలా గడుసుగా ఎట్లా మాట్లాడగలరులే..."

"పోదూ, ఎల్లాగో సంపాదించావు, ఓ మొగుడ్ని."

"పోనీ నీకా మొగుడూ లేడుగా" అంది అమృతం.

"మొగుళ్ళ కేం! కట్నాలు పారేస్తే కావాల్సినంతమంది."

మధ్యలో నిధి అందుకున్నాడు. "ఇంతకీ మీ దెబ్బలాట కోమలి గురించి, మీరు నిన్నల్లా చూస్తామన్నారని నే తీసుకొస్తే, మీరు చేసే పని ఇదా?"

సుశీల అంది... "మాకేం తెలుసు కోమలి. కోమలంటే ఏ రంభో తిలోత్తమో అనుకున్నాం...."

"ఊర్వసో...." అంది నాగమణి.

"మీ ఎవ్వరికీ కోమలి నచ్చలేదా?" అని అడిగాడు నిధి.

"మా కిది క్వచ్చన్ పేపరా ఏమిటి?" అంది సుశీల.

"నీ కెల్లా నచ్చింది?" అంది నాగమణి.

"బావని 'నువ్వు' అంటున్నావే?" అంది అమృతం.

"నాకు నచ్చలేదు" అని సుశీలా, నాగమణి అన్నారు.

"నాకు నచ్చింది బావా.."

"నే నేమీ అనలేదు" అన్నాడు నిధి.

"అనక్కర్లేదు. తెలుస్తూనే వుంది. మీ అమ్మ బుద్ధులెక్కడికి పోతాయి? నీ కట్లాంటి వాళ్ళే నచ్చుతారు" అంది సుశీల కసిగా.

"సుశీలా!" అన్నాడు కోపంతో కళ్ళు పెద్దవి చేసి.

"ఏమిటి సుశీలా, అట్లాంటి మాటలు? చచ్చి స్వర్గాన వున్న అత్తయ్యని."

దయానిధి కళ్ళల్లో నీళ్ళు తిరుగుతున్నాయి. కోపంతో సుశీల పీక నులమాలను కున్నాడు. ఎట్లాగో అంతా మింగేసుకుని, తలవొంచుకుని, వాళ్ళల్లోంచి విడిపోయి, ఒక్కడూ చరచరా నడిచిపోయాడు. ఎవ్వరూ మాట్లాడలేదు. కాలవొడ్డుకి చేరుకున్నారు.

గోవిందరావుగారు, దశరథరామయ్యగారూ కూర్చుని మాట్లాడుకుంటున్నారు.

"అమృతం -మీ అత్తగారికి కొంచెం సుస్తీ చేసిందట నిన్ను తీసుకెళ్ళడానికి కాంతారావు వచ్చాడు. సాయంత్రం ఆరుగంటల బండికి ప్రయాణం అంటున్నాడు. ఓ పదిరోజులపాటు అందరూ వుంటారనుకున్నాను" అన్నాడు దశరథరామయ్యగారు అమృతాన్ని సంబోధిస్తూ.

106 చివరకు మిగిలేది

"అల్లాగా... అయితే వెళ్ళిపోవాలి మామయ్యా- మీ రందరూ మా ఊరు రాకూడదా ఏమిటి?" అంది

"అట్లాగే వస్తానమ్మా, ఇంక రిటైరయిం తర్వాత చేసే పనే అది. ఓ ఏడాది మీ ఊళ్ళో మకాం" అన్నాడు.

"ఏడాది కాకపోతే, పదేళ్ళుండండి. మాకేం బరువు కారు. నే బయల్దేరేప్పుడే అత్తగారు కొంచెం నలతగా వున్నారు" అంది.

"అరరే! సుశీలతో పాటు నువ్వు కూడా మా ఊళ్ళోనే ఓ పదిరోజులుంటా వనుకున్నాను. అత్తగార్ని మీ ఆయన చూసుకోలేడూ?" అన్నాడు గోవిందరావుగారు.

"ఏదీ...పాపం ఆయనకి తీరికెక్కడుంటుంది? పగలల్లా పొలంలో సరిపోతుంది." అంటూ అమృతం జట్కా ఎక్కింది. జగన్నాథాన్ని బండి ఎక్కమంటోంది.

"పోనీ, అతను తరువాత రాకూడదు?" అన్నాడు నిధి.

"మమ్మొల్నందర్నీ వుండమంటావు - నువ్వు మా ఊరు రాకూడదా ఏమిటి బావా! పట్నం వెళ్ళేటప్పుడు దిగరాదూ? ఇదిగో స్కూల్ ఫైనల్ గట్టెక్కితే, చదువు పట్నంలో నీ దగ్గర వుంటాడులే" అంది.

"అమృతం - వ్యవహర్తే" అన్నాడు గోవిందరావు.

"ఇంకా నయం" అన్నాడు దశరథరామయ్యగారు. సుశీలా, అమృతం, జగన్నాథం, గోవిందరావుగారు బండిలో ఎక్కారు. బండి కదిలింది. నాగమణి బికారీ కోమల్ని తీసుకుని పడవలో వెనకాల రావడానికి నిశ్చయమైంది. నిధి నారయ్యతో కోమల్ని జాగ్రత్తగా పడవలో తీసుకెళ్ళి వాళ్ళింట్లో దింపమని చెప్పి, తండ్రితో కలిసి కాలవగట్టున నడవడం సాగించాడు. రెండో బండి, వాళ్ళ వెనకాల మెల్లగా నడిపించుకు వస్తున్నాడు బండివాడు.

"ఏం నాన్నా, అకస్మాత్తుగా వచ్చావేం? గోవిందరావుగారు నువ్వు ఎక్కడ కలుసుకున్నారు?"

"నరసమ్మని, సుశీలని తీసుకెడదామని క్యాంప్‌లోకే వచ్చేశాడు. అయితే నువ్వు సుశీలని పెండ్లి చేసుకుంటావా!"

ఈ ప్రశ్నకి సమాధానం కోసం, క్యాంప్ ముగించుకుని నాన్న వచ్చేశాడా అనుకున్నాడు నిధి.

"ఏం?"

"ఏదో ఒకటి తేల్చెయ్యాలి."

"సుశీల నన్ను చేసుకుంటుందా అని ఆలోచించారా?" అన్నాడు నిధి.

"ఆ అనుమానం నీకెందుకు కలిగింది?"

"నన్ను ఒక మాటంది ఇందాక, దాంతో సుశీల వైఖరి తెలుసుకున్నాను. నాకూ, ఆ అమ్మాయికి సరిపడదు."

"ఏమంది?"

"నాకు ఆ మాటలు మళ్ళా అనుకోవడం ఇష్టం లేదు. బాధగా వుంటుంది."

"వాళ్ళకీ ఇష్టం లేనట్లుగానే తేల్చారు" అన్నాడు దశరథరామయ్యగారు.

"బతికాం."

"అందుకనే వొచ్చేశాను."

"అంటే?"

"ఏమీలేదు, మాధవయ్యగారని, పోలీస్ ఇన్స్‌పెక్టర్. కొత్తగా బదిలీ అయిందట. ఒక్క కూతురూ, కొడుకూ, నాలుగువేల దాకా కట్నం ఇస్తానని క్యాంప్ దగ్గరికి వొచ్చాడు. రేపే పిల్లని చూడడానికి వెళ్ళాలి."

"ఇప్పుడు నాపెళ్ళికి తొందరేం నాన్నా?"

"తొందరే, పెద్దమనిషికి మాటిచ్చాను, రేపే వెళ్ళి చూసి, వంకలెట్టక ఒప్పేసుగురా అప్పుడే - నా ఆఫీసర్, మీ వాడి పెళ్ళి దబ్బుని కానిచ్చెయ్యండి - మేళం ఏర్పాటు చెయ్యమంటూ, అల్లరి మొదలెట్టాడు."

'ఆఫీసర్ల సౌకర్యం కోసం పిల్లల జీవితాలు నిశ్చయం చేసెయ్యడం - ఇంతే తండ్రుల బాధ్యత!' అనుకున్నాడు నిధి.

"ఆఫీసర్‌కి పార్టీ ఇద్దాం కావాలంటే" అన్నాడు నిధి.

"నీ అభ్యంతరం ఏమిటి?"

"ప్రాక్టీస్ పెట్టింతర్వాత చేసుకోకూడదూ?"

"అంత వరకూ ఆ పిల్లని అట్టేపెట్టరు - ఓవేళ పెట్టినా, వాళ్ళు మనస్సు మార్చుకోవచ్చు."

"ఆ పిల్ల కాకపోతే, మరోపిల్ల."

"అంత సులభం కాదు."

"అంటే?"

"నీకు పెళ్ళి కావడం ఓ సమస్య అని మరిచిపోకు. నీకు మట్టుకూ తెలీదూ?"

"ఏమిటి నాన్నా - దాచకండి."

"నీ కింతవరకూ సంబంధాలు ఎందుకు రాలేదో ఆలోచించావా?"

"లేదు."

"అయితే, ఆలోచించు ఇప్పుడేనా, మన కుటుంబ వ్యవహారాలు తెలిసినవాళ్ళు ఎవ్వరూ పిల్లనివ్వరు. మాధవయ్యగారు కొత్తగా వొచ్చాడు. గొడవలు ఇంకా ఆయన చెవిన పడి సంబంధం బెసికిపోక ముందే నిశ్చయం చేసుకుంటే మంచిది. లేకపోతే సమస్యే."

నిధి కళ్ళల్లో నీళ్ళు గిర్రున తిరిగాయి తుడుచుకున్నాడు.

"దానికీ దీనికి సంబంధం ఏమిటి నాన్నా?" అన్నాడు.

"పిల్లనిచ్చేవాడు కుటుంబ మర్యాదలు చూస్తాడు. పెళ్ళికొడుకు తల్లి ఫలానా అని చెప్పుకుంటారు."

"ఇంక చెప్పకండి నాన్నా. ఇవి ఎక్కడ తెలిసిపోతాయో అని భయపడుతూ కాపురం ఎంతకాలం చెయ్యగలను? ఇవి లెక్క చెయ్యకుండా నన్ను కోరుకుని చేసుకునే స్త్రీ వచ్చినప్పుడే చేసుకుంటాను."

"ఇట్లా ఏ స్త్రీ రాదు; ఇంతవరకూ రాలేదు."

"వస్తేనే చేసుకుంటాను."

"కోమల్నా....? మాట్లాడవేం?"

"తప్పా!"

"నేను బతకడం నీ కిష్టం లేదా?"

నిధి కన్నీరు నిలుపుకోలేక పొయ్యాడు. కండువాతో కళ్ళు తుడుచుకుంటూ బండెక్కాడు. దశరథరామయ్యగారు కూడా ఎక్కారు. బండి జోరుగా వెడుతోంది. సూర్యుడు ప్రయాణం చేసి అలసిపోయి నట్లుగా, మొహం ఎర్రబడి, మేఘాల వెనుక విశ్రాంతిగా దిగుతున్నాడు. దూరంగా కాలువ మడుపులో పడవలు కనిపిస్తున్నాయి.

ఇంటికి చేరుకున్నారు.

దయానిధి తోచకుండా ఒక్కడూ గదిలో కూర్చుని మెడికల్ అసోసియేషన్ జర్నల్ పేజీలు తిప్పుతున్నాడు. సుశీల ఏదో కావల్సి వచ్చి, ఆ గదిలో కొచ్చింది.

"సుశీలా, నీతో మాట్లాడాలి" అన్నాడు.

"నాతో ఏం మాటలు...?"

"మీ నాన్న నీ పెళ్ళి విషయం ఆలోచించాడా?" అని మొదలెట్టాడు.

"నాతో ఏం మాట్లాడలేదు, నన్ను చేసుకోవాలని బెంగగా వుందా ఏమిటి? కోమలుందిగా..."

"నీ అభిప్రాయం ఏమిటి పెళ్ళి విషయంలో?..."

నరసమ్మగారు చక్కా వచ్చింది.

"మేం వెడుతున్నాం, రాత్రి తొమ్మిది గంటల బండికి పట్నం వెళ్ళేటప్పుడు మా ఊరు రాకూడదూ? పెళ్ళి విషయానికి ఇప్పుడు తొందరేం? వాళ్ళ నాన్న చదివిస్తాడు. ఎవడో ఒకడు రాసేవుంటాడు."

"బంధువులో సంబంధాలు మంచివి రావంటారు. అందుకే..." అంది సుశీల.

"ఇంతకీ ఘటనుండాలి..." అని పూర్తి చేసింది నరసమ్మగారు.

ఇంతలో కాంతారావు, అమృతం గదిలోకొచ్చారు.

"వెళ్ళొస్తా బావా... మావారు... వుందును గాని అత్తగారికి ఒంట్లో బాగాలేదట.."

"ఏం జబ్బు?"

"జలుబు చేసింది – ఊ, దగ్గు..." అన్నాడు కాంతారావు. అతనిది పెద్ద మధ్యపాపిడి జుట్టు, గుండ్రటి మొహం, లావు మెడ, విశాలమైన దవడలు.

"నువ్వు మాతో వచ్చి మందివ్వకూడదా ఏమిటి?" అంది అమృతం.

"అత్తగారిమీదే ఎక్స్పెరిమెంటా!" అన్నాడు నిధి.

అందరూ నవ్వితే కాంతారావూ నవ్వాడు.

సంభాషణ జరగడం లేదు. కాంతారావు చేతుల్లో ఏదో పుచ్చుకుని భార్యని బండికి టైమైందంటూ వీధిలో కెళ్ళాడు.

"ఏదో మాట్లాడుకుంటున్నట్లున్నారు. మరి నే వెళ్ళిరానా?" అంది అమృతం.

"మాటలు మీకు గాని మాకేముంటాయి?" అంది సుశీల.

"మా సుశీల వెర్రిపిల్ల – ఏమీ తెలీదు, కోపం తప్ప" అంటూ సుశీల నడుం చుట్టూ చెయ్యేసి బుజ్జగించింది అమృతం. "సుశీ – మరి నే వెళ్ళిరానా? ప్రతి దానికి కోపం తెచ్చుకోకూడదమ్మా వెర్రిదానా..." అని దగ్గరగా తీసుకుని కౌగలించుకుంది.

జగన్నాథం ప్రవేశించి "పార్టింగ్ సీన్స్" అని "Good bye. డాక్టర్ జీ, ఈ వియోగ జలధి...." అనే కీర్తన మొదలెట్టాడు.

"నేను మిమ్మల్ని వొదల్ను, మళ్ళా వస్తానండోయ్ – పెళ్ళికి" అని పూర్తి చేశాడు.

"ఎవరి పెళ్ళిరా పిచ్చి వెధవా?" అంది అమృతం.

"మందేలే...." అని నిష్క్రమించాడు జగన్నాథం.

"సుశీలా, నే వెళ్ళిపోతున్నాను. ఒక్కసారి నవ్వవూ?" అంటూ గడ్డం తనవైపు తిప్పుకుని నవ్వించబోయింది అమృతం.

సుశీల బలహీనంగా నవ్వింది.

110 చివరకు మిగిలేది

"చూసుకో అద్దంలో, ఎంత బాగున్నావో కదు బావా?"

సుశీల వెళ్ళిపోయింది. దయానిధి లేచాడు.

"ఇంత తొందర్లో వెళ్ళిపోతావనుకోలేదు అమ్ములూ!" అన్నాడు నిధి.

"ఏం చేస్తాం. దేశాలు తెగించిపోవటం లేదుగా. జ్ఞాపకం వుంటానా నేను?" అంది అమృతం.

"నువ్వెళ్ళిపోతే దిగులుగా వుంటుంద."

"నీకేం దిగులు బావా? మొగాడవు – చదువు, ఉద్యోగం బోలెడుంటాయి.... ఎందుకు బెంగ!"

"అందరూ వెళ్ళిపోతే ఇల్లు బావురుమంటుంది. ఎప్పుడైనా ఉత్తరం రాస్తుంటావా?" అన్నాడు.

అమృతం చిత్రంగా నవ్వింది.

"ఉత్తరాలెందుకు బావా? జ్ఞాపకాలుండాలి కాని."

"నీ డబ్బు..."

మళ్ళా నవ్వింది.

"నీ దగ్గర వుండకూడదా ఏమిటి? ఈ విధంగా నే జ్ఞాపకం వుంటానేమో... ఇద్దువుగానిలే..."

నిశ్శబ్దం!

బీరువా కింద నుంచి ఎలుక తొంగిచూసి పారిపోయింది ఎందుకో.

అతని కళ్ళల్లోకి చూసి మొహం తిప్పేసుకుని వెళ్ళిపో బోయింది అమృతం.

"మీ ఆయన చాలా మంచివాడులా వున్నాడు."

"నువ్వింక ఆయన్నెరగవ్. చాలా మంచివారు. నే వెళ్ళనా! మా ఊరు తప్పకుండా రావాలి."

"కమ్మారమ్మాయిని చూపిస్తావా?"

"పో, కొంటెబావా..."

అమృతం, జగన్నాథం, కాంతారావు వెళ్ళిపోయారు.

రాత్రి ఎనిమిదింటికే అందరి భోజనాలు అయ్యాయి. రైలుకి జట్కాబండి సిద్ధంగా వుంది. సామానులు ఒక్కటొక్కటే నారయ్య బండిలోకి జేరేస్తున్నాడు. నిధి పెళ్ళి విషయం ఒకటి రెండు మార్లు నరసమ్మగారు మాట్లాడబోయింది కానీ, ఆ విషయం ముచ్చటించేందుకు గోవిందరావు ఉత్సాహం చూపించలేదు.

దశరథరామయ్య గారన్నాడు "మా వాడి పెళ్ళి ఏప్రిల్‌లో ఏర్పాటు చేస్తాం, నరసమ్మను రెండు నెలలైనా ముందుగా పంపించవయ్యా?"

"అయినా రోజు పెళ్ళి -మగపెండ్లి వారికేం పనులుంటాయి?" అన్నాడు గోవిందరావుగారు. "ప్రాక్టీసు ఎక్కడ పెడతాడు?"

"ఏది, ఇంకా పూర్తి కాందే."

గడియారం కేసి చూస్తూ చేసే సంభాషణ అది. నరసమ్మగారు, గోవిందరావుగారు బండెక్కారు.

"మాతో రాకూడదూ?" అంది నరసమ్మగారు.

"ఈ ఊరు వొదిలిరాకేం?" అన్నాడు గోవిందరావుగారు. సుశీల వీధిలోకి వెడుతూ గదిలోకొచ్చి, తను తీసుకున్న రెండు పుస్తకాలూ నిధికి ఇచ్చేసింది.

"కావాలంటే నీ దగ్గరే వుంచుకో. తరువాత పంపుదువుగానిలే" అన్నాడు నిధి.

"అక్కరలేదు."

ఏదో చెప్పాలనుకుని నిల్చిపోయింది.

"నేనంటే కోపమా?" అని అడిగింది.

"ఎందుకు?"

"ఉంటే చెప్పు."

"లేదు, లేదు...నేనంటేనో...?"

"......"

ఏదో చెప్పాలని బాధపడింది. చెప్పలేకపోయింది. అతను స్టేషన్‌కి వొస్తానన్నాడు, చీకట్లో – చలిలో ఎందుకు వొద్దన్నారు. బండి కదిలింది.

దశరథరామయ్యగారు పక్కేసి, పేపర్ చదువుతూ కళ్ళు మూశాడు. పది కావస్తోంది. నారయ్య చాపకోసం గదిమూల వెదుకుతున్నాడు. దయానిధి దొడ్లోకెళ్ళి పొయ్యి ముట్టించి, కాగుతో నీళ్ళు పెట్టి కాగేదాకా సుశీల తిప్పి ఇచ్చేసిన పుస్తకాన్ని ఏమీ తోచక విప్పి చూడడం మొదలెట్టాడు. చివరి పేజీలో సుశీల తన పేరు నాలుగుసార్లు రాసుకుంది. రెండుసార్లు రాసి కొట్టేసింది, ఒకచోట ఏదో రాసి, తెలియకుండా పూర్తిగా కొట్టేసింది. అతనికేమీ అర్థం కాలేదు. అహం అనేక విధాలుగా బయటపడుతుంది. ఎవరైనా కలం ఇచ్చి రాయమంటే మొట్టమొదట తమ పేరే రాసుకుంటారు. స్వార్థం బయట పడుతుందని భయపడి, కొందరు ఎదుటివారి పేరు వ్రాస్తారు.

రెండో పుస్తకంలో సుశీల కాలేజీ స్నేహితులతో తీయించుకున్న గ్రూప్‌ఫోటో వుంది.

అటిద్దరూ, ఇటిద్దరూ మధ్య తనూ ఫోటో వెనకాల "నేనెవర్ని చెప్పుకో" అని రాసుకుంది. అది పుస్తకంలో ఎందుకు వొదిలేసిందో తనకి అర్థం కాలేదు. పొరపాటేమో!

నీళ్ళు కాగాయి. దొడ్లోకెళ్ళి స్నానం చేశాడు. పల్చటి తెల్లచొక్కా తొడుక్కున్నాడు. తెల్లపంచి గూడకట్టుకోసం తీశాడు. చాకలి ఆరేసిన కంపవాసనా, క్లోరిన్ వాసనా ఆ సంచిని అల్లాగే వున్నాయి. ఎంతో జాగ్రత్తగా పాపిడి తీశాడు. పట్నం నుండి తెచ్చిన సెంటు కొంత రాసుకున్నాడు. జగన్నాథం చెట్టుచాటు నుంచి దొంగతనంగా తీసిన కోమలి ఫోటోని 'డెవలప్' చెయ్యడం వీలుపళ్ళేదు. పొద్దున చెయ్యొచ్చు. భుజాన తువ్వాలు వేసుకుని హాల్లోకి వచ్చాడు. నారయ్య అరుగుమీద పడుకున్నాడు. తలుపు దగ్గరగా జేరేసి వీధిలోకి నడిచాడు. రాళ్ళ క్రింద ఇసిక చల్లగా వుంది. జోగప్పనాయుడుగారి మేడలో దీపాలే లేవు. సందులోకొచ్చాడు. రెండు మేకలు సందు మొగని చూరుకిందకి జరిగి జాలిగా అరుస్తున్నాయి. అంతటా చల్లగా నిశ్శబ్దంగా వుంది. చలికి తట్టుకోలేక మేఘాలు కూడా చంద్రుడికి దూరంగా కదిలి పోతున్నాయి. ఒంటిగా వున్న చంద్రుడు అనంతాన్ని నిర్మలంగాచేశాడు. నక్షత్రాలు మెరవడం మానుకున్నాయి.

కామాక్షి ఇంటి దొడ్డివెంపు తలుపులు దగ్గరగా జేరేసి వున్నాయి. సందులోంచి తొంగి చూశాడు. నూతిపళ్ళెం మీద సన్నగా తగ్గించిన దీపం కనిపిస్తూ వుంది. రాత్రి దీపం పెడతానంది కోమలి అంటే ఎవ్వరూ లేరన్నమాటే. వాళ్ళమ్మ ఎక్కడుందో - పిలవడమా, సకిలించడమా, ఈలెయ్యడమా, తలుపు తట్టడమా? తలుపు తెరుచుకుని నిర్భయంగా లోనికి వెళ్ళటమా? కామాక్షంటేనే భయం? కోమలంటేనా? లేక తనంటే తనకే భయమా? నేను బ్రతకడం ఇష్టం లేదా? అది సంఘం, సంప్రదాయం తన తండ్రి చేత అడిగించిన ప్రశ్న. మరి దానికి తర్కం లేదు. వాదం లేదు. ఎవ్వరూ ఆపలేని సూర్యో దయంలాంటిది. ఆ 'పెంటముండతోనా సరసాలు?' సౌందర్యానికి అసూయ చేసిన నామకరణ. దాంతో ఏం సుఖపడతావు బావా? పాపం సుఖపడడం అంటే మనుషులకు అంత భయం. ఎవ్వరూ ఆచరించలేని ఉన్నత ఆదర్శాలు మాకక్కరలేదు. మాకు రెండో రకం చవకవి ఇప్పించండి. భరింపరాని మహత్తర సౌందర్యం బాబోయ్; మాకొద్దు దానికి మేం తగం- పోనీస్తురూ! సంసారం పక్షం చాల్లెస్తురూ... (కూర్మయ్య) ఆలి మర్కటం, ఇల్లు ఇరుకు, పెళ్ళాం కోతి... వీటిని కోరుకున్నారు. మన పూర్వులు ఫర్లాంగు దూరంలో వున్న చెరువు నుంచి రెండు బిందెలు నీళ్ళు తనే మోసుగొచ్చి ఇరవై మంది జట్టీలలాంటి మొగాళ్ళకి అన్నం వొండిపారేసి, సంవత్సరం అయ్యేటప్పటికల్లా పిల్లని కంటూ మీ కెన్నేళ్ళని స్త్రీని, ఎవ్వరూ అడగనక్కర్లేదు ఎంతమంది సంతానం

వుంటే అన్నేళ్ళు సరేనా? ముసలిది అవకుండానే చచ్చిపోవాలి. మొగుడు కంటే ముందుగా హిందూ స్త్రీ, కోమలి హిందూ స్త్రీ కాదు. కోమలి అసలు స్త్రీయే కాదు. అన్ని శక్తుల్నీ తనలో కలుపుకుని దహించేసే ఒక జ్వాల. సంప్రదాయాలు, ఆచారాలు, నైతిక విలువలు, కట్టుబాట్లు–అన్నింటినీ ముంచెత్తి వేసే మహా సముద్రంలోని అఘాతం. అందుకనే లోపలి కెళ్ళడమంటే అంత భయం.

భయంతో నరాలన్నీ కదిలిపోయి మళ్ళా కొత్త పద్ధతిలో సర్దుకున్నాయి. ఎవరో, ఎప్పుడో సహాయపడతారన్న ఆశవున్న మనుషులే భయపడేది. ఎవరూ లేరు, ఎప్పుడూ రారు అని నిర్ధారణ జరిగిపోయి ఏకాకీ అవగానే భయం పోతుంది. తను ఒక్కడే తన కోసం జీవించి ఈ శక్తులను ఎదుర్కోవాలి. స్నేహితులు, బంధువులు, గురువులు, గ్రంథాలు, సలహాలు, వేదాంతాలు – అన్నీ కడసారి యథార్థాన్ని ఎదుర్కున్నప్పుడు వృథా, అదే కొత్త బలం, నూత్న వికాసం. అది మొండి–గుడ్డి ధైర్యం కాదు. ఇంద్రియాలన్నింటినీ ఏకగ్రీవంగా జీవింపచేసి సర్వశక్తుల్నీ ఖంజాయింపు జేసుకుని మూడో నేత్రం తెరచుకుని ఒక్కసారిగా చెలరేగిన సాహసం అది.

తలుపు తెరుచుకుని లోపలికి వెళ్ళాడు దయానిధి.

అంతా నిశ్శబ్దం వెన్నెట్లో వస్తువులన్నీ తెల్లటి పొర కప్పుకున్నట్లుగా వున్నాయి. నూతి పళ్ళెం పక్కనే మంచం సగం మండువాలోనూ సగం బయట వెన్నెట్లోనూ వాల్చి వుంది. ఆ మంచంపైన కోమలి పడుకుని వుంది. అది ఊడిన తాళ్ళు కిందికి వేళ్ళాడుతున్న నులకమంచం పైన దుప్పటి కూడా లేదు. తలగడ అనుకోవాల్సినచోట గట్టి బద్దీ తలకింద వుంది. దానిమీద నుంచి ఊడిపోయిన జడ కిందికి వేళ్ళాడుతోంది. కుడిచెయ్యి మెడకింద, ఎడం చెయ్యి మడిచిన మోకాలుమీదా వున్నాయి. చీరకొంగు పొత్తి కడుపుమీదికి జారి గాలికి కదుల్తోంది. ఇంటి కప్పు మీద నుంచి జారిన వెన్నెల వెలుగు నుదుటి మీద గీతలా పడుతోంది. ఆనాడు సౌందర్యం తన యాత్ర ముగించుకుని పవ్వళిస్తోంది.

పరిమళం బరువుకీ రంగు ఒత్తిడికీ తట్టుకోలేక ఊడి పడిపోయిన అడవి పువ్వు; పర్వత శిఖరాన్నుంచి జారిపడిపోయిన మంచు ముద్దలోని నిర్మలత్వం; నిశీథిలో సృష్టి వేసుకున్న మంటలో నడిజ్వాల అర్ధరాత్రి జీవులు కన్న స్వప్నంలోని మూగ బాధ.

మంచం తలాబు దిక్కున కూర్చుని రెండు చేతులూ రెండు బద్దీల మీదా ఆనించి వెనుకనుంచి ఆమె మొహంలోకి చూశాడు. విశ్వగానానికి లయ శృతులలా వినిపిస్తున్న శ్వాస అతన్ని చుట్టుకుంది. ఆకస్మికంగా ప్రాణం తెచ్చుకున్న స్వప్నకాంత శరీరం మోయలేని వేడి సముద్ర కెరటాలపై బహిర్గతమైన వేడిలా లేస్తోంది. వేసంగి సాయంత్రం వాన

వెలిసిం తర్వాత భూమి వదిలేసిన వేడిలాంటిది ఆ మంట. ఎక్కడా ఆనించడానికి అతని చేతులు రావడం లేదు. వేసంగి సాయంత్రం, వడగళ్ళ వానకి సరస్సులో చేపలు కదిలినప్పుడు బయటపడే పరిమళం అతన్ని ఉక్కిరి బిక్కిరి చేసింది. ఏదో శక్తి అతనిలో ప్రవేశించి తన్ని కార్యశూన్యుణ్ని చేసింది. ఏదో కాంతి కిరణం అతని చీకటి హృదయాన్ని మెరుపులా వెలిగించింది. కోమలి అతనిలోకి ప్రవేశించి అన్ని తలుపులూ మూసేసి సల్లనిపించింది. ఎక్కడ తాకినా అన్ని రేకులూ ఊడిపోయే పుష్పం. వేలుతో తాకితే అంతా వాడిలి విడిపోతుంది; రంగులన్నీ పోతాయి. నశింపైపోతుంది.

చూడలేక అతని కళ్ళు చిత్రంగా మూతలు పడ్డాయి. మూర్ఛపోయి తెప్పరిల్లుకున్నాడు. అతని శరీరాన్ని చూసుకున్నాడు. సిగ్గేసింది. తనది కాదు ఆ శరీరం. ఎక్కడికో వెళ్ళిపోయింది. దాన్ని వెదికి తెచ్చుకోవాలి. పారిపొయ్యే శరీరాన్ని పట్టుకోవడం ఆత్మ చేసే పనులలో ఒకటా? శరీరం "ఇది అన్యాయం! నే-నీ పని చెయ్యలేను. నేనే సౌందర్యం. నేను ధ్వంసం చేసుకోలేను. ఇతరులనీ ధ్వంసం చెయ్యలేను; నన్ను వొదిలెయ్యి" అంటోంది.

అతనికి భయమేసింది. సౌందర్యాన్ని ఎదుర్కొన్న మనిషి అతను. గొప్ప సౌందర్యం అనుభవం కాదు. గొప్ప సౌందర్యం అంటే అయిపోవటం కాదు; ముందు కావటం కాదు; ఎల్లప్పుడూ 'అవుతూండటం' హద్దులు లేనిది అనుభవం. గొప్ప సౌందర్యానికి హద్దులు లేవు. రెండింటికీ శరీరం హద్దు కాదు; కాకూడదేమో – శరీరం మరో శక్తి విడిపోయిన, ఆ అనుభవానికి హద్దులు లేవు. లోకం అంతటా వ్యాపించి తనలో ఇముడ్చుకున్న శక్తి.

అతను తేరుకున్నాడు నవ్వొచ్చింది. శరీరంలో వున్న మనుషులందరూ పిచ్చివాళ్ళు – అనిపించే సమయం అది. ఆ అనుభవం అతని కక్కర్లేదు. అనుభవానికి హద్దులు లేవు, కవర్లో వున్న ఐదునోట్లూ దిండుకింద వుంచి మెల్లగా లేచి వీధిలోకెళ్ళి తలుపు దగ్గరగా మూశాడు.

★ ★ ★

మూణ్ణాళ్ళ ముచ్చట

శుక్రవారం

రాజభూషణం సిగరెట్ నోట్లో పెట్టుకుని అగ్గిపెట్టె కోసం దిక్కులు చూస్తున్నాడు.

"అగ్రిమెంట్ ప్రకారం ఇన్స్‌పెక్టర్‌గారు మగపెళ్ళివారికి అగ్గిపెట్లు సప్లయి చెయ్యరు కాబోలు" అన్నాడు.

"మీరు ఫిలాసఫీ చదువుతూ సిగరెట్లేమిటండీ - చుట్టయినా బాగుండిపోను" అన్నాడు నిధి అన్నగారు రామానందం.

"హిందూ దేశంలో వేదాంత దృష్టికి బహిర్గత చిహ్నం చుట్ట కాదండోయ్! చుట్ట నా వార్ధక్యానికి చిహ్నం, వార్ధక్యం వేదాంతాలకి చిహ్నం. యవ్వనానికీ, వేదాంతానికీ అతగదు, అతికించడం కొంతవరకూ సిగరెట్టు చెయ్యగలదేమో ననుకుంటున్నాను; హిందూ, ముస్లిం కలయికకి బీడి కాల్చినట్టు!" అన్నాడు రాజభూషణం.

రాజభూషణం, ఫిలాసఫీ ఆనర్స్ రెండో ఏడు చదువుతున్నాడు పట్నంలో. మనిషి చాలా ఎత్తరి; కసరత్తు చేసే వ్యక్తికి వుండవలసిన ఛాతీ వుంది. కండలు తిరిగిన జబ్బలూ అవీ కనపడాలని, ఒళ్ళు కనిపించే పల్చటి లాల్చీ వేసుకుంటాడు. ప్రపంచాన్ని ధిక్కరించి నట్టుగా బైటికి పొడుచుకొచ్చిన గడ్డం, ఏదో కొంటె మాటాడేందుకు సిద్ధపడినట్లుగా వంకర తిరిగిన పెదవులు, మాట్లాడేటప్పుడు ఎదరవాడి నెత్తిమీద నుంచి చూసే కళ్ళు - మొత్తం మీద అతను వేదాంతం చదువుతున్న విద్యార్థనీ, ప్రొఫెసర్లే దబ్బుని నమ్మలేక పోతున్నారు. స్కూలులో చదువుకునే రోజులలో 3×0, సమాధానం '0' అని అతను ఒప్పుకోలేకపోయాడు. పదార్థానికి నశింపంటూ లేదు కదా, దాన్ని సున్నతో గుడిస్తే, సున్నాగా నశింపు కావడం, సృష్టికే వ్యతిరేకమని వాదిస్తూ వొచ్చాడు. చరిత్రలో కూడా

చివరకు మిగిలేది

ఇట్లాంటి క్లిష్ట సమస్యలే అతనిని ఎదుర్కొన్నాయి. యుద్ధాలకి కారణం ఏమిటి? తిండికోసం కొట్లాట, మొగుడూ పెళ్ళాం కొట్టుకోవడం - నిజంగా వేరే కూర్చుని తిండి తినడం కోసమే - దీన్నే ప్రబంధ కవులు ప్రణయ కలహం అన్నారు.

తండ్రీ కొడుకూ? - అది కుటుంబ కలహం.

రాజూ రాజూ? - అది మహాయుద్ధం.

సరే తిండి దొరికిందయ్యా, పోనీ తరువాతేనా సుఖంగా వుంటారా? లేరు.

ఎందుకు?

తరువాత రాణీలకోసం కొట్లాట.

చైనా గోడ, రామేశ్వరం గుడి, తాజ్‌మహల్ కట్టిన వ్యక్తులకు తిండి తినడం చేతకాదు. పాపం చరిత్రనుండి మానవుడు గుణపాఠం నేర్చుకోడు అని నేర్పుతుందిట చరిత్ర. ఇల్లా వుండడానికి కారణం ఏమిటండీ అని మేష్టర్లు నడిగితే, పుస్తకాల జాబితా తయారు చేసి చదువుకోమని ఇస్తారు. నిలేస్తే 'ఖర్మ' అనేస్తారు. దేవుడు నిర్ణయించాడు. కాని దేవుడు - పాపం, మంచివాడు, దయామయుడు, ఆపద్బాంధవుడు, ప్రేమే దైవం...!

ఈ విషయం యొక్క అంతు కనుక్కుందామని రాజభూషణం చరిత్ర మానేసి ఫిలాసఫీలో చేరినా, క్లాసులో వున్న ముగ్గుర్నీ ఫేల్ చేస్తే - వాళ్ళ ఉద్యోగాలే తీసేసి, అసలు ఫిలాసఫీయే ఎత్తేస్తారని వున్న ఇద్దరూ ప్రొఫెసర్లు హడిలి, అందర్నీ పాస్ చేస్తారన్న ధైర్యం వుండబట్టే 'రాజా' ఫిలాసఫీలో చేరాడని, అతని మిత్రులు అంటారు. మరేదయినా ఫేల్ కావడం సులభమే కాని, ఫిలాసఫీ ఎవ్వరూ ఫేల్ కాలేరు మరి. అనేసి రాజాని చులకనగా చూసిన వ్యక్తులు కొందరు తమ అభిప్రాయాలని మార్చుకుంటున్నారు. 'రాజా' కొన్ని సమస్యలని బాగా విశదంగా పరిశీలించగలడు. ప్రతి దానికి పునాదులు తవ్వి, పేకముక్కలతో కట్టిన తార్కిక భవనాలను కూలదోశాడు. కూలదొయ్యడంలో అతను ప్రతిభావంతుడు. పునాదులు తవ్వితే ఏర్పడిన గోతులను పూడ్చడం అతనికింకా చేతకాలేదు.

వివాహం చేసుకుంటే భావస్వాతంత్ర్యం పోతుందని భయపడి బ్రహ్మచారిగానే వుంటానంటాడు 'రాజా'.

"దేవుడు లేడని రుజువు చెయ్యగలం - కాని మహాప్రభో చెప్పింది తప్పని రుజువు చెయ్యలేం."

"ప్రేమ పూర్తిగా నశించిన తర్వాతగాని వివాహానికి మనుషులు అర్హులు కారు."

"మానవుడి అధోగతికి కారణభూతాలయిన శక్తులపై విప్లవంచేసి నశింపు చెయ్యకుండా పురుషుణ్ణీ, ఓ స్త్రీకి కట్టిపడేసి, వివాహం అనే జైలులో బంధిస్తుంది నాగరికత."

"మానవ సౌభ్రాత్రానికి శత్రువు వివాహం."

ఇట్లాంటివి 'రాజా' నమ్మి ప్రచారం చేసే అభిప్రాయాలు. ఇతనికి పెళ్ళి చేసి ఈ రోగం చప్పగా కుదర్చాలని చాలామంది యత్నాలు చేస్తున్నారు కాని, అవి ఇంత వరకూ ఫలించలేదు.

'రాజా', దయానిధి నాలుగు సంవత్సరాలుగా కలిసి చదువుకున్నారు. కాని, 'నిధి' స్నేహితుడి మాటలకి నవ్వి ఊరుకోవడం తప్ప, వాటిని నిజంగా నమ్మి తదనుగుణంగా అతని దృష్టి మార్చుకోవడం జరగలేదు. పైగా 'రాజా'కి వినోదం కోసం మాట్లాడడం తప్ప మనుష్యులని తన మార్గానికి తిప్పుకుందామన్న పట్టుదల లేదు. అతని అభిప్రాయాలు అతనికి చాలా మంది శత్రువులని సంపాదించి పెట్టాయి. వాటికి తట్టుకుని ఆదుకున్నవాడు 'నిధి.'

వారిద్దరూ వేర్వేరు కాలేజీలలో వుంటున్నా ఆంతరంగికం తగ్గలేదు. తన వివాహానికి రమ్మని నిధి వద్దనుండి ఆహ్వానం రాగానే 'రాజా' వెస్టర్ మార్కు రాసిన 'పెండ్లి – దాని కథ. కమామీసు' (History of Marriage) అనే పుస్తకం చదవడం ప్రారంభించాడు. అతనికి కొన్ని సందేహాలొచ్చాయి. సరే ఈ పెళ్ళికి హాజరయి సందేహ నివృత్తి చేసుకుందామని చక్కా వొచ్చాడు. సిగరెట్టుని సమర్థించుకునేందుకు రాజా అన్న మాటలు విని, దశరథరామయ్యగారు... "అగ్గిపెట్టి కోసం ఎంత దండకం చదివావయ్యా" అన్నారు.

ఇంతలో దయానిధి వొచ్చాడు. వెనకాలే ఓ కుర్రాడు అరడజను అగ్గిపెట్టెలు, రెండు సిగరెట్టు డబ్బాలు తీసుకొచ్చి పెట్టాడు.

"చూశారుటండి – మామగారి ఖ్యాతి పోకుండా, తనే అగ్గిపెట్లు సప్లయి చేస్తున్నాడు" అన్నాడు. 'రాజా' అగ్గిపుల్లని వెలిగిస్తూ.

"వారి ఖ్యాతి నిలబెట్టడం రాత్రి తొమ్మిదిన్నర నుంచీ... ఈలోగా నాపూచీ ఏమీ లేదు. నిజానికి లగ్నం తొమ్మిదీ ముప్పై ఎనిమిదికీ...." అన్నాడు దయానిధి. కాబోయే మామగార్ని పరిహసించడం, అతనికంత రుచించినట్లు లేదు. ఆ మూడు ముళ్ళూ పడేవరకూ ఆడపెళ్ళివారూ మగపెళ్ళివారూ యుద్ధానికి విడిచిన సేనల మాదిరి, ఒక చెప్పరాని శత్రుత్వం ప్రదర్శిస్తుంటారు. ఆడపెళ్ళివారు చివరికి ఓడిపోతారు. రాకుమారుడు రాకుమార్తెను తనతో తీసుకుపోతాడు. మాకు రాజ్యం వద్దు బాబూ అంటూ వాళ్ళిద్దరూ ఏకాంతంలోకి లేచిపోతారు. రెండు పక్షాల సేనలూ, తెల్లపోయి సంధి చేసుకుని, ఈ ఎడబాటుకి ఖేదిస్తూ వుండడం జరుగుతుంది.

కొత్తగా వొచ్చిన రాకుమారుడ్ని చూసిపోవాలని ఆడపెళ్ళివారి తాలూకు అమ్మలక్కలు, ఒక్కరొక్కరే ఏదో మిషమీద వచ్చి దర్శనం చేసుకుని వెళ్ళడం జరుగుతోంది. పెళ్ళికొడుకు జంతుశాలలోకి కొత్తగా వచ్చిన సింహం లాంటివాడు.

"అబ్బో, ఎంత జూలో!"

"అల్లా బక్కలాగుందేం!"

"ఎక్కణ్నించి తెచ్చారో-ఎంతో!"

"అబ్బే, మూడుపూటలా తిండిపెట్టి మూడు వేలుటండి."

"పెళ్ళి కొడుకు ఏదో అంటున్నాడు, వుండండి, సింహం గర్జిస్తోంది."

అవీ అమ్మలక్కల గుసగుసల సారాంశం.

"టైమెంతండి?" అంటూ వెంకటాద్రిగారు, పెళ్ళికొడుకు విడిదిలోకొచ్చాడు. దశరథరామయ్యగారు ఆయన్ని "దయచేయండి" అంటూ ఆహ్వానించారు. వెంకటాద్రిగారు పెళ్ళిపెద్ద సబ్ఇన్స్పెక్టర్గా పనిచేసి కొంతకాలం కిందటే రిటైర్ అయ్యాడు. ఆయన ఉద్యోగం చేస్తున్న రోజులలో తమ్ముడు సర్కిల్ ఇన్స్పెక్టరయ్యాడని కొంచెం బాధపడినా ఇప్పుడు రిటైర్ అయ్యాడు కాబట్టి, కాస్త గర్వపడుతున్నట్లు కనబడతాడు. ఆయన చేతులమీద చాలా పెళ్ళిళ్లు జరిగాయి. ఆరుగురు మొగపిల్లలు - అన్నీ మొగ పెళ్ళిళ్ళే చేసిన దర్జా ఆయనలో ఇంకా వుంది. ఆరుగురు మొగపిల్లల్ని కనీ, పోలీసు దళాలని బలపరిచినందుకే ఆయనకి ప్రభుత్వం రావ్సాహెబ్ ఇవ్వాల్సిందని ఒకప్పుడు వాదించేవాడు. కాని పిల్లలకి ఆ ఉద్యోగాలు లభించనందున ఇప్పుడు ఆ వాదం ఒదులుకున్నాడు. ఆడపిల్ల ముచ్చటకోసం తమ్ముడు కూతుర్ని తనదగ్గిరే చాలాకాలం వుంచుకున్నందువల్ల ఈ పిల్ల పెళ్ళికి ఆయన బాధ్యత మరింత ఎక్కువగా వుంది.

"నా గడియారం ఆగిపోయిందండీ" అన్నాడు దశరథరామయ్యగారు. "అబ్బా, అప్పుడే తొమ్మిదైందీ" అంటూ వెంకట్రాదిగారు తన చేతి గడియారాన్ని ఊడదీసి పరిశీలిస్తున్నాడు. ఆయనకి కొంచెం చెవుడని తేలిపోయింది.

రాజా ఆయన దగ్గరగా వెళ్ళి "మీ గడియారాన్ని కూడా రిటైర్ చేసి పించినీ ఇప్పిద్దురూ" అన్నాడు. ఊడగా మిగిలిన పళ్ళతో వెంకటాద్రిగారు వింతగా నవ్వారు.

"నా దాంట్లో ఎనిమిదిన్నరైంది" అన్నాడు నిధి అన్నగారు రామానందం.

"తమదీ?" అని వెంకటాద్రిగారు, తమ్ముడి క్కాబోయే అల్లుడ్ని సంబోధించాడు.

"ఈ గడియారం అతనిది కాదు, నాది - కాసేపు ఎదురు పెట్టుకున్నాడు. మామగారు మంచి గడియారం ఇప్పించాలి" అన్నాడు రాజా.

"ఓస్, ఇంతేకదయ్యా! వెధవ గడియారం" అన్నాడు వెంకటాద్రిగారు.

"వెధవది ఒద్దులెండి-మంచిదే తెప్పించండి"

వెంకటాద్రిగారు 'రాజాకి' దగ్గరగా జరిగి, కొంచెం కన్ను మెదుపుతూ "అలకపాన్పు మీద అదీ ఇంకా, ఇంకా... పేలేసి పుచ్చుకోండి - మా అబ్బాయిలు వూడెయ్యాలా..." అన్నాడు గర్వంగా.

తమ్ముడు అంత ఖర్చుచేసే మనిషి కాదనీ, ఇప్పుడు ఆయన చేత కొంత ఖర్చు చేయించాలని బయలుదేరిన ఉద్యమంలో పాల్గొంటం వెంకటాద్రిగారి సరదాలలో ఒకటిగా వుంది ప్రస్తుతం.

వెంకటాద్రిగారికీ, తమ్ముడు మాధవయ్యగారికీ చాలా పోలికలున్నాయి. ఇద్దరూ పోలీస్ డిపార్ట్‌మెంట్ ఉద్యోగులే. ఇద్దరూ ఆస్తులు గడించారు. రౌడీమూకల గుండెలలో ఇద్దరూ బల్లాలమాదిరే వుంటూ వచ్చారు. కష్టకాలంలో ప్రభుత్వానికి అండగా నిలబడి వారి అభిమానానికి పాత్రులయ్యారు. బ్రిటిష్ సామ్రాజ్య తత్వపు భవనానికి ఇద్దరూ చెరో స్తంభంగానూ నిలబడి పనిచేసేవారు. వెంకటాద్రిగారికి ప్రొమోషన్ రాలేదు. దానితో ఆయన ఉత్సాహం కొంత చచ్చింది. పై అధికార్లని కదిపి చూశాడు; వెనకెప్పుడో ఒక దొంగని ఇద్దరు పోలీసులచేత పట్టించి, చేతులకి సంకెళ్ళు వేసి, తీసుకొస్తుంటే వాడు మధ్యలో నిలిచిపోయి కాలకృత్యానికని గోడలా లేచిన బొమ్మ జెముడు కంచెముందు కూర్చునట్లుగా కూర్చుని కంచెమీదనుంచి దూకి పారిపొయ్యాడుట; ఆ కంచె దాటేందుకు వెంకటాద్రిగారు కాని పోలీసులు కాని సాహసించనందున ఒక 'నల్లమచ్చ' పడిందని అధికారులు అన్నారట. దానితో ఆయనకి మరింత కోపం వచ్చేసింది. ఇప్పుడు ఆ దొంగని ఎల్లాగైనా పట్టుకుని అతిథి సత్కారం చేసి పట్టాభిషిక్తుడ్ని చెయ్యాలన్న సంకల్పంతో 'కసి'గా వుంటున్నాడు వెంకటాద్రిగారు.

మాధవయ్యగారి కిల్లాంటి మచ్చలు లేవు. ఆయన పనిచేసిన పొలిమేరలో సైకిల్ మీద ఇద్దరు వ్యక్తులు ఎక్కడం ఎప్పుడూ జరగలేదు. ఓవేళ ఎక్కితే, ఆ ఇద్దర్నీ నిలేసి జుట్టట్టుకుని తలకాయల్ని డీ డిక్కలు కొట్టి పంపుతాడు; అప్పుడప్పుడు ఇద్దరి చేతా సైకిల్ని మోయిస్తాడు. నిజంగా దొంగతనం చెయ్యని వాడ్ని కూడా బాబో నేనే చేశానండి. మరి వొదలండి అనిపించగలడాయన. ఈయనకీ రావ్ బహదూర్ కాకపోయినా కనీసం రావ్ సాహెబ్ అయినా రానందుకు, పోలీసు సూపరింటెండెంట్ నంబియార్ కూడా ఆశ్చర్యపడ్డాడు. లోలోపల మా బాగా అయింది అనుకున్నా, వెంకటాద్రిగారు కూడా

దీనికి నివ్వెరపడ్డాడు. అధికారుల ఆదరాభిమానాలు దైవమాయలా ఏదోవ తీస్తాయో ఎవరు నిర్ణయించగలరు లెండి అనుకున్నారు కొందరు.

అన్నదమ్ములిద్దరికీ ఒక విషయంలో మాత్రం తేడా వుంది. అన్నగారికి ఆరుగురు మగ సంతానం. మాధవయ్యగారికి ముగ్గురూ ఆడపిల్లలే. ఇప్పుడు వివాహం కానున్న ఇందిర పెద్దపిల్ల. గుంటూరు, కృష్ణాజిల్లాలలో పనిచేసినా కూతుర్ని గోదావరి జిల్లాలో ఇవ్వాలన్న ఆశయం ఈనాటికి నెరవేరినందుకు ఆయన సంతోషపడ్డాడు. మహావైభవంతో ఈ పెళ్ళి చెయ్యాలని ఏర్పాట్లు చేస్తున్నాడు.

ఇందిర చదువు ఇంటిదగ్గరే జరిగింది. సంగీతం అబ్బే సూచనలుండబట్టి, విడవకుండా వీణ చెప్పించాడు. అల్లుడు ఆయనకి అన్ని విధాల నచ్చాడు. చదువుకున్నవాడు, అందమైనవాడు; కాస్తో కూస్తో ఆస్తికూడా వుంది; అత్తగారి పోరులేదు మరి ఆడబడుచులు లేరు. అయితే ఒక్క విషయం ఆయనకి సరిపడలేదు. అల్లుడు డాక్టరికి చదువుతున్నాడు. “బి.ఏ. ప్యాసై వుంటే పోలీసు డిపార్ట్‌మెంటులో ప్రవేశపెట్టి, రావ్‌బహదూర్ చేసివుందును. ఇప్పుడు ఆ అవకాశం లేకపోయింది కదా” అని భార్యతో వాపొయ్యాడు. అమ్మాయికి నచ్చాడు పిల్లాడు. కావలిస్తే రెండో అమ్మాయి మొగుడ్ని రావ్ సాహెబ్‌ని చేద్దురుగాని లెండి అందిట సుభద్రమ్మగారు.

వెంకటాద్రిగారు తమ్ముడి అల్లుడు మంచి చెడ్డలూ, సత్తా తెలుసుకోవాలన్న కుతూహలాన్ని బయటికి కనబర్చకుండా, యుక్తిగా కనుక్కోవాలని సాగిస్తున్న యత్నం దయానిధికి అర్థమైంది.

“ఒక్క గడియారం మట్టుకే కాదు. కారు, ప్రాక్టీస్‌కి కావాల్సిన సామాగ్రి అన్నీ లాగొచ్చు. నిదానం మీద మావాడు సమయం వస్తే ఖర్చుకి ముందూ వెనకా చూడడు లెండి” అన్నారాయన.

“తాళం చెవి మీ అమ్మాయి దగ్గరే వుంటుంది. కాబట్టి ఫరవలేదందురూ...” అన్నాడు రాజా.

“అయితే ప్రాక్టీస్ ఎక్కడ పెడతావయ్యా?”

“మీ సలహా ఏమిటి?”

“అల్లుడు, మామగారు ఆలోచించుకోవాల్సిన విషయం కాని, మధ్య నాదేముంది?’ అన్నాడు వెంకటాద్రిగారు.

“అయినా తమరు పెద్దలు, మీ ఉద్దేశం కూడా సెలవియ్యండి” అన్నాడు రాజా, పొగ ముక్కులోంచి వొదుల్తూ.

ఇంతలో మాధవయ్యగారు దూరపుచుట్టం, లక్ష్మయ్య వచ్చాడు. ఆయన పెళ్ళి హంగుదారు; ఆయన అక్కడి వార్ని ఇక్కడికి, ఇక్కడి వారిని అక్కడికి పిల్చుకు పోతుంటాడు గాని ఆయనలో ఏం మహత్యం వుందో ఎవళ్ళూ ఆయన చెప్పినట్లు వినరు.

"మీ తాలూకు ముగ్గురు బంధువులొచ్చారు" అని లక్ష్మయ్య వాక్యం పూర్తి కాకుండానే, బండిలోంచి జగన్నాథం, అమృతం ఆడబడుచు విశాలి, ఆవిడ భర్త భుజంగం దిగారు.

"ఏం తెంచితిన్ సకల ఇక్కట్లు దాటి మైడియర్ బావగారు... రెక్కలు లేని పక్షివోలె.. పక్షి.... వికృతి... తెనుగు దంచేస్తున్నాం..." అంటూ మొదలెట్టాడు జగన్నాథం.

"ఏం జగ్గూ, అమృతం రాలేదూ?" అని అడిగాడు నిధి.

"నన్ను సమాధానం చెప్పమనేనా, మీ ఉద్దేశం?"

"ఏం ఎందుకు రాలేదు?"

"ఈ ప్రశ్నల పరంపర కురిపించే ముందు మిమ్మల్ని మీరు సరి చేసుకొండి"

"....."

"పెళ్ళి కొడుకువి ఐయ్యుండి ఇంకా, ఈ మహాబస్తీలో ఇప్పుడూ జగ్గు ఏమిటయ్యా? అడిగేవారు లేకగాని..."

"ఓస్; అదా, చంపేశావ్"

"షోమీ దీ శెవం, కొండొకచో కళేబరం"

"లక్ష్మయ్యగారితో వెళ్ళి ఫలహారాలు చెయ్యండి"

"రండి బాబూ రండి" అంటూ ఆహ్వానించాడు లక్ష్మయ్య.

"ఊరక రారు మహాత్ములు సన్నాయి మేళం చేయించండి... వెధవ మందమతీ నేనూ, ఏమండోయ్- ఈ అంగన విశాలి, - మా అక్క ఉమన్ యూత్ ఆడబడుచు భుజంగం, మై గురూజీ ఈజ్ వాట్ కాంతారావ్ ఈజ్ టు మై సిస్టర్."

"ఆడc+పడుచు, ఆడపడుచు కాదబ్బాయ్ ఆ సంధే లేందే - పైగా తెనుగు దంచేస్తున్నా నంటున్నావ్" అని మధ్యలో అందుకున్నాడు రాజా.

"వీరెవరో తెలుసుకోవచ్చునా - కొంపతీసి తెలుగు పండితుడు కాదుకదా?"

"సంస్కృత కళాశాల ప్రిన్సిపాల్" అన్నాడు నిధి.

"అయితే భయం లేదు- ఆడపెళ్ళివారి తాలూకా?"

"కాదు కాదు, మన తాలూకే?"

"చంపక చెబుదురు.... తమ మిత్రమండలిలో ఆయనా?...." అన్నాడు జగన్నాథం.

"చివరికి సత్యం కనుక్కున్నావ్, బాలకా" అని రాజభూషణం పూర్తి చేశాడు.

122 చివరకు మిగిలేది

"ధన్యతముండను, క్షీరకషాయ సమ్మేళనం కాస్తంత సేవించి వచ్చెదరండర్రా..." అని విశాలిని, భుజంగాన్ని విడిదిలోకి ప్రయాణం కట్టించాడు.

దశరథరామయ్యగారి పెద్ద కొడుకు రామానందానికీ, భార్యకీ వేరే పక్క మేడలో పెద్ద గది ప్రత్యేకంగా ఏర్పాటు చేశారు. గది పక్క పెద్ద హాలుంది. అందులో కొత్తగా వచ్చిన వాళ్ళందరికీ విడిది ఏర్పాటు చేశారు. దశరథరామయ్యగారు, రామానందం వారి విడిదిలో కెళ్ళారు. ఇక్కడికి కాఫీ ఫలహారాలు తప్పిస్తాం ఉండండని జగన్నాథాన్ని పెళ్ళి పెద్ద లక్ష్మయ్యగారు వారిస్తున్నా, ఆడపెళ్ళివారి విడిదిలో పడి, పెళ్ళికూతుర్ని ఓసారి చూసిరావాలని జగన్నాథం ఉబలాటపడుతున్నాడు.

"నాథ్ – మీ అక్కయ్య రాలేదేం" అని నిధి రెట్టించాడు.

"ఊరికేనేనండి."

"ఊరికే ఏమిటబ్బాయీ! సత్యాన్ని శోధించడం నీ విధి..." అని రాజా.

"వాళ్ళాయన వొద్దన్నాడా?"

"అబ్బెబ్బె – రోజూ అక్కయ్యని, డాక్టరుగారి పెళ్ళి ఎప్పుడంటూ అడుగుతుండేవాడు."

"వాళ్ళత్తగారికి ఒంట్లో బాగాలేదా?"

"ఈస్టిండియా కంపెనీవారు పాతిన మైలురాయిలా వుంది."

"పోనీ తనకిష్టం లేదా?"

"What a foolish .... మీకింకా రాత్రి తొమ్మిదింటి వరకూ టైమిచ్చాను, కారణం ఊహించండి."

"నెలలా?" అన్నాడు రాజా కొంటెగా నవ్వుతూ.

"ఇంచు మించు అట్లాంటిదే – ఏది జరిగితే ఆ ప్రశ్నకి సమాధానం వ్యతిరేకంగా పరిణమిస్తుందో అది."

"నువ్వు క్రాస్‌వర్డ్ ఫజిల్ ఫిండ్లలో ఒకడవా ఏమిటబ్బాయి?" అన్నాడు రాజా.

"బాబూ, మీరు అబ్బాయి అన్న పదాన్ని మొగ్గలో తుంచేసి, దిగమింగి, ఆ దురదని కాస్త అరికట్టి 'నాథ్' అని సంబోధిస్తే, ఆంధ్రదేశానికి శ్రేయస్కరం."

"క్షమించు మైడియర్ నాథ్"

"క్షమించా మైడియర్ రాజా! ఎ శాంపిల్ సినిమా డైలాగ్."

"ఇవాళ నీళ్ళు" అంది విశాలి జాలిగా.

"పాపం రావాలని సరదాపడింది" అన్నాడు ఆమె భర్త భుజంగం.

"ఊరేగింపు నాటికేనా వొచ్చి తీరతానంది" అన్నాడు జగన్నాథం. దయానిధి ఆశ్చర్యం సూచించాడు.

"ఏమొచ్చిందండోయ్!"

"నువ్వు మామూలుగా మాట్లాడావ్" అన్నాడు నిధి.

"అదా, అప్పుడప్పుడూ నా భక్తులకు నిజస్వరూపం ప్రదర్శిస్తోంటాను."

వెంకటాద్రి మధ్యలో ఏదో అందామని గొంతుక సవరించుకుంటూ చాలాసార్లు ప్రయత్నించాడు. కాని అవకాశం చిక్కడం లేదు.

"ఈ అబ్బాయ్ మీకేమవుతాడండి?" అని అడగగలిగాడు.

"అబ్బాయ్ అనే వొద్దన్నది" అని వెంకటాద్రిగారి చెవిని పట్టుకున్నాడు. ఆయన తాపీగా పొడుం డబ్బీ తట్టడం మొదలెట్టాడు.

"ఈ నాసికా చూర్ణ ప్రియునకు కించిత్ చెముడా ఏమి? మీరు సెలవియ్యండి రాజాజీ"

"అవునబ్బాయ్, కొంచెం గట్టిగా చెబితే చాలు"

"వినకూడనివి బాగా వినబడతాయండి ఏం మాయో చెవుడికి? అబ్బాయిని కానండి" అని జగన్నాథం, వెంకటాద్రిగారి చెవిలో అన్నాడు.

"పోనీ అమ్మాయివా?"

ఆఖరికి విసుగుతో ఆవలిస్తున్న లక్ష్మయ్య కూడా నవ్వాడు. ఏదో జగన్నాథం మళ్ళా అనబొయ్యాడు. అది ఏమై వుండునో ఎవరూ నిర్ణయించలేదు, ఎందుకంటే ఆ సమయంలో అక్కడికి నారయ్య చక్కా వచ్చాడు. జగన్నాథం జోరు తగ్గింది.

"అబ్బో, కుర్రాయనొచ్చాడే?" అన్నాడు నారయ్య ఆశ్చర్యంతో. నారయ్య శుభ్రమైన ఖద్దరు పొట్టిచేతుల చొక్కా, చిరుగులు లేని పంచ, మంచి పాగా వేసుగున్నాడు.

"కుర్రాయన్ని, ఆరునెల్ల క్రితం" అన్నాడు జగన్నాథం.

"అయితే ఆరు మాసాలంటయ్యా కోతూసులూ నువ్వా, మీ అక్కయ్యగారు రాలేదేంటయ్యా?"

లేదన్నట్లుగా తలపంకించాడు జగన్నాథం.

"మద్దినాళ హోమ్ గోల్ఫ్ ఆటేసుకుందా మంటయ్యా! పెళ్ళోరి కుర్రాళ్ళని పోగు చేశాను" అన్నాడు నారయ్య.

జగన్నాథం కొంచెం తేరుకున్నాడు. అతన్ని గురించి అభిప్రాయం మార్చుకోవాలని సంకల్పించుకున్నాడు.

"ఈ మధ్య మా ఊళ్ళో చెడుగుడు మొదలెట్టాం" అన్నాడు జగన్నాథం.

"ఏదేనా సరే సై"

"స్నానాలు అవీ చేద్దురుగాని లేవండి" అంటూ లక్ష్మయ్య వాళ్ళని తీసుకుని వెళ్ళాడు.

జగన్నాథం వీధిలోంచి పరుగెట్టుకుంటూ మళ్ళా అరుగుమీది కొచ్చాడు.

"ఆర్చ్ బిషప్ ఆఫ్ కాంటర్ బరీ - పోపు వస్తున్నారు" అన్నాడు.

"పోపేంటయ్యా కుర్రాయనా" అని, నారయ్య వీధివైపు చూశాడు.

దయానిధి, రాజభూషణం లేచారు.

"బౌద్ధ భిక్షువులు" అన్నాడు మళ్ళా జగన్నాథం.

వెంకటాద్రిగారు వీధిలోకెళ్ళి, ఆ వచ్చిన ముగ్గురు వ్యక్తులకీ నమస్కారం చేసి, వారిని అతి మర్యాదతో తీసుకొచ్చి అరుగుమీద తివాచీ పరిచి, స్తంభానికి దిండ్లు చేరవేసి అక్కడ కూర్చోబెట్టాడు.

స్తంభానికి జార్లబడి, కాలుమీద కాలు వేసుకుని, రెండు చేతులూ కట్టేసుకుని ధీమాగా కూర్చున్న వ్యక్తి అపురూపానంద స్వామి. పక్కన కూర్చున్న ఇద్దరూ, వారి శిష్యులు. అపురూపానంద స్వామికి, తూర్పు గోదావరిజిల్లాలో 'ముక్తిసాధన' అనే పేరుగల ఆశ్రమం వుంది. మొదట్లో ఆయన మలబార్ నుంచి వచ్చినా, చాలా కాలం తెనుగుదేశంలో వుండడం మూలాన వ్యవహారరీత్యా తెనుగువాడనే చెప్పుకోడం. వేదాంత దృష్టిలో దేశమంటూ లేదు. "విశ్వమే నా దేశం" అని చెబుతూండడం, ఆశ్రమంలో వుండేవారికి తెలుసు. ఆయన మలయాళం, తమిళం, తెనుగు ఆంగ్లం కొద్దిగా గుజరాతీ మాట్లాడగలడు. అమెరికాలో ప్రచురింపబడే 'వెలుగు' అనే వేదాంత పత్రికలో అప్పుడప్పుడు ఆయన ముక్తిసాధన గురించి రాస్తుంటాడు. జమీందార్లు, రిటైర్డు ఉద్యోగులు మున్నగువారికి ముక్తిసాధన మార్గాన్ని బోధించి విరాళాలని స్వీకరించి, 'శాంతి' అనే పత్రిక నాలుగు భాషలలో కొంతకాలం నడిపిన మాట చాలా మంది ఎరుగున్నదే. అయినా, ఎందుచేతో ఆ పత్రిక ప్రచారంలోకి రాలేదు. ఈ పత్రికకోసం పాటుబడ్డవారిలో సర్కిల్ ఇన్స్పెక్టర్ మాధవయ్యగారు ముఖ్యులు. ఆయన యాజమాన్యం కింద రెండు ప్రత్యేక సంచికలు వెలువడ్డాయి. అందులో మొదటి దానిలో విరాళాలు ఇచ్చిన వాళ్ళ పేర్లు, ఆరుమాసాల తరువాత వెలువడిన రెండవ సంచికలో విరాళాలు ఇవ్వని వాళ్ళ పేర్లు ఇవీ వాటి ప్రత్యేకత. కౌమార సుధా మీనాన్ అనే మలయాళీ కన్య ఆశ్రమంలో వుంటూ కొంతకాలం సంపాదకురాలుగా పనిచేసింది. వేదాంతం స్త్రీల సొత్తు కాకూడదనీ, అందులో దక్షిణాది వాళ్ళ ప్రమేయం పనికిరాదని, కావాలంటే 'స్వామీజీ' కూడా షేర్లు వేస్తే ఆ కన్యకోసం

సినిమా కంపెనీ లేవదీస్తాం అంటూ ఆశ్రమం చుట్టుపక్కల వుండే ఆంధ్రులు ఆందోళన చేయగా, సుధామీనాన్ హరిద్వారం వెళ్ళి అక్కడ ఓ బ్రాంచి పెట్టిందట. ఆ విషయం తెలియపరుస్తూ "శాంతి"లో ఓ వ్యాసం పడింది. అందులో ముక్తిసాధన గాయపడినా అసలు నిజం అదే అని కూర్మయ్యలాంటి వ్యక్తులు హేళనగా అన్నారు.

సుధామీనాన్ వెళ్ళగానే ముక్తిసాధన ఆశ్రమానికి ముక్తి వచ్చిందనుకోవడం పొరపాటు. అపురూపానందస్వామికి చాలా ఆస్తి వున్న మాట నిజమే. ఆయన ఇంకా అనేక ఆశ్రమాలు లేవతీద్దామన్న ఆయన సంకల్పమూ నిజమే. కాని ఆశ్రమం యొక్క పరపతి తగ్గడానికి కొంతవరకూ గవర్నమెంటు ఉద్యోగులు, ఆదరాభిమానాలు చూపడమే కారణమనాలి. అందులో మాధవయ్యగారిలాంటి పోలీసు ఉద్యోగులు కలుగజేసుకోవడం మరీ ప్రమాదించింది. అరుగుమీద చుట్ట కాల్చుకుంటూ చదరంగం ఆడుకునే ఆంధ్రులు స్వామీజీలు గవర్నమెంటు ఏర్పాటుచేసిన గూఢచారులు, 'పోదురూ' అన్నారు. ఖర్చు లేకుండా రాజాలా బ్రతకడానికి కొందరు వేసే ఎత్తు అని నిరుద్యోగులు అసూయతో అన్నమాట 'తెగపాపాలు చేసి, ఇప్పుడేనా పరిహారం చేసుకుందాం అని కాకపోతే ఈ పోలీసోళ్ళకి వేదాంతం ఎందుకయ్యా, చెప్పండి" అని కూర్మయ్య బోటిగాళ్ళన్నారు.

మాధవయ్యగారికి ఇటీవల పరలోకచింత; ఆధ్యాత్మిక దృష్టి ఎక్కువైనమాట వాస్తవమే. ప్రతి శనివారం తను ఏ ఆశ్రమానికో వెళ్ళి వేదాంత గోష్టి చెయ్యడమో, లేకపోతే ఏ స్వామీజీనో తన ఇంటికే రప్పించి, గీత రహస్యం తెలుసుకోవడమో జరుగుతుంది. పాపభీతి అనేకపనులు చేయిస్తుంది. అందులో ముక్తిసాధన కూడా ఒకటి ఎందుకు కాకూడదు!

కూతురు వివాహానికి మాధవయ్య ప్రత్యేకంగా ఏర్పాటు చేసిన కార్యక్రమాలలో అపురూపానందస్వామి చేత గీతరహస్యం వినిపించడం ఒకటి. ఓ పక్క కుర్రకారు మరో పక్క పోలీస్ డిప్యూటీ సూపరిండెంట్ కురుపు సలిపినట్లు సలపగా 'పెద్దాపురం మేళాలు కూడా ఏర్పాటు చేశాడు. ఖర్చులు మగపెళ్ళివారివేగా' అనుకుని, (వెంకటాద్రిగారి అభిప్రాయం) "కాబట్టి పాపం కూడా వారికే దక్కనీండి అనా" అనుకుని (కూర్మయ్య అభిప్రాయం) ఈ రెండు అతకవు ఏదో ఒకటి వుంచమని వెంకటాద్రి గారు తమ్ముడితో మొరెట్టుగున్నాడు. "దానికీ దీనికీ ఏం సంబంధం? అది అదే ఇది ఇదే" అన్నాట్ట మాధవయ్యగారు.

"స్వామీజీ"కి పోలీసుస్టేషన్ వద్ద ముచ్చటైన పూరిపాక వేశారు. పెండ్లి కుమారుడ్ని పరామర్శిద్దామని చక్కా వచ్చాడాయన; మనిషి స్ఫురద్రూపి; ఆజానుబాహుడు; పెద్ద

విశాలమయిన నుదురు, గంభీరమయిన కళ్ళు పొడుగాటి ముక్కు, బలమయిన మూతి, క్షౌరం చేసుకున్న పచ్చటి మెరుగు, వంగపండు రంగు ఖద్దరు లాల్చీ ఆయన చాలా నిండయిన విగ్రహం. ఐదు నిముషాలకో పది నిముషాలకో గడియారము చూసుకుంటూ "ఓం" అంటూంటాడు. శిష్యులది మాత్రం బైరాగుల జుట్టూ, ఎదిగిన గడ్డం, నీళ్ళల్లో నానిన కర్రఛాయ; "జీవ" "సజీవ" వారి ఆశ్రమ నామాంతరాలు.

వివాహం కాగానే వధూవరులు "ముక్తిసాధన" ఆశ్రమం చూడాలని స్వామీజీ అన్నాడు. అక్కడికి పాతిక మైళ్ళు వుందిట. మోటార్ మీద అరగంట ప్రయాణం - "అసలు మామగారి ఉద్దేశమే అది; దయానిధి తప్పకుండా వస్తానన్నాడు."

"ముక్తి, సాధన మాబోటి బ్రహ్మచారులకు కూడదా ఏమిటండీ!" అని రాజా అడిగాడు.

"తప్పకుండా రావచ్చు. నేను బ్రహ్మచారిని కానూ?" అన్నాడు స్వామీజీ.

శిష్యులు ఆశ్చర్యం ప్రకటించకుండా, మనం "నువ్వు" అనుకునేదాన్ని చూపించారు. నారయ్య దూరంగా చేతులు కట్టుకుని వినయంగా నిలబడ్డాడు. అరుగుమీద పది మంది పోగయినారు.

"అసలు ముక్తి సాధన అంటే ఏమిటో సెలవిస్తారా?" అని రాజా అడిగేశాడు.

"మా వాడికి వేదాంతంలో, అభిలాష జాస్తి" అని దయానిధి చెప్పబోతుంటే, స్వామీజీ నవ్వి అందుకున్నాడు.

"ముక్తి సాధన గురించి చెప్పడం నా విధి. మీ బోటి చదువుకున్న యువకులంతా ఆధ్యాత్మిక చింత చూపడం, మంచి సూచన."

"ఎందుకంటున్నానంటే, మా వాడికి దేవుడంటే బొత్తిగా నమ్మకం లేదు. అసలు మతం అనేదే లేకపోతే, ప్రపంచం హాయిగా ఉండునంటాడు.."

"ఏ వస్తువు లేదని నిర్ధారణ చేసుకుని అందులో నమ్మికలేదో, అది లేదని రుజువు చెయ్యడానికి కాలం, శక్తులు వృధా చెయ్యడం అనవసరం కదా?" అన్నాడు స్వామీజీ.

"మీరన్నది నిజం. ఈ రోజుల్లో నిజంగా దైవచింతన గలవాళ్ళు నాస్తికులే. మా 'రాజా' దేవుడు లేడని రుజువు చేసేందుకు వేదాంత గ్రంథాలు చదువుతాడు."

"సంతోషమైంది."

"ప్రార్థన, పూజ వీటికి వినియోగించే కాలాన్ని సంఘసేవ కోసం వినియోగించటం మంచిదంటాడు."

"సంతోషమైంది."

రాజా మధ్యలో అందుకున్నాడు.

"మా వాడు నా అభిప్రాయాలను విశదంగా చెప్పలేకపోవచ్చు. మీ సందేహాలని నేను నివృత్తి చేస్తాను. ముందు 'ముక్తి' అంటే ఏమిటో సెలవిస్తారా?"

"మీరేమనుకుంటున్నారు?"

"నేను 'ముక్తి' 'మోక్షం' అనేవి అర్థశూన్యమైన ధ్వనులనుకుంటున్నాను. ఒకప్పుడు వాటిని వాడిన వారికే, వాడగా విన్నవారికే, ఒక 'అర్థం' వుండేది ఇప్పుడది లేదు."

"జీవ" ఆశ్చర్యపడ్డాడు. నారయ్య ఒకడుగు ముందుకు వేశాడు. వెంకటాద్రి పొడుం డబ్బీ మూశాడు.

"ముక్తి - మోక్షం - అనగా పరమాత్మలో ఐక్యం కావడం" అన్నాడు స్వామీజీ.

"ఆహా!" (సభలో ఒక కంఠం)

"చిన్న నదులన్నీ సముద్రంలో పడినట్లు" అన్నాడు సజీవ.

"పరమాత్మ అనేది ఒక వ్యక్తా, స్థితా, వొస్తువా?"

"పరమాత్మ - బ్రహ్మన్ అందులో ఐక్యం అయినవారికి జన్మలేదు. జన్మరాహిత్యమే ముక్తి" అన్నాడు స్వామీజీ.

"అంటే మళ్ళీ ఈ ప్రపంచంలో పుట్టకుండా వుండటం, ముక్తి, అందరూ, మాకా ముక్తి అక్కరలేదు. అన్ని లోకాలలోకి ఈ ప్రపంచం ఉత్తమం; మానవ జన్మ మహోన్నతం, ఈ సినిమాలు, రాజకీయాలు ప్రకృతి సౌందర్యం - వీటిని విడిచి పెట్టలేం. ఎన్నో జన్మలు ఎత్తాలని వుంటుంది కాబట్టి మాకు జన్మరాహిత్యం అక్కరలేదు" అన్నాడు రాజా.

దయానిధి అంత జోరుగా మాట్లాడొద్దని కళ్ళతో సంజ్ఞ చేస్తున్నా, అతడు అది గమనించలేదు.

"జన్మరాహిత్యం అంత సులభం కాదు. ఆధ్యాత్మిక కృషి పూర్వజన్మ సుకృతం వారి వారి కర్మఫలాన్ని బట్టి మనుజులు దైవాన్ని తెలుసుకుంటారు. వారే పుణ్యాత్ములు."

"పుణ్యం అన్నా కూడా ముక్తన్న మాటేనా?"

"సంతోషం"

"పరమాత్మలో ఐక్యం కావడం కర్మమీద ఆధారపడింది కాబట్టి మానవుడు దాని కోసం కృషి చెయ్యక్కర్లేదన్న మాటేగా? అందుకనే ప్రార్థన, పూజలు అవసరం అంటాను."

"మీరు చెప్పింది నాకు బోధపడలేదు" అన్నారు వెంకటాద్రి గారు.

"మరేం లేదు- పరమాత్మలో ఐక్యం కావాలీ అని రాసిపెట్టివుంటే మీరు ఐక్యం అవుతారు; లేకపోతే ఏం చేసినా కారు; అలా రాసిపెట్టి వుంటే నేను ఐక్యం కాను, ఒద్దు మొర్రో - నేను విడిగానే వుంటాను" అన్నా, మానేది లేదు. కర్మసిద్ధాంతంలో వున్న చిక్కే

ఇది. మానవుడి కృషికి అవకాశం ఇవ్వదు. దానివల్ల మనదేశంలో పనిపాట లేకుండా, ఊరమ్మట తిరిగే సన్యాసులూ, బైరాగులూ పెచ్చుపెరిగి పొయ్యారు; పైగా వీళ్ళందర్నీ గౌరవించాలట. నేనైతే వీళ్ళందర్నీ జైల్లో పెడుదును...”

అని రాజా ఉపన్యాసం మొదలెట్టి మధ్యలో నిధి “వద్దు వద్దు” అని చేస్తున్న కనుసంజ్ఞలు గమనించకుండానే మళ్ళా మొదలెట్టాడు.

“మనది భ్రష్టజాతి కావడానికి ఆధ్యాత్మిక చింతనే కారణమంటాను. అపజయాన్నీ, తృప్తినీ, అనారోగ్యం, అవిద్య వీటినీ వారి వారి కర్మలను అనుసరించే అనుకుంటూ బాహ్య ప్రపంచంపై విముఖతతో తిండి కూడా సాధించలేని ఈ సోమరులు, సంఘాన్ని దూషించి మానవజాతి అంటే అసహ్యం వేసేటట్లుగా తయారు చేశారు.”

మధ్యలో స్వామీజీ అందుకున్నాడు.

“సంతోషమైంది. కాని కొందరు ఇట్లా వుండి, మరికొందరు అట్లా వుండి కొందరు అప్పుడే చచ్చిపోయి, కొందరు బీదలు, వ్యాధిగ్రస్తులు– ఈ వ్యత్యాసాలు ఎందుకుంటాయో యోచించారా? అది కర్మఫలం, దేవుడే తీసెయ్యాలే కాని మనుషుల వల్ల కాదు. ఐక్యం కావడం అంటే, ప్రత్యేకాత్మ జీవాత్మలో కలుస్తుంది. జీవాత్మ పరమాత్మలో కలుస్తుంది. అదే ముక్తి సాధన...”

“అది పిచ్చి సాధన, పరమాత్మలో ఐక్యం కావడానికి మొదట్లో ఇష్టం లేదు మాకు, మాకు ఇలా విడివిడిగానే వుండి, అస్తమానూ ఈ లోకంలోనే పుడుతూ వుండాలని వుంది. అధమం ఆంధ్రరాష్ట్రం వచ్చేవరకైనా. ప్రతిమనిషి జన్మలు ఎత్తుతూ వుండవల్సిందే. కాదూ కూడదూ, ఐక్యం అవడం మా చేతుల్లో, మా ఇష్టంలో లేదంటారా; మమ్మల్ని దాని కోసం ప్రార్థన, యోగాభ్యాసం, దీక్ష, వ్రతం వగైరా చెయ్యమనకండి. మీబోటి పుణ్యాత్ములు రెండు మూడు జన్మలలోనే ఐక్యం అవుతారు. నాబోటి పాపాత్ములు మరో ఇరవై జన్మలు ఎక్కువ తీసుకుంటారు; అంతే తేడా మీరు ముందెడతారు. మేం కొంచెం ఆలస్యంగా వెడతాం, దానికింత గడబిడ ఎందుకండీ....?”

జీవ, సజీవ తెల్లబోయి చూస్తున్నారు. గురువుగార్ని ఇంత ఇదిగా ఖండించడం ఎప్పుడూ చూడలేదు. సజీవ, ఈ వాదాన్ని తప్పని రుజువు చేసేందుకు తనూ ఏదో అనాలి, లేకపోతే బాగుండదు అనుకుని కళ్ళు మూసుకుని ఆలోచించి, చివరికి “ఓం!” అన్నాడు.

వెంకటాద్రిగారు ‘రాజా’ అన్నముక్కలకి లోపల సంతోషిస్తున్నట్లుగానే వుంది. మొహంలో చిరునవ్వుని బట్టి.

"అయితే, దైవాన్ని ప్రార్థించి సాధించిన మహానుభావులందరూ వెర్రి వెంగళప్పలే అంటావు? రామదాసు, కబీరు, త్యాగయ్య, రామకృష్ణ పరమహంస, వివేకానంద...."

"చాలా మంది వున్నారు."

"అదే, వారంతా తెలివితక్కువాళ్ళూ, మీ దొర్లందరూ మహానుభావులూనా?"

"మా దొరలు అనక్కర్లేదు; మీరు ఇంగ్లీషు చదువుకుని ఆ దొరల ఉద్యోగం చేసినవారే."

"ఏదో పెద్ద ముండావాడ్ని అన్నాను."

"అయ్యో అల్లానే, ఎంతమాట! ఏదో కుర్రతనం అనుకోండి- ఆ దొరలలో కూడా అట్లాంటి మహానుభావులున్నారు. ఫ్రాన్సిస్ ఆఫ్ ఆసీసి, ఎడ్మండ్, అగస్టెయిన్, థేరిసా, మార్కస్ అరీలియస్, స్పైనోజా, వొందల వాళ్ళందరూ ఈ ప్రపంచాన్ని చూసి హడలి పోయారు. ఈ కుళ్ళు, వ్యాధి, అజ్ఞానం, పశుత్వం, యుద్ధాలు, మృత్యువు వీటిని సహించలేక హడిలిపోయి, మరమ్మత్తు చెయ్యడం చేతకాక, ఈ దౌర్భాగ్యపు లోకంలో ఎలాగో అల్లాగ, సంతోషంగా గడపడానికి, వారొక జీవిత విధానాన్ని, ఒక ప్రశాంత దృష్టిని అలవరచుకుని సమాధానపడ్డారు. ఆ మార్గం ఇతరులకి తెలియజేశారు. ఆనందాన్ని ఆశిస్తాడు మానవుడు. అది వాడి నైజం. అనేకమంది అనేక రకాలుగా ఆనందాన్ని సాధిస్తారు. కొందరు తాగుతారు, కొందరు వ్యభిచరిస్తారు; కొందరు పద్యాలు రాసుగుంటారు; మరికొందరు రాజకీయాల్లోపడి దేశసేవ చేస్తారు. ఇంకా కొందరు చిత్రపటాలు గీస్తారు; ప్రకృతిని ఆరాధించేవారు, సౌందర్యాన్ని ఆరాధించేవారు అందరూ తలో రకంగానూ వారి వారి పరిస్థితులను సంస్కారాలనుబట్టి, ఆనందాన్ని సాధిస్తారు. ఆధ్యాత్మిక జీవితం ద్వారా ఆనందాన్ని సాధిస్తారు మీ బోటి కొందరు. వారు చేసే చేష్టలు, చెప్పే కబుర్లూ, ఇతరులకి అపకారం చెయ్యకుండా, పోటీపడకుండా, ఇతరుల ఆనందానికి అడ్డుతగలకుండా వుంటాయి. కాబట్టి వారిని మహానుభావులనీ వారి మార్గం ఉన్నతమైన మార్గం అనీ అంటున్నారు. ఉదాహరణకి చూడండి, సౌందర్యాన్ని ఆరాధించేవాడ్ని తీసుకోండి - ఒక అందమైన స్త్రీని చూస్తాడు, కోరతాడు; ఆ స్త్రీనే మరోడు కోరడం జరగొచ్చు; ఆ స్త్రీకి భర్త వుండొచ్చు. లేకపోతే, ఆ స్త్రీయే ఏమీ ప్రత్యుత్తరం ఇవ్వకుండా తృణీకరించవొచ్చు. వీటన్నింటిలోనూ ఇతరులకి అడ్డురావడం, బాధ కలిగించడం జరుగుతోంది. కాని దేవుడ్ని ప్రేమించడంలో ఇల్లాంటి చిక్కులు లేవు. ప్రకృతిలో అడవులు, మృగాలు, ముళ్ళూ వుంటాయి. కవిత్వంలో కఠోర పదాలు, చెప్పుకోలేని బాధ, అర్థంకాని ధ్వనులు వుంటాయి. సౌందర్యం మాసిపోతుంది. యవ్వనం నీరసిస్తుంది; ప్రజాసేవకి పలుకుబడి, డబ్బు

ఓర్పు వుండాలి. చిత్రకారుడికి వాడి బొమ్మలు చూసి మెచ్చుకునేందుకు తగినంత తీరుబడి వున్న జనం కావాలి. దేవుడికి ఈ ఇబ్బందులు లేవు. అసలు కనబడడు- ఏ కలలోనో, ఏ భూతంగానో తప్ప. ఇందుగల దందులేడు; నీలో వున్నాడు. లేడు; సర్వాంతర్యామి, నిరాకారుడు. ఎంత పట్టుగుని పూజించినా విసుగురాదు; వాడిపోడు; సమాధానం చెప్పడు; నేను చిత్రకారుణ్ణి అంటే "ఏవీ నీ బొమ్మలు చూపించి రుజువు చేసుకోమంటారు, కవిని పద్యాలు వినిపించు, విలువ కడతాం అంటారు. దేవుణ్ణి ప్రార్థించే వాడికి ఈ ఇబ్బందులు లేవు. తాను చేసే పనికి నాణ్యం కట్టేవాళ్ళు లేరు, ఏడీ నీ దేవుడు? చూపించు, రుజువు చెయ్యి అని అడగలేరు. ఉన్నదీ లేనిదీ రుజువు చేసుకోలేక, కేసు వాయిదా వేయించుకోలేక పోయిన ప్లీడర్లా ఒట్టి దద్దమ్మలాంటివాడు దేవుడు. అసలు మంచిదేవుణ్ణి సృష్టించడం మానవుడు ఈలోకంలో చేసిన మహాకార్యం అన్నాడు బట్లర్..."

"ఎవరి దగ్గర బట్లర్?" అన్నాడు వెంకటాద్రిగారు.

"అయ్యో, మార్క్సుబట్లర్ అనే ఆయన ఒక సుప్రసిద్ధ ఆంగ్లరచయిత" అన్నాడు రాజా.

"అయ్యో రామ! అనడం బదులు అయ్యో మార్క్సు అంటారా మీరు?" అని స్వామీజీ అడిగారు.

మార్క్సు ఒక్కడే కాదు; ఆధునిక శాస్త్రజ్ఞులందరూనూ; డార్విన్, లామార్క్, బర్బన్ పాన్ట్యూర్, ఫ్రాయిడ్, వాట్సన్ వీరందరూ వ్యాధులు, అజ్ఞానం, బీదతనం వీటిని ఒక్కొక్కదాన్నే నిర్మూలం చేస్తానన్నారు. అన్నీ నిర్మూలమైనప్పుడు, మనిషికింక దేవుడితో నిమిత్తం లేదు. కళ్ళు, చీకటి, పశుత్వం, జాడ్యం - వీటితోనే అల్లా కూడా నిష్క్రమిస్తాడు."

"హెలెన్ ఆఫ్ ట్రాయ్ని చూశానండోయ్ - మైడియర్ హెక్టర్ జీ" అంటూ జగన్నాథం చక్కా వచ్చాడు.

అరుగుమీద బృందాన్ని చూడగానే కొంచెం తమాయించాడు. "ఫలారం చేశావంటయ్యా కుర్రాయనా?" అన్నాడు నారయ్య.

"ఓ, అంతేకాదు, వధూ సందర్శనా క్షీరకషాయాన్ని కూడా గ్రోలాం" రాజభూషణం కేసి తిరిగి "సమాసం తప్పనుకోండి! శుభకార్య సందర్భాలలో ఒక్కుమ్మడి భాషా స్వేచ్ఛ వోపదగన్! అబ్బో చాలా బరువైన మాటలు పడుతున్నాయండోయ్ బావగారు..."

మధ్యలో రాజభూషణం అందుకున్నాడు.

"వధువును క్లుప్తంగా వర్ణించి, ఆమె కుటుంబ పరివారాన్ని సూక్ష్మీకరింపుము"

"All Questions carry equal marks- దంచేస్తాం - అసలు తెలుగు పేపర్లు Do not carry any marks...."

"ఫిలాసఫీ క్వశ్చన్ పేపర్ మాదిరి" అన్నాడు నిధి. స్వామీజీ కూడా వింతగా నవ్వాడు. వెనుక చెరువు గట్టున వెంట పడిన ఉడతల జంట మాదిరి, జీవ సజీవులు కూడా ఆశ్చర్యంతో చూస్తున్నారు.

To begin with ఇందిర–ఇందీవరశ్యాము...లా వుందండి. సింహములాంటి నడుము, శంఖంలాంటి మెడ, మధ్య ముక్కు అడ్డం వచ్చిందికాని, లేకపోతే ఒకే కన్ను లాగుండే నేత్రద్వయం –కాళిదాసు గుండెలు బాదుకుంటాడు–అసలు ముక్కే లేదు.... ఫోస్, పో"

"కుర్రాడు ఘట్టివాడే – ఏం చదువుకుంటున్నాడు!"

"Ask me నన్నడగండి, సెకండరీ స్కూల్ లీవింగ్, కాలేజీ కోర్సు ఎంటరింగ్, మారేజ్ ఎలిజిబిలిటి Examination కొండొకచో S.S.L.C.."

"మంచివాడివే...."

"మా వాడేనండి, బిగ్గరగా ఆలోచించే అలవాటు వల్ల అలా మాట్లాడుతుంటాడండి నిజంగా అందరూ అలా వుండగలిగితే ఎంత బాగుంటుందా అనిపిస్తుంది" అన్నాడు నిధి. జగన్నాథం చెవి పుచ్చుకుని, తన దగ్గరగా తీసుకున్నాడు. బావగారి తొడలమీద తల ఆనించుకుని పడుకున్నాడు జగన్నాథం.

"కర్ణ రంధ్రము దవియనేలా...."

"చూడు నాథ్–స్వామీజీ వారు"

జగన్నాథం స్వామిజీకి నమస్కరించాడు.

"ఓం!" అన్నారాయన.

"నాకూ అంతేనండి. ఇడ్లెన్ల చట్నీలో కారం ఎక్కువగా వేశారో ఏమో, ఊ.. ఎక్కిళ్ళు మంచి తీర్థం..."

రాజా జగన్నాథాన్ని లేవదీసి కూర్చోబెట్టాడు.

"ఎక్కిళ్ళు కావు నాయనా – "ఓం" అనేది ఓంకారాన్నుంచి ఉద్భవించిన ఒక ధ్వని – అంటే సృష్టి అన్నమాట. ఈ విశ్వం అంతా ఓం అని ధ్వనిస్తూ కదులుతుంది."

"అవునండోయ్ దీని విషయం విన్నాం మా డ్రిల్లు మాష్టరు స్టాండ్ ఎట్ ఈజ్ లాంటిది. దీని మహత్తు ఎటువంటిదో కొంచెం సెలవిస్తారా?"

స్వామీజీ నవ్వులలో జ్ఞానకాంతులు మెరిశాయి.

"ఆ ధ్వని సర్వ మానవ భాషకీ పునాది. ఆ ధ్వనిలోంచి, భాష, భావం, ప్రాణి, సృష్టి, విశ్వం – అన్నీ జనించాయి. అది బీజాక్షరం. ఓం శ్రీకృష్ణ ప్రీత్యర్థే గీతాపారాయణే జపేన వినియోగః..."

సజీవ సంచీలోంచి భగవద్గీత పైకి తీశాడు.

"కాని దాని మహత్తు ఎట్టిదో సెలవిచ్చారు కారు" అన్నాడు జగన్నాథం.

"సంతోషమైంది సకల ప్రాణులకీ, సర్వమానవ కోటికీ మూలపురుషుడు పరమాత్మ – "ఓం" దైవోపాసన, ప్రార్థన..."

"దానివల్ల ప్రయోజనం?" అన్నాడు రాజా.

"దుఃఖం, బాధ, పాపం – అన్నీ పటాపంచలై, ఆత్మవికాసం, జ్ఞానం పొంది పరమాత్మలో చేరుకుంటుంది. జీవి ముక్తిని పొందుతుంది అదే జీవిత పరమార్థం. దానికి గీతాపారాయణ, యోగం, ఉపాసన, ప్రార్థన, యాత్ర, యజ్ఞం – ఇవన్నీ ఉపకరాలు...."

"నా ఉద్దేశంలో, అందరి అనుభవంలోనూ, మీరు చెప్పిన వాటి వలన బాధ, దుఃఖం పాపం – ఇవి తొలగిపోవడమనేది కల్ల. ఈ ప్రచారం హిందూమతానికి, జాతికి నష్టం చేస్తుందనుకుంటాను! దేవుణ్ని ఉద్రేకాలు, మంచిచెడ్డలు వీటికి కట్టుబడిన వాడిలా చిత్రిస్తుంది ఈ వేదాంత సృష్టి. దేవుణ్ని ప్రార్థించడం, ఒక లంచం ఇవ్వడం కింద వుంటోంది. నన్ను పరీక్ష పాస్ చెయ్యి. నాకు బోలెడు కట్నంతో మంచి పిల్లనిచ్చి వివాహం చెయ్యి. నాకు పిల్లలు లేరు మగపిల్లవాణ్ని ప్రసాదించు. నాకు ఇంక్రిమెంటు ఇప్పించు నీకు కొబ్బరికాయ కొడతాను. తిరుపతి కొండపై డబ్బీలో ఏదో వేసుకుంటాను. అనమం టోంది. మొద్దు, దుర్మార్గుడు, దుర్నీతిపరుడు, బలహీనుడు.... వీళ్ళందరికీ దేవుడే శరణు. "నీ ఇష్టమొచ్చినన్ని పాపాలు చెయ్యి. ఏం భయం లేదు నేను వున్నాను. చివ్వర కాస్త పశ్చాత్తాప్పడు, అన్నీ కొట్టుకుపోతాయి" అంటాడు దైవం. ఈ దృష్టి నిజంగా పాపిని ప్రోత్సహిస్తుంది. అన్ని మతాలు దేవుడికి రెండు లక్షణాలని ఆపాదించాయి. మొదటిది అపారమైన శక్తి, రెండోది అనంతప్రేమ. మానవజాతి ఇన్ని యుగాలు ఈ గోళం మీద జీవించింది. మానవుడికి తిండి తినడం చేతకాదు. జాడ్యం, బాధ, బీదతనం, చెడుగు – ఇవి ఏవీ మానవుడు ఎంతమంది దేవుళ్ళకి మొక్కినా తొలగిపోలేదు. నిజంగా దేవుడు శక్తిగలవాడై వుండి కూడా ఈ చెడుగుని తొలగించలేక పొయ్యాడంటే, ఆయనకి శక్తి లేదని రుజువవుతోంది. ఏనాడు ఆయనకి వీటిని నిర్మూలించే శక్తిలేదని ఒప్పుకుంటున్నామో అప్పుడు ఆయనకి ప్రేమ కూడా లేదనుకోవడం కష్టం కాదు. ఈ ప్రేమా, శక్తిలేని దైవం మాకక్కరలేదు."

"సంతోషమైంది" అంటూ మధ్యలో స్వామి అందుకున్నాడు.

"మీకక్కరలేకపోయినా ఆయనే మీ దగ్గరికి వొస్తాడు. అదే ఆయనలో విశేషం"

సజీవ సంతోషం పట్టలేక "ఓం" అన్నాడు.

సముద్ర కెరటంపైన కొట్టుకుని పోతున్న గడ్డిపోచలా, రాజభూషణం తను సొంతంగా రగుల్చుకున్న ఉద్రేకంలో కొట్టుకుని పోవడం దయానిధి గ్రహించాడు. అతన్ని మరో కప్పు కాఫీ తాగమని, అందుకోసం జగన్నాథాన్ని పంపించాడు. మరో సిగరెట్టు ముట్టించ మన్నాడు. అగ్గిపుల్ల పారేసి, ఆకస్మికంగా కొత్తభావం తట్టిన వాడిలా రాజా అన్నాడు.

"పనీ పాటా లేకుండా, ఎందుకూ పనికిరాని సోమర్లకి ఇంత అన్నం పెట్టడం తప్ప ఈ మతం నలన మరో ఉపయోగం లేదు. శక్తులన్నీ అడుగంటిన అమ్మమ్మలూ, తాతయ్యలూ. దీని పేరిట ఇతరులపై ఆధ్యాత్మికంగా అధికారం చెలాయిస్తుంటారు. ఆధ్యాత్మిక జీవితంలో నాయకత్వం బహు సులువుగా సంపాదించవచ్చు. దీనికి కానీ ఖర్చు లేదు. పరీక్షలు ప్యాసవనక్కరలేదు. సంఘ కట్టుబాట్లతో మొదలే నిమిత్తం లేదు. ఇంత సులభం కాబట్టి ఈ ఆధ్యాత్మిక జీవితానికి అంత పలుకుబడీ – ప్రచారమూను..."

"అయితే రాజా నువ్వు ఖండించేది దైవాన్నా, మతాన్నా, ఆధ్యాత్మిక జీవనాన్నా?" అని అడిగాడు నిధి.

"ఈ మూడింటినీ కట్టకట్టి – ఈ మూడూ ఒకటే"

"కాదు నేనోసారి బరంపురంలో జ్ఞానానంద స్వామిని కలుసుకున్నాను. ఆయన ఏమన్నాడంటే మత వైషమ్యాలకి కారణం, ఈ మూడు ఒకటే ననుకోవడం – ఆధునిక విజ్ఞానశాస్త్రం దైవాన్ని ఖండించదు. ఎందుకంటే దీన్ని ఖండించినా అదొక నైతిక విలువై వూరుకుంటుంది. నైతిక విలువల్ని గుర్తించడమే ఆధ్యాత్మిక జీవనం అన్నాడు. నువ్వు ఈ మూడు వేరని అంగీకరించాలి."

"సంతోషమైంది; జ్ఞానానందస్వామిని మీరు చూచి వుంటారు కదా, ఆయన దేనిని నైతిక విలువలన్నాడు?"

జ్ఞానానందస్వామి విషయం చెప్పేటప్పుడు, స్వామీజీ కళ్ళల్లో ఈర్ష్య కదలడం నిధి గమనించాడు. ఋషులకు, దేవుళ్ళకు పడకపోవడం పెద్ద చిన్నల పోటీలు వుంటుంటే, మనుషులు ప్రజాస్వామ్య సిద్ధాంతాలని అనుసరించడం తప్పదు కాబోలు, భూస్వాముల పరిపాలనా తత్వం; దేవుడ్ని గూడా పాడుచేసేసింది కదా!

"సృష్టితో అసంతృప్తి పడటమే నైతిక విలువల్ని రుజువు చేస్తుంది; అసంతృప్తికి కారణాలైన వాటిని నిర్మూలింప చెయ్యడానికి అవలంబించిన మార్గమే ఆధ్యాత్మిక జీవితం. అందరూ అంటే చాలామంది ఆ మార్గాలనే అవలంబిస్తే అది మతం. మతం ప్రబోధించిన అనేక మార్గాలలో మోక్షసాధన పరమాత్మ వొకటి" అన్నాడు నిధి.

"ఇవన్నీ ఆయనే చెప్పినాడా? అని అడిగాడు స్వామీజీ. "జీవ" నమ్మడం కష్టం అన్నట్లుగా తల పంకించాడు.

"సరిగ్గా ఈ మాటలు ఆయన వాడలేదు. నేను సారాంశం మాత్రం చెబుతున్నాను. ఈ దృష్టి సరియైనదని మనం ఒప్పుగుంటే మా 'రాజా' చెప్పిన విషయాలని సులభంగా పరిశీలించవచ్చు" నిధి గొంతుక సవరించుకున్నాడు. నారయ్య ఒకడుగు ముందుకు వేసి కూర్చున్నాడు.

"మనిషికి కావాల్సింది తిండి, అది లేనిదే ఏదీ చెయ్యలేడు. ఇంతవరకూ ఇది మానవుడు సంపాదించుకోలేకపొయ్యాడు. అందరికీ సమానంగా భోజనం లభించే మార్గాలని గురించి ఆలోచించక, ఈ మతం, దైవం అంటూ ఎందుకు కాలం వృథా చేస్తారో అని, 'రాజా' విచారిస్తాడు. అవునా? అంటే. అందరికీ తిండిని సంపాదించడం రాజకీయ మార్గం అవుతుంది. ఆ మార్గాన్ని అవలంబించమంటాడు. ఆ తిండిని సృష్టించేది దేవుడే అని మీరంటున్నారు. ఆ దేవుడ్ని పూజిస్తే తిండిరాదు. ఎందుకు వృథాగా పూజించడం అంటాడు రాజా. లభ్యం కాని వస్తువుని ఆశించడం మానవుడి నైజం. రాజాకి Karl Marx, Lenin, Morris... వీరికి తిండి లభ్యంకాదు. మీకు రామకృష్ణ పరమహంస, స్పైనోజా, దయానంద సరస్వతి–వీరికి దైవం లభ్యంకాదు. ఇద్దరిదీ ఆధ్యాత్మిక జీవనమే. అంచేత పూర్వులు అన్నం పరబ్రహ్మస్వరూపం అనేసి ఇద్దరికీ రాజీ చేశారు."

"వేళాకోళం చేస్తే నేను వాదించను" అన్నాడు రాజా.

"సంతోషమైంది కాని, మీరు జ్ఞానానంద స్వామి చెప్పిన విషయాలు బాగున్నాయన్నారు కదా! ప్రజాసేవ, పెరుమాళ్ సేవకంటే ముఖ్యమంటారా?" అని అడిగాడు స్వామీజీ.

జ్ఞానానందస్వామి మోక్షం సాధించాడని స్వామీజీకి అసూయలేదు. ఇతరులకు ఆ మార్గం చూపగలిగాడంటేనే ఈయనకి కొంచెం కష్టంగా వుంటుంది.

దయానిధి అన్నాడు – "మతానికీ, దైవానికీ బదులు, ఆధునికులు ప్రకృతినీ కళనీ ఆరాధించడం జరుగుతోంది. కొందరు ప్రజాసేవతో తృప్తిపడుతున్నారు. కాని ఇవేవీ ఆధ్యాత్మిక దృష్టితో దైవానికి బదులుగా వుండకూడదనీ, అట్లా వుండటమే నేటి నాగరికతకి అరిష్టలక్షణం అని రాధాకృష్ణన్ మొదలైవారు అంటున్నారు. దైవచింత ఒక మహత్తరమైన ఆధ్యాత్మిక అనుభవం. ఆ ఆకలి చల్లార్చుకున్న వారికి ఆ వెలుగు చూపినవారికి మరి ఏ ఇతర వస్తువూ అక్కరలేదు. వారు దేన్నీ ఆశించరు, కోరరు. ద్వంద్వాలు లేవు; అసంతృప్తి లేదు. అన్నింటికీ అతీతమైపోయి ఒక నిశ్చలమైన ఆనందాన్ని పొందుతారు. దీని ముందు

రాజకీయ రంగంలో మానవుడు పొందిన అఖండ విజయం, కళారంగంలో చవిచూసిన అనంత సౌందర్యం అన్నీ సూర్యుడి ముందు నక్షత్రాలు లాంటివి.

"మాకెవళ్ళకీ ఈ ఆకలిలేదు. మేం దీనికి తగం మాకక్కరలేదు. తిండితినడం చేతగాని ఈ శుష్క అస్థిపంజరానికి అతీతమైన అందానికి అర్హతలేదు" అంటున్నాడు రాజా.

"నా కాకలేస్తోందండోయ్" అన్నాడు జగన్నాథం.

జీవ సజీవలు నవ్వారు; పాపం వారికీ ఆకలేస్తూంది కాబోలు, 'రాజా' సిగరెట్టు పారేసి, భగవద్గీతని చేతిలోకి తీసుకున్నాడు. సజీవ వారించబొయ్యాడు, రాజాకి కోపం వచ్చింది.

"ఈ ఛండాలపు హస్తం ఈ పుస్తకాన్ని తాకకూడదా ఏమిటి...?"

సజీవ నాలిక కొరుక్కున్నాడు స్వామీజీ గ్రంథాన్ని తీసుకుని గుడ్డలతో తుడిచి రాజాకి ఇచ్చాడు. రాజా పేజీలు తిరగేస్తూ అన్నాడు... "ఈ గీత విషయం చూడండి. దీన్ని గురించి మొదటి అసత్యం ఇది కేవలం ఆ కృష్ణ పరమాత్ముడే వ్రాశాడని, నిజానికి ఆనాటి మహారాజులు తమ చిరాస్తులని ప్రజాబాహుళ్యం తిరుగుబాటు చేసి దోపిడి చెయ్యకుండా, వ్యాసుడికో అగ్రహారం పారేసి, ఈ గ్రంథాన్ని వ్రాయించారు. ఇందులో కృష్ణుడు చెప్పిన సందేశం ఏమిటి? "ఓ ధనంజయా! ఈ భవనాలు, ఈ ఆభరణాలు, భూములు, భార్యలు నీవి. వీటిని కాపాడుకోవడం నీ విధి. నీ వార్థక్యంలో ఎవ్వరూ నిన్ను పోషించరు. అంచేత యుద్ధం చెయ్యి. నాకూ వున్నారు బోలెడుమంది భార్యలు పట్టు, నీతో కలిసి నేనూ యుద్ధం చేస్తాను" అని కేవలం భూస్వాముల తత్వం యొక్క ప్రచారం కోసం వ్రాయించిన గ్రంథం ఇది. ఇదిట భారతీయుల పవిత్ర గ్రంథమట! సిగరెట్టు కాల్చిన చేతులతో దీన్ని ముట్టుగుంటేనే అపవిత్రం అయిపోతుందట! దీన్ని అచ్చువేసింది ఎవరో ప్రెస్సులో పనిజేసేవాడు; వాడికి సరిగ్గా రెండోపూట తిండి వుండదు. సిగరెట్టు కాల్చడు. రాత్రి గుడ్డిదీపంలో దృష్టి ఆనక, బీడి సగం కాల్చి, ఆర్పేసి, చెవి వెనుక దోపుకుని, ఆచేతులతో అచ్చొత్తిన ఈ పుస్తకం పవిత్రగ్రంథం ఎట్లాగైందో నా కర్థం గాదు."

జగన్నాథం చప్పట్లు కొట్టాడు.

"రైట్, అందుకనే మా తెనుగు టెక్స్‌ట్ బుక్కు పాడువాసన! ముఖ్యంగా భర్తృహరి సుభాషితాలు కేవలం పత్రముఖీ... అనగా బీడీ పొగ తాలూకు పరిమళం..."

దయానిధి అతని చెవిని మెలిపెట్టాడు.

"పోనీ క్షమించండి. కాగితపు ముఖీ పొగ తాలూకు పరిమళం, తమరు డాక్టరు కాబోలు. రైట్. ఐదోఫారం వాసన. ఓ.కె.?"

వెంకటాద్రి గారు "భోజనానికి వేళయింది లెమ్మ"న్నాడు- నారయ్య లేచి కండువా దులుపుకున్నాడు.

"లెగవయ్యా కుర్రాయనా" అన్నాడు.

"ఉండు కర్ణాకృష్ణామృతాన్ని కాస్త గ్రోలనీ."

రాజభూషణం కళ్ళు మూసుకుని ఏదో పుట తీసి, ఒకచోట తన వేలిని ఆనించాడు.

"చూడండి- ఏ శ్లోకం మీద చెయ్యి పెట్టినా అసందర్భపు నిర్వచనమే. చూడండి. ఇది సాంఖ్య యోగంలోది. "అ కీర్తించాపి భూతాని కథ యిష్యంతి తేవ్యయామ్ సంభావితస్య చాకీర్తిర్మరణా దతిరిచ్యతే" దీనికి అర్థం చెప్పమని స్వామీజీని కోరుతున్నాను.

"సంతోషమైంది. లోకులు ఏ యపకీర్తిని శాశ్వతముగ చెప్పుకొనగలరు. గౌరవముగా బ్రతికిన వానికి అపకీర్తి కన్న చావే మేలు" అని అన్నారు స్వామీజీ.

"ఇంతకంటే దౌర్భాగ్యమైన సందేశం వుంటుందా? పరమాత్మని అనుభవించి, నిశ్చలమైన ఆనందాన్ని పొందినవాడు, అన్నిటికీ అతీతమౌతాడు" అని నిధి అన్నాడు. అలాంటివాడికి కీర్తిపై అంత మోజు ఎందుకు? సర్వాన్నీ విసర్జించి చిదానందం పొందిన వ్యక్తికి పేరు ప్రతిష్టలపై అంత తాపత్రయం దేనికో, పైగా దానికంటే చావే మేలుట, కీర్తి ఒక పాండువులకు మాత్రమేనా ఏమిటి? కౌరవులకు అక్కరలేదా. అంచేత కీర్తి కోసం దెబ్బలాడుకోమని ప్రబోధం. నేటి పెద్ద రాజ్యాలన్నీ ఆర్థిక రంగంలో మార్కెట్‌లకోసం కొట్లాడుకుంటున్నట్లు! పైగా చావమంటోంది, అంటే ఆత్మత్యాగాన్ని మెచ్చుకుంటోంది. అవతలవాడిని చంపలేకపోతే నువ్వు ఏ గన్నేరుపప్పో తిని చావమంటోంది ఈ పవిత్రగ్రంథం" రాజా మరో శ్లోకంపైన వ్రేలు పెట్టి చదవడం మొదలెట్టాడు.

"అవాచ్యవాదాంశ్చ బహూ స్వదిష్యం తి తవాహితాః
నిందంత స్తవ సామర్థ్యం తతో దుఃఖ తర న్ను కిమ్?"

అంటే నీ శత్రువులు నిన్ను శుంఠ అని నిందిస్తారు. దానికి మించిన దుఃఖమేమి గలదు? అని తాత్పర్యం. అది పోటీపడటం కాదు. కేవలం Capitalist Competitiveness మరోటి...

"హతో వా ప్రాప్స్యసి స్వర్గం జిత్వా వా భోక్ష్యసే మహీమ్
తస్మా దుత్తిష్ట కౌంతేయ యుద్ధాయ కృతనిశ్చయ."

అంటే యుద్ధంలో చనిపోతే స్వర్గమో (అంటే రంభ వగయిరా స్త్రీలతో కులాసా), గెలుపొందితే రాజ్యభోగము పొందగలవు. అందుచేత, లే, యుద్ధం చెయ్యి అని, చూశారా, భోగాలకోసం, శరీర సుఖాల కొసం మంచి బట్టలు, హైక్లాసు సిగరెట్లు, మోటార్,

రేడియో, వీటికోసం యుద్ధం చెయ్యమని ప్రబోధం, ఈనాడు అన్ని దేశాలు చేస్తున్న పనే ఇది. దీని ఫలితంగా మనదేశం, మన నాగరికతా ఏమైందీ మీకందరికీ తెలిసిందే. పరీక్షలో ఫేలైన విద్యార్థి గోదావరిలో పడి ఆత్మత్యాగం చేసుకుంటాడు. ఫిలింతారని పెళ్ళాడలేకపోయిన బ్రహ్మచారి రైలుకింద పడతాడు. ఈ భోగాల కోసం రాజ్యాలు, దేశాలు నాశనమై పోతున్నాయి. ఇది పవిత్రగ్రంథం ఎట్లాగైందో నా కర్థం కాదు.

"సంతోషమైంది" అంటూ స్వామీజీ ఆ భగవద్గీతని తన చేతుల్లోకి తీసుకుని మరోపుట తీసి శ్లోకం చదవడం మొదలట్టారు.

"విద్యా వినయం సంపన్నే బ్రాహ్మణేగని హస్తిని

శుని చైవ శ్వతాకే చ పండితా స్సమదర్శినః

సజీవ, దీని తాత్పర్యం చెప్పు."

సజీవ గొంతు సవరించుకుని...

"విద్యా వినయ సంపన్నే, అనగా విద్య వినయములు గల బ్రాహ్మణే, బ్రాహ్మణుని యందును, గని, గోవునందును, హస్తిని..."

"హస్తిని అంటే ఏమిటోయ్ నాథ్?" అని మధ్యలో అరిచాడు నిధి.

"హస్తిని, చిత్తిని వగైరా నక్షత్రములు..."

"ఊరుకో" అన్నాడు రాజా.

"చిల్లుపడ్డ డోలువలె" అని నోరుమూసుకున్నాడు జగన్నాథం.

సజీవ అందుకున్నాడు – "హస్తిని, ఏనుగునందును, శుని చ, కుక్క యందును, శ్వపాకేచ, ఛండాలునియందును, పండితా, పండితులు సమదర్శనం స్వభావము గలవారు."

నిధి అన్నాడు "చూశావా రాజా, నీక్కావల్సిన సోషలిజమ్ ఇందులో వుంది."

"అదే లేదు. ఈ పుస్తకం రాసిన బ్రాహ్మలు వారు కాయకష్టానికి ఓర్చుకోలేరు. పొలం దున్ని పండించలేరు. అందుచేత రెడ్లని రాజుల్ని కాకా చేసి, ఏదో తాము పండితులం అని చెప్పుకుంటూ, వారి దగ్గర సలహాదార్లుగా చేరి పొట్టనింపుకున్నారు. ఈనాడు ఎంత మంది పండితులు, బ్రాహ్మలు, ఛండాలునితో కలిసి భోజనం చెయ్యడానికి సిద్ధపడుతున్నారు?"

లక్ష్మయ్యగారు "ఒడ్డించేశారు, లేవండి" అన్నాడు. అందరూ లేచారు. బట్టలు మార్చుకున్నారు. వీధిలో కొచ్చారు. ఆ బృందంలో నిధి కూడా వున్నాడు.

"మీకు ఇక్కడికే పంపుతాంగా" అన్నాడు వెంకటాద్రిగారు.

"ఎక్కడైతే ఏం లెండి - నేనూ మా వాళ్ళతో కలిసి అక్కడే భోజనం చేస్తాను."

"వెంకటాద్రిగారు నవ్వి అట్లా కుదరదు. పెండ్లి జరిగింతరువాత గాని, మీరు భోజనం చెయ్యకూడదు"

"చేస్తే ఏం జరుగుతుంది?"

"మన ఆచారం"

"అది అర్థం లేని ఆచారం. నేనీ పూట అక్కడే చేస్తాను."

'అది కుదరదు."

"అంటే- లేకపోతే అన్నం వడ్డించరా?"

"పోనీ మీ నాయనగార్ని అడగండి"

"అడగనక్కర్లేదు. నేను అక్కడేగాని భోజనం చెయ్యను" అన్నాడు నిక్కచ్చిగా.

"Well Said, బావగారూ, మీరు రాకపోతే నేనూ భోజనం చెయ్యను. although మనకి ఆకలి బాహాటముగా అయ్యోడిన్ ఇవాళ అంతా 'ఆ' మీద నడుస్తోంది మన భాష" అన్నాడు జగన్నాథం.

"అట్లా పట్టింపులకు పోవడం తప్పు బాబూ" అని వెంకటాద్రిగారు వాపోతూ, ఏం చెయ్యాలో తోచక లక్ష్మయ్యని పిలిచాడు.

"ఇక్కడికి పంపుతాం కాదంటండీ"

"దోవలో అందరి చూపులూ పడి అపవిత్రం కావచ్చు" అన్నాడు రాజభూషణం.

స్వామీజీ శిష్యులూ "ఓం" అనుకుంటూ భోజనాలకి వెళ్ళిపొయ్యారు.

"అయితే వుండండి, మీ మామగారికి కబురు జేస్తాను" అంటూ వెంకటాద్రిగారు వెనక్కి తిరిగి నడవడం మొదలెట్టారు.

"..... సవరణ, కాబొయ్యే మామగారు" అన్నాడు నిధి.

జగన్నాథం విరగబడి నవ్వుతూ "హాయ్ హాయ్ - తప్పొప్పుల పట్టిక, మొదటి కూర్పు, టిప్పరము, వెయ్యి ప్రతులు, వలయువారు, ఇందిరా కార్యాలయానికి వ్రాయండి" అన్నాడు.

ఆడపెళ్ళివారి పందిట్లో పెద్ద పెద్ద పొడుగాటి బల్లలు ఏర్పాటు చేశారు. వందమందికి పైగా పెళ్ళివారి జనం భోజనాలకి కూర్చున్నారు. స్వామీజీ స్తంభానికి జార్లపడి కూర్చున్నారు. ఎదురుగా దశరథరామయ్యగారు, రామానందం వున్నారు. నీళ్ళకావిడి బ్రాహ్మలు అటూ ఇటూ తిరుగుతున్నారు. పెళ్ళికొడుకు తాలూకా జనాన్ని చూడడం కోసం, ఏదో పని కల్పించుకుని అమ్మలక్కలు వస్తూపోతూ వున్నారు. వడ్డన ఆలస్యం కనబడకుండా,

పెళ్ళివారి కులాసా కోసం త్రివిక్రమదాసుగారు గుక్కతిప్పకుండా మాటలాడుతూనే వున్నాడు. ఎవరు విన్నా, వినకపోయినా ఆలస్యం ఎందుకో ఎవరికీ అర్థం కాదు. పందిట్లోకి మాధవయ్యగారు ప్రవేశించారు. కొంత అలజడి తగ్గింది. ఆఖరికి త్రివిక్రమదాసు కూడా మెల్లిగా మాటలాడడం మొదలెట్టాడు.

"బావగారూ, మనవారందరూ వచ్చారుగా, ఇంకా ఆలస్యం దేనికి?" అన్నాడు దశరథరామయ్యగార్ని సంబోధిస్తూ. "ఇంకా వారి తాలూకు కొందరు దిగబడ్డారు" అన్నాడు లక్ష్మయ్యగారు. అసలు విషయం వెంకటాద్రిగారి తమ్ముడు చెవిలో ఊదాడు.

"ఆయనకి చెవుడు లేదయ్యా, మహానుభావా" అని త్రివిక్రమదాసు కేకేశాడు. అందరూ నవ్వడం సాగించారు.

పెళ్ళి కొడుకు కూడా ఇక్కడే భోజనం చేసే ఏర్పాటు లేకపోతే సత్యాగ్రహం, ఉపవాసం వుంటాడని, అతని ముఖ్య అనుచరులు కూడా ఇక్కడికి భోజనానికి రారని వార్త వినగానే మాధవయ్య మండిపడతాడని వెంకటాద్రిగారు, పందిట్లో మరికొందరు బంధుజనం అనుకున్నారు. కాని తీరా విన్న తరువాత మాధవయ్యగారు పెదవి చప్పరించి "ఓస్ ఇంతేగదా. అందర్నీ రమ్మనండి - దాని కభ్యంతరం ఏముంది?" అన్నాడు. గుసగుసలు బయలుదేరాయి. మగాళ్ళకి హుషారెక్కువయింది. ఓ ముసలమ్మ పందిట్లోకి చక్కా వచ్చి "మేం మా ఇళ్ళలో ఎక్కడా ఇట్లాంటివి ఎరగం, అమ్మో, మేమూ చేశాం అబ్బాయిల పెళ్ళిళ్ళు, ఈ పట్టింపులు మా కుర్రనాగమ్మలకు తెలియవర్రో" అంటూ పాఠం చదివింది.

యువకబృందం నవ్వింది. ముసలమ్మకి ఒళ్ళు మండిపోయింది. "ఇంకా నయం పెళ్ళికూతురూ, తనూ కలిసి ఇక్కడే భోజనం చేస్తాం అన్నాడు కాదు - ఆ మూడు ముళ్ళూ పడకుండానే, ఏం విడ్డూరం!"

త్రివిక్రమదాసు తన ఉపన్యాసం ఆపుచేసి

"ఏమండీ వదినగారూ, పెళ్ళికొడుకు ఎంత మంచివాడో చూశారా! పెళ్ళి కాకుండానే అత్తవారింట్లో ముచ్చట్లు జరిపించుకుందామని ఉబలాటపడుతున్నాడు. మీరు ఎన్నేళ్ళు తపస్సు చేస్తేనే అట్లాంటి అల్లుడు దొరుకుతాడు!" అని ఆయనే నవ్వుకున్నాడు.

దశరథరామయ్యగారు బింకంగా కూర్చున్నాడు.

"సరేలే, ముచ్చట ముక్కలైనట్లే వుంది. రేపు నీ కూతురి పెళ్ళి అలాగే చేద్దువుగాని నువ్వెళ్ళి ఆయన్ని దిగి రమ్మను" అంది ముసలమ్మ.

"దేనిమీద నుంచి దిగమంటారండోయ్?" అన్నాడు మరో వ్యక్తి.

140 చివరకు మిగిలేది

"గుర్రం-సార్టుబండి" అంది ముసలమ్మ.

అందరూ నవ్వడం మొదలెట్టారు.

"అయితే ముసలమ్మగారు ఓడిపోయినట్లే! ఆచారం మంటగలిపినట్లే!"

"ఇక్కడ ఎట్లా భోజనం చేస్తాడయ్యా? రానీ, నే మాట్లాడతాను పెళ్ళికాకుండానే ఇక్కడ భోజనం చెయ్యడానికి సిగ్గులేదా అని నిలేసి అడుగుతా" అంది ముసలమ్మ.

"ఇంకా మీరు అడిగేదేమిటండి. ఓ మూల పెళ్ళి కొడుకు వచ్చిపడుతుంటే?" అన్నాడు త్రివిక్రమదాసు.

ఇంతలో, వెంకటాద్రిగారు వెనకాలే, దయానిధి, జగన్నాథం, రాజభూషణం ఇంకా ముగ్గురు పందిట్లోకొచ్చారు. జనం ఒక్కసారి మాట్లాడడం మొదలెట్టారు. పెళ్ళికుమార్తె తాలూకు ఆడంగులు, ఓ డజను పైగా గుమ్మంలో నిలబడ్డారు, చోద్యం చూస్తూ దశరథరామయ్యగారు లేచి కొడుకు దగ్గరకెళ్ళారు.

"ఏమయ్యా, స్నేహితులు మీరందరూ వుండి, మావాడికి చేసిన బోధ ఇదా?" అని అడిగాడు రాజభూషణాన్ని సంబోధిస్తూ.

"మేం బోధ చెయ్యలేదు. అతనే మమ్మల్ని పురికొల్పుతున్నాడు" అన్నాడు రాజా.

"పోనీ నాన్నా, వాడికి వాడి స్నేహితులతో కలిసి కూర్చోవాలని సరదాగా వుంది కాబోలు. ఇప్పుడే మొచ్చింది" అన్నాడు రామానందం.

"అంత సర్దాగా వుంటే, విడిదిలో అందరికీ భోజనాలు ఏర్పాటు చేద్దురుగా- తనకీ, స్నేహితులకీ?" అని అడిగాడు దశరథరామయ్యగారు.

"ఇదే విడిది అనుకోకూడదూ? - స్థలంలో ఏముంది?" అన్నాడు నిధి.

"అవును - స్థలాన్ని, కాలాన్ని విడగొట్టకూడదు - ఐన్‌స్టీన్ సిద్ధాంతాల ప్రకారం రెండూ కలిపి నాలుగో పరిమాణం అవుతుంది. పెళ్ళిళ్ళు జరిగేది నాలుగో పరిమాణం లోనే" అన్నాడు రాజభూషణం.

"అందరూ ఏమనుకుంటారు?"

"పెళ్ళికొడుకు పిచ్చాడనుకుంటారు!" అన్నాడు నిధి.

"పిచ్చాడికి పిల్లనిస్తారా?" అన్నాడు దశరథరామయ్యగారు.

"ఇవ్వరు. అసలు పిచ్చాడు పెళ్ళి చేసుకుంటాడా?"

"అయితే ఈపెళ్ళి సవ్యంగా జరగడం నీ కిష్టం లేనట్లుగా వుందే..."

దయానిధి మాటలాడకుండా స్వామీజీకి ఎదురుగుండా వున్న పీట మీద కూర్చున్నాడు. పక్కన రాజభూషణం, అవతల జగన్నాథం కూర్చున్నారు.

ముసలమ్మగారు మళ్ళీ వచ్చింది. ధైర్యం కోసం వెనకాల మరో ముగ్గురు స్త్రీలని నుంచో బెట్టుకుని, "ఏమయ్యా, డాక్టరీ కూడా చదువుతున్నావు, ఈ మాత్రం తెలియదుటయ్యా" అంటూ రాజభూషణాన్ని సంబోధించడం మొదలెట్టింది.

"What a foolish! ఆయన వేదాంతండోయ్, అమ్మమ్మగారు" అంటూ జగన్నాథం మాట్లాడటం మొదలెట్టాడు.

"అమ్మమ్మగారెవరు నాయనా?"

"పోనీ, బామ్మగారు - పెళ్ళికొడుకు ఈయన..."

ముసలమ్మ చెయ్యి కళ్ళపై నీడగా పెట్టుకుని నిధిని పరీక్షగా చూసి "ఏం బాబూ, నువ్వా? మా ఇందిర అదృష్టవంతురాలే అసలు అదృష్టం నాదే. నాకు ఈమధ్య ఒకటే దగ్గు, రాత్రిళ్ళు నిద్రపట్టదు. ఇనజషెన్‌లుఇచ్చే అల్లుడు దొరకడం అదృష్టం కాదూ మరి! అయితే నువ్వు విడిదిలో భోజనం చెయ్యి బాబూ, ఇక్కడ తప్పు- బ్రాహ్మలకి కోపాలొస్తాయి..."

ఇంతలో "భోజనకాలే గోవిందా...." అంటూ కేకలు ప్రారంభమయ్యాయి.

"పోనీ మీ అత్తగార్ని పిలవనా?" అంది ముసలమ్మగారు.

"మీరు మాతోటే భోజనానికి కూర్చోరాదుటండీ" అన్నాడు త్రివిక్రమదాసు.

అంతా నవ్వారు. ముసలమ్మగారికి ఏమీ అర్థం కాలేదు. మరో అవకాశం వచ్చినప్పుడు తన అధికారం చలాయిద్దామనుకుని, ఇంట్లోకి వెళ్ళిపోయి, నేతిజాడీ పుచ్చుకుని వడ్డించడం మొదలెట్టింది. కూర తినడం అయి, పచ్చడిలోకి వచ్చారు.

త్రివిక్రమదాసుని పద్యాలు పాడమన్నారు. "పెళ్ళికొడుకుచేత పాడించాలని" అన్నాడు త్రివిక్రమదాసు, ముసలమ్మని ఉద్దేశించి.

నిధి "నాకు సంగీతం రాదు, నే పాడలే"నన్నాడు.

"ఇప్పుడెందుకు పాడతావు"

ముసలమ్మ వాక్యం పూర్తికాకుండా, ఒక శాస్త్రులుగారు శ్లోకాలు చదవడం మొదలెట్టాడు జనానికి రుచించలేదు. కుర్రకారు ముసలమ్మనే పాడమన్నారు. ఆవిడకు ఒళ్ళు మండింది; వేడి వేడి నెయ్యి చేతిమీద పొయ్యడానికి రయ్యిమని వెళ్ళి కొంచెం తమాయించింది. శ్లోకాలు ఎవరికీ నచ్చలేదు. "ఓరోరి బండివాడా" కావాలన్నారు. పోనీ రామనాథ శాస్త్రి పద్యాలు పాడమన్నారు. ఆడపెళ్ళివారి తాలూకు నాగేశ్వరరావు "సర్వేశ్వరుండగు" పాడాడు. జగన్నాథం తనని ఎవరైనా పాడమంటారేమోనని అటూ ఇటూ చూసి గొంతు సవరించుకున్నాడు. త్రివిక్రమదాసు చూపులు అతనిమీద పడ్డాయి.

"హా, హా, మనం గానం చెయ్యడం తప్పదంటారు?" అన్నాడు జగన్నాథం.

తప్పదన్నారు చుట్టూ జనం.

"రైటో! సభికులకి ఏది కావాలో కోరుకునేటందుకు సర్వాధికారం వుంది - ఎక్స్‌ప్ట్ త్యాగరాజ కృతులు తప్ప."

పులుసు వడ్డన జరుగుతోంది.

జగన్నాథం "ఎంకివంటి పిల్లలేదోయ్" పాడటం మొదలెట్టాడు. కొంతవరకూ పాడి, మధ్యలో మాటలు మరిచిపోయాడు.

"కతలూ సెప్పిందంటే....తర్వాత...?"

ఎవరూ మాటలు అందివ్వలేదు; సొంతంగా సాగించాడు.

"కతలూ సెప్పిందంటే కారక్కాయ్ నవలాల,

పదమూ పాడిందంటే పుగాకు పీల్చాల...."

"శ్రీమద్రమారమణ...." జనం గొడవ సాగించారు.

"బావగారూ! రాహుకేతువుల్ని పాడమనరూ?" అన్నాడు జగన్నాథం మెల్లిగా.

"రాహుకేతువు లెవరూ? వింటారు స్మా,"

"వాళ్ళేనండి - కాషాయ వస్త్రధారీ మురారీ అడుగుదాటగలడా నా యానతి గాళ్ళండి..."

"ఓ, జీవసజీవలా? తప్పు! వింటారు."

రాజభూషణం విన్నాడు "నే పాడిస్తాను శిష్యా ...." అంటూ సజీవని ఓ శ్లోకం చదవమని కోరాడు. "ఏదీ ఇందాక, హస్తినీ వగైరాది భగవద్గీతలోనిది."

సజీవ గొంతు సవరించుకుని, గురువుగారి కేసి సూక్ష్మంగా చూసి శ్లోకం మొదలెట్టాడు.

"విద్యావినయ సంపన్నే బ్రాహ్మణే గవి హస్తిని శునిశ్చైవశ్య పాకేచ పండితాస్స మదర్శినః"

దానికి జగన్నాథాన్ని తాత్పర్యం చెప్పమన్నాడు నిధి.

"ఒకే బ్రాహ్మణుని యందును, కోతి కుక్కయందును, చండాలుని యందును..."

ఇంకా పూర్తి కాకుండానే, ఓ నల్లకుక్క పందిరవతల తలుపు తోసుకుని చక్కా వచ్చింది.

"ఛీ, ఛీ, కుక్క కొట్టండి...." జనంలో అలజడి బయలుదేరింది. లక్ష్మయ్యగారు దాన్ని తరమడం మొదలెట్టాడు. అది కుంటుకుంటూ మధ్య బంతిలో నుంచి పరామర్శిస్తూ ప్రయాణం చేసి, వెళ్ళేటందుకు తోవ లేక రెండవ బంతిలోంచి నడిచి, మధ్యలో అంతా

అగమ్యగోచరంగా వుండేసరికి, వెనక్కి లక్ష్మయ్యగారి కాళ్ళ మధ్య నుంచే నడిచి మూడోవరుసలోకి ప్రయాణం కట్టింది.

"చూస్తారేం? పట్టుకు చావతన్నక"

"అసలు ఎలా వచ్చింది లోపలికి?" అంటూ ఓ కంఠం ప్రశ్నించింది.

"ఏముంది? బహు సులభం రెండు తలుపుల మధ్యా ముందు కాలుతో గీరి, కొంత సందు చేసుకుని తరువాత కాస్తంత మూతిని లోపలికి పెట్టి, ముక్కు ద్వారా లోపలి పరిమళాన్ని ఆఘ్రాణించి బృందాన్ని నేత్రాలతో చూసి, ధైర్యం తెచ్చుకుని, మెడతో తలుపుసందు కొంచెం పెద్దదిచేసి...." అంటూ జగన్నాథం వర్ణన మొదలెట్టాడు.

"అదికాదు నేనడిగేది - అసలు దీన్ని లోపలికి ఎవరు రానిచ్చారనీ" అంది మళ్ళా మొదటి కంఠం.

"వెరీ సింపుల్! కేవలం ఆ శ్రీకృష్ణ పరమాత్మ ఇంకెవరు. శునిచ భక్తికి సంతసించి నవాడై, తదితర భక్తాగ్రేసరులైన జ్ఞానులని పరిశీలింప, ఇట్టి తరిన్ గావించె- 'తరి' తరువాత అరసున్న వుంది."

లక్ష్మయ్య కాగడా అమర్చిన కర్రని పెళ్ళగించి ఒక్కటంటించాడు. అసలే కుక్క కుంటిది; ఈ దెబ్బ తగలగానే దాని కాలు సాఫీ అయినట్లుగా ఈ భోజనశాల తన స్వైర విహారం కోసం ఉద్దేశింపబడ్డ పుణ్య భూమిలా 'కేళి' సాగించింది.

బెదరగొట్టకూడదయ్యా మా ఇస్తళ్ళల్లో జొరబడుతోంది అని జనం మొరెట్టుగుని, లక్ష్మయ్యని కసిగా చూసి, అంతా తలోతిట్టు తిట్టారు. పరోపకారం చేసేవాడు, ఈ త్యాగాలన్నీ చెయ్యాలి మరి!

కొట్టకుండా ఎత్తుకుని తీసుకెళ్ళి ఉయ్యాలలో బజ్జోపెట్టమంటారా అని అడిగాడు లక్ష్మయ్య.

"ఇంచుమించు అట్లాంటిదే మా అభిలాష" అన్న మీదట, ఆయన వెంకటాద్రి, త్రివిక్రమదాసు (ఆ క్షణంలో ఆవడ తినడం మానేసిన త్యాగి) లేచి దాన్ని గంజికావిడి పట్టి, బయటికి చేరేశారు.

ఛాందస బ్రాహ్మణులు కళ్ళు మూసుకుని మైసూర్‌పాకం నములుతున్నారు. ఏమిటో, తిండి తినాలి, తప్పుతుందా మరి!

జగన్నాథం వెంకటాద్రి గారిని కేకేశాడు.

"ఏమండోయ్! ఆ శునకరాజాన్ని; సజీవ ఒళ్ళో కూర్చోబెట్టండి. కొండొకచో తొడమీద..." మెల్లగా రాజాతో - 'ద' తర్వాత అరసున్న లేదనుకోండి.

నల్లకుక్క నిష్క్రమించగానే కొంత అలజడి తగ్గింది.

ఇంతలో మాధవయ్యగారు చక్కా వొచ్చి, ఒకసారి పందిట్లో పచార్లు చేసి, కనుక్కుంటున్నారు. జగన్నాథం ఆయన్ని కేకేసి –

"మామగారు, ఇఫ్ ఐయాం రైట్– ఆ లుంగీ వ్యక్తిని కాస్త కొళంబు వొడ్డించమనండి" అన్నాడు.

మాధవయ్యగారికి నవ్వొచ్చింది. "పట్టుపంచి లుంగీలో దోషం లేదుగా, ఒరే రాముడూ, ఇల్లారా" అని కేకేశాడు.

సిల్కు లుంగీ రాముడూ వొడ్డించడం మొదలెట్టాడు.

"లుంగీ బాగానే వుందండి – ఎక్కడ కొన్నారు. ఎంతకి కొన్నారు?" ప్రశ్నద్వయం...

"అవన్నీ నీకెందుకు?" అన్నాడు లుంగీ రాముడు.

"కేవలం స్వార్థరహితమైన కౌతూహలం. సత్యాన్వేషణ – ఏమంటారు స్వాములోరు? సమాధానం చెబితే సంతోషమౌతుంది. చెప్పకపోయినా సంతోషమౌతుంది."

మాధవయ్యగారు నవ్వుతూ – "పోనీ చెప్పరా, ఎక్కడ కొన్నావో"

"సరే, వాల్తేరులో"

"నా రెండో ప్రశ్న?"

"..........."

"?" కనుబొమ్మలు చిట్లించి.

"......." పెదవి చప్పరించి.

"....." మూతి బిగించి.

"....." తల పంకిస్తూ.

"మామగారు, ఇఫ్ ఐయాం నాట్ రాంగ్ సత్యాన్ని అన్వేషించగలిగాను. కనుగొంటిని శ్రీరాముని నేడు.... త్యాగయ్య, అఫ్‌కోర్సు మీ లుంగీ వీరి సొంతం కాదు."

మాధవయ్యగారు విరగబడి నవ్వారు. లుంగీకి ఒళ్ళుమండి చురచురా నడిచి పొయ్యాడు.

జగన్నాథం అన్నాడు – "వెడలెను. కోదండపాణి – ఐ బూట్ రాముడు పులుసు జారితో వయ్యారం బొలక వెడలె... 'బొ' తర్వాత అరసున్న వుండాలి."

ఇంతలో దూరంగా తలుపుసందులోంచి ఒక తలపాగా, పాల కావిడీ లోపలికి తొంగి చూశాయి. మాధవయ్య ఆ దృశ్యాన్ని చూసి తొందరగా వెళ్ళి, ఆ పాగాని బయటికి నెట్టి, కాగడా కర్రతో ఒక్కటి వొడ్డించాడు. తలపాగాని చూడగానే భోజనం చేస్తున్న

శాస్త్రుల్లుగారు లేచిపొయ్యాడు. ఆయన జీవితం అపవిత్రం అయిపోయింది. ఆ పాగా వ్యక్తి పేరు నారన్న; కాపు, పొరుగూరు నుంచి పాలకావిడి మోసుగొచ్చాడు. బ్రాహ్మలు భోజనాలు చేస్తున్నారని తెలుసు కోకుండా లోపలికి ప్రవేశించి అపవిత్రం చేశాడు. అక్కడికీ మాధవయ్యగారు ఇల్లాంటి ప్రమాదాలు జరక్కుండా, గుమ్మం దగ్గర కాపలా పెట్టిన ద్వారపాలకులిద్దరూ నోట్లో చుట్టలతో సహా గుమ్మానికి జార్లపడి నిద్రాదేవి హస్తాలతో బిగింపబడ్డారు.

లేచి బయటికి వెళ్ళిన శాస్త్రులుగారిని మాధవయ్యగారు సముదాయించి క్షమాపణ కోరుతున్నారు.

"ఈ పాలకాపు చూసినందుకు కాదు నే లేచింది. వాడి వెనకాల గడ్డిమోపు ఏనాది కూడా తొంగి చూశాడు" అన్నాడు శాస్త్రుల్లుగారు.

మాధవయ్యగారు ఆ ఏనాది మీదికి కాగడాకర్ర ఎత్తి ఒడ్డించబోతుండగా, దయానిధి తొందరగా వెళ్ళి ఎడంచేత్తో, ఆ కర్రనీ పట్టుగొన్నాడు.

నారన్న కాపు, గడ్డిమోపు ఏనాది ఎండలో ఎన్నోమైళ్ళు నడిచి, బొగ్గుతో చెక్కిన బొమ్మల్లా తయారయ్యారు. వారి శరీరాల మీద నుండి తలంటు సమయంలో నూని కారినట్టు చెమటకారి ఇసికలో పడుతోంది. వాళ్ళు బిక్కమొహాలేసి "మేం సూళ్ళేదండి - సూత్తె సేత్తాంటండి బాబయ్యా" అని మొత్తుగుని ప్రార్థిస్తున్నారు.

దయానిధి కాగడా కర్రని దూరంగా గిరివాటేశాడు.

శాస్త్రులుగారికి ఒళ్ళు మండిపోయింది. "నేనింక భోజనం చెయ్యను" అని వెళ్ళిపోతున్నాడు.

"నేనూ భోజనం చెయ్యను" అన్నాడు నిధి.

"మీరు వెళ్ళి తినండి -ఇప్పుడొచ్చిన ప్రమాదం ఏమీ లేదు" అన్నాడు మాధవయ్యగారు.

"ముందువాళ్ళకి ఇంత మజ్జిగదాహం ఇప్పించండి" అన్నాడు నిధి.

దయానిధి వెనకాలే రాజా, జగన్నాథం కూడా లేచి వొచ్చేశారు.

"పెళ్ళి కొడుకు అలిగాడుటగా...." అంటూ ముసలమ్మ గారొచ్చింది. ఆవిడ మాధవయ్యగారు, వెంకటాద్రిగారు దయానిధిని భోజనం పూర్తి చెయ్యమని బతిమలాడారు. కాని లాభం లేకపోయింది.

నారన్న కాపు కూడా "తప్పొండీ - మా కోసం మీ రెందుకండి తిండి మానడం మాకీ కష్టం లెక్కేంటండి లెగండి...." అని బ్రతిమాలాడు.

నిధి రాజావారి విడిదిలోకి నడవడం మొదలెట్టాడు.

"హస్తిని శునిచైవశ్వ పాకేశ పండితా స్సమదర్శి.... నోరు తిరుగదు. ఏం చెయ్యను?" అంటూ జగన్నాథం వారి వెనకాల బయలుదేరాడు.

గదిలోకి వెళ్ళగానే నారయ్య 'టపా' అందించాడు. వాటిలో రొమాటిక్ సీనూ రాసిన ఉత్తరం, టెలిగ్రామూ రెండూ వున్నాయి. ఉత్తరంలో సాయంత్రం బండిలో మూహూర్తం వేళకి వస్తున్నాను, స్టేషన్‌కి ఎవర్నేనా పంపమని రాశాడు. టెలిగ్రాంలో కారణాంతరాల వల్ల రాలేకపోయినందుకు చింతించి, ఆశీర్వచనాలు తెలియజేశాడు.

సాయంత్రం ఆరుగంటలైంది. జగన్నాథం మరికొందరు పిల్లలూ, నారయ్యా వీధుల్లో ఆట్లాడుకొంటున్నారు. దశరథరామయ్యగారు, రమానందం, మరికొందరు బంధువులూ కొత్త దుస్తులు వేసుగుని సామానులు సర్ది పెళ్ళి పందిట్లోకి వెళ్ళడానికి సన్నాహాలు చేస్తున్నారు. దూరంగా సన్నాయి వాద్యం వినబడుతోంది. నీళ్ళు చల్లిన కుంకుమ బొట్టు పడమటి ఆకాశం ఎర్రగా కప్పుకున్న ముసుగులోంచి, వొక్కొక్క నక్షత్రాన్నే బయట పెడుతోంది. మేఘాలు, ఆకాశంలో బాణాసంచా కాలుస్తూన్నాయి. నిశీధిని అన్ని వేపుల నుంచి తొంగిచూస్తూ చొరవగా ప్రవేశిస్తోంది. పడమటి ఆకాశం వేసిన రంగుల కాగడాలని ఒక్కొక్క దాన్నే ఆర్పేస్తూ నక్షత్రాల ద్వారా మెరుస్తూ నవ్వుతోంది. నిధి కనురెప్పల కింద ఎర్రగా మెరిసిన తడి నీలంగా మారింది. అతని భుజంపైన 'రాజా' చెయ్యి వేశాడు.

"లేరా - బట్టలు కట్టుకో - మరి వాళ్ళంతా వొస్తారు. ముహూర్తం టైమవుతోంది" అన్నాడు. "అదేమిట్రా, ఏడుస్తున్నావు? శుభ సమయంలో ఆనంద భాష్పాలా?"

నిధి చిటికిన వేలితో కన్నీటి చుక్కల్ని తొలిగిస్తున్నాడు. ఎందుకో తెలీకుండా, ధారగా ప్రవహిస్తున్న కన్నీటి చుక్కలు.

"ఇదేమిట్రా- పెండ్లికూతురు అత్తవారింటికెళ్ళేటప్పుడు చెయ్యవల్సిన అభినయం ఇప్పుడే నువ్వు చేస్తున్నావు."

"ఏమీ లేదు" అని నిధి లేచి కూర్చున్నాడు. కళ్ళు వర్షం పోగొట్టుకున్న మేఘంలా తేటగా వున్నాయి.

"ఎందుకురా... నాతో చెప్పకూడదు? నేను నీ ఆంతరంగిక స్నేహితుడ్ని కానూ?"

"ఏమీ లేదు ఏవేవో జ్ఞాపకానికొచ్చాయి."

"కోమలా?"

"ప్రత్యేకంగా ఇదీ అని చెప్పలేను..." అన్నాడు నిధి పడమటి ఆకాశంలోకి చూస్తూ మళ్ళా ఏదో స్మరణకి వొచ్చినవాడిలా–"కోమలి విషయం నీకెట్లా తెలిసింది?" అని అడిగాడు.

"ఇల్లాంటివి తెలీకుండా వుంటాయామరి? అదేం చిత్రమో, మనం రహస్యాలని స్నేహితులకి మినహా, అందరితోనూ చెప్పుగుంటాం. స్నేహితులు ఎట్లాగో తంటాలుపడి తెలుసుగుంటారు..."

"ఇందులో రహస్యం ఏముంది? ఒక పురుషుడు, ఒక స్త్రీని వాంఛించడంలో, ప్రపంచానికి టాంటాం వేసేటందుకు తగినంత విశేషం ఏముంది?"

"అవును, ఒక స్త్రీ ఒక పురుషుడ్ని వాంఛించిందంటే ఆ విషయాన్ని ప్రపంచమే టాంటాం వేస్తుంది, నా అభిప్రాయం, మొదటినుంచీ నీకీ పెళ్ళి సుతరామూ ఇష్టంలేదని, నిజమేనా?"

"నీకా అభిప్రాయం ఎందుకు కలగాలి?"

"నీ ఉత్సాహం తెచ్చిపెట్టుకున్నట్లుగా కనబడుతోంది. స్వల్ప విషయాలు, చికాకు కలగజేస్తే ఆ మనిషిలో ఏదో చెడిపోయిందన్న మాట. పెళ్ళివారింట్లో భోజనం చేస్తాననడం మూర్ఖమైన పట్టింపుకాదు? మాలాడిని మామగారు ఉతికితే కోపగించి లేచిపోవడం మూర్ఖంగాదు? గంటలో పెళ్ళి కాబోతుంటే, ఒక్కడవు గదిలో ఏడుస్తూ కూర్చోవడం మూర్ఖంగాదూ? ఇంకా నిదర్శనాలు కావాలా?"

దయానిధి పెదవులు నవ్వుకోసం విప్పుకున్నాయి; కంటికింద బుగ్గ మడత పడింది.

"చీమ కుడితేనూ, ప్రమోషన్ కాకపోతేనూ, సినిమాకి టిక్కెట్లు దొరక్కపోతేనూ, ప్రియురాలికి లేఖ రాసి అణాబిళ్ళ అంటించడము మరిచిపోయి పోస్టులో వేసినపుడు విచారించడానికి అలవాటు పడినవ్యక్తులు, నిజమైన దుఃఖానికి కారణాలని కాని, దాని లోతుని కాని నిర్ణయించలేరు. ఆకాశములో అస్తమించే సూర్యుడ్ని చూసి ఏడుపు రాకూడదూ? కాలం గడిచిపోతోంది. శ్మశానంలో మంటలు చల్లారిపోతున్నాయి. కన్య పళ్ళు ఊడిపోయి, జుట్టు నెరిసిపోయిన అవ్వని చూసి హడలిపోయి నవ్వడము మానేస్తుంది. వానకి ఒణికిపోయిన పువ్వు వికసిస్తుంది. ఆ దృశ్యాలన్నీ తల్చుకుంటే దుఃఖం రాకూడదూ? అలాంటి దుఃఖమే నాది."

"కొంపతీసి కవిత్వం రాస్తున్నావా ఏం రా?" అన్నాడు రాజా. "ఇదంతా కోమలిలోంచి పుట్టిన కవిత్వమే కాబోలు, పోనీ కోమల్నే పెళ్ళి చేసుకోలేక పొయ్యావు. గ్రంథం ఎంత వరకూ నడిచింది? ఇప్పుడెక్కడుంది?" అంటూ బోలెడు ప్రశ్నలు అడిగాడు.

ఇతరుల ప్రేమగాథలు వినడం కంటే విసుగు పుట్టించేది మరోటి లేదన్నాడు నిధి. చెబితే కాని వల్లకాదన్నాడు రాజా. మరి ఎవ్వరితోనూ చెప్పనూ, అంటూ ప్రమాణాలు చెయ్యడం మొదలెట్టాడు.

"నువ్వు నమ్ముతావా, రాజా!"

"నిజం చెబితే."

"అయితే విను, నేను కోమల్ని ప్రేమించలేదు, వాంఛించాను."

ఈ రెంటికి తేడా ఏమిటో నాకు తెలియదు.

"నువ్వు ఫిలాసఫర్‌వి నీకు తెలీదంటే ఆశ్చర్యంగా వుంది. వాంఛించిన వస్తువుని ఎప్పుడూ ప్రేమించలేడు వాంఛించడం అంటే అనుభవించడం, అనుభవించడం వల్ల అ వస్తువు నశిస్తుంది. నశింపు కాకుండా చేసేదే నిజమైన ప్రేమ అనుకుంటాను."

"ఇదంతా ప్లేటోలో చదివాను. పూర్వకవులు ప్రబంధాల్లో అఘోరించారు. ఈ కబుర్లన్నీ ఆత్మవంచనే ననుకుంటాను. చండాలపు పనులని సమర్థించేటందుకు వాళ్ళు కల్పించిన భాష తప్ప యథార్థం కాదు; ప్రేమకు వాంఛ తప్ప మరో ఆశయం వుందనుకోను" అన్నాడు రాజా.

నీ ఇష్టం వొచ్చినట్లనుకో – కాని ఆ రెండింటికీ తేడా వుందని గుర్తించమంటున్నా, కోమలి ఒక ప్రత్యేకమైన వ్యక్తని నేను అనుకోలేదు. ధ్వంసం చేసి నాలో ఐక్యం చేసుకోవాలన్నంతటి వాంఛ ఆ రాత్రి సమయం దొరికింది. రాత్రికి రమ్మంది, వెళ్ళాను. అన్నీ అవకాశాలే; నేను ధ్వంసం చేసి వుందును; వేరే వుండటము సహించలేక చంపేసి వుందునేమో; కాని రాజా! నువ్వు నమ్మాలి సుమా. ఎందుకో ఆకస్మికంగా ఆమెను ప్రేమించడం జరిగింది...." మౌనంలో పడ్డాడు నిధి.

"ఇంతకీ ఏం జరిగింది?"

"నవల్స్‌లో మాదిరిగా, నీకు ఐదు నిముషాల్లో క్లయిమాక్సుకు రావాలి? ఏమీలేదు. ప్రేమించాను; ఆమెని క్షమించాను. తననిగా తనని వుండనిచ్చాను. నాకు చంద్రుడూ, నక్షత్రాలూ, మేఘాలు, హిమాలయ పర్వత శిఖరం, కోమలీ – అందరూ సమానులే. ఇవి లేకపోతే నే జీవించలేను. వీటిని వాంఛించను. ప్రేమిస్తాను. అర్థమైందా?"

"అయితే, కోమల్ని ఏమీ చెయ్యకుండా అమాయకుడిలా వొదిలేసి చక్కా వచ్చాను, నమ్మమంటావు?"

"నమ్మలేవా?"

"నమ్మలేను. నేననుకోవడం ఏమన్నా చేస్తే వివాహము చేసుకోవాల్సి వస్తుందే మోనని భయపడ్డావు. పెండ్లి చేసుకునేటందుకు ధైర్యం లేదు నీకు. నైతికంగా పిరికివాడి వయ్యావు. పైగా కోమలి మహాపతివ్రత అని, దేవకన్య అనీ నువ్వు కలలోనైనా అనుకున్నా వని నేననుకోను. కొంత అసూయ; ఆమెనుంచి ప్రోత్సాహం లేకపోవడం – ఇవన్నీ

నిన్ను కలతపెట్టి వుండొచ్చు. అంచేత ఆ రాత్రి ఏం జరిగిందీ చెప్పక, ఈ నీతి తాలూకు ముసుగు కప్పుకున్నావు" అన్నాడు రాజా.

"నువ్వు చెప్పిన కారణాలన్నీ నిజం కావచ్చు, కానీ, ఆ రాత్రి కోమలిని ఏమీ చెయ్య కుండా, నా వాంఛని త్యాగం చేసి వదిలేసి వెళ్ళిపొయ్యానని నమ్మితే నేనింకేమీ అడగను."

"అంటే కోమలి కన్య, కొత్తపిల్ల, అమాయకురాలు– మొదట కొంత మచ్చిక చేసుగుని, మొన్నాడు రావచ్చుకదా అనుకున్నావేమో! స్త్రీని నూనెలో తడిపిన కాగడాతో పోల్చవచ్చు. ఏ పురుషుడో అగ్గిపుల్ల అంటిస్తేనే కాని మండదు. నా ఉద్దేశం స్త్రీకి అసలు ప్రేమలేదని, ఏ ఒక్క పురుషుడి మీదా గురివుండదు; తన ఆశయాలని పురుషుడి మీద లగ్నం చెయ్యదు. ఆమెకి కావాల్సింది సంతానం. అది కాస్తా తీర్చేవరకూ పురుషుడ్ని వేటాడుతుంది. మాతృత్వం అనుభవించిన తర్వాత పాత రిబ్బన్‌లా తీసి పారేస్తుంది. రోడ్డుమీద నడిచే వాళ్ళు (అంటే సంఘం) అయ్యోపాపం, రిబ్బన్ పారేసుగున్నారు తీసుకోండి అని మళ్ళా ఆమెకి ఇస్తారు. దాన్ని తడిపి ఎండేస్తూ బీరువాలో పెట్టుగుంటుంది."

దయానిధికి నవ్వొచ్చింది.

"రాజా, నువ్వు వేదాంతం చదువుతున్నావు. తార్కిక శిఖరాల మీదకాని కాపురం చెయ్యవనుకున్నాను. కాని నీకు లోయలతో చాలా పరిచయం వుందే, నువ్వు ఆశ్చర్యపడతావు ఓ విషయం చెపితే."

"ఏమిటది?"

"కోమలి నన్ను ప్రేమించింది."

"సెబాష్"

"అందుకనే చెప్పనన్నది"

"లేదులే చెప్పు."

"అంటే కోమలికి నాపై వాంఛలేదు; నువ్వనుకున్నట్లు సంతానంపై కూడా కోర్కె లేదు. అయితే నేను లేకపోతే ఈ ప్రపంచమే లేదు ఆమెకి."

"దీనికి నిదర్శనం."

"ఆ మర్నాడే ఆ ఊళ్ళోనుంచి వెళ్ళిపోయింది" అన్నాడు నిధి. రాజా కళ్ళల్లోకి పరీక్షగా చూస్తూ.

రాజా విరగబడి నవ్వాడు, సిగరెట్టు పొగ ముక్కులోకెళ్ళి ఉక్కిరి బిక్కిరయ్యాడు.

"మరోడితో లేచిపోయింది – ఆ విధంగా ఆమెకి నీపై వున్న ప్రేమ ప్రకటించింది

అంతేనా?...” నవ్వు బలవంతంగా ఆపుకుని – “నాతో అంటే అన్నావు గాని, ఇంకెవ్వరితోనూ అనకు – పిచ్చాసుపత్రిలో గది నెంబరు వెదుకుతారు” అన్నాడు.

“ఎవరో బాగా ఆస్తివున్నాయన–నాకు వివరాలు తెలీవు. కోమల్ని తీసుకుని వెళ్ళి పోయాడంట; వాళ్ళ అమ్మకూడా వెళ్ళిపోయింది, కూతురుతో; అయినా కోమలి నన్ను ప్రేమించిందని నాకు తెలుసు; నేను నమ్ముతున్నాను. నా మనస్సు, రక్తం చెబుతున్నాయి.

“అట్లాగయితే, నేనిక్కడ కిళ్ళీ దుకాణం పెట్టుకుని, నన్ను గ్రేటాగార్బొ ప్రేమించిందంటే నీ కెట్లాగనిపిస్తుంది?” అని అడిగాడు రాజా!

“కోమలి శరీరం నా ప్రేమతో పెరిగింది. హృదయం ఇప్పుడిప్పుడే జనిస్తోంది. ఆనాడు ప్రేమతో చూసింది. నక్షత్రమండలం తూలిపడినట్లయింది. ఆ చూపులో మూగ పిలుపు, ఆశ, ప్రోత్సాహం, లాలన, మందలింపు, ఓదార్పు – మానవత్వం కన్ను తెరిచినట్లుగా అన్నీ వున్నాయి. అది ప్రేమ; కాలిపొయ్యే నుదురు; మండిపొయ్యే పెదవులూ, కత్తిలా కోసేసే రొమ్ములూ, అలసిపోయిన మూల్గూ, శృంగారము లేని రోదన ఇవి కావు కోమలి ప్రేమచిహ్నాలు. ఆమె ఎక్కడికెళ్ళినా, ఎవరి హస్తాలలో నలిగిపోయినా, ఏ దౌర్భాగ్యుడి శిక్షణలోనో వంపులు పోగొట్టుకున్నా ఆమె హృదయం, దృష్టి, మానసిక వైరాగ్యం అన్నీ నాకోసం కాచుకుని వుంటాయి.”

“అల్లా అనుకుని తృప్తిపడక, ఈ విచారం ఎందుకు?” రాజాకి నిధి మాటలు అర్థం కాలేదు. అదంతా పుస్తకాల వల్ల వచ్చిన భాషాపూరిత ఉద్రేకం అనుకోడానికి వీల్లేదు. ఆ మాటల వెనుక అనుభవాన్నుంచి జనించిన విశ్వాసం – బాధకి బంధించబడిన సంస్కారం వున్నాయని ఒప్పుగోవల్సి వస్తోంది. మళ్ళా అడిగాడు. “అయితే ఇప్పుడు విచారం ఎందుకు?”

“కారణం లేని దుఃఖం అని మొదటే చెప్పాను. విశ్వాసాన్ని, నమ్మకాన్ని, ఆదర్శాన్ని చూసి, విని ప్రపంచం వెక్కిరించినప్పుడు, ఆ ప్రపంచాన్ని చూసి, దుఃఖించి “నాకు దీనితో నిమిత్తం లేదు” అని తృప్తిపడటంలో విశేషం ఏముంది? సంపూర్ణమైన ప్రేమతో హృదయము నిండినప్పుడు సగం సగం మనుషులని, అసంపూర్ణమైన అనుభవాలని చూసిన వ్యక్తి దుఃఖించక చేసేదేముంది?”

ఇద్దరూ మవునంలో పడ్డారు.

అప్పుడు “రాజా” అన్నాడు “నీ విచారానికి కారణం నాకు తెలుసు. చెబితే కోపం రావచ్చు.”

“నువ్వు అనుకున్నవి కొంతవరకూ కారణాలు కావొచ్చు, కాని నిజమైన కారణం చెబితే ఎవరూ నమ్మరు, ఈ సంఘంలో ప్రేమకి చోటు లేదు” అన్నాడు నిధి.

"నువ్వు నీ భార్యని ప్రేమించుకుంటే సంఘం వొద్దంటుందా?"

"ప్రేమలేని వివాహం, వివాహం లేని ప్రేమ - వీటిలో మొదటిది వ్యక్తిని బాధిస్తుంది. రెండవది సంఘాన్ని బాధిస్తుంది. నేననుకోవడం సంఘం బాధపడినా ప్రమాదం లేదు. వ్యక్తుల సంతోషం ముఖ్యం.

"ఐతే ఇందిరని నువ్వు ప్రేమించలేవా? నీకు నచ్చకపోతే ఈ వివాహానికి ఎందుకు ఒప్పుకున్నావు?" అని అడిగాడు రాజా.

"నాకు అందరి భర్తలలాగా శరీరాన్ని ఒకచోటా, మనస్సుని మరోచోటా వుంచడం చేతకాదు. రాజా చాలామంది యువకుల మాదిరిగా, నేనూ పెళ్ళి సంఘం కోసం, బంధువుల కోసం చేసుకుంటున్నా నేమో అని అనుమానం. వివాహం నెగ్గాలంటే, భార్యా భర్తలకి నటనలో కొంత తర్ఫీదు అవసరం. ఆ విధంగా నాకు అర్హత లేదు. ఏకపత్నీ వ్రతం, ఇతర స్త్రీలని తల్లుల మాదిరి చూడటం ఇవన్నీ కావాలి. నాకీ వాగ్దానాలలో నమ్మకం లేదు. ఏ మనిషీ తన ఉద్రేకాలనీ, వ్యక్తిత్వాన్ని భవిష్యత్తుకి అంకితం చేసుకోలేడు. చేసుకోకూడదని కూడా అనుకుంటాను. అట్లాగే భార్య పాతివ్రత్యం, కనీసం భౌతికంగా నయినా నటించాలి. ఊహ, శక్తి, ఆదర్శం, వ్యక్తిత్వం లేని స్త్రీలు పతివ్రతలుగా వుండగలరేమో నాకు తెలీదు. వివాహం నటీనటుల స్వర్గం. మన సౌఖ్యం మనలని మనం మోసగించుకునే శక్తిమీద ఆధారపడుతుంది. నాలో ఆ శక్తి లేదు..."

ఇంకా చెప్పపోతుండగానే, మధ్యలో రాజా అన్నాడు...

"ఇంకా వివాహం అంటే నీకు అనుభవం లేకుండానే, దీన్ని గురించి ఊహించి భయ పడుతున్నావు. ఇది చాలా తప్పు. ప్రతి వ్యక్తీ తన వివాహం ఆదర్శమయినదిగా వుండాలని కోరతాడు; అలా కోరకపోతే ఏ బెంగా వుండదు. నువ్వు జీవించడానికి బదులు జీవించడాన్ని గురించి ఆలోచిస్తావు. అదే నీ విచారానికి కారణం. కోమలికి శీలం లేదు; నీకు కోమల్ని పెండ్లి చేసుకోవాలని లేదు; వున్నా తండ్రిని ధిక్కరించలేవు; సంఘం అంటే భయం నీకు. జీవితం అంతా ఊహించుకుంటూ, బాధపడుతూ గడపాల్సిందే! లే,లే ఎవరన్నా నవ్వుతారు. పోనీ, వివాహం సంఘం కోసం అనుకున్న వాడవు, ఇందిరలో అన్ని మంచి లక్షణాలను చూసుకోడం దేనికి? ఇందిరకి చక్కదనం, సంగీతం, డబ్బు, గుణం, గౌరవం అన్నీ వున్నాయి. నిన్ను సుఖపెడుతుందని నాకు గట్టి నమ్మకం వుంది."

అతన్ని లేవదీసి, నోట్లో సిగరెట్టు పెట్టి అగ్గిపుల్ల ముట్టించాడు. "ఆడపిల్లలా ఏడుస్తున్నాడు, లేకపోతే" అంటూ.

దయానిధి రుమాలుతో కళ్ళు తుడుచుకున్నాడు.

152 చివరకు మిగిలేది

"అవును రాజా - ఆలోచిస్తే అంతా భయంగా వుంటుంది. ఒక కొత్త వ్యక్తితో జీవితం గడపడానికి నిశ్చయించుకోవడం అంటే భయంగా వుండదూ? మన స్వేచ్ఛ పోతుందని భయపడేగా నువ్వు బ్రహ్మచారిగా వుంటున్నది?" అన్నాడు నిధి.

"నా విషయం వేరు. నా ఉద్దేశంలో అసలు స్త్రీకి ప్రేమించడం చేతకాదని, ప్రేమ పురుషులకీ పురుషులకీ సాధ్యంకాని, స్త్రీకి పురుషుడుకీ మధ్య వుండేది వాంఛ తప్ప, ప్రేమ కాదు. స్త్రీ కోరేది పదిమంది ఇతర స్త్రీలతో తను వాంఛించబడటం అదేనా అట్టేకాలం కాదు; సంతానం కలిగే వరకే పురుషుడ్ని మాతృత్వం కోసం బానిసగా చేసి తన పని ముగిసిం తర్వాత తన పిల్లలకి అన్నం సంపాదించే కూలి వాడికింద చూస్తుంది. ఏదో ఘనకార్యం చేయాలనుకున్న నా బోటిగాడు తన కాలాన్ని, శక్తిని ఈ కూలిపని కోసం వృధా చెయ్యడానికి ఒప్పుకోడు. పురుషుడిలోని సృష్టి శక్తులని ప్రేమ పేరు శృంగారం పేరు చెప్పి, ధ్వంసం చెయ్యడానికి సిద్ధంగా వున్న మందుగుండు సామాగ్రి స్త్రీ అంటే..."

"సరే, స్త్రీ మీద లెక్చర్ మొదలు కాబోలు - వెడదాం పద కానీ రాజా, నువ్వేదో స్త్రీ వలలోపడి, బెర్నార్డ్ షాకి శిష్యత్వం మానడం నే చూడలేకపోతానా? నా అభిప్రాయం, నీ చేత స్వతంత్రంగా ఆలోచించేటట్లు చేసే శక్తి, ఒక్క స్త్రీకే వుంది. నిన్ను బానిసని చేసేసుకుంటుంది...."

"పాపము శాంతించుగాక!... పెళ్ళివారు కాబోలు, పద...."

ఇద్దరూ లేచి బైలుదేరారు.

దయానిధి ఇందిర పెండ్లి పీటలమీద కూర్చున్నారు.

"ఇంత ఆలస్యం అయితే ఎట్లా" గంటూ మాధవయ్యగారు బిగ్గరగా కేకలెయ్యడం వల్ల మగపెళ్ళివారికి కొంచెం కష్టం తోచినా, తరువాత హడావుడిలో అంతా మరిచి పొయ్యారు. మధుపర్కాలలో వున్న వధూవరులు పెళ్ళి పందిట్లో వెలిగిపోతున్నారు. దయానిధి ఇందిరకేసి భయంతో చూశాడు. ఆమె కళ్ళు కిందికి దించేసింది. తీర్చిన కనుబొమ్మలు, చిత్రమైన బొట్టు, వంకర తిరిగిన చెక్కిళ్ళు, రేగిపోయి, భుజాల మీదికి జారిపోయిన ఉంగరాల జుట్టు - అవి మాత్రం అతనికి కనిపించాయి; సిగ్గుతో, భయంతో ఆమె పెదవులు ఒణికిపోతున్నాయి. గాలి ఏ దిక్కుగా వీస్తున్నదీ తెలీక, తెరచాప ఎత్తడానికి జంకుతున్న నావికుడులా, దయానిధి, ఏమీ అర్థంకాక వెర్రిచూపులు చూస్తున్నాడు. అది పవిత్రమైన సమయం. అతను ప్రత్యేకమైన వ్యక్తి కాడు; సంప్రదాయాలు, సంఘం అతని ద్వారా తమ విధిని నెరవేర్చుకుంటున్నాయి. బ్రాహ్మలు వింత కంఠాలతో విచిత్రమైన భాషలో ఏదో చదువుతున్నారు. కొందరు సన్నాయి వాయించమంటున్నారు; మరికొందరు

వెంటనే నిలిపివేయమంటున్నారు. మహా గందరగోళం తరువాత వెంటనే భయంకరమైన నిశ్శబ్దం ఆ పందిట్లో తాండవిస్తోంది. గాజులు, నగలు, సిల్కుచీరల రెపరెపలు, గంధం, అగరొత్తులు, ఇలాయి బుడ్లలో నూనెజ్వాలల మసగ చప్పుడు, పాదాలు, చేతులు, ముడుచుకున్న పెదవులు. అక్షతలు, పువ్వుల రేఖలు, దూరంగా పాపాయి అర్థంలేని ఏడ్పు; ఇంకా దూరంగా వంట బ్రాహ్మల రొకాయింపు. రూపాయల చక్కలిగింత చప్పుడు. అన్నీ. ధ్వనులు తెగిపోయిన దృశ్యాలు, అస్పష్టమైన పరిమళాలు - అన్నీ పెద్ద కెరటం, పాము పడగలా లేచి, కొండరాతిపై తల బద్దలు కొట్టుకుని తునియలయినట్టుగా. వాతావరణం అంతా ఆక్రమించుకున్నాయి. సూర్యచంద్రాదులు, తమ నిజస్థానాలు ఒదిలి దగ్గరగా వొచ్చినట్లు, కళ్ళు మిరుమిట్లు గొల్పుతున్నాయి.

కళ్యాణం తోసుకొస్తోంది. వెయ్యి పిల్ల కెరటాలని తనలో ఐక్యం చేసుకుని, ఒక్క పెద్ద కెరటంలా లోతులని దొల్చుకుంటూ వొచ్చే మహత్తర సముద్రపు నీటి ప్రవాహం లాంటిది కళ్యాణం. ఎవ్వరూ ఆపలేని పెద్దగాలి. ఆపుకోలేని నవ్వు ఏడ్పులాంటిది. అందరూ గడియారాలకేసి చూస్తున్నారు. కొందరివి మెల్లిగా తిరుగుతున్నాయి. కొందరివి చాలా వేగంతో తిరిగి పోతున్నాయి. మరికొందరివి విసుగెత్తి అసలు తిరగడం మానుకున్నాయి. కాలాన్ని నిర్ణయించడం మానవుడికి చేతకాదు కాబోలు లగ్నం తొమ్మిది గంటల మూడు నిముషాలకట. ఎవరికి తెలుసు? బ్రాహ్మలు తెలుగులో సంస్కృతంలో లెక్కలు కడుతున్నారు; ఏముందండి - లగ్నం నిర్ణయించడం మహా సులభం-పెళ్ళి కొడుకు ఎప్పుడుపుస్తి కడితే అప్పుడు తొమ్మిది గంటల మూడు నిముషాలయిందన్నమాట" అన్నాడు త్రివిక్రమదాసు అందరూ నవ్వారు; ఇందిర కూడా నవ్వుని ఆపుకుంటోంది. పెండ్లి సమయంలో కూడా నవ్వటం చేతగాని దౌర్భాగ్యులు ఆ పందిట్లో ఎందరున్నారో ఎవరు చెప్పగలరు? మళ్ళా సన్నాయి వాయించమన్నారు. మళ్ళా మంత్రాలు, ఇందాకటి కంటే వేగంగా; ఇంకా ఎక్కువ ధ్వనులు, పరిమళాలు, దృశ్యాలు. విరగబడి నవ్వడాలు; తమ తమ పెళ్ళిళ్ళు జ్ఞాపకం తెచ్చుకుని కంటతడి తుడుచుకునే స్త్రీలు, పురుషులు ఆనంద భాష్పాలు; సంపూర్ణ మానవుడ్ని తయారు చేసినందుకు సంఘం గర్వపడటం, "మీ ఇష్టమొచ్చినట్లు వుండడానికి వీలులేదు. మేం చెప్పినట్లు నడుచుకోండి-హే" అంటూ కనుబొమ్మలు ఎగరేసి కండ్లు ఎర్రజెయ్యటము. నూనె పోతున్న కాగడాలా కళ్యాణం తోసుకొచ్చింది. దయానిధి చెయ్యిని ఎవరో లాగారు. అతన్ని గెంటారు. లేచి నుంచోపెట్టారు. కూచోపెట్టారు. గిరగిర తిప్పారు. 'కానీ'మన్నారు. సన్నాయి, మంత్రాలు, తాంబూలాలు, అక్షింతలు, బెల్లం, ధూమం. ధ్వని "పెండ్లయింది" అన్నారు పెద్దలు.

జగన్నాథం మంత్రాలు చదివేవాళ్ళ పిలకలు ఎలా ఊగుతున్నాయో చూస్తున్నాడు. రాజభూషణం ఒకే దిక్కున దీక్షగా చూడడం దయానిధి చూశాడు. ఆ దిక్కునే అతను చూడగా, అతని చూపు, జనంలో నిలబడ్డ సుశీల మీద పడింది. దగ్గరలోనే గోవిందరావు గారు నరసమ్మగారు కూడా వున్నారు. ముహూర్తం సమయానికొచ్చారన్నమాట; మెరిసిపొయ్యే రాళ్ళ దుద్దులూ, తళతళలాడేపట్టుచీరా, సుశీల కళ్ళల్లోని చిత్రమైన బాధని ప్రస్ఫుటం చేశాయి.

తర్వాత కట్నాల చదివింపు ఏదో ధ్వనులు, రూపాయల మోగింపు.... "వివాహ సందర్భంలో... దీవిస్తూ నూటపదహార్లు... "సందర్భంలో... గోవిందరావుగారు పాతిక రూపాయలు..." "మన పేరు కూడా ఇప్పుడే చెప్పించండి" "రాజాగారు" "కాదండోయ్ మహాప్రభూ - భూషణం అందరూ..." "సరే" గారు, షేవింగ్ అద్దం - "స్టేండ్‌తో సహా అని చేర్చవయ్యా" (జగన్నాథం) "బిందె" "వెండి చెంబు" "వెండి ఆకు" - "పన్నీరు బుడ్డి", "టముకు పెట్టి" "కాదయ్యా మహానుభావా - తోలుపెట్టె కొండొకచో లెదర్ ఎటాచ్‌కేస్ - ఫ్రెంచ్‌లో పోర్ట్‌మాంటో...." (జగన్నాథం) "తుంగభద్ర శ్రేష్ఠిగారు ఏకంగా వెయ్యి నూటపదహార్లు" "రివిన్యూ ఇన్స్‌పెక్టర్ రమణయ్య పాతిక రూపాయలు" (ఉద్యోగం కూడా చెప్పండోయ్ శాస్త్రులుగారూ), "మూడో సర్కిల్ పోలీసుల బృందం మొత్తంగా యాభై, 432 హెడ్డు ప్రత్యేకంగా పది" అల్లా సాగిపోతున్నాయి చదివింపులు.

దయానిధికి నవ్వొచ్చింది. గోవిందరావు పాతిక రూపాయలు చదివించాడు పాపం. దానితో అతన్ని ఓ చంటివాడ్ని చేశారు. తమ కింక ఏ విధమైన ఆర్థిక బాధ్యతా లేదన్న మాట. సంఘాన్ని అందరూ తిడతారు గాని, పాపం, సంఘం ఎంత మంచిది! కుటుంబానికి, కాపురానికి, జీవిత యాత్రకి కావలసినంత సరంజామా సంఘమే సప్లయి చేస్తుంది. బింది, చెంబు దగ్గర్నుంచి, పాశ్చాత్యదేశాలలో పెండ్లాన్ని పోషించే శక్తి వచ్చేంత వరకూ వివాహం చేసుకోరు. ఆర్థికంగా ఇతరుల మీద ఆధారపడితే భార్యా భర్తలు చిక్కుపడతారు. ఇక్కడ అట్లాంటి ఇబ్బంది రాకుండా, సంఘం కావలసిందంతా అదనంగా ఇచ్చివేస్తుంది. వివాహం జరిగింది. మరి సంఘానికి ఎట్లాంటి బాధ్యతా లేదు! ఇంతకీ వారి వారి కర్మ అల్లానే మరి!

శనివారం

వివాహం కాగానే, గోవిందరావుగారు, భార్య, సుశీలని దిగవిడిచి వెళ్ళిపొయ్యారు; కావలసిన వాళ్ళంతా, ముహూర్తం అవగానే ఒక్కక్షణం కూడా వుండకూడదుగా మరి! విడిదిలో హాల్లో తన హోల్డాల్ విప్పుకుని కొత్తచీర కట్టుగుని తల దువ్వుకుంటోంది

సుశీల. పెళ్లికొడుకు కోసం మళ్ళీ కాఫీ వొచ్చింది తొమ్మిదింటికి. నిధి సుశీలని తన గదిలో కొచ్చి కొంచెం కాఫీ పుచ్చుగోమని ఆహ్వానించాడు. సుశీల చక్కా వచ్చి, పెద్ద వెండి సామాన్లు పెట్టెమీద కూర్చుంది.

సుశీల మొహం సంతోషంగా లేదు. ఎనిమిది నెలలక్రితం కంటే ఇప్పుడు కొంచెం పొడుగైనట్లుంది. మొహం చిక్కింది. నిద్రనుంచి లేచిన దానివలె, చర్మం వింతగా మెరుస్తోంది. కళ్ళల్లో ఏదో అసంతృప్తిని దాచుకున్నట్లు పదే పదే చిట్లించి, వెర్రిపిల్లగా చూస్తూ కూర్చుంది.

"నేను సాయంత్రం వెడతా" అంది సుశీల ఏదో అనాలి కదా అని.

"ఇక్కడ బాగాలేదా?"

"ఇంకెందుకు?"

"నువ్వు మీ ఊరెళ్ళి మాత్రం ఏం చేస్తావు? కాలేజీ లేదుగా" అన్నాడు.

"అయినా నేనెందుకు?"

"అసలు పెళ్ళిళ్ళ సరదా అంతా స్త్రీలదే, నువ్వు లేకపోతే నాకు సలహాలెవ్వరిస్తారు?"

సుశీల నీరసంగా నవ్వింది.

"అమృతం రాలేదేం?" అంది.

"ఉత్తరం రాసింది."

"ఏమని?"

"నువ్వే చదువు" అని లాల్చీ జేబులోంచి తీసి చేతికిచ్చాడు.

వేళ్ళతో ఉత్తరాన్ని నలుపుతూ కూర్చుంది కాని, సుశీల ఉత్తరం విప్పి చదవలేదు.

"పెండ్లికూతురు నీకు నచ్చిందా?" అని అడిగాడు నిధి సంభాషణ సాగిద్దామని.

"నాకు నచ్చుడం దేనికి? నీకు నచ్చకపోతే చేసుకుంటావా?"

"నీ అభిప్రాయం వినాలని వుంది."

"బాగానే వుంది" అంది సుశీల.

"బాగానే వుంది, బాగా వుందా? రెండింటికి చాలా భేదం వుంది" అన్నాడు 'నే' మీద బరువు మోపుతూ,

"ఏమో నా కవన్నీ తెలియవు" అన్నది.

"అంటే నచ్చలేదన్న మాట"

"ఎదిగిన పిల్లే" అంది మళ్ళా కొంతసేపుండి తనే అన్నది, "చదువుకుందా"

"ఏదో వానాకాలపు చదువు."

"సంగీతం"

"పెళ్ళి సంగీతం అనుకుంటా!"

"మరి నీకెలా నచ్చింది?"

మరో స్త్రీని మెచ్చుకున్న స్త్రీని అతనింకా చూళ్ళేదు.

"సంగీతం, చదువు, ఆస్తి, చక్కదనం... ఇవన్నీ వుంటేనే నచ్చటం జరిగితే, ఎంతమందికి వివాహాలవుతాయంటావు?" అన్నాడు.

"నువ్వేదో ప్రత్యేకమైన మనిషిని, అనుకునేటట్లుగా మాట్లాడుతుంటావులే... అందుకన్నాను" అన్నది.

"కానని ఇప్పుడు రుజువయిందా?"

"రుజువు చేసుకోవడం నీ పెళ్ళాం వంతు" అంది.

దాని తాత్పర్యం నిధికి బోధపడలేదు. సుశీల వాక్యాలకి విలువ కట్టడం మహాకష్టం. లోపల ఏవేవో తికమకలు, అడ్డంకులు తొలగించుకుని "అర్థం భావం" అనేవి ఒక చీకటి లోయగుండా పారి, కంఠంలో మాటలు వెదుక్కుని అక్కడ గడ్డకట్టి బయటపడతాయి. భావకవిత్వాన్ని విమర్శించడం లాంటిది సుశీల మనస్సు కనుక్కోవడం.

"నే నెట్లాంటి స్త్రీని వివాహం చేసుకుంటే నువ్వు ఆశ్చర్యపడవు?" అని అడిగాడు నిధి. అంతకంటే భావగర్భితంగా మాట్లాడడానికి నిశ్చయించుకుని. ఆ ప్రశ్నకు సమాధానం అతనికి తెలుసును. సుశీల ఆ సమాధానం చెప్పదని కూడా అతనికి తెలుసు. కాని అతను పొరపడ్డాడు. సుశీల సమాధానం చెప్పింది.

"అమృతం లాంటి స్త్రీని."

"అతనికి ఆశ్చర్యం కలిగింది కాని దాన్ని బయట పెట్టలేదు.

"అమృతంలో ఏమున్నాయని నీ కలా అనిపించింది. సంగీతం వుందా? చదువుందా? చక్కదనం వుందా?'

సుశీల అతనికి బాధ కలిగిందని గ్రహించకపోలేదు. వెంటనే విషయం మార్చివేసింది.

"పోనీ కోమలి లాంటి స్త్రీని" అన్నది.

దయానిధికి మరింత ఆశ్చర్యం వేసింది; కాని బయటికి ప్రకటించలేదు.

"పోనీ కోమలిలో మాత్రం ఏమున్నాయని? సంగీతం వుందా? చదువు వుందా? ఆస్తి వుందా?"

"మూడోది మర్చిపోయావు చక్కదనం వుందా అనలేదేం?" అని సుశీల నవ్వింది కళ్ళజోడు తీసి చీరతో తుడిచింది. మళ్ళా తనే అన్నది.

"ఇవన్నీ ఉన్నవాళ్ళు లేరని; వాళ్ళపై పగ తీర్చుకోటానికి అవన్నీ లేనిదాన్ని చేసుకున్నావేమో ననిపిస్తుంది."

అతనికి అర్థం కాలేదు సుశీల మనస్సు మహారణ్యం. కొమ్మల మధ్యనుంచి పడే సూర్యరశ్మిలో కనిపించేవి ముళ్ళపొదలు.

"నాకర్థం కాలేదు సుశీలా!" అన్నాడు.

"ఏదో అన్నాను అర్థాల పట్టింపులెందుకు?"

"నీ అభిప్రాయాలని సరిదిద్దుదామని" అన్నాడు, అయినా స్త్రీకి నిశ్చితమైన అభిప్రాయా లున్నాయా? ఉన్నా వాటిని పురుషుడు సరిదిద్దుతాడా? అతనికే నవ్వొచ్చింది.

"ఏమీ లేదు – కోమలి, అమృతంలాంటి వాళ్ళు వివాహానికి తగరు. ఇందిర వివాహానికి తగుతుంది. ఇందిర ఎప్పుడూ వుండేది, వాళ్ళు మధ్యమధ్య వస్తూపోతూ వుండేవాళ్ళు."

దయానిధికి అర్థం కాకపోయినా, కోపం వచ్చేటందుకు కావల్సినంత కారం వుంది ఆ వాక్యంలో.

"నువ్వు అమృతాన్ని కోమలితో జత చెయ్యడం నా కిష్టం లేదు సుశీలా! అమృతానికి భర్త వున్నాడు" అన్నాడు.

"నిజం చెబితే కోపం వస్తుంది."

"నువ్వు ఎందుకలా అనుకున్నావో నాకు తెలియదు. అమృతం చాలా మంచిమనిషి" అన్నాడు.

"మంచివాళ్ళలోనే చెడిపోవడం జరిగేది" అన్నది సుశీల.

"అమృతానికి ఎవరన్నా ఆపేక్ష; ఎంతో ప్రాణం, మనుషులని ప్రేమించ గల్గడం, చెడ్డతనం ఎలాగవుతుంది?"

"అమృతం రాసిన ఉత్తరం విప్పి, చదవడం మొదలుపెట్టింది సుశీల.

"బావగారికి,

మాట్లాడేటప్పుడు 'బా' అని పిలవబుద్దేసినా ఉత్తరంలో బావగారు అనకపోతే బాగుండదు. ఎందుకనో బావా! ఈ శుభ సమయంలో నేను రాలేకపోయినందుకు ఎంత విచారించానో, మరెప్పుడేనా కలుసుకున్నప్పుడు చెబుతాను. ఏం? నీకు తెల్సుగా, అత్తగారి ఒంట్లో బాగాలేదు. వారికి జమాబందీ– తాశీల్దారు ఇక్కడే క్యాంపు. అందుచేత జగ్గుని ఎలాగో వీలుచేసి పంపాను. నాకెన్నో విషయాలడగాలని వుంది. మాట్లాడుకోవాల్సి నవి బోలెడున్నాయి. ఎప్పుడో పెళ్ళి బహుమానంగా మావారూ నేను కలిసి,

షేక్‌హాండ్ ఉంగరం పోస్టులో పంపించాం. ఈ పాటికి అందే వుంటుంది. ఇందిర వేలుకినువ్వు తొడగాలి."

అదీ ఉత్తరం చివరలో మరో వాక్యం వుంది.

"ఈ ఉత్తరం చదవగానే చించివేస్తావు కదూ!" అని.

"ఈ ఉత్తరం చించివెయ్యమని వ్రాయడం ఎందుకో?" అంది సుశీల ప్రశ్నార్థకంగా చూస్తూ.

"నీ బోటి స్త్రీలు అపార్థాలు తీస్తారేమోనని" అన్నాడు దయానిధి.

సుశీలకి కోపం వచ్చింది కాని ఆ కోపాన్ని ప్రకటించే అవకాశం లేదు. వెంకటాద్రిగారు తలుపు మెల్లగా తెరిచి లోపలికి తొంగి చూసి, మళ్ళా తలుపు దగ్గరగా మూసి వెళ్ళిపోయాడు.

దయానిధి, సుశీల ఒకరి మొహాలు ఒకరు చూసుకున్నారు. కొంచెం సేపటికి రాజ భూషణం లోపలి కొచ్చాడు. సుశీలని, అతనికి నిధి పరిచయం చేశాడు. రాజభూషణం నిధిని మరి మాట్లాడనివ్వకుండా సంభాషణ తనే స్వాధీనం చేసుకున్నాడు. లెక్చరర్లు, కాలేజీలు, పరీక్షలు, టెక్స్ట్‌బుక్కు - అన్నీ గాలించి పారేశాడు.

అతని నిర్వచనాలని ఓ పుస్తకంలో రాసి, అతనికి అమరత చేకూర్చే శిష్యుడు లేకపొయ్యాడని, మధ్యలో వాపొయ్యాడు. సుశీలని కలవరపెట్టిన కొన్ని నిర్వచనాలు:

"ఎందుకూ ఉపయోగం కాని పుస్తకాలని పాఠ్యగ్రంథాలుగా చెయ్యడంలో మన విశ్వవిద్యాలయం ప్రపంచంలోని ఇతర విశ్వవిద్యాలయాలకి ఎంతమాత్రం తీసిపోదు."

"కాలేజీలో మగవిద్యార్థులకి అతిశయం జాస్తి. ఆడవిద్యార్థులకి తమకి అతిశయం జాస్తి అన్న చైతన్యం కూడా వుంది. అదీ భేదం."

"వివాహం కాని స్త్రీకి, వివాహం అయిన పురుషుడికీ విశ్వవిద్యాలయం శరణాలయం."

"ఆడదానికి హృదయం లేదని, చదువుకున్న స్త్రీ బహిరంగంగా రుజువు చేస్తుంది; చదువుకోనిది, అదేపని రహస్యంగా చేస్తుంది."

మధ్యలో సుశీలని క్షమించమనడం, ఇవేవీ ఆమెకు వర్తించవంటూ వుండడం, జరుగుతూనే వుంది. అతని భావాలు విని ఆమెకు మత్తుమందు జల్లినట్లయింది.

సుశీల ఏమీ మాట్లాడకుండా కూర్చుంది. రాజా సంభాషణ జోరు తగ్గింది. శక్తులన్నీ ఒక్కగుక్కలో ఉపయోగించేసి, చివరికి దివాలా తీసినవాడిలాగా అయిపోయాడు.

"ఏమండీ- ఇందిరని గురించి మీ అభిప్రాయం ఏమిటి?" అని అడిగింది సుశీల.

ఈ విషయం ముచ్చటించడం నిధికి ఇష్టంలేదు. అంచేత అన్నాడు : "రాజాకి పెళ్ళంటే పడదు, నీకు తెలీదు కాబోలు, వివాహం అనేది నాగరికత బజార్లో కొనుక్కుని తెచ్చుకున్న జాడ్యం అంటాడు. అంచేత ఇందిరని గురించి అతనికి అభిప్రాయాలుండవు."

"ఐతే వారూ నాలాగే నన్నమాట" అన్నది సుశీల.

"ఐతే మనము ఈ విషయంలో ఏకీభవించాం అందురూ?" అన్నాడు రాజా.

"అవునవును. ఒక విషయాన్ని ఖండించడములోనూ, ద్వేషించడంలోనూ మనుష్యులు ఐక్యం అయినట్లు, ప్రేమించడంలో అవరు" అన్నాడు నిధి.

ఇంతలో ఒగర్చుకుంటూ జగన్నాథం లోపలికి చక్కావొచ్చాడు.

"ఓ నా మంచితనమా - ఎక్కడికొచ్చినా, ఈ పూట ఈ ప్రేమ న్యూసెన్సు చాలా జాస్తిగా వుందనాలి. రాజాజీ, తమరీ జాడ్యానికతీతులనుకున్నాను. కాని ఉత్తతీతులేనే! ఐయామ్, ఐడు వాట్ నో టు సె, వాట్- ఛ, ఛా ఐడు నాట్ నొ వాట్ టు సె బైదిబై" అని జేబురుమాలు పైకితీసి, పొడుగ్గా మెలితిప్పి ఒకవేపు పళ్ళమధ్య బిగించి, మరోవేపు వేళ్ళతో తట్టుతూ నాగస్వరం వాద్య అభినయం చేస్తూ, "దిగు దిగు నాగూ - దివ్యసుందర నాగూ" అని పాడటం మొదలెట్టాడు.

కొంచెం విపులీకరించమని, ప్రేక్షక త్రయం కోరింది.

"ఓ.కె. వెరి సింపిల్ - ఐ సా యె స్నేక్..."

"ఎక్కడ, ఎక్కడ" అని సుశీల అటూ ఇటూ చూసింది.

"మరి శాంతించండి - శాంతమూ లేక సౌఖ్యమూలేదు- నన్ను పొడిగించనీండి - damn it, continue కి తెనుగేమిటి? పోనివ్వండి నేను త్రాచుబాముని చూశాను. గాంచితీ నొక కోబ్రాను, నేను, నేడు- బాగా నడుస్తోంది భాష ఈ పూట."

దయానిధికి అర్థమవుతున్నట్లుంది. "స్టేషన్ నుంచి వొస్తున్నావా?" అని అడిగాడు.

"దూరదృష్టి రహితులైన సామాన్య మానవ మాత్రులు మీరెట్లు గ్రహించితిరి - ఆశ్చర్య మయ్యెడిన్- అయినను, ఇట్లని చూచెదగాక. ప్రకాశముగా - అవును అక్కడ నుంచే; బండిలో దెచ్చితిని త్రాచుపాముని అని మళ్ళా నాగస్వర వాద్యం ప్రారంభించాడు జగన్నాథం.

"ఏమిటిదంతా!" అని రాజా తెల్లబోతున్నాడు.

"ఏముంది? నాగమణి వొచ్చినట్లుంది, బండి దిగి" అంది సుశీల.

"బేలా, నిక్కువము పల్కితివి సత్యము కనుగొంటివి. అటు చూడుడు..."

జగన్నాథం వాక్యం పూర్తికాకుండానే, నాగమణి నవ్వుతూ లోపలికొచ్చింది.

పరిచయాలు చేసుకోవడం జరిగింతర్వాత నాగమణి కొత్తగా చేయించుకున్న నగలకి నాణెం కట్టడం జరిగింది. వివాహంకాని ఈ కొత్త వ్యక్తి రాకతో రాజాకి ఒక ఉద్యమాన్ని లేవదీసిన నాయకుడి మల్లే, మరింత ఉత్సాహం వొచ్చి, మరికొన్ని ఘాటైన నిర్వచనాలు చేశాడు. అక్కడ కూర్మయ్య వుంటే గుండెలు బాదుకొన్ను?

రవ్వల దిద్దులు; చంద్రకాంతం, రాళ్ళ ఉంగరం, ఐస్‌క్రీమ్, బొంబాయి ఫాషన్ ఒడ్డానం – వీటికి విలువలు కడుతున్నారు.

"ఇవన్నీ ఎందుకు? ఏ అమాయకుడైనా మొగాణ్ణో వల్లో వేసుకుని తన కర్తవ్యాన్ని నెరవేర్చుకోడానికే కదా!" ఆ కర్తవ్యం ఏమిటో ఎవరూ అడగకుండానే, ఆ కర్తవ్యం ఏమిటి? మాతృత్వం? సృష్టిశక్తుల చేతుల్లో పురుషుడు ఒక కీలుబొమ్మ– ఒక పరికరం తన కర్తవ్యం నెరవేరగానే? ఆ పురుషుడ్ని పెంటకుప్ప మీదకి గిరాటెడుతుంది స్త్రీ. పాపం ఆ దౌర్భాగ్యుడు, భగ్న హృదయుడై భావగీతాలు రాసుకుంటాడు. అది చేతకాకపోతే కోర్టెక్కుతాడు. ఏదో విధంగా పగ సాధించుకోవడం యత్నాలు సల్పుతుంటాడు. ఆ యత్నాలని, నాగరికత అంటున్నాం."

"చాలా గొప్పగా వుందండి, రాజాజీ– అయితే అదంతా ఏమిటో నాకు తర్వాత విశదంగా మనవి చేద్దురుగాని" అన్నాడు జగన్నాథం.

నాగమణి ఇంతటి ఉద్రేకానికి తను కారణం ఐనందుకు గర్వంతో మెరుస్తున్న కళ్ళల్లో నవ్వుని పెదవుల మీదికి దింపుకుంది.

మళ్ళా రాజా అందుకున్నాడు.

"…. ఇప్పుడు స్త్రీలు, స్వతంత్రం కావాలని మొరెట్టుగుంటున్నారు. దేనికీ స్వతంత్రం? తమ పని జరిగిం తర్వాత పురుషుడ్ని పెంటకుప్ప మీద పడెయ్యడానికి అంటాను నేను."

"పెంట కుప్ప అనే వికృతమైన పదాన్ని రెండుసార్లు వాడారు.

నాకు నచ్చలేదు. మరో మంచిమాటని వాడండి, నేను మీ వాదాన్ని ఖండించను. ఫర్ ఎక్జాంపుల్ కల్మషకందకం" అన్నాడు జగన్నాథం. దీనికి రాజా సమాధానం చెప్పబోతూండగా, బైట సన్నాయి వాద్యం కలకలం వినిపించింది. సుశీల బైటకి వెళ్ళింది. "ఇదె వచ్చుచుంటిని భక్తాగ్రేసరులారా" అంటూ జగన్నాథం, అతని వెనుక రాజా బైటికి వెళ్ళారు. నాగమణి మళ్ళా తీసేసిన నగలన్నీ వొక్కొక్కటే అలంకరించుకుంటోంది.

"బాగున్నాయా?"

"చాలా"

"అబ్బో, మీరూ ఉంగరం పెట్టుకున్నారే ఎప్పుడూ లేనిది అత్తవారు పెట్టారా?"

"లేదు, అమృతం పంపింది, పెండ్లి కూతురు కోసం."

"ఏదీ?"

అతను ఉంగరం తీశాడు.

"అబ్బో, చెయ్యీ చెయ్యీ కలుపుకున్న ఉంగరమే" అంది నాగమణి.

"నా వేలు కెట్టండి."

నిధి సంశయించాడు. ఉంగరం వేలుకి తొడుగుతుండగా, తలుపు సందున లక్ష్మయ్యగారి తల కనబడీ, మళ్ళీ వెనక్కి వెళ్ళిపోయి తలుపులు దగ్గరగా మూసింది.

"బాగుందా?"

"ఓ!"

"కోమలొచ్చిందా?" అంది నాగమణి.

"ఎందుకొస్తుంది?"

"మీరు పిలవలేదా?"

"శుభలేఖ పంపాను. మావూళ్ళో లేదుగా ఎక్కడి కెళ్ళిందో తెలుసా?"

"ఏమో ఎవడో జమీందారుతో వెళ్ళిందటగా."

"మరి కోమలొచ్చిందా అని అడుగుతావెందుకు?" అన్నాడు.

"అంత ప్రేమ సూపెట్టిన అమృతం గారు రాలేదేం?"

"ఎవరిమీద అంత ప్రేమ?"

జగన్నాథం లోపలికి తొందరగా వచ్చి, గట్టిగా ముక్కు మూసుకున్నాడు. బాధపడుతున్న వాడల్లే అభినయం సాగించాడు.

"అబ్బ– సెంటు వాసన బైటకి కొడుతోంది. ఈ ఊరంతా మైలవుతోందంటే నమ్మండి. ఈ పూట ఎవరి మొహం చూశామో మనం ఎక్కడ చూసినా ఈ ప్రేమ న్యూసెన్స్ చాలా జాస్తిగా వుంది. Oh! tell me, my wingless dove, What is this thing called Love – ఏమండోయ్, ఈ పూట ఆంగ్ల కవిత్వం దంచేస్తున్నాం."

లక్ష్మయ్య, వెంకటాద్రిగారు భోజనాలకి వేళైంది, లెమ్మనమని ఆహ్వానించారు.

ఆ పూట ఒకే పందిట్లో ఆడవారికీ మగవారికీ భోజనాలు ఏర్పాటు చేశారు. నాగమణి దంపతుల పక్కనే కూర్చుని భోజనం చేస్తానని తెలియజేసింది. వారికి వేరే బంతి ఏర్పాటు చేశామన్నారు. నిధి, ఆమె తన పక్కనే కూర్చోవాలని పట్టుబట్టాడు; లేకపోతే తనసలు భోజనం చెయ్యనన్నాడు. త్రివిక్రమదాసు, వగైరా వ్యక్తులు పోనీ ఫరవాలేదు. కూర్చోనివ్వండి – శుభసమయంలో పట్టింపులేమిటి (ఐనా పిల్ల దివ్యంగా, కలకల్లాడుతోంది) అన్నారు.

162 చివరకు మిగిలేది

ఆడపెళ్ళివారిలో గుసగుసలు కల్లోలం బయలుదేరింది. ఆఖరికి మాధవయ్యగారికి కూడా కోపం వచ్చి వీల్లేదు అన్నారట. దశరథరామయ్యగారు, రామానందం, ఈ పట్టువదలమని నిధిని బ్రతిమిలాడారు. లాభం లేకపోయింది. తుదకి, రాజా కూడా "పోనీ - పెండ్లి జరిగిపోయిందిగా ఇప్పుడీ పట్టింపులు బాగుండవు" అన్నాడు. జగన్నాథం ఒక్కడూ మాత్రం నిధి తరఫున వాదిస్తూ, స్వగతంలో చాలాసేపు మాట్లాడుకుంటున్నాడు.

బ్రాహ్మలు "లేచిపోతాం వల్లకా"దన్నారు. కొందరు ముసలమ్మలు ఈ అఘాయిత్యానికి రాగాలు కూడా మొదలెట్టారు. ఆఖరికి వధూవరులు, జగన్నాథం, సుశీల, నాగమణి, రాజా, రామానందం వేరే బంతిలో కూర్చున్నారు. ఆ బంతిలో మూలగా కూర్చున్న నారయ్య సంతోషానికి అంతులేదు. అతను చూపిన ఉత్సాహాన్ని, హుషారుని చూసి, తుదకి జగన్నాథం భయం కూడా పోగొట్టుకున్నాడు.

ఆదివారం

సాయంత్రం నాలుగింటికి, మూడు మోటార్లమీద, పెండ్లివారి బృందం 'శాంతి' ఆశ్రమానికి వెళ్ళారు. ఆశ్రమం పక్కనే చిన్న కాలువ వుంది. ఆశ్రమం చుట్టూ పూలమొక్కలు, కొబ్బరి చెట్లు దూరంగా పెద్ద చింతచెట్టు వున్నాయి. కొంచెం దూరంగా కాలువ సన్న బడుతుంది. అక్కడ తాటికఱ్ఱ కాలువమీద వొంతెనలా అమర్చి వుంటుంది. తాటిచెట్లకి అవతల పంటల కోసం రెండు గుడిసెలు వున్నాయి. అంతా చల్లగా, ప్రశాంతంగా వుంది. ముందు అరుగుమీద చాపలేసుగుని దశరథరామయ్యగారు, మాధవయ్యగారు, అపురూపానందస్వామి, శిష్యులు కూర్చుని గీతలోని కొన్ని విషయాలని చర్చిస్తున్నారు. సుశీల, జగన్నాథ్, రాజా కాలవగట్టెమ్మటే నడిచిపోతున్నారు. ఇందిరా, దయానిధి, నారయ్య ఆశ్రమం అంతా పరీక్షగా చూసి కాలవగట్టుకి చేరుకున్నారు. దూరంగా సుశీల రాతిబండ మీద కూర్చుని రాజా కబుర్లు వింటూ, వొక్కొక్క బెడ్డనే కాలువలో వేస్తోంది. జగన్నాథం తాటికఱ్ఱ వంతెన దాటి అవతల ఒడ్డున మామిడితోపులో కెడదాం అని ఆహ్వానిస్తున్నాడు. నాగమణి, ఇందిర జగన్నాథం సహాయంతో అవతలికి చేరుకున్నారు. నారయ్య జగన్నాథాన్ని 'ఈతలాడదాం' రమ్మనగా అతను చొక్కా తీసేసి, కాలవలోకి "మనకి కొంచెం భయం అయిననూ యత్నించెదగాక" అంటూ దూకాడు. అట్టే ఎక్కువ లోతు లేదని, ధైర్యం చిక్కి, ఆకాశాన్ని సంబోధిస్తూ 'సవాల్' చేస్తున్నాడు. వాళ్ళని చూస్తూ కూర్చుంది నాగమణి. సూర్యరశ్మిలో రవ్వలదుద్దులు మెరిసిపోతున్నాయి. రశ్మి నీళ్ళలోంచి ప్రతిబింబించి, ఆమె మొహాన్ని వెలుగులో ముంచుతోంది. ఆ కాంతి

ఆమెకి మైకం కలిగించింది. నీటి కదలికలో లయ వేడిలో మృదుత్వము ఆమెలోకి ప్రవేశించి కాసేపు కళ్ళు మూసుకుని, ఎక్కడికో మనస్సును జేరవేసింది.

మామిడిచెట్టు కింద పచ్చగడ్డిలో దయానిధి కూర్చున్నాడు. ఇందిర ఏం చెయ్యడానికి తెలియక, అటూ, ఇటూ చూస్తూ నిలబడింది. కొమ్మమీద చెయ్యి ఆనించింది. చీమలు కదిలిన స్పర్శ కలిగి తీసేసి, కాసేపు దులుపుకుంది. చీమ కుట్టినచోట జబ్బ ఎఱ్ఱబడి కుంకుమ జబ్బకి అంటుగున్నట్లయింది. ఇందిర కదలికలో కాంతి చెట్లనీడల్ని వెలిగించింది. ఆమె పాదాల కింద గడ్డి మోహంతో వొణికింది. ఆమెను ఆవరించిన గాలి మరీ కదలలేక పోయింది. సౌందర్యంతో గర్వించి, పొడుగ్గా ఎదిగిపోయిన లతలా ఆమె చెట్లను బంధించింది. పరిపూర్ణతని ప్రకటించుకున్న ప్రకృతి సంతోషంతో స్తంభించిపోయింది.

"చీమలా?" అన్నాడు నిధి లేచి ఆమెకేసి చూస్తూ.

ఇందిర కళ్ళు పెద్దవి చేసి, ఆశ్చర్యంతో తలపంకించింది. అతను దగ్గరగా వొచ్చాడు జబ్బకేసి పరీక్షగా చూశాడు.

"కుట్టిందా?"

ఒకడుగు వెనక్కివేసి, మళ్ళా ఆశ్చర్యంతో తల పంకించింది.

తన చేతినున్న ఉంగరాన్ని బయటికి తీశాడు నిధి.

"ఇది చూశావా?" అన్నాడు. ఉంగరాన్ని అరచేతిలో వుంచుకుని చూపుతూ.

"ఏది చెయ్యి" అన్నాడు.

చెయ్యి ముందుకు చాచింది.

ఉంగరం తగిల్చాడు.

"ఎక్కడిదో తెలుసా?" అన్నాడు.

"ఉహూ."

"అమృతం అని మా నాన్నగారి తాలూకు బంధువు, నీకిమ్మని పంపింది, బాగుందా?"

"ఊఁ" అని కాలువకేసి చూసింది.

"ఏం వెళ్ళిపోవాలని వుందా?"

"ఉహూఁ, ఉ"

"ఏమిటి"

"ఏమీలేదు, వాళ్ళంతా అక్కడున్నారు."

"ఉంటే? చూస్తున్నారని భయమా?"

"ఉహూఁ-ఏమో" అని చెక్కిళ్ళు వొంకర్లు తిరిగేటట్లు నవ్వింది.

"నిన్న భోజనాల దగ్గర గొడవకి, మీవాళ్ళందరికీ నామీద కోపం వచ్చింది కదూ?"

"కోపం ఎందుకు?"

"వొచ్చిందా, ఔనా?"

"లేదు."

"నీకు రాకపోవచ్చు, మీ అమ్మా, నాన్నకీ..."

"ఏమో"

"నీకలా కూర్చోవడం కష్టంగా వుందా?"

"లేదు..."

"నాకంతే చాలు.."

మళ్ళా కాసేపు మౌనం.

"ఎప్పుడూ ఇక్కడే వుండిపోతే బాగుంటుంది కదూ?"

"ఉఁ"

"నేనొకటడుగుతాను - సమాధానం చెపుతావా? మీ వాళ్ళు నన్ను గురించి ఏమనుకుంటున్నారు?"

"ఏమీ లేదు."

"చెప్పవు."

"నాకేం తెలియదు."

"పోనీలే..."

మళ్ళా మౌనం.

"పోనీ, నీకెలా వుంది?" అన్నాడు.

ఇందిర నవ్వు నిలుపుకుంది.

"చెప్పవు?"

"ఏమో..."

"పోనీలే నీకు నాతో మాట్లాడాలని...."

వాక్యం పూర్తి కాకుండానే, జగన్నాథం చెట్టు వెనుక నుంచి చక్కా వచ్చాడు.

"సారీ - మంచి రసవత్తర ఘట్టంలో వచ్చినట్లున్నాం నిష్క్రమిస్తే శ్రేయస్కరమని తోస్తోంది."

"ఇందిరా రమణా" అని పాడుతూ చొక్కాతో జగన్నాథం తల తుడుచుకుంటున్నాడు.

"సుశీల రువ్విన రాళ్ళతో కాలవ మెరకేసింది" అన్నాడు జగన్నాథం.

సుశీలా, నాగమణి కూడా వచ్చారు. నారయ్య మామిడికాయలు కోసి ఉప్పూ, కారం పొట్లం విప్పి ముక్కలు సరిపెడుతున్నాడు. అందరూ తలో ముక్కా నోట్లో వేసుకుని "బాబో పులుపురొద్దు" అంటూ నెత్తిమీద కొట్టుకుంటున్నారు. ఇందిరని ఎలా వున్నాయి ముక్కలని జగన్నాథం అడిగాడు.

"తియ్యగా వుంది" అంది ఇందిర.

"ఎలాగైనా భర్త స్వహస్తంతో కోసిపెట్టిన ముక్క మరి" అన్నాడు జగన్నాథం.

అందరూ నవ్వారు.

సూర్యుడు చింతచెట్టు మాను వెనుక మాయమయ్యాడు.

"ఇక్కడ పురుగూ పుట్రా వుంటుంది. మనం లోపలికి వేం చెయ్యడం ఉత్తమం" అన్నాడు జగన్నాథం.

ఇందిర ముందుగా నడిచింది. అందరూ వెనకాలే కదిలారు.

రాజా ఎంకి పాటలు పాడుకుంటూ కూర్చున్నాడు. లేచి –

"ఎన్ని అనుకున్నా, వెనకాల స్త్రీ అంటూ లేనిదే, ప్రకృతి, పాటలు, కళలు ఎందుకూ పనికిరావు. సృష్టికి పునాది స్త్రీ, స్త్రీకి శరణం వివాహం, ఆలోచించగా వివాహం మంచిదే అనిపిస్తోంది."

"మనం కాదనం... మీరు చెప్పింది ఏదైనప్పటికీ" అంటూ జగన్నాథం కార్లోకి చేరుకున్నాడు.

డ్రైవరు బీడీ పారేసి హారన్ మోగించాడు. ఆ కఠోరధ్వనితో భంగపడిన శాంతం మళ్ళా తేరుకోలేదు.

★ ★ ★

చప్పుడు చెయ్యని సంకెళ్ళు

ఎనిమిదిమాసాలు గడిచినై సంక్రాంతికి రమ్మనమని మామగారు ఆహ్వానించారు గాని, దయానిధి చివరి సంవత్సరం పరీక్షలు దగ్గర పడుతున్నాయి, చదువుకోవాలి, రాకపోయినందుకు క్షమించమని వ్రాశాడు. ఒకసారి మాధవయ్యగారు ఏదో పనిమీద పట్నం వచ్చి తీరికలేక అల్లుడిని కలుసుకోకుండానే మరునాడు తిరిగి వెళ్ళిపోయారు. అది జరిగిన నెల రోజులకు మాధవయ్యగారు అల్లుడికి వందరూపాయలు మనియార్డరు చేశారు. ఎందుకు చేసినట్లో అతనికి అర్థంకాక ఆ మనియార్డరు తిరగగొట్టాడు. మామగారు, తన తాహతుకు తగినట్లు పంపగలడనీ, అచ్చట్లు, ముచ్చట్లు కేవలం డబ్బులోనే లేవనీ, అయినా ఇప్పటి యువకులంతా అదోరకం మనుషులనీ కాస్తంత చిరాకు ప్రకటిస్తూ ఇంగ్లీషులో పెద్ద ఉత్తరం వ్రాశాడు. దానికి, నేటి యువకులు మాయామర్మం తెలియని వాళ్ళనీ, స్వాతంత్ర్యాన్నీ, ముఖ్యంగా ఆర్థిక స్వాతంత్ర్యాన్ని ఎక్కువగా కాంక్షించడం వలన బానిసత్వానికి అలవాటుపడిన వాళ్ళకి బాధ కలగడం తప్పదనీ జవాబు వ్రాశాడు. ఆ ఉత్తరం ధోరణి మాధవయ్యగారికి అర్థం కాలేదు. నవ్వుకుని భార్యకి చదివి వినిపించాడు. ఆవిడ 'మా అల్లుడు ఉత్తరాలు చాలా బాగా రాస్తా'డని ఇరుగు పొరుగుతో చెప్పుకుని సంతోషించింది. మాధవయ్యగారు ఆ ఉత్తరాన్ని ఏదో సందర్భంలో, క్రెన్సర్ చుట్టల పెట్టి పోలీసు సూపరింటెండెంట్ గారికి బహూకరించి చదివి వినిపించారుట. ఆయన నవ్వి "ఈ స్వాతంత్ర్యం అనే జబ్బు తొందర్లో వొదిలిపోతుంది. కార్యం చేసెయ్యండి" అని సలహా ఇచ్చాడు. నాలుగు నెలల్లో ముహూర్తం స్థిరపరచి మాధవయ్యగారు అల్లుడికి తెలియపరిచాడు. 1936 మార్చికి అతని పరీక్షలు పూర్తయ్యాయి. ఏప్రిల్ 13న ముహూర్తం. ఆహ్వానాలు అవీ పంపి పెద్ద గందరగోళం లేకుండా కార్యం జరిపించమని, నిధి ఉత్తరం

రాశాడు. ఇది "ఆడంగుల సరదా సమయం కాబట్టి, వారందరికీ తెలియజెయ్యక తప్పదనీ, యథావిధిగా తతంగం జరగాల్సిందే"నని మాధవయ్యగారు జవాబు రాశాడు. నిధి తన బంధువులనీ, స్నేహితులనీ ఎవ్వరినీ ఆహ్వానించలేదు. కార్యం అంటే సంకెళ్ళు తగిలించడం అన్న 'రాజా' మాటలు జ్ఞాపకానికొచ్చాయి. రెండు తలుపులు ఎవరో బయట గొళ్ళెం పెడతారు. అదే సంకెళ్ళు చప్పుడు చెయ్యడం అంటే. అయితే లోపల తలుపుమొదట ఎవరు గడియపెడతారు? స్వతంత్రాన్ని పోగొట్టుకుని బానిస లయ్యేటందుకు ఎవరు ఎక్కువ ఉబలాటపడుతున్నారో వాళ్ళు! సంకెళ్ళు చప్పుడు చెయ్యకూడదు అని నిశ్చయించుకున్నాడు నిధి.

ఫ్లాస్కులో టీ, సిగరెట్టు టిన్ను, ఎలక్ట్రిక్ దీపం తీసెయ్యడం, ఆవలించడం, పుస్తకం ముయ్యడం - మార్చి గడిచిపోయింది. అప్పుడప్పుడు ఉత్తరధ్రువంలో వుండగా చదువుకున్న ఉత్తరంలా, 'సీనూ' దగ్గరనుంచో, రాజా దగ్గరనుంచో వచ్చిన ఉత్తరాలు చదివి నవ్వుకుని మళ్ళా పుస్తకం తిరగెయ్యడం - ఏప్రిల్ రానే వచ్చింది. మూడోతేదీని దశరథరామయ్యగారి వద్దనుంచి మనియార్డరూ, ఉత్తరం వచ్చాయి. ఆ ఉత్తరంలో ఏడెకరాల భూమి అమ్మవల్సి వచ్చినట్లుంది. ప్రాక్టీస్ ప్రారంభించే నిమిత్తం రెండు వేలు బాంకులో వేసి, మిగతా సొమ్ముతో చేసిన అప్పులన్నీ తీర్చి వేశారుట. ఇంక మూడెకరాల ఆస్తి మాత్రం మిగిలింది. వేసంగికి, వంటవాడ్ని తీసుకుని బెంగుళూరు వెడుతున్నాననీ కార్యం అవగానే ఇందిరని బెంగుళూరు తీసుకురమ్మని వ్రాశారు. నాలుగో తేదీన పోస్టులో 'సీనూ' దగ్గర నుండి ఒక పార్సిలు, కవరు వచ్చాయి. ఆ పార్సెలు విప్పితే, పుస్తకం వుంది. అది హేవ్‌లాక్ ఎల్లిస్ రాసిన 'స్టడీస్ ఇన్ ది సైకాలజీ ఆఫ్ సెక్సు' రెండో భాగం ఉత్తరం ఇది.

"నువ్వు దాచినా మహా దాగదు లేవోయ్. వివాహానికి కూడా రాలేకపోయాను. ఈసారైనా వద్దామనుకుంటే నువ్వు రమ్మనమనేనా వ్రాయలేదుగా. అందుచేత, సముచితం అనుకుని ఓ పుస్తకం పంపుకుంటున్నా."

అన్నట్లు చెప్పడం మరిచిపోయాను. నాపెళ్ళి సంబంధం కూడా కుదిరేటట్లుగా వుంది. గోవిందరావనీ ఓ తాసిల్దార్ - ఆయన కూతురు సుశీల. బాగానే వుంటుందిలే. బాగంటే ఎక్కడికి. కళ్ళజోడు తీసేస్తే మనిషి సంసారపక్షమే. చదువుకున్న పిల్ల భాయీ, అందుచేత పదిమందీ నా వెనకాల నిలబడితే గాని మనం తట్టుకోలేం. నా పెళ్ళికి నిన్ను రప్పించేటందుకు ఈ పుస్తకం గాలంలా వేశానని అనుకోకు సుమా!

శ్రీనివాసరావు, తన ఆరోగ్యం విషయం వ్రాయనందుకు నిధి విచారించాడు. అయినా పరీక్షా ఫలితాలు ఇంకా రాలేదుగా!

ఐదో తారీకున రాజభూషణం దగ్గరనుంచి వచ్చిన ఉత్తరంలో ఇలా వుంది.

"మనం ఎన్నిసార్లు కలుసుకుని మాట్లాడుకున్నా, ఒక విషయం నీతో చెప్పడానికి భయపడ్డాను. పైగా నీకు జ్ఞాపకం వుందా, వెనుక నీతో 'అదేం కర్మమో, మన రహస్యాలని మన స్నేహితులతో చెప్పుకోం' అని అన్నాను. అందుచేత నీ దగ్గర దాచేటందుకు వీల్లేదు. ముఖాముఖిని చెప్పేటందుకు ధైర్యం చాలక ఉత్తరం వ్రాస్తున్నాను.

ఆనాడు మనం ఆశ్రమాన్నుంచి ఇంటికి వచ్చాక, ఆ రాత్రి ఊరేగింపులో, సుశీల నన్ను ప్రేమించినట్లు నాకు అనుమానం కలిగింది. నాలో ఏం చూసిందో నా కర్థం కాలేదు. ఆశ్రమంలో కాలువగట్టున సుశీలతో నేను చాలాసేపు ప్రసంగించడం జరిగింది. నన్నా సమయంలో సుశీల కదిపింది, నేను కరిగిపొయ్యాను. దానికి కొంతవరకూ, ఆ సమయం, ఆ వాతావరణం కారణం అనుకుంటా, మళ్ళా ఆమెలోనూ, నాలోనూ సమానంగా ఏమీ లేవు. మేమిద్దరం ఉత్తర దక్షిణ ధ్రువాలం. ఇంచుమించు ప్రతి విషయంలోనూ మాకు అభిప్రాయం భేదం తోచింది. ఒకవేళ మా అన్యోన్య ఆకర్షణ అదేనేమో! మన పుస్తకాల సంపర్కాలకీ, జీవితంలో యథార్థాల నెదుర్కొన్నప్పటి ప్రవర్తనకీ సంబంధం లేదు కాబోలు. పెళ్ళిని గూర్చి నా అభిప్రాయం మార్చుకోవల్సి వచ్చిందంటే నువ్వు నమ్ముతావని తెలుసు.

నీ విషయం సుశీల చాలాసేపు ప్రస్తావించింది. నువ్వు దొంగవంది. ఒక్కముక్కలో నీకసలు నీతిలేదంది, నీకు కోమలితో, నాగమణితో, అమృతం అంట ఎవరో ఆమెతో సంబంధం వుందట. నువ్వు అందరినీ ఆకర్షించి, ఆటవస్తువులుగా వాడుకుని, నవ్వి మరిచిపోతావుట. సుశీల మాత్రం నీ నాటకం కనుక్కుని, నిన్ను దూరంగా వుంచిందట. అసలా లక్షణం మీ వంశంలోనే వుందిట. ఇన్నీ చెప్పి, 'గట్టిగా పట్టుపడితే అతన్ని వివాహం చేసుకునేదాన్నేమో' అన్నది. ఇవేవీ నిజం కావని నాకు తెలుసు. కానీ సుశీల మెప్పు పొందాలన్న అభిలాష వుండబట్టి నేను వీటిని ఖండించి, తీవ్రంగా వాదించలేదు. సత్యాన్ని స్వార్థం కోసం త్యాగం చేసినందుకు నేను పశ్చాత్తప్తుడనవుతున్నాను. కాని ఏం లాభం! పశ్చాత్తాపం పాపిని ప్రోత్సహిస్తుంది. కాబట్టి నాకు పశ్చాత్తాపంలో నమ్మకం లేదని నీకెలానూ తెలుసు. అక్కడికీ సుశీలతో అన్నాను.. "దయానిధి ఎవ్వరినీ నొప్పించ లేదు, అందరినీ ప్రేమించి సంతోషపెట్టడం అతని నైజం, నిన్నూ ప్రేమించి సంతోష పెట్టాడేమో? తన కోసం త్యాగం చేసిన పురుషుడ్ని స్త్రీ ఎప్పుడూ క్షమించదు. అందుకనే

నీకతడంటే అంత మంట" అన్నాను. ఎందుకో విచారంతో కళ్ళు తడిసినాయి, కళ్ళని తుడుచుకుంది. అప్పుడు నేను భుజం మీద చెయ్యివేసి సముదాయించటం జరిగింది. సుశీలా అయిష్టం చూపలేదు. మౌనం అంగీకారం అనుకున్నా, స్త్రీలు ప్రేమించడం సంభవం అని ఒప్పుకుంటున్నా, సుశీల నన్ను ప్రేమించడం అనే మిరకిల్ జరిగింది. మిత్రుడవు కాబట్టి దాచకుండా మనసులో సంగతులన్నీ చెప్పేశాను. నేను సుశీలని పెళ్ళి చేసుకోవడం మంచిదంటావా? తిరుగు టపాలో జవాబు కోసం నిరీక్షిస్తూ వుంటాను."

అదీ ఉత్తరం. ఈ ఉత్తరంలోని ముఖ్యమైన విషయాలు దయానిధికి ఆశ్చర్యం కలుగచెయ్యలేదు. అతన్ని బాధపెట్టిన వాక్యం ఒక్కటుంది. "అసలీ లక్షణం మీ వంశంలోనే వుంది, అంది" అన్నది. వెనకటి విషయాలు జ్ఞప్తికి తెచ్చుకుంటే, ఇందులోనూ ఆశ్చర్యం తగ్గింది. రాజభూషణంతో పరిచయం కలిగిం తర్వాత సుశీల శ్రీనివాసరావుతో పెళ్ళి సంప్రదింపులు జరిపిందన్న విషయం వ్యక్తమైంది. కాబట్టి ఒక విషయం తేలిపోయింది. సుశీల ఎవర్ని పెళ్ళి చేసుకుంటుందో కాని, రాజభూషణాన్ని మాత్రం చేసుకోదని వెంటనే ఉత్తరానికి జవాబు ఇలా వ్రాశాడు.

"పెళ్ళిని గురించి నీకు సలహా ఇవ్వ సమర్థుడ్ని కానని నీకూ తెలుసు. కనీసం నాకు అనుభవం కూడా లేదు. నీ ఉత్తరంలో ఒక్క విషయాన్ని నేను సంశయిస్తున్నాను. సుశీల నిన్ను ప్రేమించిందని వ్రాస్తున్నావు. నేననుకోవడం, సుశీల అసలు ఏ పురుషుడ్నీ ప్రేమించలేదు."

సుశీల ప్రేమించేదల్లా ఎవరో తన్ను ప్రేమిస్తున్నారు అన్న అనుభవాన్ని. నా అభిప్రాయం తప్పు కావచ్చు. అవకాశం వచ్చినప్పుడు నేనీ అభిప్రాయాన్ని మార్చుకోవ డానికి సిద్ధంగా వున్నాను. అంతవరకూ మౌనం ఉత్తమం.

పదకొండో తారీఖున హాస్టల్ గదిలో, ప్రయాణానికి సన్నాహము చేస్తున్నాడు నిధి. పోస్టు బంట్రోతు ఒక ఉత్తరం ఇచ్చాడు. అది జగన్నాథం వ్రాసినది.

"....మనం చదువులో పడికొట్టుకుంటున్నాం, కేవలం ఉత్తరాల వలన ప్రయోజనం కనబడటం లేదు. నాకు పట్నం వచ్చి మీతో గడపాలని వుంటుంది. బట్ వాట్ కెన్ ఐ డు- అంటే నేనేం చెయ్యగలను? ఈసారి పరీక్ష ఫేలవగలనని ఆశిస్తున్నాను. అయిన పక్షంలో మనవాడి తెలివితేటల్ని పరీక్షించేటందుకు నవాబ్ ప్రభుత్వానికి ఏ కోశానా హక్కులేదనీ, మదీయ బంధుకోటికి. ఎట్టకేలకు తెల్లమయ్యి మన రానున్న చదువుని - అనగా అవర్ ఫ్యూచర్ ఎడ్యుకేషన్ మదరాసు మహాపట్నంలోనే జరిపించుటకు నిశ్చయిం చిరి గాన, ఏ తత్శుభ ముహూర్తమునకు.... ఎక్స్ట్రా లేక వగైరా అదీ సంకల్పం.."

ఇంక కమింగ్ టు మై సిస్టర్ చాలా ఓకేగా వుంది. కారణం అత్తగారు మంచం దిగకపోవడమే. హ్వై అని అడగొచ్చు. అత్తగారు నిజానికే పోయేకాలమూ లేదనుకోండి యాజ్ ది సేయింగ్ గోస్ బిట్వీన్ అవర్ సెల్వ్స్ వంట చెయ్యడం, కోడలిమీద తోసెయ్యవచ్చునని, భ్రమ - హెన్స్, మా అక్కయ్య ఇంట్లో స్లోగన్ "అమృతం వంట అమృతమే" అని బట్ అరేంజ్‌మెంట్ మా అక్కయ్యకి చాలా వీలు. ఎందుకంటే వంటింట్లో ఏం జరుగుతుందో తణిఖీ చెయ్యడానికి, దొడ్లో భార్యాభర్తల మధ్య ఏం రాచకార్యం నడుస్తుందో సోదా చెయ్యడానికి అవకాశం తక్కువ. శైలి బాగా నడుస్తుందండోయ్. ఇంతకీ చెప్పొచ్చే ముక్క మా అక్కయ్య చాలా భాగం వంటింట్లో పడి కొట్టుకుంటోందని, టు యూజ్ ఏ పాప్యులర్ యిడియమ్.

బైదిబై (స్పెల్లింగ్ రైటేననుకుంటాను) ఇంతకీ అసలు విషయం లైక్ ఏ ఫయిన్ ఆర్టిస్టు చివరికి వుంచేశాను. (ఓ యస్ ఈ యేడు తప్పకుండా ప్యాసవుతానంది. అని చెప్పేటందుకు విచారించవల్సి వస్తూంది) మొన్న - అనగా ఇటీవల, కొండకచో కొంతకాలం క్రిందట - రైల్వేస్టేషన్ ఫ్లాట్‌ఫాం పైన శ్రీమతి కోమలిని సందర్శించడం జరిగింది. ఆమెను సెకండ్ క్లాస్ కంపార్టుమెంటులో కూర్చుని వుండగా చూడటం తటస్థించింది. ఆమె ఉత్తర హిందూస్థానం (టు బి మోర్ స్పెసిఫిక్- గ్రావిటీ లేదనుకోండి, మా కెమిస్ట్రీ మాష్టారన్నట్లు) ఆగ్రా ప్రొసీడ్ అవుతోందిట. ప్రొసీడ్ రెండు 'సీ' లా, ఒకటేనా తేలక తెలుగులో వ్రాయడం జరిగింది.

ప్రక్కన మరో మీసాల వ్యక్తి వున్నాడు. అతడెవ్వరో మీరే ఊహించుకోండి. 'హే' 'హోం' అని కేకేసింది నన్ను. నిధిగారెక్కడున్నారని అడిగింది. ఇంతలో మీసాల రక్కసుడు అవతల కిటికీ దగ్గరనుంచి ఇవతలకి కళేబరాన్నే జేరేశాడు. వెంటనే అంగన మాట తప్పింది. 'అమృతంగారెక్కడ?' అంది. నేను ఆ లలన యొక్క సౌందర్యాన్ని కించిత్ తిలకిస్తుండగానే ధూమశకటం కూసి కదిలింది. అది వెనక్కి నడవడం కదలడం అయితే బావగారికి వివాహం అయిందన్నా నేను, నాకు తెలుసు అన్నది. 'హా' అని అడిగాను. ఆ బేలకి ఆంగ్లంలో ప్రవేశం లేదని ఇప్పుడిప్పుడు మదీయ బుద్ధికి స్ఫురిస్తుంది.

ఆ ఉత్తరాన్ని చాలాసార్లు నవ్వుకుంటూ చదువుకుని, జాగ్రత్తగా మడిచి మనీపర్సులో వుంచాడు. పక్కగదిలో వుంటున్న, మాత్యు- చదువుతున్న పుస్తకాన్ని మూసి, చేతిలో వుంచుకుని నిధిని పేకాడుకుందాం రమ్మని ఆహ్వానించాడు. చేతిలో పుస్తకాన్ని బల్లమీద వుంచి బాత్‌రూంకి వెళ్ళొస్తాను. ఈ లోగా పేకాటకి సిద్ధం కమ్మన్నాడు. ఆ పుస్తకాన్ని తీసి నిధి చదవడం మొదలెట్టాడు. అది షేక్స్‌పియర్ రచించిన "హామ్‌లెట్" నాటకం

ఆనర్స్ విద్యార్థుల పాఠ్యగ్రంథం, తలనొప్పిగా వుంది. పేకాటకి ఓపిక లేదని మాత్యుని పంపివేసి, ఆ నాటకం చదవడం మొదలెట్టాడు. చదవడం సాయంత్రానికి ముగిసింది. సామానులు కూలివాడి నెత్తిమీద పెట్టి ఆ రాత్రి మెయిల్లో ప్రయాణం అయ్యాడు.

కాకినాడ చేరుకునేటప్పటికి పదకొండయింది. లక్ష్మయ్యగారు మాత్రం స్టేషన్ దగ్గరకొచ్చి, నిధిని విడిదిగదిలో దింపాడు. కార్యానికి ఎవ్వరినీ రమ్మనమని ఆహ్వానించ నందుకు కొంచెం విచారించాడు. అతని కేదో భయంగా వుంది. భోజనం చేసి పరున్నాడు. ఐదు నిమిషాల్లోనే భారతమాత సంకెళ్ళని చప్పుడు చేస్తూ అతని ఏకాంతాన్ని భంగం చేసింది.

1935 గవర్నమెంట్ ఆఫ్ ఇండియా యాక్ట్ కొత్తగా అమలులో కొచ్చిన రోజులవి. ఆ యాక్టులోని మంచిచెడ్డలతో ప్రజలకి నిమిత్తం లేక పోయింది. భారతదేశపు స్వాతంత్ర్య పరిణామాలని బ్రిటిష్ పార్లమెంట్ నిర్ణయించడం ఎవ్వరికీ రుచించలేదు. వైట్‌హాల్ నుంచి ఏ శుభలేఖ వచ్చినా హిందూదేశ ప్రజ దానికి మసిపూసి దగ్గరగా వున్న సముద్రంలో గిరవాటెయ్యడం జరగాల్సిందే. ఆధ్యాత్మిక చింతలో మునిగి వున్న ప్రజని, బ్రిటిష్ పార్లమెంట్ చేష్టలతోనో మాటలతోనో రెచ్చగొడుతూ వుంటుంది. ప్రజలకి జైళ్ళలో బంధించబడి నందుకు విచారం లేదు. తుపాకీ పట్టుకుని బయట పచార్లు చేస్తున్న తెల్లాయన "నాలుగు రోజుల్లో నిన్ను విడుదల చేస్తాం- ఈ విధంగా" అన్నప్పుడే, ఈ బానిసలు చెలరేగేది. భారతీయులు బానిసలే - కాని 1935 ఇండియా యాక్టుతో తాము బానిసలం అని గ్రహించుకున్నారు. అదే వారి బాధలకి, అసంతృప్తికి కారణం. "మిమ్మల్ని మీరే పాలించుకోండి. కాని పైన మావాడొకడుండి మీరన్నది కాదంటాడు- ఇవిటండి దీని తబిసీళ్ళు" అని కూర్మయ్య బోటిగాళ్ళు ఈ యాక్టుకి విలువకట్టారు. ఇది మరింత వెక్కిరింపుగా తోచింది. వధూవరులు ఒకర్ని ఒకరు కోరుకుని, పురోహితుడ్ని ఎన్నుకుని వివాహం చేసుకుంటారట. దొరగారు దాన్ని రద్దు చేసే హక్కు వుంచుకున్నారట. ఆ దొరగారు అనవసరంగా ఆ హక్కుని అధికారాన్ని చలాయించరని ప్రభుత్వం హామీ ఇచ్చింది. అసలట్లాంటి అధికారమే వుండకూడదన్నారు.

ఆ అధికారం తొలగించడానికి ఏం చెయ్యాలి? ఏమో ఎవ్వరికీ తెలీదు. కాని ఏదో చెయ్యాలని మాత్రం అందరికీ కసిగా వుంది. తమ అధోగతికి కారణం బ్రిటిషు ప్రభుత్వం. హోటల్లో పులిస్త్రాకులు పారేస్తే మిగిలిన మెతుకుల కోసం నాలుగు కుక్కలు, నలుగు చినుగుళ్ళు ధరించిన యువకులు కలిసి కొట్లాడుకోవటం, బ్రిటిష్ ప్రభుత్వం చిత్రించిన కళానుగుణమైన దృశ్యం - అజ్ఞానం, అంధకారం, ఆకలి, నిరుద్యోగం, జాడ్యం -

172 చివరకు మిగిలేది

అన్నిటికీ కారణం అదే మన ప్రాచీన సంప్రదాయాలేవీ? మన కళ ఏమయింది? మన శిల్పాలు? మన మేధావులు ఒకప్పుడు మహా వైభవం అనుభవించాం అని చరిత్ర చదువుకుని ఎంతకాలం తృప్తి పడటం? అసలు చరిత్ర లేకపోతేనే బాగుండును, ఉండబట్టే ఇంతటి అధోగతి పట్టింది కదాన్న పరిజ్ఞానంతో కూడుకున్న విషాదం. ప్రాచీన సంస్కారాన్ని, నాగరికతని, మ్యూజియంలలో బంధించివేశారు ప్రభుత్వం వారు. టికెట్టు కూడా లేదు. ఊరికే చూడొచ్చు. "లేవండి, లేవండి" అన్నారు దేశ నాయకులు, "ఎక్కడికి?" అన్నారు ప్రజలు.

ఏమో ఎవళ్ళకి తెలియదు. అందరూ లేచి కళ్ళు నులుపుకున్నారు. ఎక్కడికని వెళ్ళడం? పిల్లలు స్కూళ్ళకి - మానెయ్యండి. జీతాలు కట్టేవాళ్ళు, ఇచ్చేవాళ్ళు లేక అవే మూసుకున్నాయి. కోర్టులు మూసెయ్యండి, కాలేజీలు మానండి, కొట్లు మూసెయ్యండి. ఏం చెయ్యద్దో చెబుతున్నారు నాయకులు, ఏం చెయ్యాలో చెప్పరు, మళ్ళా ఆవలించి పడుకున్నారు ప్రజలు.

మళ్ళా లేవండి అన్నారు ఎవరో. అందరూ లేచి మళ్ళా ఎర్రబడిన కళ్ళని తుడుచుకున్నారు. ఈసారి ఏం చెయ్యాలో చెప్పారు. పన్నులు కట్టకండి. అందరూ వికటంగా నవ్వారు. కట్టేందుకు మా దగ్గరేముంది? జప్తు చేసుకుపోయ్యారుగా ఎప్పుడో! విదేశీ బట్టలు తగలెట్టండి, తగలెట్టారు. ఊఁ తర్వాత బట్టలు లేవు; తిండి లేదు, చీకటి అంతా చీకటి. జైలులోని అంధకారానికి అలవాటు పడిన ఖైదీ బయటికి వచ్చింతర్వాత, సూర్యరశ్మికి తట్టుకోలేడు. ఆ అంధకారమే బాగుంది, ఆ ఆకలే మంచిది, పోయి భజన చేసుకుంటున్నారు. ఎన్నిరోజులు భజన చేసినా, ఏ రాముడూ, ఏ కృష్ణుడూ అన్నం పెట్టడు. నీరసంతో నిద్రపోయారు.

ఏదో కొత్త యాక్ట్ వచ్చింది లేవండి, లేవండన్నారు నాయకులు. మళ్ళా ప్రజలు లేచి వేళ్ళతో కళ్ళని విప్పి పట్టుకుని చూశారు. జనం ఎక్కడికో కదిలిపోతున్నారు. ఎక్కడికీ ప్రయాణం? ఆశలులేని, ఆకలి లేని ఆ లోకానికి పోదాం అన్నారు. ఎక్కడ ఆ లోకం? ఒక సన్నటి, నల్లటి పొడుగాటాయన, కర్రపుచ్చుకుని తొందరగా కదిలిపోతున్నాడు, అందరూ ఆయన వెనకాల బడ్డారు. పిల్లలు, స్త్రీలు, వృద్ధులు అందరూ అటే పోతున్నారు. అయ్యో, అటు సముద్రంలోకి నడిచిపోతున్నారు, ఉప్పు తీద్దాం, ఉప్పు తింటారా? ఆశలులేనీ, ఆకలిలేనీ, ఆ లోకం - తీరా చేసి సముద్రమా - ఇక్కడే బాగుంది, ఈ జైళ్ళే బాగున్నాయి. హాయిగా అన్నం పెడతారు. అటువెడితే సముద్రం, ఇటొస్తే అంధకారం. అది ఆకుపచ్చ అంధకారం. ఇది నల్లటి అంధకారం.

అంధకారం యొక్క రంగుని నిర్ణయించుకునేందుకు సృష్టికి వ్యవధిలేదు. కదిలి పోతోంది విశ్వం. అన్నీ యధావిధిగా సక్రమంగా జరిగిపోతున్నాయి. అన్నీ బొగ్గులు, సముద్రంలో ఆరిపోయి, తడిసిన బొగ్గులు, ఈ బొగ్గులు ఆరిపోవు, లోలోపల నిప్పుకణాలు రగులుతూనే వున్నాయి. ఒక్కొక్క నిప్పుకణం, సముద్రాన్ని సహితం దహించి పిండబెట్టేస్తోంది.

గవర్నమెంటు ఉద్యోగులు, పాలకుల ఉప్పు తింటూ, వారి పతనానికి ప్రార్థనలు రహస్యంగా సాగిస్తున్నారు. ఉదయం లేవగానే పత్రికలు చదువుతారు. యూరప్‌లో మరోరాజ్యం బయలుదేరి వీళ్ళ కోరలు పీకెయ్యకూడదూ? పాశ్చాత్య ఆకాశంలో యుద్ధ మేఘాలు విహారం చెయ్యడం లేదూ? లేదు, అదంతా ఫ్యాక్టరీ బొగ్గు తాలూకా మేఘాలే. పోనీ కనీసం, ఆ ఫ్యాక్టరీలు మందుగుండు సామాగ్రిని తయారు చేసేవేమో అనుకుని తృప్తిపడ్డారు."

మళ్ళా, సన్నని, నల్లటి, పొడుగాటి కర్ర పుచ్చుకున్న వ్యక్తి పిలుస్తున్నాడు.. పోనీ ఆయన వెనకాల వెడదాం లేవండన్నారు. లేచారు. మళ్ళా అందరూ ఆయన వెంటబడ్డారు. ఈసారి, ఎక్కడికని అడగటం మానేశారు. ఎక్కడికో ఎవరిక్కావాలి? మొత్తంమీద కదిలి పోవడం ఆయన పాదాలకింద ఇసుక రేణువులై ఈ ప్రజ, ఒక్కసారి లేచి గంతులేసి నలుదిక్కులా వ్యాపించింది. నిప్పుకణాలు ప్రజ్వరిల్లాయి. సముద్రకెరటాలు ఎవరు పిందుకు నేందుకూ ఉప్పు కూడా లేకుండా, నీరసించి వెనక్కి వెళ్ళిపోతున్నాయి. అది ఆకలి చేస్తున్న మహాయజ్ఞం అది దాహం చేస్తున్న తీర్థయాత్ర, అది ఆశ సలుపుతున్న స్వప్నగానం.

ఎక్కడికో, ఎందుకో- ఎవరికీ తెలీదు, ఎవ్వరూ అడగరు. మరి వెనక్కి చూడ్డం లేదు. ఆ సన్నటి పొడుగాటాయన వెనకాలే వెళ్ళిపోవాలి. ఏ కొద్దిమందో, ముందుకు నడిచే జనాభాని లెక్కబెడుతూ ఒక నోటుబుక్కులో ఎక్కించుకుంటూ, దిగడిపోయారు. అబ్బో, ఏం జనం? ఎంత మందినని లెక్కబెట్టడం! ఊరికే లెక్కపెడితే చాలదు. వాళ్ళని ఆపుచెయ్యండి అన్నారు ప్రభుత్వం వారు. ఐదుగురుకంటే ఎక్కువమంది వుంటే కొట్టండన్నారు, పట్టుకుని జైళ్ళల్లో పెట్టండన్నారు. అవసరమైతే కాల్చి చంపండన్నారు. అగ్నినే కాల్చమంటున్నామన్న ఆశ్చర్యం వాళ్ళకి కలగకపోలే.

నిప్పులో కర్రపెడితే కర్ర కాలిపోతుంది. మంట మరింత పెద్దదవుతుంది. ప్రభుత్వం వారు, అడవులనుకొట్టి, ఈ మంటని పెద్దది చేసేందుకో అన్నట్లు, కర్రలని తమ ఉ ద్యోగు లకిచ్చి వెళ్ళి ఈ ప్రయాణాన్ని ఆపుజెయ్యమని ఆజ్ఞాపించారు. కాకినాడ మునిసిపల్

లిమిట్సులో ఎక్కడ సభ జరిగినా సరే, ఈ కర్రల వర్షం ఆ మంటని చల్లార్చేటందుకు కురిపిస్తామని చాటించారు.

ఎవరూ నిద్రపోవడానికి సమయం కాదది. ఆకలిదప్పులచే బాధ పడుతున్న ఈ భారతీయులకీ నిద్రాదేవి ఏనాడో విడాకులిచ్చింది. ముగ్గురు వ్యక్తులు గదిలో ప్రవేశించి, నిద్రని నిద్రనుంచి లేపారు. కుటుంబరావు కమ్యూనిస్టు, సుందరం సోషలిస్టు, అహోబలరావు అనార్కిస్టు, వీళ్ళు ఎవర్నీ నిద్రపోనీరు, వీళ్ళకి నిద్రాహారాలు అక్కరలేదు. ఇతరులకి వుండకూడదు. అదే వారి జీవితపరమావధి స్నేహితుల మాట కాదనలేక పొయ్యాడు దయానిధి. వాళ్ళ ఆవేశాన్ని అతను అర్థం చేసుకున్నాడు. కాబట్టి అరికట్టలేక పోయాడు. ఈ యాక్టు డాక్టర్లకి చేసిన అన్యాయాన్ని గురించి అతన్ని బహిరంగసభలో ఉపన్యసించమన్నారు. నేను డాక్టర్ని కానన్నాడు దయానిధి. నువ్వు, నేనూ అందరం బానిసలం అన్నారు. "మీరేం చేస్తున్నారు" అన్న ప్రశ్నకి ఒక్కటే సమాధానం - "బానిసత్వం."

ఆ రాత్రి అతని కార్యం అన్న సంగతి ఆ ముగ్గురు వ్యక్తులకీ తెలిసి కూడా, అతన్ని బలవంతం చెయ్యసాగారు. ఊరికే వచ్చి వింటాను. కాని ప్రసంగించనన్నాడు. పోనీ అదన్నా చెయ్యి - అని అతన్ని సభలోకి లాక్కుపొయ్యారు.

సాయంత్రం నాలుగైంది. రోడ్డుపక్కన మునిసిపాలిటీ వారి హద్దుని తెలియ పరుస్తూ ఒకబోర్డు వుంది. కాని జనం దాన్ని ధిక్కరించి అన్నిపక్కలా కూర్చున్నారు. ఎక్కడ చూచినా మనుషులే. ఈ దేశంలో ఇంతమంది జనం వున్నారా అనిపిస్తుంది. ఏవో కేకలేస్తున్నారు. ఒకాయన లేచి మాట్లాడుతున్నాడు. అదేమిటో ఎవ్వరూ వినిపించుకోక పోయినా ప్రతివాక్యానికీ కరతాళ ధ్వనులు, పెద్దగంద్రగోళం. స్వరాజ్యం... స్వేచ్ఛ తమ ఉనికిని గుర్తించమని చేసే చప్పుడు. ఈ మధ్యలో ఒకాయన నిలబడి ఏదో అన్నాడు. ఆయన్ని గోలచేసి కూర్చోబెట్టి, బయటికి ఈడ్చుకుపొయ్యారు. మరొకాయన లేచి, ఉపన్యాసం సాగించాడు. దయానిధి, ఆ ఉద్రేకంలో కొట్టుకుపొయ్యాడు. శరీరం పొంగింది. చర్మం విప్పుకుని వెండ్రుకలు నిలబడి, గుండెలు దడదడ కొట్టుకుంటూ వేడెక్కి వేగంగా ప్రవహిస్తూ అతన్ని నరాలకుప్పగా మార్చివేశాయి. అతనిక మనిషికాడు ఒక శక్తి, సముద్రాన్ని దహించి వేసే మరో నిప్పుకణం. అప్రయత్నంగా కళ్ళమ్మట ఆకలి కన్నీరుగా వేడిగా జారుతోంది. "స్వేచ్ఛ" అతన్ని ఆవహించి తనలో కలిపేసుకుంది-ఏదో శక్తి అతన్ని ముందుకు తోసుకు పోయింది. వెళ్ళి లేచి నిలబడి, మాట్లాడడం మొదలెట్టాడు. అది భాషా? అవి భావాలా? దానికి తర్కంతో నిమిత్తం వుందా? పగిలిన హృదయం, పగలని హృదయంతో మొరెట్టుగోడం.

సముద్రం, నేలతో వర్షం ద్వారానూ, ఆకాశం భూమితో తుఫాను ద్వారానూ ఏడవడం లాంటిది. బురదలో పురుగు చంద్రుడికి కనుసైగ చెయ్యడం లాంటిది. సృష్టి చెప్పుకుంటున్న స్వగతం అది.

స్వాతంత్ర్యం జన్మహక్కన్నాడు నిధి. మానవుడికి స్వాతంత్ర్యం ఆకలిదప్పులకంటే కూడా ఎక్కువ ముఖ్యం అన్నాడు. దాస్యానికి అలవాటుపడిన ఈ జనానికి తిరుగుబాటు చెయ్యడం చేతకాదు. ఏ ఒక్కడో తమ నిజదుస్థితిని తెలుసుకునేటంతటి తెలివితేటలు చూపడం మొదలు పెడితే, బ్రిటిషు ప్రభువులు అతన్ని కొనేస్తారు. పెద్ద పెద్ద పదవులిస్తారు. బిరుదులిస్తారు. దేనికో సభ్యుడుగా దూరదేశాలు పంపించి వేస్తారు. వీటికి అతీతుడైనప్పుడు ఆ వ్యక్తి దేశ నాయకుడవుతున్నాడు. అప్పుడు అతడిని ప్రభుత్వం బంధిస్తుంది. పొట్టకూటికై అమ్ముడు పోయిన ఈ భారతీయ ఉద్యోగులపైననే, ఈ బానిసత్వాన్ని నిలబెట్టే భారం పడేశారు. భారతమాతని రూపాయి కమ్మేశాం. మనకి పావలా మిగిల్చి ముప్పావలా వాళ్ళే తీసుకుపోతున్నారు... అన్నాడు నిధి ఉపన్యాసంలో

ఒకసారి సభ నిశ్శబ్దం అయిపోయింది. పై అధికారి కాళ్ళక్రింద ఇసుకరేణువులా బ్రతుకుతున్న ఉద్యోగి, వర్షానికెదురు చూస్తున్న కర్షకుడు, పరీక్షలో ప్యాస్ కాలేని విద్యార్థి, ఐదునెల్లకి ఒకసారైనా జీతం పుచ్చుకోని ఉపాధ్యాయుడు, నిరుద్యోగి పెండ్లాం పెట్టే బాధల నుంచీ పారిపోయి వొచ్చిన భర్త - అందరికీ ఈ బహిరంగ సభలు, రంగస్థలాలు లాంటివి. ఒక్కసారి తమ ప్రత్యేకమైన ఇబ్బందులు, అశాంతి, ఆకలి అన్నీ మరచిపోయి, ఇక్కడ మానవులుగా మారుతారు... స్వేచ్ఛగా గాలి పీలుస్తారు.

డాక్టర్ల విషయం చూడండి... ఇండియన్ మెడికల్ సర్వీసులో విభేదాలు గమనించండి. తలకాయలు దొరలే, కాళ్ళు, చేతులు వాళ్ళే... మనం? మనం వాళ్ళ పాదాలకింద ఇసుక రేణువులం. ఒక రేణువు పెద్ద సైజుది. మరోటి చిన్నది. అంతే తేడా. ఇండియన్ మెడికల్ సర్వీస్... పెద్ద బిరుదు ఒ.బి.ఇ. మరో బిరుదు, ఒ.బి.ఇ. అంటే ఒబిడియన్సు టు బ్రిటిష్ ఎంపైర్ అని...

జనంలో కలకలం బయలుదేరింది. బయట ఎవరో వొచ్చి ఏదో అన్నాడు. ఒక్కసారిగా జనం లేచి అటు నుంచి కదిలారు. ఆ గంద్రగోళంలో మున్సిపల్ లిమిట్స్ దాటి లోపలికి పడ్డారు. దూరంగా ఈలలు గుర్రాల డెక్కల చప్పుడు దుమ్ము లేపడం, జనం అంతా దగ్గరగా జరిగారు. ఒక్క వ్యక్తిగా, వ్యక్తిత్వాలు పోగొట్టుకుని, ఒక పెద్దమనిషిగా మారిపోయారు, జనం చెల్లాచెదరయి పోవడానికి నాలుగు నిముషాల వ్యవధిచ్చారు. మళ్ళా ఈలలు, జనం అంతా ఒక్కసారిగా అటూ ఇటూ ఊగిసలాడుతున్నారు.

దయానిధి తన ఉపన్యాసం మానలేదు. ఒక్క రావు బహదూర్ బిరుదుకోసం, మానవత్వాన్ని, స్వాతంత్ర్యాన్ని, సంసారాన్ని, ఆత్మల్ని అమ్ముకున్న ఈ వ్యక్తుల చెప్పుచేతుల్లో బతకడం కంటే మరణమే మేలన్నాడు.

మళ్ళా ఈలలు! జనం చిందరవందరగా పరుగెట్టడం కేకలు, కర్రల వర్షం మంటని చల్లార్చేందుకు ప్రభువులు కనిపెట్టిన యంత్రాల వర్షం, మూడు నిముషాలు స్వాతంత్ర్యానికి, బానిసత్వానికి ఘోరపోరాటం జరిగింది. కొందరు పడిపోయ్యారు. కొందరు గాయపడ్డారు. గాయపడిన వాడిలా సూర్యుడు పశ్చిమ ఆకాశంలోకి కుంటుకుంటూ దిగుతున్నాడు. పడిపోయిన వ్యక్తుల్ని కార్లల్లో లాక్కుపోయారు ఇసుకబస్తాలమాదిరి.

హాస్పిటల్‌లో మంచంమీద పడుకున్న దయానిధి, అసలు గవర్నమెంట్ ఇట్లా గాయపడిన వాళ్ళకోసమే ఈ దేశంలో హాస్పిటల్స్ నిర్మించారని ఉపన్యాసంలో చెప్పలేక పోయానే అని విచారిస్తున్నాడు. ఎడం చెయ్యి మోచేతికి, ఎడమకన్ను పైన నుదురు దగ్గరా రెండు గాయాలు తగిలాయి. అద్దంలో చూసుకుని నవ్వుకున్నాడు. ఇదే కాబోలు. దేశం కోసం త్యాగం చెయ్యడమంటే.

బయట బండి నిలిచిన చప్పుడు. బండిలోంచి ఎవరో దిగిన చప్పుడైంది.

అమృతం లోపలికొచ్చి, స్టూల్ దగ్గరగా లాక్కుని కూర్చుంది. దూరంగా, ఆమె భర్త పినతల్లి కొడుకు శంకరం నిలబడి వున్నాడు.

“మా జగ్గు చెప్పాడు–సరే, పెళ్ళికి కూడా రాలేదు, పోనీ చూద్దామని శంకరాన్ని తీసుకొచ్చాను. మావారూ రావాల్సిందే కాని, తాసీల్దారు అక్కడే క్యాంపేశాడు. నువ్వెళ్ళిరా అని నన్ను పంపారు. ఈ కట్లేమిటి? ఈ వాలకం ఏమిటి బావా! అంతా విన్నాను– ఔరా! కాలం ఎల్లాగైపోయింది” అంటూ అమృతం ముక్కుమీద వేలేసుకుంది, ఏడాది లోగా అమృతం బాగా ఎదిగినట్లు కనబడుతోంది. వంగపండు రంగు చీర, జబ్బలనంటి పెట్టుకున్న ఎర్రపువ్వుల ఖద్దరు రెవికా, వింతగా రేగిపోయిన జడా కొంత పరిపూర్ణతని ఆపాదించాయి. ముఖం కొంచెం వాడింది. కాని అది అందంగా వాడిపోవడం.

అమృతాన్ని చూడగానే దయానిధి కొండంతయ్యాడు. గాయాలన్నీ మానినట్లయింది. రక్తం వేగంగా ప్రవహిస్తోంది. కాని, అందులో వేడి లేనట్లనిపించింది. శీతలంగా వుంది. ఎందుకో భారతమాతని చూచినట్లనిపించి, అతనికి నవ్వొచ్చింది.

“బావా, నీకో తాయిలం తీసుకొచ్చాను ఏమిటో చెప్పుకో” అంది వయ్యారంగా నవ్వుతూ. మబ్బు రంగు ముఖంలో పళ్ళవరస ఒంటి నక్షత్రంలా మెరిసింది. విశాలమైన చెక్కిళ్ళు, సృష్టినంతా ఒక్క చూపులో ఆవరించుకునే కళ్ళు – వీటిల్లో దేనికేసి చూడటం,

ఏ మాటని వినడం? ప్రతి మాటనీ హృదయంలో తడిపి గుజ్జులా చేసి పడేస్తుంది. ఆ మృదుత్వం భావంలో వుందా, మనిషి ఆకర్షణలో వుందా– నిధి నిర్ణయించలేకపొయ్యాడు. అతన్నెప్పుడూ అమృతం ఈ విధంగా ఆకర్షించలేదు. బహుశా దీనికి కారణం. అతనికి ప్రస్తుత స్థితేమో. యుద్ధంలో గాయపడ్డ సైనికులకు ఫ్లారెన్స్ నైటింగేల్ దేవకన్యలా అగుపడటంలో ఆశ్చర్యం ఏముంది? స్థలం, కాలం, వీటి ఆసరా చూసుకుని బతుకుతుంది ఆకర్షణ అదేం ఖర్మమో.

"జగన్నాథం రాలేదేం?"

"వాడికి పేపర్లు ఔటయ్యాయని, మళ్ళా పరీక్ష పెట్టారట. సికింద్రాబాదు వెళ్ళాడు. ఏం తాయిలమో చెప్పుకోలేకపోయావు. ఇంతేనా బావా" అంది అమృతం.

"పూతరేకులా?"

"కాదు"

"అరిశెలా?"

"అబ్బే"

"నువ్వే చెప్పు– చెప్పటం దేనికి – ఇల్లా ఇవ్వరాదూ?"

"ఇందిరని తీసుకొచ్చా" అంది.

నిధి ఆశ్చర్యంతో కళ్ళు పెద్దవి చేసి, లేచి కూర్చోబోయి "అమ్మ" అనుకుని మళ్ళా పక్కమీద వాలాడు.

"రైలు దిగగానే బాబుగారింటికే తిన్నగా వెళ్ళాను. మేం కూర్చుని కబుర్లు చెప్పుకుంటున్న పది నిముషాలకే వాళ్ళ పోలీసు వచ్చి లాఠీఛార్జీ జరిగిందనీ, నీకు దెబ్బలు దగిలి ఆస్పత్రిలో వున్నావనీ చెప్పాడు. పోనీ అల్లుడున్నాడేమో చూసుకోవద్దు– బాబుగారు మాత్రం" అని నిట్టూర్చింది.

"అట్లా చూసుగుంటూ కూర్చుంటే ఉద్యోగం చేసినట్లే. క్యాంపు చేసిన తాసీల్దారుని వదిలిపెట్టి మీ ఆయన నీతో షికారొస్తే ఈ పాటికి దేశానికి స్వరాజ్యం రానే వచ్చును ఉద్యోగం అంటే అమ్ముడు పోవడం. విధి నెరవేర్చడంలో తమ్ముడు, అల్లుడు,బావా అంటూ చూడ్డానికి వీల్లేదు. అలా చూస్తూ కూర్చున్నవాళ్ళని మర్నాడే పీకేస్తారు."

"నువ్వు చెప్పింది నిజమేననుకుంటా బావా– నేనూ చూస్తాగా జమాబందీ రోజుల్లో మావారికి నిద్రాహారాలే వుండవు."

"ఉత్తప్పుడే వుండదు నిద్ర– ఇంక జమాబందీ వొస్తే చెప్పాలా?" అన్నాడు నిధి.

"పో బావా–అన్నీ కొంటె కబుర్లు– దెబ్బలు తిని కూడా మానవు ఏం? ఏం చెప్పాను?

సరే, పోలీసొచ్చి ఆస్పత్రిలో వున్నావన్నాడు. బాబుగారేరని అడిగాను. తెలియదన్నాడు. అయ్యో, దెబ్బలు తగిలాయా అని మాధవయ్యగారి భార్యేనా, కొంచెం ఆదుర్దా పడొద్దూ, నాకు మాత్రం కంగారెత్తిందిస్మా చెప్పొద్దు, ఇందిరని కూడా రమ్మన్నాను. వాళ్ళమ్మ మొహం నాలుగుసార్లు చూసి, ఆఖరికి తనూ వస్తానంది. వెంటనే బయలుదేరి వొచ్చేశాం..."

"ఎక్కడుందీ?"

"పిలవనా? ఇందిరా...." అంటూ, గుమ్మం వైపు చూస్తూ రెండు సార్లు కేకేసింది.

బయటనుండి జవాబు లేదు, ఇందిరా రాలేదు.

"శంకరం చూడు, ఇందిరని లోపలికి రమ్మను, తీసుకురా" అంది శంకరంతో, శంకరం రెండు నిముషాలు అన్నివైపులా పరకాయించి, ఎక్కడా లేదంటూ చక్కా వొచ్చాడు.

"ఇదేం చిత్రం బావా - నాతో కూడా రమ్మంటే నేను తరువాతొస్తాలెండి, మీరు వెళ్ళి మాట్లాడుతుండండని అక్కడే నిలబడి పోయింది తను. ఇంతలో ఏమైపోయిందబ్బా! అంతా గారడీలాగుంది...."

"ఒకవేళ ఎరుగున్న వాళ్ళెవరన్నా వుంటే, అవతల వార్డులో కెళ్ళిందేమో..."

"ఉండు, నేను చూసొస్తాను బావా" అంటూ అమృతం లేచి వెళ్ళింది.

దయానిధికీ అనుభవం అంతా కలలో మాదిరిగా వుంది. మామగారికి తను సభలో ఉపన్యసిస్తున్నట్లు తెలుసా? తెలిసే ఇట్టా చేశాడా? ఆయనకేది ముఖ్యం? కూతురు సౌఖ్యమా? రావుబహద్దూరా? ఈ ప్రశ్నలకి సమాధానంపై నిధి తన భవిష్యత్తు ఆధార పడిందని తెలుసుకున్నాడు. కంటిమీదకి మెల్లగా రక్తపుచుక్క జారింది. మరి గత్యంతరం లేక కన్నీటి బిందువుతో కలిసిపోయింది.

ఐదు నిముషాలలో తిరిగి వచ్చింది. మొహంలో ఎంతో ఆత్రుత కనిపిస్తున్నా, కళ్ళు నవ్వుతూ మెరుస్తోన్నాయి.

"ఎక్కడా కనపళ్ళేదు బావా- ఇంతలో అక్కడ ఆస్పత్రి కుర్రాడొకడు కనిపించి ఎవరో వారి తాలూకు వాళ్ళు వచ్చి ఆమెను కార్లో ఎక్కించుకుని తీసుకుపొయ్యారండి అన్నాడు- చాలా చిత్రంగా వుంది. ఎవరంటావ్?" అంది.

"తెలుస్తూనే వుందిగా- పోలీసుల్ని, వాళ్ళ నాన్న కూతుర్ని ఇంటికి పిల్చుకుని రండి అని పంపివుంటాడు. ఇల్లాంటి అల్లుడితో సంపర్కం మరి ఆయన ఉద్యోగానికి నష్టంగా...."

"ఎట్లా?"

"నీకు తెలియదు కాబోలు, గవర్నమెంటు ఉద్యోగి, భార్య, పిల్లలు దగ్గర బంధువులు

ఎవరైనా సరే రాజకీయాలలో పాల్గొన్నారంటే వారే సంజాయిషీ చెప్పాల్సి వుంటుంది. ఈ ఉద్యోగులందరూ పొట్టకూటి కోసం వారు చేసే పనులన్నీ మహా పాపాలని తెలిసే, రహస్యంగా దేవుడ్ని ప్రార్థించి, పూజలూ పునస్కారాలూ చేసుకుని పాపపరిహారం పొందుతారు."

"అల్లాంటి మనుషులుంటారని నే అనుకోను, బావా" అంది అమృతం.

"నేనూ ఎప్పుడూ అనుకోలేదు. ఇప్పుడు అనుభవం అయిందిగా" అన్నాడు.

ఇద్దరూ మౌనంలో పడ్డారు. చీకటి పడింది. వింత వింత రసాయనాల వాసనలు ఆవరిస్తున్నాయి. శంకరం పచార్లు చెయ్యడం చాలించి పరుపుచుట్ట స్తంభానికి ఆనించి, దానిమీద జార్లపడ్డాడు. కారియర్‌తో అన్నం, ఫ్లాస్క్‌లో పాలు తీసుకురమ్మని, అమృతం శంకరాన్ని పంపించి ఏదో మాట్లాడాలనుకుని అమృతం వాక్యాలని కంఠంలో సిద్ధం చేసుకుంది. కాని బయటికి అనలేకపోయింది. దయానిధి కళ్ళు మూసుకుని ఆలోచనలో పడ్డాడు. కుటుంబరావు, సుందరం అక్కడికొచ్చి మళ్ళా కబుర్లు మొదలెట్టారు.

"మాధవయ్యగారింటికి వెళ్ళి గడ్డెట్టిరానా?" అన్నాడు కుటుంబరావు.

"ఎండుగడ్డి గనకనైతే, నేవెళ్ళి నిప్పుపుల్ల పెట్టొస్తా" అన్నాడు సుందరం.

"నా విషయమై మీరేమీ ఆదుర్దాపడి కోతిపనులు చెయ్యకండి. ఒకవిధంగా నాకిట్లా జరిగినందుకు, కొంత సంతోషంగానూ, కొంత గర్వంగానూ వుంది. బాధపడటంలో స్వార్థం, త్యాగం వుంది. అందుకే మనిషి బాధని భరించగలుగుతున్నాడనుకుంటా."

"బాధలో వైరాగ్యం వుంటే అందులో కొంతభాగం మీ మామగారికి సమర్పించడం నీ విధి కాబట్టి, ఆయన కూడా బాధపడే మార్గం ఆలోచించు" అన్నాడు కుటుంబరావు కొంచెం హేళనగా.

"చూశావో లేదో తమాషా – కొన్ని అరెస్టులు జరిగాయి. అరెస్టు కావాల్సిన వాళ్ళ జాబితాలో నిధి పేరు లేదు. ఇది మామగారు అల్లుడిపై దయచూపడం కాదంటావా?" అన్నాడు సుందరం.

"మనం ఇక్కడ ముసుగులో గుద్దులాటెందుకూ? వెళ్ళి నాలుగు విషయాలూ ముఖాముఖిన అడిగేస్తే మంచిదని తోస్తోంది" అన్నాడు కుటుంబరావు.

"ఇందిర తన్నిచూడ్డానికి రావడం చూడనీయకుండా మాధవయ్యగారి తాలూకా మనుషులొచ్చి ఆమెను తీసుకెళ్ళి పోవడం – ఇవన్నీ నిధి స్నేహితులిద్దరికీ చెప్పాడు. సుందరం ఒళ్ళు మండిపోయింది. "పోనీ ఆ పిల్లకైనా జ్ఞానం వుండొద్దా! ఊళ్ళో నలుగురూ గడ్డెట్టరూ" అంటూ, ఏదో అనడం సాగించాడు.

"నాకు ఎవర్నో అడిగి తెలుసుకోవాల్సిన సంగతులు కనిపించడం లేదు. ఎట్లాంటి సందేహాలు లేవు... అంతా మబ్బులేని ఆకాశంలాగా తెల్లమై పోయింది. ఏదో బరువు తగ్గినట్లుగా వుంది. ఈ నిర్మలమైన ప్రశాంతహృదయం మహారణ్యంలో చెట్ల కింద సరస్సులా వుంది. అందులో ఎందుకు రాళ్ళు విసురుతారు?" అన్నాడు నిధి కళ్ళు కొంచెం మూసుగొని.

"అబ్బాయీ, సరస్సులో కప్పలు, చేపలు కదులుతుంటాయి... ఎలాగా నీ మనస్సు అలలతో కొట్టుకోవడం మానదు" అన్నాడు. సుందరం ఉపమానాన్ని అందుకుని పూర్తి చేస్తూ.

మాధవయ్యగార్ని కలుసుకుని, మళ్ళా వస్తామంటూ వాళ్ళిద్దరూ వెళ్ళిపొయ్యారు.

డాక్టరు, నర్సు వచ్చి పరీక్ష చేసి, కావాల్సినవి చూసి వెళ్ళిపోయారు.

అమృతం స్క్రీన్ వెనకాలకెళ్ళి మరోచీర కట్టుకుని, తల దువ్వుకుని జడ చుట్టగా చుట్టుకుని వచ్చి బల్లమీద కూర్చుంది.

"పోనీ నే వెళ్ళి ఇందిరని చూసొస్తా బావా" అంది నిశ్చయం చేసుకున్న దానికిమల్లే.

"ఇందిరని చూశావుగా" అన్నాడు.

"ఆ చూడ్డం వేరు, నీ కెట్లా వుందోనని ఆదుర్దా పడుతుంటుంది. అత్తగారితో మాట్లాడి...."

"ఏం మాట్లున్నాయి?"

"ఏమిటి బావా అలాగంటావు? శోభనానికి మరో ముహూర్తం పెడతారో... ఏమిటో కథ... నాలుగూ మాట్లాడొచ్చుగా" అంది.

"మా వర్గాలు విడిపొయ్యాయి అమృతం! మళ్ళా కలుస్తాయనుకోను" అన్నాడు నిధి నిమ్మళంగా లేచి మంచం మీద కూర్చుని.

"అశుభం మాటలేమిటి బావా? నువ్వనేది నాకర్థం కావడంలా"

"తల్లిదండ్రుల చెప్పుచేతల్లో పెరిగి, వ్యక్తిత్వం లేని అమాయకురాలు ఇందిర. వాళ్ళ క్షేమం కోసం తన సౌఖ్యాన్ని త్యాగం చేసుకుంటోంది. అంతేకాదు. మా విడిపోవడానికి ఇంకా లోతులున్నాయి అమృతం. వాటి పరిమాణం అందరికీ అర్థమవుతుందనుకోను."

"అంటే?"

"ఆదర్శాలలో ప్రధాన శత్రుత్వం వుంది. వారికి డబ్బు, ఉద్యోగం, హోదాతో వచ్చే సంఘంలో గౌరవం, బిరుదులు.... ప్రపంచంలో పైకి రావడం, ఇల్లు, భూములు, పెద్ద పెన్షన్‌తో రిటైర్ కావడం. బ్యాంకులో ఎక్కౌంటు... ఇవి కావాలి వారికి...."

"ఇవి ఎవరికి అక్కరలేదు? అందరూ వీట్నేగా ఆశించేది" అంది అమృతం.

"కొంతవరకూ, అందరూ వీటిని ఆశిస్తారు. నేను కాదన్ను, ఆశించవలిసిందే కూడా. కాని ఇవి పొందడం కోసం ఆత్మవిశ్వాసాన్ని, న్యాయవిచక్షణల్ని, సత్యాన్ని కొందరు వదులుకోలేరు. మన ప్రభుత్వం అన్యాయంగా ప్రజల్ని పీడించి, బానిసలుగా చేసిన చరిత్ర తెలిసిన యువకుడెవడూ ఈ దురంతరపు చర్యలో పాల్గొనడు, సత్యాగ్రహం ద్వారా ప్రజాసేవ చేసిన అనామకుడుగా, బీదవాడుగా జీవితం సాగిస్తాడు. అవసరమైతే మరణిస్తాడు. అంతేకాని అన్యాయానికి దాసోహం చెయ్యలేడు. మావి రెండు మార్గాలు. మాధవయ్యగారిది దక్షిణ మార్గం, నాది ఉత్తర మార్గం. మేం ఎప్పుడూ కలుసుకోం....

"నువ్వు చిత్రంగా మాట్లాడతావు బావా - మా వారెప్పుడూ ఇట్లాంటివి చెప్పరేం? ఇదంతా వింటుంటే ఏదో భయంగా వుంది...."

"అందులో ఆశ్చర్యం లేదు. వేలకి వేలు ఆస్తులు తగలేసి, భూములమ్ముకుని, చదువుకుని, డిగ్రీ పొంది తాలూకా గుమాస్తాగా చేరడం తప్పదు నేటి యువకులకి, తల్లిదండ్రులు అదే ప్రతిఫలంగా కోరుతున్నారు. సంఘం ఆమోదిస్తోంది. భార్య ఆఫీసనే జైలుకి పంపించే కాపలా మనిషి. మళ్ళా రాత్రికి ఇల్లు అనే మరో జైలులో మంచం కోళ్ళకి కట్టిపడేసి, తను పారా వుంటుంది. ఆ జీతం రాళ్ళకోసం భార్య రెవికలు, రిబ్బన్‌ల కోసం ఈ దౌర్భాగ్యుడు నలభై ఏళ్ళు కూలిపనిచేసి, నీచంగా బ్రతికి, తన కొడుక్కి సామ్యుఎల్ హోర్ దగ్గరనుండి రికమెండేషన్ తెప్పించి, కోర్టు అమీనాగా జేరుస్తాడు. తరువాత మరణిస్తాడు. సౌందర్యం, సత్యం, స్వేచ్ఛా, ప్రేమ, ఊహాగానం ఆధ్యాత్మిక ఆనందం, మానవుడు కోరదగిన ఏ ఒక్కదాని ఉనికి స్వప్నంలో కూడా గమనించకుండా మట్టిలో బ్రతుకుతాడు."

"ఇందిర అలాంటి మనిషనుకోను" అంది అమృతం.

"నేను ఇంతవరకూ మొగాడి జీవితం వర్ణించాను. ఇంక మన సంఘంలో స్త్రీ మాట చెప్పాలా? నువ్వు అనుభవిస్తూనే వున్నావుగా."

"నాకేం బావా?" అంది అమృతం ఆశ్చర్యంతో.

"మన నిజస్వరూపం మనం చూసుకోలేం. ఇతరులు చెబితే సహించలేం మనలని మనం మోసగించుకుంటూ, ఆత్మవంచనకి లోబడి రోజులు గడిపే నటులం మనం అందరం. నీ అత్తగారి రంపపు కోతలు భర్త మౌఢ్యం, ఒకర్నొకరు మోసగించుకోవడం, కమ్మారమ్మాయితో స్నేహం, సహనం - ఇంకా చెప్పాలా?"

"ఇట్లాంటివి అన్ని కుటుంబాలలోనూ వుంటాయి. ఇందులో విశేషం ఏముంది బావా? సంసారం గుట్టుగా చేసుకోడం తప్పా?"

"తప్పుకాదు, కాని, నీతి కాదు. అందరూ ఎట్లా చేస్తే అట్లా చెయ్యడం నీతి కాదు. ఇతరుల మెప్పుపొందడం కోసం కాకుండా, నీకు నిజమని, మంచిదని, మనస్ఫూర్తిగా తోచిన విషయాలని ఆచరణలో పెట్టడం నీతి. నీ ప్రవర్తనకి బాధ్యురాలవు నువ్వే. అంతే కాని, నీ భర్త, అత్తగారు, కుటుంబం, సంఘం బాధ్యులు కాకూడదు. నీ చేష్టలకు నువ్వెంత వరకూ బాధ్యురాలవో ఒక్కసారి ప్రశ్నించుకో" అన్నాడు నిధి నవ్వుతూ.

అమృతం చాలాసేపు ఆలోచించి అన్నది. "అయినా బావా, ఇవన్నీ ఊహించుకుంటేనే బాధపడటం జరుగుతుంది. అందరూ ఇట్లాంటివి అనుకుంటూ కూర్చుంటే ఒక్కరోజు బ్రతకగలరా?"

ఊహించుకోకుండా ఏ క్షణానికాక్షణం జీవించడం జగన్నాథం పద్ధతి. అక్కయ్యకీ ఆ పద్ధతే నచ్చడం నిధికి ఆశ్చర్యం కలిగించింది. మళ్ళా కళ్ళు మూసుకున్నాడు. జీవించడమా, జీవితాన్ని గురించి ఆలోచించడమా – ఏది మంచి పద్ధతి? అదీ సమస్య, అసలు "ఇది మంచిదీ" అని నిర్ణయించేటందుకు తగిన ఆధారాలేవి? ఒక మనిషి సుఖపడడమా? కష్టాలు పడ్డా చివరికి ఏదో ఘనకార్యం చెయ్యగలగడమా?

"నువ్వు దిగులుగా వుంటే ఎట్లాగో వుంటుంది బావా" అన్నది అమృతం, కొంత నవ్వు తెచ్చిపెట్టుకుంటూ.

"అప్పుడప్పుడు నీకిట్లాగే వుండదూ?"

"ఉంటుందనుకో– కాని ఒంటిగా ఉన్నప్పుడే"

"గుంపులో మధ్యనున్నవాడు, ఒంటిగా వుండడనా నీ ఉద్దేశం? అసలలా పదిమంది లోనూ వున్నవాళ్ళకే, తాము ఎంత ఏకాంతంగా వుంటున్నారో, తమకీ ఇతరులకి మధ్య ఎన్ని సముద్రాలు పొర్లుతున్నాయో! భయంకరంగా కనిపించి, మరీ బాధపడతారు. తెలుసా... అమృతం?" అన్నాడు నిధి.

"ఇతరుల సావాసం గిట్టక, ఎప్పుడూ ఒంటరిగా వుండాలనే వాళ్ళల్లో ఏదో లోపం వుంటుందనుకుంటా" అమృతం ఆ మాట అనేసినందుకు నాలిక కొరుక్కుంది, కాని, మాటలని వెనక్కి లాక్కోలేదు.

"ఇతరులతో కలిసి వుండాలంటే, మన వ్యక్తిత్వాలని చాలా వరకూ వొదులుకుని, మనకి అసహజమైన కొత్త లక్షణాలని ఎరువు తెచ్చుకుని నటించాలి. నువ్వు గ్రహించావా?

భర్తని భరించాలంటే, భార్య ఎంత త్యాగం చెయ్యాలి? అల్లాగే భర్తనూ, నిజస్వరూపాలని దాచుకుని ఎంతో అభినయం చేస్తేనే సంసారం నిలబడి, సంఘ జీవనం సాధ్యమవుతుంది."

"అట్లా ఉండడం మంచిదేగా - అల్లా వుండగా, దానికి అలవాటు పడిపోతాం, అందులో చెడు లేదు- మరి నీకెందుకు అల్లా వుండడం గిట్టదు?" అని అడిగింది.

అమృతం అమాయకంగా కనబడ్డా, అదంతా స్థిరపడిన మనస్తత్వాన్నించి జనించిందనీ, ఆ మనస్తత్వం తర్కబద్ధమైన అలవాట్లతో అమర్చబడ్డ వ్యక్తిత్వం మీద ఆధారపడిందనీ, నిధి గ్రహించుకున్నాడు.

"వ్యర్థ ప్రసంగం చేస్తున్నట్లు గ్రహించుకున్న వాళ్ళ మాదిరి, ఇద్దరూ ఒకర్ని చూసి ఒకరు నవ్వుకుంటూ, మళ్ళా నిశ్శబ్దంలో పడ్డారు. స్వల్ప విషయాలలో అభిప్రాయభేదాలున్నా, ప్రధానాంశంలో ఏకీభావం గల ఇద్దరి వ్యక్తుల సంభాషణ మాదిరి, వారి ప్రసంగం బయలుదేరిన చోటుకి చేరుకుని నిలిచిపోయింది."

ఇంతలో శంకరం టిఫిన్ కారీర్‌తో చక్కా వొచ్చాడు. అమృతం భోజనం అయింతర్వాత చెయ్యి కడుక్కుని మాధవయ్యగారింటికి వెళ్ళడానికి సిద్ధపడింది. నిధి వద్దన్నాడు. మళ్ళా ఘర్షణ ప్రారంభమైంది. అప్పుడే ఒకాయన గదిలోకొచ్చి, నిధికి ఒక ఉత్తరం ఇచ్చి దూరంగా వెళ్ళి నిలబడ్డాడు. నిధి ఆ ఉత్తరం చదువుకుని, "ఇక మీరు వెళ్ళవచ్చు" నన్నాడు. ఆ వొచ్చినాయన వెళ్ళిపోయాడు.

అమృతం ఆ ఉత్తరం తీసుకుని చూసింది తనకేమీ అర్థం కాలేదు. అది ఇంగ్లీషులో వుంది. ఏమనుందో నిధిని చెప్పమంది. అతను లేచి బ్రెడ్ తినడం మొదలెట్టాడు.

"రాక రాక వచ్చినందుకు నీకు మంచి మర్యాద జరిగింది. అవునా?" అన్నాడు.

"మర్యాద పరాయివాళ్ళకు గాని నాకెందుకు బావా?" అంది అమృతం.

"మర్యాద జరగనప్పుడు నొచ్చుకునేది, కావాల్సినవాళ్ళే."

"అది - ఒక మోస్తరుగా కావాల్సిన వాళ్ళు."

"నీకు నామీద అంత అభిమానం వున్నందుకు నేను ప్రతిఫలం ఏమీ ఇవ్వలేకపోతున్నా అమృతం..."

"నే కోరే ప్రతిఫలం నువ్వు సంతోషంగా వుండడమే" అన్నది.

"అందరూ ఒక వ్యక్తి సంతోషం కోసం ఎందుకు పాటుబడాలో నాకు తెలీడం లేదు. ఎవరి సంతోషం వారు చూసుగుంటే చాలదూ?"

"తమకి సంతోషం లేనివాళ్ళు, ఇతరులని సంతోషపెట్టినా తృప్తి పడగూడదు?"

అమృతం మాటలని తూకం వేసి విలువ కట్టడం సాగించాడు నిధి. అమృతానికి

తన జీవితంలో సంతోషం లేదు కాబోలు. ఎందుకు లేదో ఆమె కనబరిచే తృప్తి అంతా నటనే? అమృతం దేన్నో అన్వేషిస్తున్నట్లు కనబడుతోంది. దేన్నో అడిగితే? అతనికి ధైర్యం చాల్లేదు.

"ఆ ఉత్తరం ఏమిటో చెప్పవు బావా?"

"మాధవయ్యగారు రాసింది. చాలా అరెస్టులు జరిగాయట, నేను అరెస్టు కాకుండా ఆయన ఏర్పాటు చేశాడుట. నన్ను తక్షణం ఎక్కడికేనా వెళ్ళమన్నాడు. మిగతా విషయాలు తరువాత చూసుకుందాం" అన్నాడు.

"ఈ ఉత్తరం ఇన్స్‌పెక్టర్ జనరల్ ఆఫ్ పోలీసుకి పంపిస్తాను" అన్నాడు నిధి నిదానంగా, కాఫీగ్లాస్ నేలమీద పెడుతూ.

"అట్లా చేస్తే ఆయన ఉద్యోగానికి నష్టం కాదు బావా?"

"అట్లా అవాలనే."

"ఒద్దుస్మా."

"అవును అమృతం, మాధవయ్యగారు దేశానికి ఉపకారం చెయ్యలేకపొయ్యాడు. తనకీ అన్యాయం చేసుకున్నాడు. ఆయన విధి ఆయన నెరువేరుస్తూ, నన్నూ అరెస్టు చేసి వున్నట్లయితే సంతోషిద్దును నేను. నాకు నిజంగా జైల్లో కొంతకాలం గడపాలనుంది."

"బాగానే వుంది. ఆయన ఉద్యోగానికి భంగం కలిగితే, మనకే మొస్తుంది?"

"న్యాయాన్ని సాధించడం జరుగుతుంది. చూశావా అల్లుణ్ణి ఒదిలిపించేశాడని చెప్పుకునే అపకీర్తికన్నా ఉద్యోగం పోవడం పెద్ద అపచారమా?"

"నీ ధోరణి నిజంగా ఆ ఉత్తరం పోలీసు అధికారుల కిచ్చేటట్లుగా వుంది అల్లా చెయ్యకుస్మా."

"నీ కెందుకు అమృతం వారి మీద అంత జాలి" అని అడిగాడు. ఎల్లానూ ఇస్తాడని తెలిసి, ఇవ్వవద్దు అంటూ తన మంచితనాన్ని ప్రకటించుకోవడమా అది? లేకపోతే ఏదో ఘనకార్యం చేస్తున్నానని, సంస్కర్త స్వాతిశయమా?

"ఏం లేదు బావా... అనేక రకాల మనుషులుంటారు. వాళ్ళందర్నీ బాగు చేసినంత మాత్రాన న్యాయం జరుగుతుందా? ఎందరో మన్ని మోసగిస్తారు చివరికి మోసపోతారు కోమలి విషయం చూడు...." అంది అమృతం.

"కోమలి ఎవర్నీ మోసం చెయ్యలేదు. కోమలికి బాగా ప్రవర్తించడం అంటే ఏమిటో కూడా తెలీదు."

"బావా! నిన్నో విషయం ఎప్పటినుంచో అడగాలనుంది. ఏమీ అనుకోనంటే అడుగుతాను."

"తప్పకుండా అడుగు - పైగా నువ్వడిగేదేమిటో నాకు తెలుసు."

అమృతం ఆశ్చర్యం ప్రకటించింది.

"అయితే ప్రశ్న లేకుండా సమాధానం చెప్పు" అన్నది.

"నీ దగ్గర నాకు రహస్యం లేదు అమృతం! ప్రతివాడూ తన నిజస్వరూపం ఎవరో ఒకరి ముందు బయటపెడతాడు. నేను నీ ముందు బయటపెట్టక తప్పింది కాదు."

"ఓ యబ్బో ఈ మాటలకేంలే. మొగాళ్ళ రహస్యాలు ఆడాళ్ళతో ఎందుకు చెబుతారు. నాకు తెలియదేమిటి ఆ మాత్రం" అంది కాని, అతని కేసి రెప్పవాల్చకుండా వింతగా చూసి మళ్ళా మొహం తిప్పేసి, గోడమీద పురుగుల్ని వేటాడుతున్న బల్లికేసి చూస్తోంది.

"కాదు అమృతం, చెప్పకపోవడానికి కారణం, చెప్పింది. అవతలవాడు నమ్మడేమో నన్న భయం. చెప్పిన విషయాన్ని విమర్శించకుండా సానుభూతితో అర్థం చేసుకోగల సంస్కారం వున్నవాడు దొరికేవరకూ, మనలో సత్యం మరుగునపడి వుండాల్సిందే. కొంతమందికి అల్లాంటి వ్యక్తులు అసలెప్పుడూ జీవితంలో దొరకనే దొరకరు. వాళ్ళే విషాదకరమైన వ్యక్తులు. వాళ్ళు చివరికి అయితే మహా యోగులేనా అవుతారు. లేకపోతే రౌడీలేనా అవుతారు. తన ప్రవర్తన సరియైనదని రుజువు చేసుకుని సమాధాన పడటం కోసం, మానవుడు చేసే యత్నమే తన నిజ స్వరూపం."

అమృతానికి బాగా అర్థమైనట్టు లేదు. కొన్ని విషయాలు ఇట్టే బోధపడతాయి. వాటికి మాటలు, ధ్వనులు, నిర్వచనాలు ఏవీ అక్కర్లేదు. మరికొన్ని పరిశీలించి, తర్కించినకొద్దీ ఇంకా దూరమైపోయి ఆకృతిలేని, మేఘంలా విడిపోయి ఆకాశమంతా ఆవరిస్తాయి. అమృతం వెనక్కి జంకింది. చూపుతో, నాడి కదలికతో, చర్మం తాకిడితో చుర్రుమని కాలిపొయ్యే హృదయం, నోరు విప్పగానే మూగదైపోయింది.

"అసలు విషయం తప్పించేశావు. బావా.... నీకు కోమలంటే ఎందుకంత ఇది...?"

"ఇదంటే?"

"ఏమో బాబూ, నాకు తెలీదు."

"తలకాయ గిర్రున తిప్పి సిగ్గుని నవ్వులోకి మార్చేసింది అమృతం. అట్లా ఆ నవ్వు పైకి లేచిపోయి "దొంగబావా" అన్న వాక్యంలో పేలిపోయింది. రంగురంగుల నక్షత్రాలు ఆమె కళ్ళముందు కదిలాయి. ఇందాకట్నుంచీ అల్లుకున్న నిశ్చలత్వం ఒక్కసారి

విడిపోయింది. తినేటందుకు పురుగులేక బల్లి వెనక్కి వెళ్ళిపోయింది. శంకరం వచ్చే ఆవలింతను ఆపుగుంటూ చిటికలు వేస్తున్నాడు.

అమృతం లేచి ఒళ్ళు విరుచుగుని, అటూ ఇటూ పచార్లు చేసి మళ్ళా అతని దగ్గరగా వచ్చి...

"సమాధానం నాకు తెలుసు బావా" అన్నది.

"నీకు తెలియదు అమృతం. అసలు ప్రశ్న ఏమిటో కూడా నీకు తెలీదు" అన్నాడు.

"నాకు తెలుసు" అంది అమృతం.

"పోనీ నీ ప్రశ్న ఏమిటి? నాకు కోమలితో సంబంధం వుందా అని. లేదని, నీకు తెలుసు అయినా వుందని, నాకు కొంత బాధ కలిగించాలని, నిజాన్ని నిజం అని రుజువు చేయడం నాచేత కాదు" అన్నాడు నిధి.

అమృతం ఒక్కసారి మొహం విచారంగా చేసుకుంది. స్త్రీత్వం లోని అసహాయత కళ్ళల్లో ప్రదర్శించింది.

"అదికాదు బావా! కోమల్ని గురించి నీకెంతటి అభిమానం వుందో తెలుసుకోవాలని అన్నా కాని, నిన్ను బాధ పెట్టాలని కాదు. అయితే ఈ విషయం నీతో మాట్లాడన్లే. నేనేమన్నా తప్పుగా అంటే క్షమించు."

"స్త్రీ ఈ ధోరణిలో మాట్లాడినప్పుడు, తెరవెనుక జరుగుతున్న నాటకంలో పాత్రగా మారుతుంది. మనం చూడొచ్చు - వినొచ్చు. తెలుసుకోవచ్చు. కాని అర్థం చేసుకోలేం."

"ఇట్లాంటప్పుడు, మీ అమ్మగారుంటే ఎంత ధైర్యంగా వుండును" అన్నది అమృతం ఏదో విషయం ఎత్తుతూ.

అమృతం అనుభవం వల్ల తెలుసుకుని, ఆలోచించి ప్రయోగించిన అస్త్రం అది. మళ్ళా సంభాషణ ప్రస్తుత కర్తవ్యాన్ని గురించి ప్రారంభమైంది. నిధిని తనతో వాళ్ళ ఊరు రమ్మంది అమృతం.

"మీ ఆయన ఏమన్నా అనుకుంటాడేమో?" అన్నాడు.

"పో...ఏం మాటలు బావా?"

"నేను మా నాన్న దగ్గరికి బెంగుళూరు వెడుతున్నాను. నువ్వు తెల్లారగట్ట బండికి మీ ఊరెళ్ళు" అన్నాడు.

నిధికి మాధవరావుగారేర్పాటు చేసిన బసలో అమృతం, శంకరం పడుకోటానికి ఏర్పాటైంది. బండి తెల్లారగట్ల ఐదున్నరకి. స్టేషన్‌కి వెళ్ళేటప్పుడు అక్కడికొచ్చి చెప్పి వెడతామని... శంకరం, అమృతం బండిమీద గదికి వెళ్ళారు.

నాలుగింటికి అమృతం హాస్పిటల్‌కి వచ్చింది. నిధి నిద్రలో వున్నాడు. రాత్రి నిద్రపట్టిందని వార్డుబోయ్ అన్నాడు. అమృతం మెల్లగా అతని మంచం దగ్గరకొచ్చి మాధవయ్యగారు రాసిన ఉత్తరం కోసం వెదకడం మొదలెట్టింది. అతని దిండుకింద ఆ ఉత్తరం దొరికింది. దాన్ని తీసుకుని దాచింది. తరువాత అతన్ని లేపి "వెళ్ళొస్తా బావా! నువ్వు తప్పకుండా మావూరు రావాలిస్మా. మామయ్యని కూడా తీసుకురా. ఇంకో పది రోజుల్లో జగ్గుగాడు కూడా వొస్తాడు. ఏం?" అంది.

"నిధి లేచి కళ్ళు తుడుచుకుని ఆవలించి, "అల్లాగే" అంటూ మళ్ళా వాలాడు. బయట బండివాడు "టైమైంది లెగండమ్మా" అని అరుస్తున్నాడు.

"వెళ్ళొస్తా బావా! జ్ఞాపకం వుంటాం కదూ– ఓ ఉత్తరం ముక్క రాస్తుండు. తమ్ముడ్ని స్టేషన్‌కి పంపుతా..."

"తప్పకుండా వొస్తా. అయితే, ఓవేళ నే రాలేననుకో - నేను ఎప్పుడు రమ్మంటే అప్పుడు రాగలవా నువ్వు" అన్నాడు.

అమృతం అటూ ఇటూ చూసి, శంకరంతో "పద ఎక్కవోయ్ బండి" అంటూ "ఓ" అంది ధైర్యంగా. నమ్మమన్నట్లుగా, నవ్వి బండెక్కి వెళ్ళింది. భారతమాత సంకెళ్ళు చప్పుడు చేసినట్లు గాజులు చప్పుడు బయటనుంచి వినబడింది.

నిధి పక్క సర్దుకుంటూ దిండ్లకింద చూశాడు. మామగారు రాసి ఉత్తరం లేదు. అతనికి నవ్వొచ్చింది. చిత్రమైన మనిషి అమృతం అనుకున్నాడు.

★ ★ ★

188 చివరకు మిగిలేది

సౌందర్య రాహిత్యం

దయానిధి ఏలూరులో ప్రాక్టీస్ పెట్టాడు. మిగిలిన మూడెకరాల భూమి అమ్మి, దశరథరామయ్యగారు కొంత డబ్బు కొడుక్కిచ్చి, మిగతా డబ్బుతో నారయ్యని తీసుకుని దక్షిణదేశ యాత్రకి బయలుదేరారు. ఆ డబ్బుతో దయానిధి ప్రాక్టీస్‌కి కావాల్సిన సరంజామంతా తెచ్చుకున్నాడు. ఇల్లు కొంచెం పెద్దదే డాబా, మధ్య పెద్దహాలు, వెనుక రెండు గదులు, వరండాలోంచి పైకి మెట్లు, వెనకాల విశాలమైన దొడ్డి దాన్నిండా పూలమొక్కలు, అరటిచెట్లు, చుట్టూ గోడ - బొత్తిగా నడివీధిలో కాకుండా, కాలువకి కొంచెం దూరంలో వుంటుంది. రెండు గదులలోనూ, కుడివైపు దాంట్లో మందుల బీరువాలు, కుర్చీలు, బల్లలు, అమర్చబడి వున్నాయి. ఎడమవైపు దాంట్లో పుస్తకాల బీరువా, గుండ్రటి బల్ల, సోఫా, పడక్కుర్చీ వుంటాయి. రామదాసుని కాంపౌండరుగా పెట్టుకున్నాడు. భోజనం హోటల్ నుంచి కారియర్‌లో తెప్పించుగుంటాడు.

తన జీవితం అసంపూర్ణంగా వుందని దయానిధికి తెలుసు, మాధవయ్యగారి వద్దనుంచి ఉత్తరం రాలేదు. ఇతను ఇందిర సంగతి కనుక్కుంటూ రాసిన ఉత్తరానికీ జవాబు లేదు. ఇందిర ఇతన్ని ఇక్కడకొచ్చి, తనని తీసుకురమ్మని కబురంపింది. ఒకసారి ఉత్తరం వ్రాసింది. మామగారి దగ్గరకెళ్ళి, ఘర్షణపడి, పెద్ద గొడవచెయ్యడానికి ఇతనికి తగినంత ధైర్యమూ లేదు, ఇష్టమూ లేదు. పెళ్ళాం కాపరానికి రాదేం? అని చాలా మంది అతన్ని అడుగుతూనే వున్నారు. పుట్టింటి కెళ్ళిందనీ, చదువుకుంటోందనీ, జబ్బుగా వుందనీ ఏదో అబద్ధపు సమాధానాలు ఇతను చెబుతూనే వున్నాడు. జనం రకరకాలుగా చెప్పుకోడం సాగించారు. లండనెడతానని మామగార్ని ఒక్కసారి పదివేలు అడిగాడనీ, ఆయన ఇవ్వలేనందున భార్యని వొదిలేసి, వాళ్ళతో సంబంధం వదులుకున్నాడని,

కొందరనుకున్నారు! మరికొందరు ఇతనికి మరో స్త్రీతో పెళ్ళిగాక పూర్వం నుంచీ సంబంధం వుందని అభిప్రాయపడ్డారు. వారి అభిప్రాయాలని రుజువు పరిచే నిదర్శనాల కోసం వెదుకుతున్నారు. కాని ఫలితం లేకపోయింది. రికామీగా వున్న కొందరు వ్యక్తులు ఇందులో నిజమేమిటో తెలుసుకోవడానికి పరిశోధనలు చేస్తున్నారు. అందర్లాగే కాకుండా ఎవరేనా వింతగా జీవిస్తుంటే సంఘం క్షమించదు. అందరూ పెళ్ళాం బిడ్డలతో కాపురం చేస్తుండాలి. సన్యాసం పుచ్చుగుంటే అది వేరే సంగతి మనుషుల ప్రవర్తనకి బహిర్గత చిహ్నాలు చూపమని శాసిస్తుంది. పరీక్ష ప్యాసైతే సర్టిఫికెటు, పట్టా పుచ్చుగుంటే బోర్డు, పెళ్ళాం వుంటే మెళ్ళో పుస్తి, సన్యాసం పుచ్చుకుంటే కాషాయవస్త్రం, గుండు, పోనీ గడ్డం ఇవన్నీ చూపాలి.

ఒకరోజున నిధి, క్లబ్బులో ప్రకాశరావుని కలుసుకున్నాడు. ప్రకాశరావు తండ్రికీ, దశరథరామయ్యగారికీ పరిచయం వుండేది. ప్రకాశరావు 'లా' పూర్తి చేశాడు. కాని ప్రాక్టీసు పెట్టలేదు. అతనికింకా వివాహం కాలేదు. అవీ ఇవీ మాట్లాడుకున్న తర్వాత ప్రకాశరావు శ్యామల విషయం చెప్పాడు.

శ్యామల ప్రకాశరావు చెల్లెలు; వయస్సు 22. అత్తారు నూజివీడు దగ్గర. శ్యామల భర్తకి బొంబాయిలో ఫ్యాక్టరీలో పని. బొంబాయిలో నాలుగేళ్ళు కాపురం చేసింది. ఆమె తండ్రి, అన్నగారు ఒక్కసారి తీసుకొచ్చి చూపించమని ఎన్నిసార్లు వ్రాసినా అతను సెలవు దొరకలేదనో తనకి ఒంట్లో బాగాలేదనో, ఏదో సాకు చెబుతూ నాలుగేళ్ళు మధ్యలో ఒక్కసారి కూడా భార్యని పుట్టింటికి తీసుకురాలేదు ఎప్పుడేనా ప్రకాశరావు బొంబాయి వెళ్ళి చెల్లెల్ని చూసి వస్తుంటాడు. ఈ మధ్య తండ్రికి జబ్బు చేసి కూతుర్ని చూడాలనుందంటే ఇతనువెళ్ళి శ్యామల్ని తీసుకువచ్చాడు వచ్చిన మర్నాడే శ్యామల ప్రవర్తన వింతగా వుంది

మనిషి అసలే సన్నం, పైగా అన్నం తినడం మానేసింది. ఆకలి లేదంటుంది. అందరూ బలవంతం చేస్తే కాస్త తిని డోక్కుంటుంది. కొన్ని చిత్రమైన పనులు చేస్తుంది. బొగ్గుల్ని చూస్తే శ్యామలకి భయం. అయినా నీళ్ళ దగ్గరే కూర్చుని, బొగ్గులు కాలుతుంటే తదేక దీక్షతో చూస్తూ కూచుంటుంది. మధ్యలో పొయ్యిలో నీళ్ళోసి, మంట ఆర్పేసి, బొగ్గుల్ని పొడుం చేసి, కాటికగా పెట్టుకునో, పౌడర్‌లా మొహానికి రాసుకునో, లేకపోతే ఆ పొడుం నీళ్ళల్లో కలిపి పోసుగోడమో చేస్తుంది. అదేమిటే అని అడిగితే మరిచిపొయ్యా నంటుంది. వంటింట్లో సత్యనారాయణస్వామి బొమ్మ దగ్గర కూర్చుని దానికేసి చూస్తూ, కొంత మట్టి తీసి నీళ్ళల్లో కలిపి, ఆ బొమ్మకి పట్టిస్తుంది. అదీ ధోరణి. నూజివీడులో వైద్యులు గాలన్నారు. భూతమన్నారు. మళ్ళా మనిషి శుభ్రంగా, తెలివిగా మాట్లాడుతుంది.

ప్రకాశరావుకి వైద్యులు చెప్పిన విషయాలలో నమ్మకం లేదు. ఏ మద్రాసో తీసుకెళ్ళి డాక్టర్లకి చూపించాలని వుందన్నాడు.

"బొంబాయి నుంచీ, తన కాపురం ఎలా వుంటున్నదీ, భర్త విషయం ఎప్పుడైనా ఉత్తరాలలో రాసేదా?" అని అడిగాడు నిధి.

"మొత్తం నాకు ఈ నాలుగేళ్ళలో, ఆరు ఉత్తరాలు వ్రాసింది. తను బాగానే వున్నానని ుాసేది కాని..."

"భర్త విషయం...?"

"అంతా బాగానే వున్నామని వ్రాసేది."

"నువ్వు బొంబాయి వెళ్ళి చూసేవాడవు కదా, నీకేమన్నా విచిత్రంగా తోచేదా?"

"అంటే?"

"బావగారు నీకు నచ్చేవాడా?"

"నా అనుమానం అప్పుడప్పుడు అతను తాగుతాడని. శ్యామల నడిగాను. అది నవ్వి – కాదు అవన్నీ ఖాళీసీసాలు, స్పిరిట్, నూని ఇవి పోసుకునేందుకు కొనుక్కున్నామనేది."

"అతని ఆర్యోగ్యం."

"దుక్కలాగుండేవాడు."

"మీ శ్యామలకి పిల్లలా?"

"లేరు"

"కడుపొచ్చి పోయిందా?"

"నేనడగలేదు."

శ్యామల్ని చూడాలని వుందన్నాడు నిధి. వాళ్ళిద్దర్నీ ప్రొద్దున తనింటికి రమ్మని ఆహ్వానించాడు.

"నేనేమీ మందిచ్చి జబ్బు కుదురుస్తాననుకోవద్దు. ఊరికే ఫ్రెండ్లీ విజిట్ – శ్యామల్ని చూడాలని కుతూహలంగా వుంది." అన్నాడు.

ప్రకాశరావు పేకాట బల్ల దగ్గరికీ, దయానిధి కారమ్ బల్ల దగ్గరికీ కదిలారు.

ప్రొద్దున్నే ప్రకాశరావు, శ్యామల్ని తీసుకొచ్చాడు. నిధి ఆమెను చూడగానే ఆశ్చర్యపడినా, పైకేఆశ్చర్యాన్నీ ప్రకటించలేదు. పెండ్లి సంబంధాలు చూస్తూ తను చూసిన పిల్లలలో శ్యామల ఒకత్తి. ఈ సంగతి ప్రకాశరావుకీ తెలీదు. శ్యామల గుర్తుపట్టినట్లు లేదు. శ్యామల కొంచెం నలుపు. అంత ఎత్తరి కాదు. చర్మాన్ని ఎముకలమీద సాగదీసినట్లు

సన్నగా వుంటుంది. అందమైన పళ్ళ వరుస మాట్లాడినప్పుడు చూడముచ్చటగా వుంటుంది. కాని మాట్లాడదు. గదిలోకి రాగానే; బల్లముందు కూర్చుని ఇంటికప్పు, గోడలని చూడటం మొదలెట్టింది. బల్లమీద వున్న సిరాబుడ్డి తీసుకుని, కొంచెం సిరా మీద పోసుగుంది. ఆమె కట్టుకున్నది పసుపుపచ్చ పువ్వులద్దిన నల్ల అద్దకం చీర. గుజరాతీ ఫక్కీలో కట్టి, నెత్తిమీద వేసుకున్న ముసుగుని తీసేసింది. జడ ముందుకు వేసుగుని ఇప్పింది. సిరా జడకి పూసుకుంది. "చాలా మంచివాసన" అన్నది సిరావాసన చూస్తూ.

నిధి ఆమెని పరీక్ష చేసి, ప్రకాశరావుని పక్కగదిలో కూర్చోబెట్టి మళ్ళా ఇవతలికొచ్చాడు.

"బొంబాయి బాగుంటుందా?" అని అడిగాడు.

"బాగంటే?"

"అందంగా వుంటుందా?"

శ్యామల వికటంగా నవ్వి, జడ తన మెడచుట్టూ బిగించుకుంది.

శ్యామల లేచి అన్ని మూలలా పచార్లు చేసి, వాసన చూసింది.

"మీ ఇంటికి అద్దెంత?"

"మనిషికి రూపాయి."

"అంటే?"

"నలభై మందున్నాం."

"నలభై అన్నమాట" అన్నాడు.

"భోజనానికెంతవుతుంది." అని అడిగాడు మళ్ళా.

"గుర్రాని కెంతవుతుంది?" అని ప్రశ్నించింది.

"సరే, మీ ఆయన పన్లో కెన్నింటికెడతాడు?"

"ఇంట్లో ఆదివారం గంట" అంది.

"పోనీ రోజూ ఎన్నింటికి ఇంటికొస్తాడు?"

దీనికి శ్యామల సమాధానం చెప్పలేదు. "చాలా చక్కగా వుంది" అంటూ బయట అరుగుమీదకి నడిచి పచార్లు చేస్తోంది. నిధి దొడ్లో గాలేస్తుంది రమ్మని పూలమొక్కల దగ్గరికి తీసికెళ్ళాడు. వాటికేసి వింతగా చూసింది. ఒక పువ్వుని కోసి వాసన చూసి, "ఛీ పాడువాసన" అని నలిపిపారేసి కిందమట్టిని అరిచేతుల్లో రుద్దుకుని, మొహం అంతా తుడుచుకుంది. ఆకాశం కేసి చూసి ఆలోచించి చివరికి నేలమీద పడుకుంది.

"నువ్వు రోజల్లా ఎట్లా గడిపేదానివి బొంబాయిలో?" అని అడిగాడు.

శ్యామల నవ్వింది. కాని సమాధానం చెప్పలేదు.

"శ్యామలా, నువ్వు కట్టుకున్న చీర ఎంతో బాగుంది. నువ్వు కొనుక్కున్నావా? మీ ఆయన కొన్నాడా?" అని అడిగాడు.

శ్యామల చీరకేసి, గర్వంగా చూసుకుని, పమిటకొంగు తీసేసి గడ్డిమీద పరిచి మొహం అందులో దాచుకుంది. పల్చబడి గుండెలకతుక్కుపోయిన రొమ్ములు, కంఠ నరాలు సాలిగూడులా మెదుల్తూ, భయంకరంగా వుంది శ్యామల.

"మీ ఆయన మంచివాడేనా? ఎట్లా వుంటాడు, చెప్పవ్?" అన్నాడు.

"ఓ ఫ్యాక్టరీ గొట్టంలాగుంటాడు" మళ్ళీ నవ్వింది, "మీకు తెలియదు బొగ్గు వాసన, తారు జిగురు... మాట్లాడితే మరల మోత, నవ్వితే నషాళం అంటే నలుపు" అని ఇంకా చెప్పబోతోంది.

అతను ఆమె దగ్గరకు వెళ్ళి, మెల్లిగా అడిగాడు.

"నీకు నిద్ర బాగా పడుతుందా?"

"నే నసలు మేలుకోను."

"కలలు తరచూ ఒస్తుంటాయా?"

"బొంబాయి కల" లంది తను మెల్లిగా...

"ఓ కల చెప్పవు?"

"బొంబాయి రండి చెబుతాను."

"ఎట్లా రాను? మీ గదిలో నలభైమంది కాపురం వున్నారన్నావు. మరి నాకు చోటేది వొస్తే?"

"నా బుజాలమీద" అంది వికృతంగా నవ్వుతూ.

అంతలో ప్రకాశరావు దొడ్డి వేపుకొచ్చాడు. అతన్ని చూసి, శ్యామల "బాబో బొంబాయి మనిషి" అంటూ గబగబా లోపలికి పరుగెత్తింది.

నిధి మెల్లిగా నడిచి మెట్లమీద కూర్చున్నాడు. ప్రకాశరావు అతని కేసి ప్రశ్నార్థకంగా చూశాడు.

"ఏమిటంటావు?"

"నాకేమీ తెలీడం లేదు. అయినా, నాకో అనుమానం కలిగింది నా దగ్గర శ్యామలని రెండు వారాలుంచగలవా?"

"ఏం?"

"ఉంచితే నా అనుమానం తీరిపోవడమో, రుజువు కావటమో జరుగుతుంది."

"టి.బి.యా?"

"కాదు, కాదు."

"చెప్పకూడదూ...."

"నేనిప్పుడు చెప్పను. నువ్వు నవ్వుతావు పైగా నమ్మవు. అంచేత ముందు నే నిర్ధారణ చేసుకుని నీకు తెలియపరుస్తా. అదృష్టం వుంటే ఆమె మామూలు మనిషి కూడా కాగలదు. లేకపోతే నష్టం మట్టుకు లేదు" అన్నాడు నిధి.

"మా ఇంటికొచ్చి, మందు ఇవ్వడానికి వీలవుతుందా?"

"కాదు, ఇక్కడే వుండాలి."

"ఉంచుతాను ఎవ్వరితో చెప్పను. ఏమిటో కథ నాకు చెప్పకూడదూ?" అన్నాడు ప్రకాశరావు.

"చెపుతాను; ఎవ్వళ్ళతో అనకు. సౌందర్య రాహిత్యం అనే జబ్బుతో బాధపడుతోంది శ్యామల" అన్నాడు. ఇద్దరూ లోపలికెళ్ళారు.

ప్రకాశరావు శ్యామల్ని పదిరోజుల పాటు నిధి ఇంట్లో వుండేటందుకు అంగీకరించారు. దొడ్డివైపు వున్న వరండాలో సగం ఒదిలేసి, ఒక స్క్రీన్ ఏర్పాటు చేసి ఆ వరండా, దానవతలున్న గదీ, శ్యామల కోసం ఏర్పాటు చేశాడు. గదంతా మార్చివేశాడు. నిధి గోడకి సగం భాగం ఆకాశంరంగు వేయించాడు. క్రింది భాగానికి పసుపుపచ్చ రంగు కాగితం చుట్టూ అంటించాడు. నాలుగువైపులా నాలుగు చిత్రపటాలున్నాయి. మూలల్ని ఎత్తు బల్లలు అమర్చి, వాటిమీద పూలతొట్టెలు ఫోటోగ్రాఫ్‌లు వుంచాడు. నేలంతా మబ్బురంగు తివాచీ పరిచాడు. మూలగా, కిటికీ పక్కన మంచం... కిటికీలోంచి చెట్లు ఆకాశం కనిపిస్తుంటాయి. కూర్చునేందుకు వరండాలో కుర్చీలు మధ్యన గుండ్రటి బల్ల; చిన్న పుస్తకాల షెల్ఫు... వీటిమధ్య శ్యామల ఏకాంతంగా కాలం గడపటం. రామదాసు వేళకి భోజనం వరండాలో పెడుతుంటాడు. కుట్లు, అల్లికలు వీటికి కావల్సిన సరంజామా గదిలో వుంచారు. డ్రాయింగు కాగితాలు; రంగులపెట్టె కుంచెలు ప్లాస్టర్ ఆఫ్ పారిస్‌తో కలిపిన మట్టి మైనం; ఒక ముద్దగా చేసి ఒక మూల బల్లమీద వున్నాయి. అప్పుడప్పుడు నిధి వచ్చి శ్యామల ఏం చేస్తుందో చూసి, కాసేపు మాట్లాడి పోతుండేవాడు. మొదటిరోజున దొడ్లో మట్టి తీసుకొచ్చి, మంచంమీద చల్లింది శ్యామల. "పోనీ మంచం దొడ్లో వేయించనా" అన్నాడు నిధి.

శ్యామల మాట్లాడకుండా మంచం కింద దూరి ఒట్టి నేలమీద పడుకుని తలగడ దిండు గుండెలమీద వుంచుకుంది.

"ఇక్కడ బాగుందా?"

"అంటే?"

"నీ మనస్సు హాయిగా, నిశ్చింతగా...." శ్యామల మాట్లాడలేదు.

"మీ ఆయన్ని రమ్మని వ్రాయనా? ఇద్దరూ హాయిగా ఇక్కడే వుందురు కాని" అన్నాడు.

"బాబోయ్" అని కళ్ళు గట్టిగా మూసుకుంది.

"ఏం?"

"ఏనండి, ఏనండి" అంది.

నిధి విన్నాడు. మిల్లుకూత ఆ శబ్దానికి బెదిరిపోతోంది శ్యామల.

"శ్యామలా, నీకు పాటలొచ్చునా?"

"ఓ"

"అయితే పాడు"

"మట్టి మశానంలో మసలే ఓ రామయ్యా."

"ఓ, ఫస్టుగా వుంది. గ్రామ్‌ఫోన్ తెప్పించనా?"

నారాయణగారింటికి కబురంపి, నిధి గ్రామ్‌ఫోన్ తెప్పించి, గదిలో పెట్టాడు. మొదట్లో శ్యామల ప్లేట్లని చూసి భయపడింది. నిధి ప్లేట్లమీద సౌండ్ బాక్స్ పెట్టిం తర్వాత, తెల్లటి గుడ్డతో మొత్తంగా కప్పాడు. బెంగుళూరు నాగరత్నం, వనజాక్షి రాచప్ప, ఖాదర్ బాచ బాలగంధర్వ, రామనాధశాస్త్రి వీళ్ళ రికార్డర్లలో శ్యామలకి, వనజాక్షి పాటలు నచ్చాయి. అవే అస్తమానం పెట్టుకునేది. ముఖ్యంగా, రికార్డు చివర "మైనేమ్ ఈజ్ మిస్ వనజాక్షి" అన్న వాక్యం శ్యామలకి చాలా ఇష్టం, తనూ చివర, "మైనేమ్ ఈజ్ మిస్ శ్యామలా" అంటూ కూర్చునేది.

"నువ్వు మిస్‌వి కాదు" "మిస్ అనేది పెండ్లికాని వాళ్ళకే" అన్నాడు నిధి.

"ఆ మాత్రం తెలుసులే వెళ్ళవయ్యా, మిస్టర్ నిధి"అంది శ్యామల.

మళ్ళా తనే అడిగింది.

"మిస్ నిధి ఎక్కడ?"

"అంటే"

"యూవర్ వైఫ్."

నిధికి సమాధానం ఏం చెప్పాలో తెలియడం లేదు.

"బొంబాయి వెళ్ళింది."

"ఏం?"

"అది స్వర్గలోకం. వెళ్ళినవాళ్ళు వెనక్కి రారు."

మూడోనాడు శ్యామల రామచిలక కావాలంది. నిధి మనుషుల్ని బంపి, ఓ చిలుకని పట్టించి పంజరంలో వుంచి, గదిలో పెట్టాడు.

ఒకటి చాల్దు, ఇంకా కావాలంది శ్యామల. మరో రెండు చిన్ని చిలకల్ని కూడా తెప్పించి, వేరే పంజరాల్లో పెట్టించాడు, అన్నీ ఒక పంజరంలోనే వుండాలంది. అన్నింటినీ ఒకే పంజరంలోనే వుంచాడు. అవి మొదట్లో పొడుచుకునేవి; తరువాత గత్యంతరం లేక అల్లాగే వుండి పొయ్యేవి.

"ఒక్క పంజరంలో నలభై చిలుకలు కావాలి" అన్నది శ్యామల.

నిధికి అప్పటికి అర్థమైంది. "ప్రయత్నం చేస్తున్నాను. మెల్లి మెల్లిగా వొస్తా" యని చెప్పి శ్యామల్ని ఊరుకోబెట్టాడు.

శ్యామల ఆ పంజరంతో ఆడుకునేది. పంజరం నిండా మట్టిపోసేది, సున్నం మెత్తేది, సిరా పోసేది పుల్లలతో చిలకల్ని పొడుస్తూ ఆనందించేది.

ఐదోనాడు, పిచ్చిపిచ్చిగా రంగులతో బొమ్మలు గియ్యడం మొదలెట్టింది. ఫ్యాక్టరీ గొట్టాలు, మరలు; అవి ఆమె గీసిన బొమ్మలు, కుట్లు అల్లికలు సాగించినది. "ఇబాంబో" అని అక్షరాలని కుట్టింది. ఆ గుడ్డని పంజరం మీద కప్పింది. సాయంత్రం ఏడైంది కిటికీలోంచి చంద్రుడు కేసి చూస్తూ కూర్చుంది. నిధి లోపలికొచ్చాడు.

"చందమామ బాగుందా?"

"చంద్రుడిలో ఫాక్టరీ వుందండోయ్- అదిగో నల్లగా గొట్టం - పొగరాదేం?"

"వెనక వుండేది, ఈ మధ్యన పాడైపోయి, నిల్చిపోయింది" అన్నాడు నిధి.

"ఐతే శ్యామలా! చిలకల్ని అల్లా పొడుస్తున్నావు కదా, అవి చచ్చిపోవు?"

"చావాలనే పొడవటం - మీకంత మాత్రం తెలీదు."

"ఎందుకు నీకంత కసి?"

"అవి చస్తే, నా కానందం."

"పోనీ, వాటిని ఒదిలేద్దాం."

"అమ్మో, అవిలేకపోతే కాలక్షేపం కాదు."

"కాలక్షేపానికి బోలెడున్నాయి. పుస్తకాలు చూశావా? కన్యాశుల్కం - చిలకమర్తి వారి గణపతి. కర్పూరమంజరి - బొమ్మలు, కుట్లు గ్రామఫోన్, చంద్రుడు, పూలు, నక్షత్రాలు..."

"మీరు చాలా మంచివారు."

"నేనేం మంచి? పాపం నీకెంత కష్టంగా వుందో ఇక్కడుండటం! జైల్లో వున్నట్లు

వుంది కాదు? ఆ చిలకలు, నువ్వూ ఒకేరకంగా బాధ పడుతున్నారు – ఔనా? పోనీ, మీ అన్నయ్య దగ్గరికి వెళ్ళిపోతావా?"

"నాకిక్కడే బాగుంది."

"బాగంటే ఏమిటి?"

"ఏమో."

"అనుతే శ్యామలా, నేనెవర్నో జ్ఞాపకం వున్నానా?"

"ఓ నన్ను చూడ్డానికి వచ్చారు, వెనుక నేను మీకు నచ్చలేదు. అందుకని నన్ను చేసుకోలేదు. మీ పెళ్ళాన్ని చూపించండి, ఏ ఊళ్ళో వుంది?"

"వాళ్ళ ఊళ్ళో వుంది. రమ్మని వ్రాయనా?"

"ఓ"

"మీ ఆయన్ని కూడా రమ్మని వ్రాయనా? పాపం నీ కోసం బెంగ పెట్టుకొన్నాడట."

"నిజంగా?"

"అవును."

"పోనీ, రమ్మనండి."

"పొద్దవుతోంది భోజనానికి లే..."

"మీరు నాతో కూర్చుని తినండి."

ఇద్దరూ వరండాలో కూర్చుని భోజనం చేశారు. భోజనం చేసి ఇవతలకి రాగానే గుమ్మంలో రోజ్ నిలబడి వుంది. స్కూల్లో ఆమె ఉద్యోగం తీసేశారట. నిధి ఆమెని తన దగ్గర కాంపౌండర్‌గా వుండమన్నాడు– అభ్యంతరం లేకపోతే. రోజ్ ఒప్పుగుంది. శ్యామలకి తోడుగా కూడా వుంటుందనుకున్నాడు.

ముందు గదిలో కెళ్ళి కూర్చోగానే రోజ్ ఓ ఉత్తరం ఇచ్చింది. తను కోమల్ని ఎక్కడ ఎల్లా కలుసుకున్నదీ చెప్పింది. ఆ ఉత్తరం ఇది :

మిమ్మల్ని చూడాలని వుంది. ఎందర్నో అడుగుతాను. నేను ఇదివరకు కోమల్ని కాను. జమీందారు చదువు చెప్పిస్తున్నాడు. మీ అమృతంగారూ వారూ బాగా వున్నారు? మీ భార్యగార్ని వొస్తే చూపిస్తారా? నేను అక్కడకొస్తే నాతో మాట్లాడతారా? నాకు రాత్రుళ్ళు నిద్రపట్టదు. నిద్దట్లో అస్తమానం మీరే కనపడతారు. అట్లా ఎందుకుంటుంది? నేను మీకు జ్ఞాపకం వస్తానా? ఇంకెందుకొస్తాను?

నేనిప్పుడు చిక్కుల్లో వున్నాను. జమీందారు ఏ ఊరో చెప్పకుండా వెళ్ళాడు. నెల

దాటింది. మీరు కొంచెం డబ్బు పంపిస్తారా? నన్ను రమ్మంటారా? ఏమి చెయ్యను, చూసి వొచ్చేస్తాను. లేకపోతే జ్వరం వస్తుంది."

"డబ్బు పంపమని నీతో చెప్పిందా?"

"మనియార్డర్ చెయ్యమంది."

"ఏమిటి చిక్కు?"

"నాతో చెప్పలేదు."

"మందులకా?"

"నాకు తెలవదండి."

మొన్నాడు నిధి రెండొందలు మనియార్డరు పంపించాడు. కోమల్ని రమ్మని రాసేటందుకు సాహసించలేకపోయ్యాడు. అయినా ఆ రాత్రి కూర్చుని కోమల్ని గురించి తన కెట్లాంటి అభిప్రాయం వున్నదీ విపులీకరించేందుకు ఒక పెద్ద ఉత్తరం వ్రాశాడు. పొద్దున్నే ఆ ఉత్తరం చదువుకున్నాడు. అందులో రాసిన సత్యాలని సంశయిస్తున్నాడు. తనకి నిజంగా కావల్సింది కోమలి శరీరం, అది పవిత్రమైన శరీరం కాదన్న సత్యాన్ని సహించలేడు. అది అతనికి వాంఛకి అడ్డుగా తోచటం లేదు. ఆకలేసినప్పుడు ఏమీ దొరక్కపోతే గడ్డి తింటాడు మనిషి. అందంకోసం ఆకల్ని ఎవడు చంపుకుంటాడు? కోమలి, అందం శరీరానికి పవిత్రతని కూడా ఆపాదిస్తుంది. అది మాయ భ్రమ. ఆ భ్రమని వాంఛించటం తప్పదు. ఈ లోకాన్ని పట్టుకుని పాకులాడే వాళ్ళకి ఆ భ్రమ యథార్థం. పరలోక చింతాపరులకి, ఈ యథార్థం భ్రమ. ఉత్తరాన్ని చించి వేశాడు నిధి.

శ్యామల గదిలో గ్రామ్‌ఫోన్‌తో కలిపి తనూ పాడుతోంది. గదిలో కొచ్చాడు. చిలకలు గొడవ చేస్తున్నాయి. శ్యామల గీచిన బొమ్మలు మంచం కింద వున్నాయి. సగం అల్లిన దుస్తులున్నాయి ప్లాస్టర్ ఆఫ్ పారిస్‌తో పొడుగాటి గొట్టాలని తయారు చేసింది. పేకముక్కలతో మేడ కట్టింది. ఆ గదిలో ప్రతీ వస్తువూ నిజస్వరూపాన్ని చాటేస్తోంది.

"నువ్వు బాగా పాడతావు శ్యామలా, సంగీతం చెప్పించుకోరాదు?"

గర్వంగా నవ్వింది శ్యామల. "నేర్చుకుంటా."

"నీ కిక్కడ బాగుందా?"

"అంటే?"

"ఇక్కడే వుండాలనుందా, వెళ్ళిపోవాలనుందా?"

"నాకు ఈ గదిలో బాగా లేదు, నూతిపళ్ళెం దగ్గర ఓ గది కట్టించు."

మధ్యాహ్నం తాటియాకు, కర్రలు తెప్పించి, దొడ్లో చెట్లమధ్య ఓ చిన్న పందిరి

వేయించి మంచం, కుర్చీలు అక్కడికి పట్టించాడు. శ్యామల ఆ దొడ్లో గడుపుతోంది. కింద గడ్డిలో పడుకుంటుంది. పువ్వుల రేకలని పొడుం చేసి ఒళ్ళంతా పోసుగుంటుంది. చేదతో తనే నీళ్ళు తోడుకుని ఒళ్ళు తడుపుకుంటుంది.

శ్యామల ఆహారానికి చాలా ఖర్చవుతోంది. ద్రాక్ష, దానిమ్మ, మామిడి, అరిటి, సపోటా, అనాస - రకరకాల పళ్ళు, పాలు ఎన్నో కావాలి శ్యామలకి. విపరీతమైన ఆకలి తెలియపరుస్తుంది. పల్చటి తెల్లచీర కట్టుకుని వెన్నెట్లో నూతిపళ్ళెం మీద కూర్చుని పిచ్చిపాటలు పాడుతుంది. అక్కడికి నిధి వొచ్చాడు.

"ఇప్పుడు బాగుందా?"

"ఓ, కాని ఆ నూతిలో వుండాలని వుంది."

"చల్లగా వుండాలన్న మాట, రాత్రి మంచుపడి జలుబు చేస్తుంది. మంచం గదిలో వేయిస్తా."

"గదిలో చిలకల గోల."

"వొదిలేద్దాం."

"అమ్మో, అవి అందులోనే చావాలి."

"ఎందుకంత కసి."

పెద్ద గాథ చెప్పింది. మధ్యలో ఒక్కొక్క ద్రాక్షపండే నోట్లో వేసుకుంటూ, తన వెనుకటి కథ చెప్పడం సాగించింది. శ్యామలకి బొంబాయి పట్నం, అక్కడి మనుషులు, రొద, గందరగోళం, మిల్లులు - ఇవంటే భయం, భర్తను ఈమె ప్రకృతి రీత్యా కోరింది. ఇవ్వలేక పోయాడు. దానికి కారణం ఆ వాతావరణం అని, శ్యామల భ్రాంతి ఐదో నెలలో గర్భం పోయింది. ఏవో బాధలు, చెప్పుకోలేదు. చెబితే భర్తకి అర్థం కాదు. శ్యామలకి జీవితంపై మమకారం ఎక్కువ. జీవితాన్ని హింసించాలి. ఎట్లా? తన్నుతానే హింసించుకుంటుంది.

భోజనాలు కాగానే, నిధి ముందు గదిలోకి వెళ్ళిపోయాడు. సైకోథెరపీ మీద డాక్టర్ పోన్సన్‌బీ బొంబాయిలో ఇచ్చిన లెక్చర్లు విన్నాడు. ఆ వ్యాసాలు తీసి చదవడం మొదలెట్టాడు. శ్యామలతో వొచ్చిన తిరకాసు కొంతవరకూ అతనికి అర్థమయినట్లు తోచింది. గడియారం తొమ్మిది కొట్టింది. కాంపౌండింగ్ రూమ్ తలుపులు వేసిన చప్పుడైంది. రామదాసు వెడుతున్నాడు. రోజ్ తన పక్కచుట్ట సర్దుకుంటోంది. శ్యామల గది నిశ్శబ్దంగా వుంది. బయట ఎద్దుల బండి నిలిచిన చప్పుడైంది. గది తలుపు ఎవరో తట్టారు.

వెళ్ళి తలుపు తీశాడు వెంకటాద్రిగారు.

"ఇందిర వచ్చింది."

"లోపలికి రమ్మనండి."

ఇందిర లోపలికొచ్చి హాల్లో బల్లమీద కూర్చుంది.

"సామానులు లోపల పెట్టించండి" అన్నాడు నిధి.

"సామానులేమీ లేవు" అన్నాడు వెంకటాద్రిగారు.

"భోజనాలు చేశారా?"

నేను రాత్రిళ్ళు భోజనం చెయ్యను. అమ్మాయి పళ్ళు తింది" అన్నాడు.

రోజ్‌కి కారియర్, ఫ్లాస్క్ ఇచ్చి పంపించాడు నిధి. వెంకటాద్రిగారు ఫలహారం చేశాడు.

"ఇల్లు బాగానే వుంది. అద్దెకేనా?"

"ఆ"

"ఏమయ్యా, పెద్ద ముండావాడ్ని, నా మాట విని ఓసారి మామగారి ఊరికెళ్ళి, ఏదో రాజీపడి, ఇందిరని తెచ్చుకుని కాలక్షేపంగా కాపరం చెయ్యరాదూ?"

"రాజీపడేటందుకు, అసలు దెబ్బలాటే లేదుగా."

"మరి నువ్వెందుకు వెళ్ళవు?"

"వారు నన్ను రమ్మనలేదు."

"ఒకళ్ళు రమ్మనేదేమిటి? నీ పెళ్ళాన్ని నువ్వు తెచ్చుకోక?"

"వారు పంపందే?"

"ఏమొచ్చింది?"

"అది వారినే అడగండి. వారు పంపితేనే ఇల్లా తీసుకొచ్చారా మీరు?"

"నా దగ్గర వుంటోంది ఇందిర. "తీసుకెళ్ళు బాబయ్యా" అంది బయలుదేరాను."

"చూశారా మరి అన్నీ తెలిసే అలా సెలవిస్తారేం మీరు?"

"ఏదో తెలివి తక్కువవాడు మీ మామగారు. నువ్వైనా సర్దుకుపోవద్దూ. చదువుకున్న వాడవ్?"

"ఏం చెయ్యమంటారు?"

"కాంగ్రెస్ మెంబరువటగా నువ్వు? ఆ కాంగ్రెస్‌లోంచి తప్పుకోరాదు? అందులో కూడా, గుద్దా; లాఠీ దెబ్బలు, జైలేగా!"

"దానికీ, ఇందిర కాపురానికీ సంబంధం ఏమిటో నాకు తెలీదు. అంతకంటే మామగారే కాంగ్రెసు మెంబరుగా చేరిపోతే తీరిపోతుందిగా."

"బాగానే వున్నాయ్ పట్టింపులు" అంటూ ఆయన సణిగాడు. ఇంతలో రోజ్ కారియర్, ఫ్లాస్క్ తీసుకొచ్చింది.

కప్పులో పాలుపోసి ఇచ్చాడు. ఆయన పుచ్చుకోనన్నాడు.

"నేనింకా ఆ స్థితికి రాలేదు బాబు, మీరుభయులూ పుచ్చుకోండి."

ఇందిర రెండు పళ్ళు తిని పాలు తాగింది.

"మేం తెల్లారగట్ట ఐదు గంటల బండికి వెళ్ళాలి! నువ్వు కూడా మాతో నస్తే, నీ మామగారు సంతోషిస్తారు. ఏదో మాట్లాడుకోవచ్చు" అన్నాడు వెంకటాద్రిగారు.

"అయితే మీరు వారు పంపితే రాయబారిగా వచ్చారా, లేక మీరు తమాషా చూద్దామనొచ్చారా?" అన్నాడు నిధి.

"పెండ్లి చేసుకుని భార్యను విడిచిపెట్టి, ఒంటరిగా వుండడంలో తమాషా ఏముంది బాబు?" అన్నాడాయన కొంచెం హేళనగా.

"ఇంతకీ మీ తప్పు ఏమీ లేదంటారు?"

"వెనకటివి కెలుక్కుని ఏం లాభం? ముందు గతి చూసుకోవాలి. మొగాడెల్లాపడితే అలాగే వుండగలడు, ఇందిర విషయంలో ఆలోచించు!"

"అలా అనడంలో మీ అభిప్రాయం ఏమిటో తెలుసుకోవచ్చా?"

"వేరే చెప్పాలా - అందరికీ తెలుస్తూనే వుంది."

"మీరు పెద్దలు, నిజానిజాలు తెలుసుకోకుండా, మాటలనెయ్యడం భావ్యం కాదు."

"నేను నోరు కట్టేసుకుంటే ఆగుతుందా; లోకం లేదూ!"

"ఊరుకో బాబయ్యా - నువ్వు పడుకో. మళ్ళా ఆయాసం వొస్తుంది" అంటూ ఇందిర వెంకటాద్రిగారిని మందలించి, బల్లమీద పక్క అమర్చింది; ఆయన దగ్గు ఆపుకుంటూ వెళ్ళి పడుకున్నాడు.

"మరి నువ్వో?"

"ఈ గదిలో మంచం వుందిలెండి" అన్నాడు నిధి. ఇందిర ఆవులించి గదిలోకి నడిచి మంచం మీద కూర్చుంది. గది గుమ్మం అవతల దయానిధి మడతమంచం వాల్చుకుని, దానిమీద ఓ దిండు పడేసి గదిలో పడకకుర్చీ మీద కూర్చుని దీపం పెద్దది చేసి చదవడం సాగించాడు.

"మీరే ఈ మంచం మీద పడుకోండి - నేనక్కడ పడుకుంటా" అంటూ ఇందిర లేచింది.

"ఫరవాలేదు. నువ్వు పడుకో, మళ్ళా పొద్దున్నే లేవాలి" అన్నాడు.

ఇందిర తన మంచం మీద పరుపు, దుప్పటి, మడత మంచం మీదకి జేరేస్తూ "మీరు మాతో రారా?" అని అడిగింది.

"దేనికోసం రాను?" అన్నాడు.

"అవునులెండి మీరెందుకొస్తారు."

పక్కగదిలో చిలుకలు శబ్దం చేశాయి. నిధి పుస్తకం మూసి దీపం కొంచెం తగ్గించాడు. ఇంతలో శ్యామల వచ్చి గది గుమ్మం ముందు నిలబడి కళ్ళు పెద్దవి చేసి, గదంతా పరకాయించి–

"ఇంకా పడుకోలేదు? నా గదిలో దీపం ఆరిపోయింది, భయమేస్తోంది" అంటూ లోపలికొచ్చి, బల్లమీద దీపం పెద్దదిచేసి, "గదిలో కెడదాం రండి" అని పక్కకి తిరిగి ఇందిరని చూసి, "బాబో" అని కేకేసి ఉలిక్కిపడి దీపం మళ్ళా పెద్దది చేసి గబగబా అవతలికి నడిచింది.

నిధి బెడ్రూం దీపం వెలిగించి పెద్ద లాంతరు తీసుకుని ఆమెని చెయ్యి పట్టుకుని ఆమె గదిలోకి తీసుకెళ్ళి పడుకోబెట్టి మళ్ళా తన గదిలోకొచ్చాడు. ఇందిర బల్ల పక్కన కిటికీ దగ్గర నిలబడివుంది.

"ఇంకా పడుకోలేదేం?" అన్నాడు.

"నిద్ర రావడంలేదు. మీరు పడుకోండి" అంది.

"నువ్వేం చేస్తావు మరి?"

"ఇలాగే చూస్తూ కూర్చుంటాను" అంది.

రెండు నిముషాలు నిశ్శబ్దం. వెంకటాద్రిగారు గుర్రుపెడుతున్నట్లు చప్పుడు మాత్రం వినిపిస్తోంది. ఇందిర గుమ్మంలోకి వెళ్ళి రెండు తలుపులూ దగ్గరగా మూసి మళ్ళా వొచ్చి...

"అయితే నన్ను మీరు ఎప్పుడూ తీసుకురారా?" అని అడిగింది.

"............."

"ఈ ఉంగరం మీరు పెట్టిందే, ఆనాడు కాలవగట్టు తోటలో...అన్నీ మరిచి పొయ్యారా?"

""నేనేం దుష్యంతుడ్ని కాదు" అన్నాడు. ఇందిర బలహీనంగా నవ్వింది.

"అవునులెండి. మీకు నే నెందుకు ఇంక!"

"అంటే?"

"మీక్కావల్సిన వాళ్ళు మీ దగ్గరే వున్నారు."

"నువ్వనేది ఏమిటి? మీ బాబయ్య ట్రైనింగ్ ఇచ్చాడా ఇలా అనమని?"

"మా బాబయ్య జోలెందుకు లెండి. నాకు దేవుడు కళ్ళిచ్చాడు."

నిధి నవ్వాడు.

"ఆవిడ నా పేషెంటు, చిత్రమైన కథ అంతేనా నీ అనుమానం ఇంకా ఏమన్నా వుందా?

"డాక్టర్ని చీకటి గదిలోకి రమ్మనే పేషెంటు. మరో పాత పేషెంటు రూడా వొస్తుందిగా..."

"నాకు కోపం రావాలనా, లేక నవ్వించాలనా?"

"డాక్టరు దగ్గర డబ్బు పుచ్చుకునే పేషెంటు."

"ఈ బల్లమీద ఉత్తరం చదివావా?" అన్నాడు.

"ఏం తప్పా?"

"తప్పే."

"ఈ ఉత్తరం చదివితేనే తెలియనక్కరలేదు. పెళ్ళిలోనే చెప్పుగున్నారు, వింతగా..."

"నోరు మూసుకుని పడుకుంటావా?"

"ఏమిటో చెప్పుగున్నారు.... నాగమణి, సుశీలా అంటూ... నేను నమ్మలేదు, మీ అమ్మగారూ ఇంతేటగా?"

నిధి అవతలికి వెళ్ళిపోయి, వీధిలో అరుగుకింద మెట్లమీద కూర్చున్నాడు. దూరంగా ముస్లిమ్ కుర్రాడు "ఏదీ గతి నాకు" పాడుకుంటూ పోతున్నాడు. నిధికీ విచారం వేసిందతని మీద జాలేసింది. బతికినప్పుడే కాకుండా, మరణించిం తర్వాత కూడా, ఆడవాళ్ళ వొంతు బాధపడటం మొగాడి వంతు.

కాసేపు మెట్లమీదే పడుకున్నాడు. కాసేపు లోపలికెళ్ళి, మడత మంచం మీద పడుకున్నాడు. కాసేపు కుర్చీలో కూర్చున్నాడు. కాసేపు రోడ్డుమీదకి వెళ్ళి వంతెన మీద కూర్చున్నాడు. ఎలాగో నాలుగయింది. వెంకటాద్రిగారు లేచి దంతధావనం మొదలెట్టాడు. జట్కాబండి వచ్చింది. ఇందిర మెట్లమీద నిలబడింది.

"మాతో రండి."

"మీ నాన్నచేత కూడా మాటలనిపిస్తావా?"

"క్షమించండి, ఎప్పుడూ అనను."

"అనడంలో బాధలేదు నాకు, అసలు నువ్వు వాటిని నమ్మి అనుకోడంలో వుంది."

"ఇంక అనుకోను వస్తారా?"

"ఏ మొహంతో."

వెంకటాద్రిగారు బండి ఎక్కమని తొందర చేస్తున్నాడు. శ్యామల కూడా లేచి హాల్లో నిలబడి చూస్తోంది. ఆమెకేసి పరకాయించి చూసింది. "నేనిక్కడే వుంటాను బాబయ్యా, నువ్వు వెళ్ళకూడదు?" అంది ఇందిర.

"మీ నాన్న నా పీక్కి ఉరెడతాడు. ఎక్కు, కావాలంటే తర్వాత ఒద్దువు కాని."

ఇందిర బండెక్కింది. బండి కదిలింది.

దయానిధి గదిలో కూర్చుని కళ్ళు మూసుగున్నాడు, ఎనిమిదింటికి రామదాసు లేపాడు. స్నానం చేసి, కాఫీ త్రాగి హాల్లోకి రాగానే శ్యామల తన గదిలోకి ఆహ్వానించింది. రాత్రి తను చూసిన దృశ్యం జ్ఞాపకం చేసి ఆవిడ ఎవరో, ఎందుకొచ్చిందో అన్నీ చెప్పమంది. నిధి అన్నింటికీ సమాధానం చెప్పాడు. శ్యామల వ్యాధి కుదురుతోందనీ, అతని చికిత్స పనిచేస్తోందని అనిపించినా, ఆమెను మామూలు మనిషిగా చెయ్యగలనన్న ధైర్యం అతనికి చిక్కడం లేదు. అతని జీవితమే సరిగ్గా లేదు. అతనికి తెలియని లోటుపాట్లు అతనిలో ఎన్ని వున్నాయోనన్న భయం వల్ల అతను ఏ పనీ దీక్షతో నిర్వహించలేకపోతున్నాడేమో. అతని మనస్సుని కుదుట పర్చుకోవడం చేతకావడం లేదు. ఇతరులని బాగుచేసే అధికారం, డిగ్రీ ద్వారా అతనికి వుంది. కాని నైతికంగా అట్లాంటి అర్హత లేదేమో!

"తెల్లవార్లూ చిలకలు దెబ్బలాడుకున్నాయ్– నాకు నిద్రపట్టలేదు" అంది శ్యామల.

"కలిసి వున్నా, అవీ మనలాగే విడివిడిగా వుంటాయి" అన్నాడు.

"ఈ సంఘం పాడుపడిపోయిన దేవాలయం లాంటిది. మన మందరమూ అందులో స్తంభాలం. ఎప్పుడూ కలుసుకోవు. చిలకలు పంజరంలోనూ – మనం స్వార్థం అనే కోటలోనూ బంధించబడ్డాం."

శ్యామల ఆశ్చర్యంతో కళ్ళు పెద్దవి చేసి, నుదురు చిట్లించింది. దయానిధికి తను ఇలా ఎందుకు మాట్లాడాడో అర్థం కాలేదు. బిగ్గరగా ఆలోచించడం కాబోలు. ఆలోచించడం కూడా కాదు! నిజంగా అనుభవిస్తున్న బాధని ప్రకటించడానికి బుద్ధి చేసే యత్నం ఆ మాటలు.

శ్యామల తన బొమ్మలని చూడమంది, చేతి గాజులు చూపించింది. వాటిని పూలతో జంటలుగా కట్టి కదిలించింది.

"మీ కళ్ళు వాచాయి మొహం బరువెక్కింది. పాపం తెల్లవార్లూ నిద్ర పోలేదను

కుంటా" అంటూ శ్యామల, అతన్ని ఓదార్చడం మొదలెట్టింది. పేషెంటు లక్షణాలు తనకే వచ్చేటట్లు న్నాయనుకుని నిధి లేచాడు.

"కూర్చోండి - మీరివాళ అదోలా మాట్లాడుతున్నారు."

"వచ్చినప్పుడు కంటే ఇప్పుడు నీ ఒంట్లో బాగుంటోందా?"

"ఓ- నాకేం తెగులు?"

"బొంబాయి వెడతావా?"

"వెళ్ళను."

"ఏం?"

"ఏమో...."

శ్యామల దిగులుగా కుర్చీలో కూర్చుని ఎందుకో ఏడుపు మొదలెట్టింది. అతనికి అర్థం కాలేదు. భుజం మీద చెయ్యి వేశాడు. కళ్ళెమ్మట కారే నీటిని తుడుస్తున్నాడు. ఏదో చప్పుడైతే పక్కకి తిరిగి చూశాడు. గుమ్మంలో ప్రకాశరావు నిలబడి వున్నాడు.

నిధిని ప్రకాశరావు ముందుగదిలోకి తీసుకెళ్ళాడు.

"శ్యామల్ని తీసుకెడుతున్నాను."

"చాలా భాగం నయమైంది. ఇంకో రెండు వారాలుంచకూడదు?"

"క్షమించాలి. ఆ జబ్బు ఇక్కడ కుదరదని తోస్తోంది."

"మీకు మార్పు కనబడటం లేదూ."

"ఏం మార్పో- నాకేమీ నచ్చడంలేదు."

"అంటే మీ లోపల ఏదో వున్నట్లుంది, చెప్పివేస్తే సంతోషిస్తా..."

ప్రకాశరావు గోడలకేసి మొహం తిప్పి, సణగడం మొదలెట్టాడు. "నాకు చెప్పడం ఇష్టంలేదు. ఊళ్ళో పదిమందీ అనుకున్నది నేను నమ్మకపోయినా, వాళ్ళు అనుకోడం నా కిష్టం లేదు" అన్నాడు.

నిధికి కోపం వచ్చింది.

"ఇదిగో ప్రకాశరావు, నువ్వు చదువుకున్నవాడవు. శ్యామల జబ్బుని గురించి నీకంతా చెప్పాను. ఒప్పుకున్నావు. శ్యామలలో కొంత మార్పు కూడా వచ్చినట్లుంది. శ్యామల కిప్పుడు సౌందర్యం అర్థమవుతోంది. కోల్పోయిన బాంధవ్యం మళ్ళా నెలకొల్పుకుంటోంది. బాధ పడుతున్న చైతన్యం చూపుతోంది. తుదకి సానుభూతి కూడా చూపగలుగుతోంది. మనుషుల శానిటీకి సానుభూతి నిదర్శనం ఆ సానుభూతి ఎట్లాంటిదో నీకు చెప్పాలంటే నా స్వీయ చరిత్ర చెప్పాలి. అది చాలా కష్టం."

"చెప్పటం దేనికి? కొంతవరకూ తెలుస్తూనే వుంది."

"మీరంటున్నదేమిటి?"

"మీతో నాకు వాదం ఎందుకు శ్యామల్ని తీసుకువెడతాను."

"తక్షణం తీసుకువెళ్ళండి."

"నేనూ పెద్దగా కేక వెయ్యగలను. అయినా బ్రహ్మచారి దగ్గర అట్టే పెట్టడం నాదే తప్పు" అన్నాడు ప్రకాశరావు.

అతన్ని లెంపకాయ కొట్టడానికి నిధి చెయ్యి లేవబోయింది. ఆ చేతిని తీసి డ్రాయర్లో పెట్టి, ఎడం చేత్తో మూశాడు.

ప్రకాశరావు గబగబా గదిలోకెళ్ళి, శ్యామల్ని చెయ్యిపట్టుకుని బయటికి ఈడ్చుకొచ్చాడు.

"నేను రాను...రాను..." అంటూ శ్యామల చెయ్యి విదిలించుకుని దొడ్లోకి పరుగెత్తి కాసేపు మట్టిలో దొర్లి ఒళ్ళంతా బురద చేసుకుంటోంది. ప్రకాశరావు వెంటబడి ఆమెని మళ్ళా పట్టుకుని బయటికి తీసుకొచ్చాడు.

అతని తాలూకు మనుషులు బండి తీసుకొచ్చారు.

"నేను రాను...రాను.." అని శ్యామలగింజుకుంది.

"ఎందుకొస్తావు? అన్నీ ఇక్కడ ఏర్పాటుగా వున్నాయి..." అని ప్రకాశరావు ఆమెని బయటకు తీసుకెళ్ళాడు.

నిధి పళ్ళు పటపట కొరుకుతూ, అతనికేసి కోపంగా చూశాడు. కాని అసహాయుడు.

శ్యామల వెనక్కి తిరిగి "నా పంజరం" అంది.

"నీ క్కావల్సింది పంజరమా, చిలకా?" అని అడిగాడు నిధి.

శ్యామల కాసేపు ఆలోచించి, అటూ ఇటూ చూసి "పంజరం" అన్నది.

వెంటనే నిధి పంజరాన్ని తీసుకొచ్చి, తలుపు తెరిచాడు. రెండు చిలకలు బయటికి ఎగిరిపోయాయి. మూడోది కుంటుతోంది, ఎగరలేక అక్కడే గంతులేస్తోంది. ఖాళీ పంజరం శ్యామలకిచ్చాడు నిధి. దాన్ని గట్టిగా పట్టుకుని శ్యామల బండెక్కింది. బండి కదిలింది. మలుపు తిరుగుతోంది. బండిలో నుంచి రోడ్డుమీదికి ఎవరో పంజరాన్ని గిరవాటెట్టారు.

స్వయం సంస్కారం

రెండు మాసాలు గడిచినై, నిధి పేషెంట్లు పల్చబడుతున్నారు. ప్రాక్టీసు నీరసించింది. శ్యామలకోసం అతను నాలుగైదొందలు ఖర్చు చేశాడు. అందులో కానీ కూడా ప్రకాశరావు ఇవ్వలేదు. అతను మళ్ళా అతని దగ్గరకు రాలేదు. ఎప్పుడైనా క్లబ్బులో పేకాటబల్ల దగ్గర కనపడినప్పుడు మొహం పక్కకి తిప్పేసుకుంటాడు. వెనుక ప్రకాశరావు అన్న మాటలను నిధి మరిచిపోలేకపోతున్నాడు. వాటి నిజాలు కొంతవరకూ క్లబ్బు దగ్గర రుజువవుతున్నాయి. ఇతను రాగానే అంతవరకూ హుషారుగా మాట్లాడుతున్న వ్యక్తులు వెంటనే జోరు తగ్గించి మెల్లగా మాట్లాడడం మొదలెడతారు. వాళ్ళు అంతవరకూ తన విషయమే మాట్లాడుకుంటున్నారనీ, తనని చూడగానే విషయం మార్చేస్తున్నారనీ ఇతని అనుమానం.

వారు చెప్పుకునే రహస్యాలేమిటో తెలుసుకోకపోతే అతనికి పిచ్చెక్కేటట్లుగా వుంది. సంఘం ఏమనుకుంటున్నదీ నా కక్కర్లేదనుకునే వ్యక్తి, సంఘం దాచుకున్న రహస్యాన్ని భేదించే యత్నాలెందుకు చేస్తాడో, ఒక వ్యక్తి బాధపడుతుంటే సంఘానికి సరదా కాబోలు. సంఘం వేసిన తారు రోడ్డమ్మట నడవక పొదల్లోంచి వేరే కాలిమార్గం చేసుకుని నడిచే వ్యక్తి సంఘాని కంత వినోదం కలిగించినప్పుడు ఆ వ్యక్తికి సంఘం తన కృతజ్ఞత తెలియపరుస్తూ, ఆయనకొక రాతి శిల్పం చెక్కించి నడిరోడ్డులో ప్రదర్శించొద్దు? అతన్ని గురించి అనుకుంటున్నారన్న భావంలో కొంత గర్వంలేకపోలేదు. మంచో, చెడో ఏదో చెయ్యడంలో ఓటమి లేదు. ఏమీ చెయ్యకపోవడంలో వుంది ఓటమి, సంఘం ఏమీ చెయ్యదు. ఆఫీసు కెడుతుంది, భోజనం చేస్తుంది, పేకాడుతుంది, పిల్లల్ని కంటుంది. ఎవడో ఏదో చేస్తుంటే వింతగా చూసి, అది చెడేనని నిర్ణయించి ఆ చెడుగులో ఆనందం పొంది తృప్తి పడుతుంది.

అయితే సంఘం తనలో దేన్ని చూసి సంతోషిస్తుంది. మంచినా, చెడుగునా? అసలు అతనిలో మంచి ఏముంది? డబ్బు, హోదా, కుటుంబం, వృత్తిలో ప్రావీణ్యం, ఖ్యాతి - వీటిలో ఏం వున్నాయి. అతనికి పోనీ, చెడుగునా? చెడుగంటే ఏమిటి? డబ్బు, హోదా, కుటుంబం వృత్తిలో ప్రావీణ్యం ఖ్యాతి - ఇవి లేకపోవడమే చెడుగా? ఇవి లేకపోవడానికి కారణం అతనిలో ఏదో వుండాలని సంఘం తెలుసుకుంది. అదే చెడుగు. అది ఏమిటో? ఎట్లాంటిదో తెలుసుకోవాలి. ఎట్లా? సంఘం చెప్పదు. సంఘం ధ్వనులు చేస్తుంది కాని, అర్థమయ్యే భాష మాట్లాడదు, సంఘం తీర్పు చెప్పదు. ఊరికే వాదిస్తూ కూర్చుంటుంది. ఆ వ్యక్తిని మధ్య నిలబెట్టి అతని చుట్టూ అలుముకుని సంఘం చూస్తూ కూర్చుంటుంది.

నిధికి క్లబ్బులో వున్న స్నేహితులు కూడా, అదోలా మాట్లాడడం మొదలెట్టారు. శ్యామలను గురించి హేళన చెయ్యడం సాగించారు. శ్యామల వ్యాధిని గురించిన అతని అభిప్రాయాలను వెక్కిరించారు. అప్పుడప్పుడు "బ్యూటీ స్పెషలిస్టు" అనేవారు. ఒకసారి సంగమేశ్వరరావు, డాక్టర్ బ్యూటీఫుల్ అని పిలిచాడు కూడాను. ఆ పిలుపుకి నిధి వెనక్కి తిరిగాడు. అతని పేరు అదికాదు. అయితే తను ఎందుకు పలకాలి? కొన్ని వారాలు, స్నేహితులు ఇందిర విషయం ముచ్చటించేవారు. ఒకసారి నిధి క్లబ్బు కుర్రాడిని చదువుకోడానికి ఇండియా అనే పత్రిక తెచ్చిపెట్టమన్నాడు. వాడు తెచ్చాడు. దానిమీద "ఇండియా" అనే మాటలో, ఎవరో (రెండో) "ఇ" అనే అక్షరం పక్కనే సిరాతో "ఆర్" అనే అక్షరం రాశారు. ఒకసారి తను వెళ్ళి భార్యను తీసుకొద్దామనుకున్నాడు కూడాను. సంఘం (క్లబ్బు ద్వారా) వేసే బాణాల పరంపరా? లేక మాధవయ్యగారి ఆదర్శాల విషవాయువులా? ఏది ఎదుర్కోటం సులభం? బాణాల పరంపరనే ఎదుర్కోవడం సులభంగా తోచింది. బాణాలు ఏ ఒక వ్యక్తి వెయ్యడు. అవి అన్ని వైపులనుంచీ తగుల్తాయి. కొట్టిన వారిని కనుక్కోలేం ఎదురు తిరిగేటందుకు. కాని మాధవయ్యగారు ఒక మనిషి. ఆయన ఆదర్శాల పునాదులు అతనికి తెలుసు. అవి ఎంతవరకూ వ్యాపించాయో కూడా అతనికి తెలుసు. వాటి బారినుండి అతను తప్పించుకోవచ్చు. పైగా సంఘం ఎక్కడుంది? ఏలూరు టౌన్ హాల్ సంఘమా? అనంత విశ్వంలో ఈ ప్రపంచం ఎంతటిది? ఢిల్లీలో ఒక ఇసుక కణం ఈ భూగోళం అయితే, కొలంబోలో మరో ఇసుక కణం మరో గోళం అవుతుంది. అంతటి అల్పమైన ఈ గోళంలో ఏలూరు టౌన్ హాలెంత? భూగోళశాస్త్రం ఈ విధంగా ఇచ్చే తృప్తి క్షణికం. ఏలూరు టౌను హాలు చాలా చిన్నదే, కాని ఎక్కడికెళ్ళినా అది తన వెనకాలే వొచ్చే నీడ లాంటిది. సంఘంలో వుండదల్చుకున్నవారు సంఘాన్ని తప్పించుకు తిరగలేరు పోనీ క్లబ్బుకి వెళ్ళడం మానేస్తే? తన పేషెంట్లు సంఘంలో

వాళ్ళే, వాళ్ళు రావడం మానుకున్నారు. ఏలూరు నుంచి వెళ్ళిపోయి మరో చోట ప్రాక్టీసు పెడితే? తనని ఎరుగున్న వాళ్ళు ఆంధ్రదేశమంతటా వున్నారు. అతను చేసిన ద్రోహం ఏమిటి? అతను ఎరుగున్న వారినందరినీ చంపడమేనా గత్యంతరం? ఈ ఆలోచనలని తొక్కిపెట్టేసుకుని హాస్పిటల్‌కి వచ్చేశాడు నిధి. జీతాలిచ్చి ఇద్దరి కాంపౌండర్లని భరించే స్థితిలో లేడు. ఒకర్ని మానిపించాలి. ఎవర్ని? రామదాసు ముందు జేరాడు. తెలివైనవాడు. రోజ్ స్త్రీ, బీదది. తన విషయం తెలుసున్నది.

టౌన్‌హాల్ తేనెపట్టులా మళ్ళీ చెలరేగుతుంది.

రోజ్ జీతం లేకపోయినా తిండీ, బట్టా ఇస్తే వుంటానంది. జీతం లేకపోతే వుండలేనని రామదాసు తనే మానేశాడు.

ఆ మొన్నాడు. దయానిధి టెన్నిస్ ఆడి, సోడా తాగి కూర్చున్నాడు. ఈసారి టెన్నిస్‌లో కృష్ణమూర్తే గెలిచాడు. కృష్ణమూర్తి లక్నో విశ్వవిద్యాలయంలో ఎం.ఎ., ఎల్.ఎల్.బి. డిగ్రీ పొందాడు, స్థితిమంతుడు, కులాసా పురుషుడు, క్లబ్బు స్నేహితులందరూ అతన్ని వేళాకోళం చేస్తుంటారు. అతనికి కోపం రాదు; నవ్వేసి మళ్ళా కొంటెగా మాట్లాడటం సాగిస్తాడు. అతను ఏ ఊళ్ళో ప్రాక్టీసు పెడతాడా అన్నది అందరికీ ఒక సమస్య అయిపోయింది. టెన్నిస్ సెట్ గెల్చిన సంతోషంలో అతనే సమాధానం చెప్పేశాడు. "నేను పూనాలో ప్రాక్టీస్ పెడుతున్నానండీ" అని తెలియజేశాడు.

"ఏం కథ? మొన్న ఆదివారం మద్రాసులో నన్నావ్?" అని అడిగారు.

"ఏముందండీ ఆ మాత్రం ఊహించలేరూ?"

ఊహించలేమన్నారు.

"పూనాలో అందమైన స్త్రీలున్నారు" అన్నాడు. అంతా విరగబడి నవ్వారు.

"అందమైన స్త్రీలు బొంబాయి, మద్రాసు పట్టణాలలో మాత్రం లేరా అని మీరడగొచ్చు. వుండవచ్చు; వున్నారు కూడా. ఉండగా సరికాదు. అందుబాటులో వుండాలి" అని ఉపన్యాస ధోరణిలో సాగించాడు.

ఈ విషయం విస్తరించి, విపులీకరించమన్నారు.

"పూనాలో గరల్స్, ఫార్‌నర్‌డే సైకిల్ మీద వెడుతుంటారు. మధ్యలో తొందరగా నడుస్తున్న యంగ్‌మేన్ కనబడితే సైకిల్ నిలిపి, వెనకాల ఆ యంగ్‌మాన్‌ని ఎక్కించుకుని పోతుంటారు.

హైలీ డెవలప్‌డ్ సివిక్స్ సైన్స్ వుంది. డాక్టర్ నిధి బోటిగాళ్ళకి పూనాలో ఫస్టురేటు ఆపర్చ్యునిటీస్ వున్నాయి. లాయర్‌ల లైబిలిటీస్ చాలా లిమిటెడ్."

పేకాట బృందం చప్పట్లు కొట్టారు. నిధి చిరాకుతో కుర్చీలో కదిలి బలవంతంగా నవ్వాడు. నిధి లేచి దూరంగా బల్ల దగ్గరకెళ్ళి పత్రికలు తిరగేస్తున్నాడు.

కృష్ణమూర్తి జేబులోంచి దువ్వెన తీసి, సోడా నీళ్ళు నెత్తిన జల్లుకుని జుట్టు వెనక్కి దువ్వి అటూ ఇటూ పచార్లు చేసి ఓ గులాబీ పువ్వుని కోసుకొచ్చి వాసన చూస్తూ, నిధి దగ్గరకొచ్చి "డాక్టర్, స్మెల్ ది రోజ్, రోజ్ చాలా అందమైన పువ్వు సుమండీ" అంటూ ఆ గులాబీని అతనికిచ్చాడు.

నిధికి కోపం వచ్చింది. ఇంతలో కాంపౌండర్‌గా వుంటున్న రోజ్‌ని వేళాకోళం చేసినట్లనిపించింది. "రోజ్ బాగానే వుంటుంది కానీ, ముళ్ళుంటాయి" అన్నాడు నిధి.

"దానందం ముండ్లే. ముల్లు గుచ్చుకోకుండా కొయ్యడంలో వుంది అసలందం" అన్నాడు కృష్ణమూర్తి.

"అయితే డాక్టర్ జీ... లేడీ శ్యామల ఎట్లా ప్రోగ్రెస్ అవుతోంది?" అని అడిగాడు.

"శ్యామల్ని నేను ట్రీట్ చెయ్యడంలేదు" అన్నాడు నిధి.

"అదేమిటండి, మీ ట్రీట్‌మెంట్ గురించి విన్నాను. నాకు నచ్చింది. మనవాళ్ళు ఫూల్స్ అండి. శ్యామల కేసు గురించి నాకు వినాలని వుంది" అన్నాడు కృష్ణమూర్తి.

"నా డయాగ్నోసిస్ సరైనదేనని నాకు తెలుసు. కాని ఇతరులకీ, డాక్టర్లకీ దాని నిజానిజాలని రుజువు చెయ్యలేను. అదీ వచ్చిన చిక్కు. చాలా కేసులు పరిశోధించి, నయం చేసి తరువాత ఒక పేపర్ వ్రాయొచ్చు. అప్పుడే శ్యామల కేసు మీద ఓ పేపర్ వ్రాయడం మొదలెట్టా కూడా. ఆకలి, దాహం, సెక్సు – వీటికిమల్లే సౌందర్యం కూడా ఒక ఆకలే ననుకుంటాను. ఐ.ఏ.రిచార్డ్స్, వాట్సన్, డాక్టర్ పాన్సన్ బీ, ఆగ్‌డెన్ ఇది నిజమనడానికి ఆధారాలున్నాయని నిర్ధారణ చేశారు. మీకు విసుగెట్టక పోతే వాళ్ళు చెప్పిన ఉదాహరణలని చెబుతాను."

"తప్పకుండా చెప్పండి... ఉండండి, మరో సిగరెట్ ముట్టించనివ్వండి."

"ఉండి ఉండి ఒక్కసారిగా కోపం రావడానికి కారణం? ఆకస్మికంగా చిరాకొచ్చి, భార్యతో తగువులాట్టం, పిల్లల్ని కొట్టడం దీనికి కారణం ఏమిటి? ఇల్లు చిందరవందరగా వుండడం, తలుపులు గడియపడక పోవటం; రాకపోవడం, గోడమీద పటం వంకరగా వేలాడడం – రొద ఇవి భర్త పొడుగాటి గోళ్ళు పెంచుకున్నాడని విడాకులిచ్చిన అమెరికన్ స్త్రీని గురించి విన్నారా? పతివ్రతగా వుంటున్న స్త్రీ ఒక్కసారిగా చాంచల్యం కనబరచడానికి కారణం. కొంతవరకూ భర్త ఏ రోజుకు ఆ రోజు గడ్డం చేసుకోకపోవడమే అంటే ఎవరైనా నమ్ముతారా? ఇవన్నీ అల్పమైన విషయాలే ఇంతకంటే పెద్దవి కూడా వున్నాయి.

మూఢనమ్మకంతో మగ్గిపోయిన వాతావరణం, మనస్సుని విభజన చేస్తుంది. ఆచారం దాస్యాన్నీ, వ్యక్తిత్వం స్వాతంత్ర్యాన్నీ పురిగొల్పుతాయి. అత్త-మామ, బంధువులు, ఇరుగు పొరుగు, దేవుడు, దయ్యం - ఇవి ఆచారాన్ని సూచిస్తాయి; ఇంగ్లీషు చదువుకున్న భర్త సంపర్కం, పట్నాలలో నాగరికత - ఇవి వ్యక్తిత్వాన్ని సూచిస్తాయి. ఈ రెండింటికీ రాత్రి, పగలూ యుద్ధం జరుగుతుంటుంది.

వ్యక్తిత్వం ఓడిపోతే వ్యాధి సంక్రమిస్తుంది. మనదేశంలో నూటికి తొంభై మంది స్త్రీలకు ప్రకృతితో సంబంధం వుంది. చెట్లు, నేల, ఆకాశం, చెరువులు అనాది నుంచీ వస్తున్న సంప్రదాయం. వీటితో చెలిమి చేసిన వారిలో నూటికి పదిమందికి భర్తలతో బస్తీలకి ఎగబడగానే ఆ సంబంధం పోయింది. చెట్లు, చంద్రుడు, ఆకాశం, చెరువులు, సంప్రదాయం వీటికి బదులు - తారు, పొగ, నీళ్ళు రాని కులాయి, రొద వీటితో చెలిమి చేసుకోవడం చేతకాక, మతులు పోగొట్టుకుంటారు. అట్లాగే, సెక్స్ జీవితంలో విభజన లుంటాయి. భర్తని దైవంగా పూజించడం నేర్చుకున్న స్త్రీ, భర్త తనని వేశ్యగా వుండమని వేధించుకుతింటే ఏం చేస్తుంది? సంపూర్ణ జీవితం స్వేచ్ఛా ప్రకటన భర్త కోరతాడు. రాత్రి, పగలు మళ్ళా సంప్రదాయం, దాపరికం, గుట్టు, నటన ఈ రెంటికీ పొసగదు. మానసిక వ్యాధి రాక తప్పదు. ఈదేశంలో నూటికి తొంభై మంది స్త్రీల జబ్బులు మానసిక జబ్బులే..."

"బాగానే వుంది. అయితే దీనికి మందేమిటి?"

"రాత్రికీ, పగటికీ మధ్య ఉండే లోయని మరుగుపరచడం."

"అంటే?"

"ఈ వ్యాధి కేవలం డాక్టర్ల వల్ల నయం కాదు, ప్రతి డాక్టరూ మానసికశాస్త్రంలో ప్రావీణ్యం పొందినా ఎక్కువ ఉపయోగపడదు. సంఘం తమకేది కావాలో నిర్ణయించు కోవాలి. సంప్రదాయం నేర్పిన అసంపూర్ణ జీవనమా? వ్యక్తిత్వం, ఆధునిక విజ్ఞానం ప్రబోధించిన స్వేచ్ఛా జీవనమా? అల్పమైన ఆదర్శాలను ఆచరణలో పెట్టుకోవడమా? అనాచరణీయమైన ఉన్నత ఆదర్శాలకి నోటితో కృతజ్ఞత వెలిబుచ్చుతూ రహస్యంగా చెడిపోవడమా? ఎవరికి వారే నిర్ణయించుకోవాలి. ప్రస్తుతం మనదేశం పగలు మంచిగా వుండి రాత్రి చెడిపోతోంది. పగలు కూడా చెడిపోవడం "నవీనత్వం" అనిపించుకుంటోంది. రాత్రి కూడా బాగుండటం పూర్వాచార పరాయణత్వం అవుతోంది. అనుభవంలో రుజువైన ప్పుడు చెడ్డతనాన్నే మంచితనంగా సమర్థించుకుని, అందరికీ అందుబాటులో వుండే ఆదర్శాలని ప్రచారం చేసి పగలూ రాత్రి ఒకేలా ప్రవర్తించడం నా అభిప్రాయం."

"మంచి ఆదర్శం అంటే ఏమిటండీ!"

"ఒక రకం ప్రవర్తన నీతా, దుర్నీతా అని అడగకూడదు. అది అనుసరణీయమా, పరిపూర్ణ జీవనానికి తోడ్పడకుండా, మొత్తం మీద చాలామందికి సంతోషాన్ని, ఆరోగ్యాన్ని ఇస్తుందా అని ప్రశ్నించాలి" అన్నాడు నిధి.

"ఈ ప్రశ్నలకి అవునన్న సమాధానం వస్తే దాన్నే నీతి అంటున్నారు. అంచేత మీరు చెప్పిన వాటికి, అందరూ అనుకునే నీతికి భేదం ఏముందండీ?" అని అడిగాడు కృష్ణమూర్తి.

"భేదం చాలా వుంది. నేడు మన సంఘం ఆమోదిస్తున్న నీతిని ప్రతిపాదించినవారు విచిత్రమైన గతించిపోయిన వాతావరణంలో వున్నారు. ఈ నీతి, మత సిద్ధాంతాలపైనా, సంఘంతో నిమిత్తం వొదులుకున్న కొద్దిమంది ఋషుల వేదాంత ఘోషపైనా ఆధారపడి వుంది. ఇది తప్పు అనే సాహసం నాకులేదు. ఇది మనకు సరిపడదూ అనగలను. దానికి కారణం ఈ నీతి మనం ఆచరణలో పెట్టలేకపోవడమే. పైగా ఈ నీతి మనకి మోక్షం ఇవ్వడానికి ఉద్దేశింపబడింది. కానీ ఈ లోకంలో వున్న సంతోషాన్నివ్వడానికి ఉద్దేశింపబడింది కాదు. మోక్షం ఇస్తుందో లేదో ఎవ్వరూ చెప్పలేరు. ఎందుకంటే రుజువు చేసినవారు లేరు.

"అయితే ఇష్టం వచ్చినట్లు తిరిగి సంతోషంగా వుండడం మీ నీతి అన్నమాట" అన్నాడు కృష్ణమూర్తి.

"నా అభిప్రాయాలని చులకన చెయ్యడం చాలా సులభం. కాని వాటిని ఆచరణలో పెట్టడానికి ఎంతో ధైర్యమూ, శక్తి సామర్థ్యాలూ వుండాలి. ఎంతో విజ్ఞానం, సంస్కారం కావాలి. ఇవన్నీ పొందే అవకాశాలు లేక మన సంఘంలో మనుషులు బద్ధకించి వున్నవాటితోనే తృప్తి పడి మోక్షం పేరుచెప్పుకుని ఈ ప్రపంచాన్నీ, జీవితాన్నీ ఒక జాడ్యంగా ఒక పీడకలలాగా భావించి ఎలాగో రోజులు గడుపుతున్నారు. అందుచేత మన సంఘం అభివృద్ధి చెందటం లేదు. మన ఆధ్యాత్మిక విలువల పేరూ, వేదాంతం పేరూ, దైవం పేరూ, మతం పేరు చెప్పుగుంటూ, మనుషుల మాట మరిచిపోతున్నాం."

"నిధిగారూ! మళ్ళా వేదాంతంలోకి కొట్టుకుపోతున్నారు" అన్నాడు కృష్ణమూర్తి.

"వేదాంతం అంటే, మన ఉద్దేశం, ఎవరికీ జీవితంతో నిమిత్తం లేని పండితుల పుస్తకం అని, నిజానికి వేదాంతం అనేది, "మనం నిత్యం జీవితంలో బతకడం ఎట్లా" అన్న ప్రశ్నకి అందరికీ అన్వయించే సమాధానమే. నా ఇల్లు నే చక్కబెట్టుకోడం స్వార్థం. అందరిళ్ళూ నా ఇంటిలాగే చక్కబెడతాను; అనడం రాజకీయవేత్తల పని. అదే వేదాంతం కూడాను" అన్నాడు నిధి.

కృష్ణమూర్తి "థాంక్స్" అంటూ లేచివెళ్ళి, పేకాట బల్ల దగ్గర చేరి జోకర్ ఆటలో మునిగిపొయ్యాడు.

నాలుగు మాసాలు గడిచినై. దయానిధి రెండెకరాల భూమి అమ్మివేశాడు. ఇంటి ఖర్చు తగ్గించాడు. తోటమాలి పని మానుకున్నాడు. ఊళ్ళోకి సైకిల్ మీదే వెడుతున్నాడు. నెలకి వంద కూడా రావడం లేదు. డబ్బిచ్చుకోలేని రోగులని డిస్పెన్సరీలో పెట్టుకుని ఉచితంగా మందులిస్తున్నాడు. డబ్బంతా ఖర్చయిపోతోంది. చాలడం లేదు. మెడికల్ జర్నల్ తెప్పించడం మానుకున్నాడు. ఇప్పుడు తనేదైనా వ్యాసం రాస్తేనే ఓ కాపీ వస్తుంది. నాలుగు నెలలు తండ్రి డబ్బు పంపించేవాడు. మైసూర్‌లో పక్షవాతం వచ్చి, అకస్మాత్తుగా తండ్రి మరణించాడు. ఆ మిగిలిన ఎకరం అమ్మివేసి, అన్నగారూ తనూ కలిసి అంత్యక్రియలు జరిపారు. నారయ్య మళ్ళా నిధి దగ్గర చేరాడు.

నవంబర్‌లో కలెక్టర్ గారి ఆధ్వర్యాన క్లబ్ వార్షికోత్సవం జరిపారు. ఆ సందర్భంలో షేక్స్‌పియర్ రచించిన "హామ్‌లెట్" నాటకాన్నుండి కొన్ని దృశ్యాలు ప్రదర్శించారు. హామ్‌లెట్ పినతండ్రి భూమిక కృష్ణమూర్తి, హామ్‌లెట్ భూమిక నిధి ధరించారు. క్లబ్బు జనానికి ఆ నాటకం ఆడటం ఇష్టంలేదన్నారు. విషాదాంత నాటకం ఆడవల్సిన సందర్భం కాదది, కన్యాశుల్కంలో కొన్ని దృశ్యాలు – సారంగధర ఆడమన్నారు. నిధి హామ్‌లెట్‌కి తనే పెట్టుబడి పెడతానన్నాడు. ఆఖరికి కన్యాశుల్కంలోంచి కొన్ని, హామ్‌లెట్‌లోంచి కొన్ని దృశ్యాలు ప్రదర్శించారు. హామ్‌లెట్ రక్తి కట్టలేదు. ఏ ఒకరిద్దరు కాలేజి విద్యార్థులకో తప్ప, అందులో కవిత్వం ఎవళ్ళకీ అర్థం కాలేదు. హత్య చేయబడిన హామ్‌లెట్ తండ్రి దయ్యంగా వచ్చి కొడుకుతో మొరెట్టుకున్న దృశ్యం బాగుంది. కాని, ఒఫీలియాతో హామ్‌లెట్ సంభాషించే ఘట్టంలో నిధి "ఓవరాక్టు" చేశాడన్నారు.

హామ్‌లెట్ ఆ ఘట్టాలలో "ఉన్మాదం" నటించాడనీ, నిజంగా చైతన్యం వున్న వాడేననీ, ఆ భూమిక ధరించే పాశ్చాత్యనటుల నమ్మకం. ఈ నాటకం కోసం నిధి, హామ్‌లెట్ గురించిన విమర్శలెన్నో చదవడం జరిగింది. ఒఫీలియాతో ప్రేమఘోష సలిపినప్పుడు హామ్‌లెట్‌కి నిజంగా మతిపోయిందనీ, ఆ "ఉన్మాదం" నటనకాదనీ, నిధి వాదం. క్లబ్బు జనానికి ఈ వాదంతో నిమిత్తం లేకపోయింది. దయానిధి హామ్‌లెట్ భూమిక ధరించడం సబబుగానే వుందనీ, "ఇప్పుడు మా కర్థమవుతోంది" అని గుసగుసలు ప్రారంభించారు.

1937 ఏప్రిల్ మాసం వచ్చింది. దయానిధి ఎంతో కష్టంమీద డిస్పెన్సరీకి అద్దె ఇవ్వగలుగుతున్నాడు. మందు పుచ్చుకుంటున్న కొద్దిమంది పేషెంట్లలో సగం మంది అతనికేమీ ఫీజివ్వరు. వాళ్ళ దగ్గరెట్లా వసూలు చెయ్యాలో అతనికి తెలీదు. ఇంట్లో ఏదో

శుభకార్యం చెయ్యాలి అతనేం చెయ్యగలడు? అతనికి పిల్లలు లేరు. దగ్గర భార్యలేదు. గృహ ప్రవేశానికి ఇల్లుకట్టే తాహతు లేదు. తన పుట్టినరోజు చేసుగుంటే జనం నవ్వుతున్నారని భయం. ఆ రోగులలో మిగతా సగం ఫీజులు ఇచ్చే రకమే కానీ, ఏం లాభం, ఇచ్చుకోలేరు. కుర్చీలు, బీరువాలు, మంచాలు వేలం వేద్దామని తోచింది. లేకపోతే అప్పు చెయ్యాలి. పేషెంట్ల దగ్గర బదులడగటం అతనికి ఇష్టం లేదు. కృష్ణమూర్తి జ్ఞాపకం వొచ్చాడు. ఈ మధ్య ఊళ్ళోలేడు. ఏ బొంబాయో, పూనాయో వెళ్ళి నాలుగు రోజుల క్రితం వచ్చాడుట. కృష్ణమూర్తి డబ్బు గలవాడు. అతనికి పరిచితుడే. వాళ్ళింటికి వెళదామను కుంటున్నాడు. ఉదయం తొమ్మిదయింది. పోనీ సాయంత్రం అడిగితే, ఇప్పుడు నిధి క్లబ్బులో మెంబరు కాడు. ఎలా అడగాలో, ఎట్లా మాట్లాడాలో రిహార్స్ చేసుగుంటుండగా కృష్ణమూర్తే చక్కా వచ్చాడు. ఇద్దరూ ముందుగదిలో ఓ అరగంట కూర్చున్నారు. తర్వాత కృష్ణమూర్తి వెళ్ళిపోయాడు. కృష్ణమూర్తి అతని పేషెంటు. కృష్ణమూర్తి రక్తం సీసాలో తీసుకుని గిండీ పంపించాడు నిధి. పదిరోజుల్లో రిపోర్టు వచ్చింది. "ప్లస్" గుర్తు వేసి వుంది. ఆ గుర్తు బదులు, మైనస్ గుర్తు వచ్చేవరకూ వారానికో ఇంజెక్షన్ చొప్పున కనీసం ఆరుమాసాలైనా ఇంజెక్షన్ పుచ్చుకుంటే కాని పూర్తిగా జబ్బు నివారణైందను కోకూడదని చెప్పాడు. అంతవరకూ అతను పెండ్లి మాట తలపెట్టకూడదన్నాడు. కృష్ణమూర్తి సరేనని, వారం వారం వస్తూ ఇంజెక్షన్లు పుచ్చుగుంటున్నాడు.

కృష్ణమూర్తి వైఖరిలో మార్పు రానందుకు నిధి ఆశ్చర్యపడ్డాడు. అప్పుడప్పుడు రోజ్‌ని కృష్ణమూర్తి వేళాకోళం చేస్తుండటం అతను సహించలేడు. స్వతహా మనిషి ధోరణే అంత అనుభవం వల్ల మానవుడు జ్ఞానం పొందితే, ఏలూరులో రోడ్లన్నీ వేమనలాగా అవును. అతనికి మానవ ప్రకృతి అర్థం కావడంలేదు. యథార్థం తెలుసుకోకూడదు. తెలుసుగుంటే, తట్టుకోలేం. అందుచేత మతం, దేవుడూ, దయ్యం, పురాణం, వేదాంతంలో మన్ని మనం మోసగించుకోవడం అవసరం. అతనికి నవ్వొచ్చింది. కృష్ణమూర్తి మంచివాడు. తనని తాను మోసగించుకోవచ్చు. కాని ఇతరులని మాత్రం మోసగించడు. అతన్ని గురించిన యథార్థం మరుగుపరిచే యత్నం చెయ్యడు. కృష్ణమూర్తిలో "పాపం" చేసిన చైతన్యం లేదు. కాని నిజంగా అతను పాపం చేశాడా? కొందరు దొరికిపోతారు. కొందరు దొరకరు. అంతే తేడా. దొరికిపోకుండా వుండటమే సంఘం అవలంభిస్తున్న నైతిక దృష్టి; కృష్ణమూర్తిలో పశ్చాత్తాపం లేదు. ఎందుకుండాలి? టైఫాయిడ్ జ్వరాన్నుంచి తేరుకున్న రోగి పశ్చాత్తాప పడుతున్నాడా? అన్ని జబ్బులూ చెడుగే, చెడుగుని రూపుమాపటం డాక్టర్ల విధి. ఇది మంచి జబ్బు- ఇది చెడ్డ జబ్బు, అని విలువలు కట్టడం అజ్ఞానం.

సంఘం ఇట్లాంటి విలువలు కట్టడం వల్లే ధైర్యం లేని వాళ్ళు ఆత్మహత్యకి లోబడుతున్నారు. అది చెడుగు కృష్ణమూర్తిని చూసి జాలిపడి "ప్రేమించడం" మొదలెట్టాడు. కృష్ణమూర్తి ఆనందాన్నీ, హాస్యదృష్టినీ, ఉత్సాహాన్నీ ఈ జబ్బులేమీ చెయ్యలేకపొయ్యాయి. మానవుడి ఆత్మబలం అట్లాంటిది భారాన్ని మొయ్యడం, ఉన్నవారి భుజాలపైననే భారం పడటం సంతోషించ వలసిన విషయం.

రెండు నెలలు గడిచాయి. ఆనాడు ఆదివారం. కృష్ణమూర్తి ఇన్‌జక్షన్‌కి రాలేదు. సోమవారం చూశాడు రాలేదు. ఇట్లా మధ్య మధ్య మానెయ్యడం ప్రమాదమని ఎన్నోసార్లు చెప్పాడు. ఎందుకు రావడం లేదో? వాకబు చేశాడు. కృష్ణమూర్తి ఊళ్ళో లేడు. ఏ ఊరెళ్ళాడు?

పోస్టు బంట్రోతు ఉత్తరాలిచ్చాడు. ఒకే పెళ్ళి తాలూకువి. రెండు శుభలేఖ లొచ్చాయి. ఒకటి కృష్ణమూర్తిది, తన పెండ్లికి రమ్మని పంపిన ఆహ్వానము. పెండ్లికూతురు గోవిందరావుగారి కుమార్తె సుశీల. రెండోది, గోవిందరావు మామయ్య పంపిన శుభలేఖ. పెండ్లికొడుకు కృష్ణమూర్తి వివాహం పదకొండు రోజులుంది. దయానిధికి ఆశ్చర్యం వేసింది. వెఱ్ఱి ఆవేశం వొచ్చింది. వెంటనే గోవిందరావు మామయ్యకి ఉత్తరం రాశాడు. పెండ్లి కొడుకుకి సుఖవ్యాధులున్నాయనీ, వ్యాధి తీవ్రత తగ్గలేదనీ, తగ్గేటందుకు ఆరు మాసాలైనా పడుతుందనీ అట్లాంటి వానికి సుశీలనిచ్చి వివాహం చెయ్యడం గొప్ప అరాచకమనీ కాబట్టి, ఏదో విధంగా ఈ పెండ్లి ఆపెయ్యవలసిందనీ ఆ ఉత్తరం సారాంశం. మళ్ళా ఏదో జ్ఞాపకం వచ్చి చివరలో మరో రెండు వాక్యాలు చేర్చాడు. సుశీల వివాహం నిశ్చయం కావడం వివాహం జరగకపోవడం ఇది మొదటిసారి కాదని అందరూ ఎరుగున్నదే. సుశీల నాకు చుట్టం. అందుచేత సుశీల బాధ్యత నాకూ కొంతవరకూ వుంది. డాక్టరుగా సంఘం పట్లకూడా నాకు బాధ్యత వుంది. ఈ వివాహం వల్ల ముందు వారికి పుట్టబొయ్యే సంతానంపై మీరు కాస్త కనికరించి, తగిన చర్య తీసుకుంటారని నమ్ముతున్నాను.

కృష్ణమూర్తికి కూడా రాయాలనుకున్నాడు. కాని దానివల్ల ప్రయోజనం లేదని విరమించాడు. సుశీలకి ఓ ఉత్తరం రాసి చించేశాడు.

రెండు రోజుల్లో గోవిందరావుగారి దగ్గరనుంచి జవాబొచ్చింది. "కృష్ణమూర్తి చదువుకున్నవాడనీ, ప్రయోజకుడనీ, సుశీల అన్నివిధాలా ఇష్టపడిందనీ, యవ్వనంలో ఒడుదుడుకులు వాటంతట అవే సర్దుకుంటాయనీ, డాక్టర్‌గా నిధిలో అంత నమ్మకం లేదనీ, తనిల్లు ముందు తాను చక్కబెట్టుకోవడం ఉత్తమం" అని ఆ ఉత్తరంలో సారాంశం.

చివరలో మరో రెండు వాక్యాలున్నాయి. "మీ కుటుంబం చరిత్ర నీ పెండ్లికి ఎట్లాంటి అంతరాయం కలిగించిందో ఆ రోజుల్లో నువ్వు ఎంత నొచ్చుకున్నావో స్మరించుకో. నువ్వు అన్నీ చూసుకుని వివాహం చేసుకుని భార్యద్వారా అనుభవిస్తున్నదేమిటి? బావుకుంటున్న దేమిటి? నీకింకా లోకజ్ఞానం లేదు. ఇట్లాంటి వ్రాతలు ఇల్లాంటి ప్రచారం ముందెప్పుడూ ఎవరి దగ్గరా చెయ్యకు."

దయానిధి దీనికి మళ్ళా జవాబు వ్రాశాడు. అందులో కొన్ని వాక్యాలు, "నేను అన్ని బాధలూ పడివున్నాను గనుకనే ఇతరుల సౌఖ్యం కోసం ఇంత ప్రాకులాడటం. నాకు లోకజ్ఞానం లేకపోవచ్చు. కాని లోకజ్ఞానం గల మీబోటి పెద్దలు కూడా ఇట్లాంటి దుర్నీతిని ఆమోదించడం నాకెంతో దిగులుగా వుంది. కూతురుకు పెండ్లి చేసి అత్తారింటికి పంపటంతో మీ పూచీ ఒదిలిపోతుంది. తరువాత వారి జీవితాలు ఏమైతే మీకెందుకు? ఈ స్వార్థపరత్వం లోకజ్ఞానమైతే నాకిట్లాంటి జ్ఞానం లేకపోయినందుకు విచారం లేదు. ఈ పెండ్లి మాన్పించే యత్నం విరమిస్తానని మాత్రం అనుకోవద్దు. కృష్ణమూర్తికే వ్రాస్తున్నాను."

అన్నాడు కాని, ఎందుకో కృష్ణమూర్తికి వ్రాసే ధైర్యం అతనికి లేకపోయింది. కాకినాడ డిస్ట్రిక్టు మెడికల్ ఆఫీసర్‌కి ఓ ఉత్తరం వ్రాశాడు. ఈ విషయాలన్నీ తెలియపరుస్తూ, దీనికి మెడికల్ ఆఫీసర్ ఈ విధంగా సమాధానం వ్రాశాడు.

"మీరు చెప్పిన విషయాలతో నేను ఏకీభవిస్తున్నాను. ఈ వివాహం జరగడం - అందులో మీరు కార్యం కూడా ఇప్పుడే జరుపుతారంటున్నారు. చాలా విచారకరమైన విషయం. అయినా నేను చెయ్యగలిగింది ఏమీ లేదు. డిస్ట్రిక్ట్ ఆఫీసర్ దగ్గర నుంచి హెల్త్ సర్టిఫికెట్ వుంటేనే కాని వివాహం చట్టబద్ధం కాకూడదని ఏదేనా శాసనం వుంటే తప్ప మనం ఇందులో జోక్యం కలగజేసుకోవడం హాస్యాస్పదం. ఒకవేళ అట్లాంటి శాసనాన్ని ప్రభుత్వం ముందు ముందు అమలు జరిపినప్పటికీ ఉభయపక్షాలవారూ మెడికల్ ఆఫీసర్‌కి లంచంపోసి దొంగ సర్టిఫికెట్ పొందే అవకాశం వుంటుంది. ఈ పరిస్థితులలో కార్యము ఇప్పుడే జరపకుండా మీరే వారితో మాట్లాడి ఏదో చెయ్యడం మంచిది. నేనేమీ చెయ్యలేను."

దయానిధి గోవిందరావుగారికి కనీసం కార్యం మాత్రం ఇప్పుడు జరపకుండా చూడవల్సిందని మరో ఉత్తరం వ్రాశాడు. దానికి ఆయన జవాబు వ్రాశాడు. వివాహం తప్ప కార్యం జరిపే ఏర్పాటు ఇప్పుడు కాని అసలెప్పుడూ కానీ లేదనీ కొన్ని కారణాల వల్ల ఈ వివాహము ఇప్పుడు జరిపి తీరాల్సిందేనని వ్రాశాడు. ఆ కారణం ఏమిటో

216 చివరకు మిగిలేది

కనుక్కుందామని సంకల్పించాడు నిధి. నారయ్యని కాకినాడ పంపించాడు. నారయ్య రెండు రోజులుండి తిరిగి వచ్చాడు. అతనికేమీ ఆరా దొరకలేదు. ఇంకా వివాహం రెండు రోజులుంది.

అమృతం భర్త, తనూ అమృతం సుశీల పెళ్ళికి వెడుతున్నామనీ తనూ వస్తాడని ఆశిస్తున్నామని నిధికి ఉత్తరం రాశాడు. వివాహం ఇంకా రెండు రోజుల్లో వుంది పోనీ తనూ వెళ్ళి కృష్ణమూర్తితో మాట్లాడితే? ఏమని మాట్లాడటం? తను మామగారితో ఏం మాట్లాడగలిగాడు. నీ ఇల్లు నువ్వు చక్కబెట్టుకోమన్న గోవిందరావు మామయ్య మాటలు సూదుల్లా గుచ్చుకున్నాయి. ఆ రోజు గడిచిపోయింది. ఆ మొన్నాడు ఉదయం పెండ్లికి వెడదామని సంకల్పించాడు. హోల్డాల్ తీసుకుని స్టేషన్ కొచ్చాడు. బండి ప్లాట్‌ఫారం మీద సిద్ధంగా వుంది. పది నిముషాల టైముంది. కాళ్ళు దడదడ లాడుతున్నాయి. ఒళ్ళంతా చల్లబడింది. జ్వరం తగిలింది. బల్లమీద కూర్చుండిపొయ్యాడు. నుదురు వేడెక్కిపోయింది. శ్వాస బరువుగా వొస్తోంది. గార్డు విజిల్ రైలుకూత రైలు కదలడం జరిగింది. వొచ్చిన జట్కాబండిలోనే ఎక్కి ఇంటికి వెళ్ళిపోయాడు.

రెండు నెలలు గడిచినై. క్లబ్బులో కృష్ణమూర్తి టెన్నిస్ ఆడుతున్నాడు.

"హల్లో డాక్టర్ - వాళ్ళంతా వెడ్డింగ్‌కి మీరొస్తారని చాలా అనుకున్నారు. నేను కూడా డిజ్అప్పాయింట్ అయ్యాను. బహుశా పేషెంట్లతో మీకు తీరుబడి లేకపోయిందేమో" అన్నాడు కృష్ణమూర్తి.

"లేదులేదు... నాక్కొంచెం ఒంట్లో సుస్తీ చేసింది."

"డాక్టర్ ఈజ్ వాన్ పేషెంట్...."

నిధి నవ్వాడు. కృష్ణమూర్తిలో ఏ విధమైన మార్పులేదు.

జబ్బు విషయం అడుగుదామనిపించింది. కార్యం మాట అడగాలనిపించింది. అనవలసిన వాక్యాలను ఆలోచించుకుంటుండగానే, కృష్ణమూర్తి మళ్ళా అందుకున్నాడు.

"అయినా వీరు వచ్చినా, మీరు ఎన్‌జాయ్ చెయ్యలేరేమోలెండి – మీ పెండ్లి విషయం. అవన్నీ జ్ఞాపకం రావచ్చు" అన్నాడు.

నిధి ఆలోచన పరిపరి విధాల పోయింది. అలా అనడంలో కృష్ణమూర్తి ఉద్దేశం ఏమిటో? కంఠం సవరించుకుని నిధి మాట్లాడబోయాడు.

"అయితే చూడండి, మీకు....మీరు...."

"ఫరవాలేదు లేవయ్యా. ఇప్పుడు డబ్బు తొందర ఏమీ లేదు. మీ దగ్గర వున్నప్పుడే ఇద్దురుగాని" అన్నాడు కృష్ణమూర్తి. కాసేపాగి.... "పైగా నేను మీకు ఫీజు ఇవ్వాలిగా. ఇప్పుడు మనం బంధువులం కూడాను. ముందు ముందు మీరే నా ఫేమిలీ ఫిజీషన్" అంటూ కృష్ణమూర్తి పేకాట బృందంలో కలిసిపొయ్యాడు.

హార్టులెస్ స్కాండ్రల్ అనుకున్నాడు నిధి. నిదానించి చూస్తే కృష్ణమూర్తి చేసిన తప్పేమిటి! అతని జబ్బు నిమ్మళించి ఉండగూడదూ? వివాహం చేసుకున్నాడు. కార్యంలో తగిన జాగ్రత్త తీసుకున్నాడేమో! చదువుకున్నవాడు, ఆ మాత్రం ఆలోచించుకోడు? కాని ఈ ప్రశ్నలకు సమాధానం ఎవరు చెబుతారు? అమృతం చెప్పగలదు. అమృతానికి ఉత్తరం రాయాలనిపించింది వ్రాశాడు. అమృతం భర్తని సంబోధిస్తూ "నేను ఆనాడు జబ్బుచేసి, సుశీల వివాహానికి రాలేకపొయ్యాను. మీరూ, అమృతం, కులాసాగా గడిపారని తలుస్తా. మీరెవరేనా పెండ్లి విశేషాలు వ్రాస్తారేమో అనుకున్నాను. జగన్నాథం ఆ పెండ్లికి ఎందుకు రాలేదో వ్రాశారు కారు. అతను వెళ్ళి వుంటే, అన్ని సంగతులూ వ్రాయును. ఇప్పుడేనా మీరు పెళ్ళి వివరాలన్నీ వ్రాస్తే సంతోషిస్తాను" అని వ్రాశాడు. ఈ ఉత్తరం అతనికి తృప్తినివ్వలేదు. లేఖలో జీవం లేదు. చచ్చిపోయిన కలంతో వ్రాసిన ఉత్తరం. దాన్ని చించివేసి ఈసారి అమృతాన్ని సంబోధిస్తూ మరో ఉత్తరం వ్రాశాడు.

"....నువ్వూ, నీ భర్తా కులాసాగా వుంటున్నారని తలుస్తా. నన్ను జ్ఞాపకం వుంచుకుని, వివాహానికి ఆహ్వానిస్తూ వ్రాసిన ఉత్తరానికి చాలా కృతజ్ఞుడిని; సుశీల పెండ్లి ముచ్చటలు నీ నోటంట వినాలని వుంది. రహస్యాన్ని తిన్నగా శోధించి, సత్యాన్ని విప్పిచెప్పే శక్తి నీకే వుంది" ఈ ఉత్తరం అతను పూర్తి చెయ్యలేకపొయ్యాడు. నాలుగైదుసార్లు చదువు కున్నాడు. అతనికి 'వుంచుకోటం', 'నీ నోటంట', 'రహస్యాన్ని' అనే మాటలు ప్రమాదంగా తోచినై. ఇవి చదువుకుని భర్త ఏమనుకుంటాడో! ఏదో పాపం చేసిన వాడల్లే బాధపడ్డాడు. తనలో ఏదో పాపం చేసే సంకల్పం వుందా? ఆ సంకల్పాన్నుంచి అతను పారిపోవడానికి యత్నిస్తున్నాడా? అతని మనస్సు చెడిపోయింది. 'పెద్దమంటలో అడవి చెట్లు విరిగిపడు తున్నట్లనిపించింది' ఆ ఉత్తరం చించివేశాడు.

మరో మాసం గడిచింది. ఇప్పుడతనికి ప్రాక్టీస్ బొత్తిగాలేదు. ఇంటద్దె రెండు నెలలది ఇవ్వాలి. అతికష్టం మీద భోజనం గడుస్తోంది. నారయ్య, రోజ్ వొండిపెడుతున్నారు అప్పుడప్పుడు. మిగిలిన ఎకరం కూడా అమ్మేశాడు. అన్నగార్ని అడగలేదు. గర్వం, అతిశయం, యాచనకి అంగీకరించడం లేదు. అమ్మేటందుకు ఏమీలేవు. భార్య దగ్గర వుంటే ఎంత బాగుండును. నగలేనా అమ్మొచ్చు.

క్లబ్బులో అతన్ని గురించిన పుకార్లు కొత్తరూపం దాల్చాయి.

"భార్యని ఒదిలేశాట్టగా? కృష్ణమూర్తి పెండ్లాన్ని ఇక్కడికి ఎందుకు తీసుకురాడోయ్! బికాజ్, వాడి పెళ్ళానికీ, డాక్టర్‌కీ సంబంధం వుందిలే మరి... బంధుత్వం ఈజ్ ఈక్వల్ టు బ్యూటిఫుల్ సంబంధం."

"కృష్ణమూర్తి డాక్టర్ దగ్గరెందుకు మందు పుచ్చుకోడో చెప్పుకో. ఎ క్రాస్‌వర్డు ఫజిల్? వీడు అర్‌సినిర్ ఇంజెక్షనిచ్చి చంపితే?"

"నిధిగారి సతీమణి ఏది? కనుక్కున్న వారికి వెయ్యిరూపాయల బహుమానం."

అదీ పుకార్ల ధోరణి. వెళ్ళటం, ఇవి వినడం, బాధపడటం తప్పడం లేదు. వినకుండా, బాధపడకుండా వుండలేడు. ఆ బాధే తనకి మిగిలిన స్నేహితుడు. అప్పుడప్పుడు కొందరు క్లబ్బు వ్యక్తులు. ఏదో జబ్బు వంకన ఇతని దగ్గరకొచ్చి, బాతాఖానీ వేసి, కొంత పరిశోధనా ఫలితాన్ని పొందుదామనుకుని పోతుంటారు.

ఇప్పుడు కృష్ణమూర్తి చాలా భాగం అత్తవారి ఊళ్ళోనే వుంటున్నాడు. ఎప్పుడేనా "మాచెస్" వుంటే వొచ్చిపోతుంటాడు. మరో మాసం గడిచింది. గోవిందరావు మామయ్య దగ్గర నుంచి ఉత్తరం వొచ్చింది.

"నిన్నరాత్రి సుశీల ప్రసవించి చనిపోయింది. శిశువు కూడా మరణించినది...."

దయానిధికి 'కొన్ని కారణాలేమిటో' తెలిశాయి. వివాహం జరిగి ఎనిమిది మాసాలు పూర్తి కాలేదు. శిశువు కృష్ణమూర్తికి పుట్టలేదు; తండ్రిగా వుండే బాధ్యత మాత్రం అతను వహించాడు. దయానిధికి దుఃఖంలో భయమేసింది. సుశీల మృత్యువుకి అతను బాధ్యుడేమో ననిపించింది. తన కోరిక ప్రకారం సుశీల అల్లుకున్న పద్మవ్యూహాన్నించి విముక్తి చేసే శక్తి ఒక్క మృత్యువే. ఏదో గాలి పీల్చాడు. జీవాన్ని తీసుకు పోయినప్పుడు సృష్టి ఏదో ప్రశాంతాన్ని, వికాసాన్ని దిగవిడిచిపోతుంది. పెద్ద కెరటం మహాసముద్రంలోకి నిష్క్రమించేముందు ఒడ్డున నురగని దిగవిడిచినట్లు; భయంకరమేఘం వర్షించి, తెల్లబడి పల్చబడి ఆకాశంలో అంతర్థానమైనట్లు, ఏడ్చి, జుట్టు పీక్కునేటందుకు ఇక్కడే ముంది? ఇతరుల కోసం కన్నీరు కార్చటం సులభం. మనకోసం కావాల్సినప్పుడు కన్నీరు రాదు. మూల్గలేని ప్రాణీ నవ్వుతుంది. కాని సృష్టి మూగదై, నిశ్శబ్దంలో జీవిస్తుంది.

రాత్రి పదకొండు గంటలైంది. దయానిధి హామ్‌లెట్ చదవడం మొదలెట్టాడు. ఆ నాటకాన్ని ఎన్నోసార్లు చదివాడు. కాని ఇప్పుడు పూర్తిగా అర్థమైనట్లుంది. అది నాటకం కాదు. మానవత్వాన్ని రుజువు చేసే అనంత ప్రణాళిక, ఎవరికి వారు అందులో యథార్థాన్ని రక్తనాళాలపైన రుజువు చేసుకోవాల్సిందే.

దయానిధి పుస్తకం మూసేసి దొడ్లో నూతిపళ్ళెం మీద పడక్కుర్చీ వాల్చుకుని కూర్చున్నాడు. ఆకాశంలో మేఘాలు బరువుగా కదుల్తున్నాయి. చెట్లలో ఆకులు మెదలడం లేదు. గాలి దూరంగా పిలోస్తోంది. ఏదో వచ్చి లేపేవరకూ కదలనట్లు చెట్లు నిలిచి పొయ్యాయి. నిధి కళ్ళముందు ఇంద్రధనస్సులా ఏదో మెరిసింది. వేళ్ళతో కళ్ళను తుడుచుకున్నాడు. కన్నీటితో వేలు తడిసింది. ఛ...ఛ... తను ఏడవ కూడదనుకున్నాడు. ఎందుకు దుఃఖం? ఎవరిమీద తనకి కోపం? అన్నింటికీ సమాధానం శూన్యం. ఏమీ జరగడం లేదని పడే బాధా, కారణం లేని దుఃఖం – వీటికి అంతం లేదు. సృష్టిని చూసే మానవుడు జాలిపడడం జరుగుతుందా? ప్రపంచంలో అన్నీ మూసుకునే తలుపులు అన్ని తలుపులూ ఒకదాని తర్వాత ఒకటి మూసుకుపోతాయి. మనము బైటుండి పోతాం. అంతా చీకటి. దూరంగా ఏదో కిటికీ తెరిచినట్లయింది. కాంతి మెరిసింది. అతను జీవితాన్ని స్పృశించి పట్టుకున్నట్లుంది. విశ్వాన్ని ఆవులింతతో ఇముడ్చుకున్న విముఖత అది. తొందరగా లేచి గదిలోకెళ్ళి, కాగితం కలం తీసుకుని, వ్రాయడం మొదలెట్టాడు. పదహారు రోజులవరకూ బయటికి వెళ్ళకుండా, గదిలో ఏకాంతంగా కూర్చుని, గంటకో వాక్యం చొప్పున వ్రాస్తూ గడిపి, చివరికి ఆ వ్యాసం ముగించాడు. అతనికి ముగింపు చేతకాదు. ప్రేమకి ద్వేషం ముగింపు. యవ్వనానికి వాంఛ ముగింపు. జీవితానికి మృత్యువు ముగింపు. కాని ఈ వ్యాసానికి ముగింపేమిటి? ఒక్కసారి విశ్వంలోని సౌందర్యవతులైన స్త్రీల శరీరాలని మంటగా చేసి ఆ జ్వాలలో తన శరీరం ఒక్కసారి మండించుకుని ఎండిన నాలుకా, కాలిపొయ్యే నుదురూ, మరి మెదలని అస్థిపంజరమై, కరిగిన మంచులా ద్రవించని రక్తంతో నిండు సూర్యుని చూడగలిగిన మానవులందరూ, ఆ వ్యాసాన్ని ముగించే యత్నం చేస్తూ అలా వ్రాస్తూ పోవల్సిందే. ప్రతి యుగంలో మనుషులూ, మరో అంకమో, మరో అధ్యాయమో వ్రాస్తూ వుండే ఎడతెగని పుస్తకం లాంటిది జీవితం. దానికి ముగింపు లేదు. తను వ్రాసిన వ్యాసం వొకసారి చదువుకున్నాడు నిధి.

★ ★ ★

220 చివరకు మిగిలేది

చీకటి సమస్య

షేక్స్‌పియర్ రచించిన హామ్‌లెట్ నాటకం చదివిన వారికందరికీ అందులో ఒక సమస్య ఉన్నదన్న విషయం తెలిసే వుంటుంది. ఆ సమస్య, హామ్‌లెట్ నాటకానికి సంబంధించినది కాని, రచయితకి సంబంధించినది కాదు. హామ్‌లెట్, షేక్స్‌పియర్ ఇద్దరూ ఒకటేనని నమ్మిన విమర్శకులు ఈ సమస్యను పరిష్కరించే యత్నాలు చేశారు. ఇట్లా చేసిన వారు షుమారు అరవై మంది. వీరు, ప్రపంచంలోకి షేక్స్‌పియర్ గొప్ప రచయితనీ, అతని రచనలో హామ్‌లెట్ గొప్ప నాటకమనీ అన్నారు. కాని, దాని సమస్య పరిష్కారం కాలేదు. కోల్‌రిజ్, ఈ నాటకం గురించి వ్రాస్తూ తన స్వీయచరిత్ర చెప్పుకున్నాడు. గెథే అదే పని చేశాడు. ఇటీవల టి.యస్. ఎలియట్ అనే విమర్శకుడొక్కడూ ధైర్యం చేసి, హామ్‌లెట్ షేక్స్‌పియర్ రచించిన ఉత్తమ నాటకం కాదనీ, పూర్తిగా పాడైపోయిన నాటకం అనీ, తీర్పు చేశాడు. ఎలియట్ ఇట్లా అంటున్నాడు.

"హామ్‌లెట్ నిండా, రచయిత వెలుగులోకి లాగి కళానుగుణంగా ప్రదర్శించలేకపోయిన 'గొడవ' బోలెడుంది. హామ్‌లెట్ అనుభవించిన ఉద్రేకానికి సరిపడ్డ పరిస్థితులు బాహ్యప్రపంచంలో లేవు. పడే బాధకీ చూస్తున్న వాతావరణానికీ మధ్య వున్న లోయపై వొంతెన వెయ్యలేకపోయాడు. హామ్‌లెట్ తన ఉద్రేకంతో బాధపడినట్లు, షేక్స్‌పియర్ హామ్‌లెట్ నాటకంలో బాధపడ్డాడు.

సారస్వతంలో ప్రదర్శించడానికి వీలుకాని కథావస్తువుని షేక్స్‌పియర్ నాటకంలో తీసుకున్నాడు. షేక్స్‌పియర్ ఆ బాధని హామ్‌లెట్ ద్వారా ప్రదర్శించలేకపొయ్యాడు. అంచేత ఈ నాటకం తగులడింది.

ఈ సమస్యని పరిష్కరించే ఉద్దేశంతో నేనూ ఈ వ్యాసంలో కొన్ని సూచనలు చేస్తున్నాను. ముందు హామ్‌లెట్ సమస్య ఏమిటో కొంచెం పరిశీలిద్దాం.

హామ్‌లెట్ తండ్రి మరణానంతరం హామ్‌లెట్ తల్లి గెర్‌ట్రూడ్ భర్త సోదరుడ్ని వివాహమాడుతుంది. రాజ్యపరిపాలన కూడా వారిదే. ఆ స్థానంలో మంత్రి కుమార్తె ఒఫీలియాని హామ్‌లెట్ ప్రేమిస్తాడు. ఇట్లా వుండగా ఓనాడు హామ్‌లెట్ తండ్రి దయ్యంగా కుమారుడికి దర్శనం ఇచ్చి తను తన సోదరునిచే హత్య గావింపబడినాననీ, తల్లి కూడా ఇందులో బాధ్యురాలనీ వారిమీద పగ సాధించవలెననీ కుమారుణ్ణి శాసించి, అంతర్ధాన మవుతాడు! ఆనాటి నుండి హామ్‌లెట్ మనస్సు మారిపోతుంది. తల్లి వ్యభిచరించిన విషయం తెలియగానే, 'స్త్రీ' మీద అతనికున్న గౌరవం పోతుంది. ఒఫీలియా కూడా ఇలాంటి కులటేమోనని భ్రమిస్తాడు. అతన్ని పరిశీలించడానికి, అతని గుట్టు బయటికి లాగడానికి తండ్రిచే నియమించబడిన గూఢచారిణిగా పరిగణించి, ఆమెని తూలనాడి సంపర్కం మానుకుంటాడు. రాత్రీ, పగలు బాబయ్యనీ, తల్లినీ ఏ విధంగా సంహరిస్తే కసి తీరుతుందో ఆలోచన సాగిస్తూ, పరాకు ప్రసంగం చేస్తూ పిచ్చివాడిలా ప్రవర్తిస్తాడు. గూఢచారుడుగా వుంటున్న మంత్రిని హత్య చేస్తాడు. రాజు, భార్య అతనిది ప్రమాదకరమైన 'పిచ్చి' అని భయపడి, దాని నిజాలు తెలుసుకోడానికి యత్నిస్తారు. హామ్‌లెట్ రాజ్యంలో వుంటే వారికి ముప్పు వాటిల్లుతుందని, అతన్ని దూరదేశానికి పంపుతారు. అతని పన్నాగం తెలుసుకుని, తిరిగివొచ్చి రాజయోధులను హత్య చేస్తాడు. చివరికి పగ సాధిస్తాడు. ఒఫీలియా ఆత్మహత్య చేసుకుంటుంది. తనూ తల్లీ రాజూ అందరూ మరణిస్తారు.

ఇందులో సమస్య ఇది, హామ్‌లెట్ తన చర్యలకి ఏవగించుకుని తన తల్లినీ, ఆమె భర్తని చంపడానికి నిశ్చయించుకుని కూడా, ఆ పని ఎందుకు చెయ్యడు? స్వగతాలతో అమాయకులని చంపుతూ ఎందుకు వృథా కాలయాపన చేస్తాడు? ఇదీ ప్రశ్న. దీనికి విమర్శకులు రకరకాల సమాధానాలిచ్చారు. వీటన్నింటినీ మూడు రకాలుగా విభజించవచ్చు.

1. షేక్స్‌పియర్ ఒక పాతనాటకాన్ని ఆధారంగా చేసుకుని ఈ నాటకం వ్రాశాడు; అందులో పగతీర్చుకోవడం తప్ప వేరే కథ పట్టు లేదు. కాబట్టి ఆ 'పట్టు' 'బిగి' ఆపాదించటం కోసం ఈ స్వగతాలు 'ఉన్మాదం' 'తంతు' ఇరికించాడు అని.

2. హామ్‌లెట్ ఆదర్శజీవి. తన ఆదర్శాలని ప్రపంచానికి కూడా ఆపాదించాడు. తన తల్లి చేష్టలు; ఆ ఆదర్శాలని భగ్నం చేసినై. "వాళ్ళు వుంటేనేం, చస్తేనేం?" అనుకుని నిస్పృహ చెంది, కార్యదీక్ష నుంచి విరమించి వేదాంతి అయ్యాడు అని.

3. నాటకకర్త హామ్‌లెట్ ఇరుక్కున్న వ్యూహాన్ని చూసి జాలిపడి, సానుభూతి ప్రకటించడం వలన ఈ 'ఆలస్యం' జరిగింది - అని.

222 చివరకు మిగిలేది

నేను ఇందులో మూడోదానితో ఏకీభవిస్తున్నాను. ఇది కొంతవరకూ ఎలియట్ చెప్పిన వాటికి దగ్గరగా కూడా వుంది. హామ్‌లెట్, తల్లిని అందరు పురుషులలాగే 'మాతృదేవత'లా ఊహించి, గౌరవించి ప్రేమించాడు. కాని ఆమె భర్త చనిపోగానే మళ్ళా వివాహం చేసుకుంటుంది. ఈ కృత్యంతో హామ్‌లెట్ తల్లిని పూజించలేకపొయ్యాడు. తరువాత భర్త జీవించి వుండగానే భర్త సోదరుడితో వ్యభచరించిందన్న సంగతి తెలియగానే, ఆమెని 'గౌరవించడం' మానేశాడు. స్త్రీని 'చాంచల్యమా' అని సంబోధించాడు. చంపడానికి నిశ్చయించుకున్నాడు. ఆమె బతికివుంటే తనలాంటి కూతుళ్ళని కంటుందని భయపడి 'చంపడం మంచిపనే' అనుకున్నాడు. కాని ప్రేమించకుండా వుండలేకపొయ్యాడు. తల్లిలోని చెడుగుకి అతీతం అయ్యే ప్రేమ అతనిది. 'పోనీ సుఖపడనీ, అనుభవించనీ, ఈ నాలుగు రోజులేగా తరువాత ఎల్లాగ చంపుతానుగా. పోనీ పాపం, ఆనందించనీ' అని హామ్‌లెట్ అనుకొని 'ప్రేమ'కి తన దాస్యం ఒదులుకో లేక కాలయాపన చేశాడు. ఆ ఔదార్యం, ఆ అతీతమైన ప్రేమ హామ్‌లెట్‌లోని ఉత్తమ లక్షణాలు –చివరికి 'పాపాన్ని' 'చెడుగు'ని చూసి భరించి, సహించి, అనుభవించి, అతీతమయ్యే ప్రేమ అతనిది. పాపం లేదు, పుణ్యం లేదు, చెడుగులేదు, మంచి లేదు. ఇవి ఐహిక విలువలు; ఆధ్యాత్మిక విలువలు కావు; సంఘం యొక్క ప్రాపకం, ప్రాబల్యం మీద ఆధారపడే అశాశ్వతమైన విలువలు, కష్టసుఖాలు. రెంటినీ సమంగా అనుభవించిన వ్యక్తికి తీర్పు చేసే అవసరం వుండదు; ఉండనక్కరలేదు.

అయితే ఈ సూచనలు సమర్ధించేటందుకు నాటకంలో ఆధారాలు ఎక్కువగా లేవు. వీటి ఆధారాలు షేక్స్‌పియర్ జీవిత రహస్యంలో దాగివున్నాయి. షేక్స్‌పియర్ తల్లి చర్య షేక్స్‌పియర్‌ని బాధించి ఉండొచ్చు. తనకి జరిగిన అన్యాయాన్ని, పదిమందికీ ఎరుకపరిచి, వారిని అపవాదు నుండి రక్షించడం, మహాపురుషుడి లక్షణం. వ్యక్తిగతమైన విలువలే, ప్రపంచానికి అన్వయించే సూత్రాలుగా మారుతాయి. షేక్స్‌పియర్, చెడ్డదయిన తన తల్లిని ప్రేమించగలిగాడు. కాని ఈ ప్రేమనీ, ఆమెలోని 'చెడ్డతనాన్ని' సమన్వయం చెయ్యలేక పోయాడు. శిఖరం ఎక్కి కిందికి చూశాడు. అఘాతం వుంది, తల తిప్పేశాడు. ఈ అఘాతంపైనుంచి అవతలి శిఖరం మీదకి దూకడం ఎట్లా? అదీ అతని సమస్య. చివరికి తెగించి దూకేశాడు. కాని దూకేముందు అవతలి శిఖరం మీదికి చేరుకోలేనని అతనికి తెలుసు; అయినా దూకడము అతని విధి; అతని ప్రకృతి. చెడుగుపై దాళ్ళు చెయ్యలేదు; దూకి అతీతుడు కావాలి; అఘాతంలో తనూ తల్లీ తన పాత్రలూ అంతా పడి నశించిపోయారు.

చెడ్డ వ్యక్తులే రక్తికట్టే పాత్రలన్నాడు జాన్‌బైలి. వారిని రంగంపైకి వదిలి ప్రేక్షకులను ప్రేమించమన్నాడు. ఎందుకు? 'చెడ్డతనం' సాధనంగా చేసుకుని ఆ పాత్రలు 'ఆనందాన్ని' సాధించారు. ఆనందాన్ని సాధించడం, శాంతిని పొందడము అవసరంగాని అవి పొందేటందుకు సాధనాలేవయినా ప్రమాదం లేదు. 'ఏ విధంగానయినా సంతోషాన్ని సాధించిన మనుషులను షేక్స్‌పియర్ ప్రశంసిస్తాడు' అంటాడు సర్ వాల్టర్ రాలె. సంతోషం పొందే యత్నంలో వారు మరణిస్తే విషాదకరమైన పాత్రలై మన సానుభూతిని కోరతారు; గెలిస్తే హాస్యాస్పదంగా మారుతారు. వారు పొందదల్చుకున్న ఆనందం అల్పమైంది కాదు. ప్రాణాన్ని బలిగా కోరుతుంది. వారి ఆశయం వారి మృత్యువు. ఇంజనీర్లు అశ్రద్ధగా కట్టిన వంతెన పడిపోవటం లాంటిది కాదు; భూకంపంలో కూలిపోయిన వొంతెనలాంటిది మొదటిదాన్ని విమర్శిస్తాం. రెండోదాన్ని చూసి జడుసుకుని ముగ్ధులవుతాము.

ఈ వ్యాసాన్ని ఎట్లా ముగించాలో తెలియక దయానిధి డ్రాయర్లో పెట్టేశాడు. వారం గడిచింది.

సాయంత్రం నాలుగయింది. దయానిధి క్లబ్బు కెళ్ళాడు. ఈమధ్య పత్రికలు సరిగ్గా చూడక దేశంలో ఏం జరుగుతోందో అతనికి బాగా తెలీడం లేదు. వెళ్ళి పత్రికలు చూడడం మొదలెట్టాడు. కాని అతని మనస్సు స్థిరంగా వుండక, పదేపదే వ్యాసం మీదికి వెడుతోంది. దాన్ని మోడరన్ రివ్యూకో, త్రివేణికో పంపాలనుకున్నాడు. అతనికి సారస్వతంలో ప్రవేశంలేదు. విమర్శకుడిగా పైకి రావాలని కూడా అతని సంకల్పం కాదు. అది రాయడంలో అతని బాధ తీరిపోయింది. ఏదో బరువు తగ్గినట్లనిపించింది. అతని విమర్శని చదువుకున్న సాహిత్య ప్రియులు నవ్వుతారేమోనని కూడా అనిపించింది. సారస్వతం యొక్క ఉద్దేశం జీవిత సమస్యలకి సమాధానం ఇవ్వడమా? తల్లిదండ్రుల పాపాలు పిల్లలని వెంటాడిన ప్పుడు, వారేం చేస్తారు? 'ఏం చెయ్యాలి?' అన్న దానికి షేక్స్‌పియర్ సమాధానం ఇవ్వలేక పొయ్యాడు. వారిని క్షమించి ప్రేమించమన్నాడా? నీతి లేదనడం లేదు. ప్రాచీన శక్తులు ప్రకృతి మానవత్వం వీటికి నీతితో నిమిత్తం లేదు. ఈ గోళంపై మానవుడి బ్రతుకు క్షణికం; అశాశ్వతం. నీతి పేరిట కఠిన శిక్ష కన్నీరు జుట్టు పీక్కోవడం ఎందుకో. మహాసముద్రం పొంగిపొరలి; నీతిని అది నెలకొల్పిన సంస్థలని ముంచివేస్తుంది. ప్రకృతి జ్వాలలో మానవుల కట్టడాలు తగులడతాయి. కాలిపోగా మిగిలిన జీవంలేని ముక్కలనుంచి నీరసించిన నల్లపొగ ఆకాశం కమ్ముతుంది.

"ఎట్లా జీవించడం!" అన్నదానికి సారస్వతం సమాధానం ఇవ్వాలంటే అతని విమర్శకి విలువవుతుంది.

ఇతరుల జోలి తనకెందుకు? తన జీవితానికి తాను సమాధానం పడ్డాడు. అతని సమస్య విశదపడింది. విశదపడిన వొస్తువు ఇక మరి బాధించదు. అందులో భయం పోయింది. ఏకాంతంలో అతను తెలుసుకున్న వెలుగు అతన్ని రక్షిస్తుంది. తనూ తనలాంటి వాళ్ళు చేసిన పాపాలను భరించే భారం షేక్స్‌పియర్ మీద వెయ్యడం ఎంత తప్పు? నీ నీడ నీ వ్యక్తిత్వం, నీ చెడుగు, నీ పాపాలు. నువ్వు జీవించి వుండగానే నశించిపోవడం ఎంత ఆశ్చర్యం? ఎంత ఆనందం.

పత్రికల్లో వార్త ఈ ఆలోచనల్ని అరికట్టింది. రాయలసీమలో కలరా, ప్లేగు చెలరేగి అనేకమంది మరణిస్తున్నారు. అక్కడ సహాయం చెయ్యడానికి వొచ్చిన డాక్టర్ల సంఖ్య తక్కువ. ఎందరో డాక్టర్లు వొచ్చి తోడ్పడితేగాని లాభం లేదు. ఆరోగ్యశాఖవారు చేస్తున్న పనికి డాక్టర్లు కూడా సహాయపడాలని నాయకులు విజ్ఞప్తి చేస్తున్నారు. ప్రజలకి మందులు, బట్టలు, డబ్బు కావాలి. అనంతపురం, కర్నూలు జిల్లాల్లో పరిస్థితులు తీవ్రంగా వున్నాయి. నిధికి ఇది చదవగానే అక్కడికి వెళ్ళిపోవాలనిపించింది. వెళ్ళి అక్కడే ఏకాంతంగా వుండిపోవాలి. మరి తిరిగి రాకూడదు. ఈ ఊళ్ళు, ఈ తాలూకాలు ఎన్నో జ్ఞాపకం చేస్తాయి. ఇక్కడ మనుషులలో కుళ్ళు, కుట్ర, కుతంత్రం – వీళ్ళ నుంచి పారిపోవాలి.

సోడాల కుర్రాడొచ్చి, "ఓ కలర్ తీసుకోం" డన్నాడు.

"నాకు ఖాతా లేదుగా – నేను మెంబర్ని కాను" అన్నాడు.

"కాకపోతే ఏం లెండి – ఫరవాలేదు తీసుకోండి" అన్నాడు కుర్రాడు. వాడి కళ్ళల్లో ఎంతో దయ. ఎంతో ఆదరణ. వాడి జీవితం ఎంత మంచిది! హాయిగా ఆట్లన్నీ చూస్తాడు. సోడాలు తాగుతాడు; చీకూ చింతాలేదు. కాని అలా ఎంతకాలం వుంటాడు? యవ్వనం వస్తుంది; ఏ పిల్లనో పెళ్ళి చేస్తారు; వాడు ఏ పిల్ల వెంటనో పడతాడు. తగాదాలు; దెబ్బలాట్లు; త్రాగుడు, పెండ్లాన్ని కొడతాడు. పెండ్లాం వాడ్ని విడిచిపోతుంది; వాడూ నిధిలాగే అయిపోతాడు. పురుషుడి యవ్వన ప్రశక్తుల్నీ ఆనందాన్నీ హరింపచేసేందుకు ఏ స్త్రీయో సిద్ధంగా వుంటుంది. వాడు మూలగడం, ఆమె కూచుని వినడం, ఆమె మూలగడం, వాడు వినడం ఇంతే వాడి జీవితం?

పేకాట బృందం అతన్ని చూడలేదు. కబుర్లు సాగించారు. ఈసారి కృష్ణమూర్తిని గురించి.

"ఇవాళ రాలేదేం డాప్ జవాన్"

"ఊళ్ళోకొచ్చాడు."

"ఐతే భాయీ, అతని వైఫ్ ఆత్మహత్య చేసుకుందిటగా" మూడు తలకాయలు ఆ కంఠం దగ్గరగా జరిగాయి.

"ఏం లేదు. ఇదివరకే ఆమెకి మరోడితో సంబంధం వుందిట; మూడోనెల అని తెలుసుకున్నారుట. మన కృష్ణమూర్తికి తండ్రిగా వుండే భాగ్యం కలిగింది. మనవాడు నాటకం కనుక్కున్నాడు... ఏం జరిగిందో మనకు తెలీదు ఆత్మహత్య చేసుకుంది. నీళ్ళాడి చనిపోయిందని గప్‌చిప్ చేశారు."

"అయితే ఆ కాస్త పుణ్యం కట్టుకున్న ధన్యుండెవడొక్కో!"

"బ్యూటీ స్పెషలిస్టు..."

"మేం నమ్మం మాకు నిదర్శనం కావాలి."

"వివాహం ఆపు చేయించమని ఉత్తరం రాసి అఘోరించాడు"

దయానిధి ఈ సంభాషణలలో కొంత వినగలిగాడు. సోడా కుర్రాడు 'కలర్' కొట్టి ఇచ్చాడు.

"నేను డబ్బులివ్వలేను" అన్నాడు నిధి.

"ఫరవాలేదు లెండి - తరువాత చూసుగోవచ్చు- ఇక్కడ తాగే వాళ్ళంతా డబ్బులిస్తే మా అయ్య స్టేషనుకాడ హోటలెట్టును...." అంటూ కుర్రాడు నవ్వుతున్నాడు.

"అయితే.... నీకు నామీద ఇంత దయ దేనికిరా?" కుర్రాడు మాట్లాడలేదు.

"మీరు మంచోరండి."

"నేనేం చేశాను?"

"మా పిన్నికి మందిచ్చి బ్రతికించారండి - రాత్రికి భలే ఆటాడుతున్నారండి- సినిమా -పంజాబ్ మెయిల్."

నిధి జేబులోంచి అర్ధరూపాయి తీసిచ్చాడు.

"చల్ మెయిల్‌కి చల్; మేరే మవులా బులాలో" అని పాడుకుంటూ కుర్రాడు లోపలికి వెళ్ళాడు.

పేకాట బృందం మళ్ళా సాగించింది.

"అబ్బాయ్- నేనోటి చెబుతాను విను. ఇవన్నీ వంశపారంపర్యం వచ్చే లక్షణాలనుకో. నిధిగారి తల్లీ- పెద్దగాథలే"

"ఏమిటండోయ్.... బాంబులు విసురుతున్నారు."

"ఇలాంటివి దాగుతాయా బాబూ - ఆవిడ కథానాయకురాలే - అసలందుకనే ఈయనకి సంబంధాలు కూడా రాలేదుట."

"ఐతే భార్య ఏమైనట్లు?"

"ఇద్దరికీ చెడిందిగా..."

"ఎందుకో..."

"చారిత్రిక పురుషుడు" గుసగుసలు

"విపులీకరించండి."

"కృష్ణమూర్తి పెళ్ళాం ఎవరినీ?"

"కానీవయ్యా"

"అసలు పెళ్లికి పూర్వమే, లేచొచ్చినదాని కూతుర్ని తగులుకున్నాడు. తల్లి ప్రోత్సాహం వుండేది."

"చిత్రం"

"తల్లి రహస్యాలు కొడుకు దాస్తాడుగా మరి!"

"ఐ.సి."

నిధికి ఆ కుర్చీ ఎత్తి, వాళ్ళమీద గిరవాటెట్టాలనిపించింది. రెండు చేతులలో కుర్చీ కాళ్ళని గట్టిగా పట్టుకున్నాడు. ఆ మాట్లంటున్నది గుమాస్తా సోమయ్య. వంద రూపాయల కాగితం పైకి తీసి చూపించి మళ్ళా జేబులో పెట్టేశాడు. కోటు విప్పి కుర్చీకి తగిలించి, బయటికి వెళ్ళి వచ్చి మళ్ళా ఆట్లో పడ్డాడు. ఇంతలో టెన్నిస్ ఆటగాళ్ళు వచ్చి బల్లల్ని వెనక్కి లాగమన్నారు. కుర్రాడు బల్లల్ని వరండాలోకి ఈడ్చాడు. మళ్ళా ఆట సాగించారు. సోమయ్య కోటు గోడకి తగిలిచ్చాడు. నిధి రాయలసీమ వెళ్ళేటందుకు ఇప్పుడు వంద రూపాయలు కావాలి. సోమయ్య కోట్లోంచి ఆ కాగితం తీసేస్తే సోమయ్యకి మంచి శాస్తి జరుగుతుంది. వరండాలోకి నడిచివెళ్ళాడు. కుర్రాడు చిమ్నీలు తుడిచి దీపాలు వెలిగిస్తున్నాడు. కోటు కీనీడలో వుంది. పర్సు లాగెయ్యడం అతి సులభం. సోమయ్య కోటు వెతుక్కుంటూ లేచాడు. పేకాటలో నోటు మార్చే అవసరం వచ్చింది. "నా కోటేదిరా?"

"ఇదిగో మీ కోటు - ఇదేనా?" అన్నాడు నిధి.

"అవును - హల్లో - మీరిక్కడే వున్నారే - ఎంతసేపైంది వచ్చి రండి ఆడుకుందాం" అని ఆహ్వానించాడు."

"అరే బ్రదర్ - ఏడవకు నోటు మార్చనక్కర్లేదులే, రా, మనవాడు పంపకం చేస్తున్నాడు."

"ఇహనేం - మన బేస్తు మనకు దక్కుడు."

సోమయ్య పర్సు తనే తీసుకున్నాననుకుంటాడు. అట్లా అనుకోవడమే తనకి

కావల్సింది. తను వాగిన వాగుడికి ఇది శాస్తి అని గ్రహించుకుంటాడు. కాని ఊరుకుం టాడా? రుజువు, పోలీసులు, కోర్టు విచారణ - అదొక రకమైన జీవనం. ఏ రకం జీవనమైతేనేం నైతిక విలువలతో సంఘానికి నిమిత్తం లేనప్పుడు?

కాని సోమయ్య అల్పుడు, సోమయ్య వ్యక్తిత్వం లేని మనిషి... సంఘంలో ఒక రేణువు. సంప్రదాయం కాళ్ళకింద బురద, దులుపుతే వొదల్దు. మనం దెబ్బలాడాల్సింది ఆదర్శాలతో, విలువలతో-వ్యక్తులతో కాదు. వ్యక్తులు సిద్ధంగా వున్న నియమాలను ఆచరణలో పెడతారు. దాన్ని ఖండించి ధిక్కరించే శక్తి వారికి వుండదు; ధిక్కరించే వాడికి సంఘంలో శాంతి వుండదు. నూరు రూపాయలు సోమయ్య ఖరీదు. బ్రతికి వుండగా చనిపోయిన తర్వాత, కళేబరంలోని సామాను బజార్లో అమ్మితే, రూపాయి రెండణాల గంధకం, సున్నం.

నిధికి నవ్వొచ్చింది. సోమయ్యని క్షమించి, బైటికి వెళ్ళిపోయాడు. మనిషి బ్రతుకు సరిగా లేకపోతే ఇట్లాంటి పనులు చేయిస్తుంది కాబోలు ననుకున్నాడు. వందరూపాయల కోసము ఆత్మని అమ్ముకోవాలా? అట్లా ఎందరో అమ్ముకుంటున్నారు; కొందరు వంద కోసం; కొందరు వెయ్యికోసం. కాని వారిని చోరులనడం లేదు. వారిని రావ్‌సాహెబ్ బహదూర్ బిరుదులిచ్చి గౌరవిస్తున్నాం. ఆ పనే బీదవాడు చేస్తే దొంగంటున్నాం. భారతదేశంలో ఆత్మ విలువ, రూపాయి అణాపైసల్లో నిర్ణయించవచ్చు.

ఉండి ఉండి ఆకాశాన మేఘాలల్లుకున్నాయి. రోడ్డుమీద దుమ్ము మొహాన పడుతోంది. నక్కివున్న వర్షం చక్కిలిగింతలు పెట్టినట్లుగా, గాలిలో చలి మెదుల్తోంది. దుకాణాలలో దీపాలు ఆగిపోకుండా ఏవో అడ్డం పెట్టుకుని అవస్థపడుతున్నారు కొట్టువాళ్ళు. కాలువలో దీపాల రంగులు కొట్టుకుపోతున్నాయి. నిధి ఇంటికి చేరుకుందామని తొందరగా నడుస్తున్నాడు. ఇంటికెళ్ళి తను రాసిన వ్యాసం మళ్ళా చదువుకోవాలి, అందులో ఏవో తప్పులున్నట్లనిపించింది. సవరించాలి. ఈ వ్యాసం ప్రచురిస్తే క్లబ్బు వ్యక్తులు చదువుకుని ఏమనుకుంటారో ఊహిస్తే భయమేస్తుంది. వారి అనుమానాలు ధ్రువపడుతున్నాయి. కొత్త నిదర్శనము దొరుకుతుంది. అతన్ని పరిశోధించేటందుకు ఈ వ్యాసం తోడ్పడుతుంది. తన ప్రత్యేకమైన బాధని వెళ్ళబోసుకోవడము తప్ప, ఆ వ్యాసములో ఉపయోగపడే విలువలేమున్నాయి? అసలెందుకు అతను అది వ్రాయడం? చెడిపోయిన స్త్రీని క్షమించమని సంఘమును కోరడమా? పాపాన్ని శిక్షించక ప్రేమించమనా అందులో సందేశం? బాగున్నవారు వేరు, పట్టుబడని వారే బాగున్నవారు; వీరు దొరికిపోయిన వారిని విలువకట్టి శిక్షించే అర్హత లేదనా? ఏదో బలహీనమైన సమయంలో వాంఛకి లొంగిపోతే ఇంత

ప్రమాదం జరుగుతుందని తెలుసుకున్న స్త్రీ అల్లా చెయ్యలేదని తెలియపరచడమా? అయినా స్త్రీని మాత్రం ఎందుకు దూషించాలో? పురుషుడిని నిందించరేమో!

వ్యాసాన్ని ప్రచురించే ధైర్యం అతనికి లేదు. నిజం చెప్పినంత మాత్రాన అది ఉత్తమ సారస్వతం అనిపించుకోదు. అందమైన అబద్ధాలాడాలి. వ్యక్తిగతమైన కష్టసుఖాలని, సకల మానవులకూ వర్తించేటట్లు చిహ్నా ప్రధానంగా చిత్రించాలి. షేక్స్పియర్ అలా చేశాడు. తను ఈ వ్యాసంలో అలా చేయలేకపోయాడు. బతికుండగా నిజం చెప్పేసాహసం అతనికి లేదని నిశ్చయించుకున్నాడు. నిజం చెప్పకపోతే అతను బ్రతకలేడు. తనే తనకి విషాదాంత నాయకుడిలా కనిపిస్తున్నాడు. విషాదాంత నాయకుడికి, "అదో, ఇదో- ఏదో ఒకటి చెయ్యి" అన్న సమస్యని పరిష్కరించే పరిస్థితులెదుర్కొంటాయి. ఏదో ఒకటి నిర్ణయించటమే అసాధ్యం, అదే విషాదాంతంలోని సారం.

నిధికి ఆ గాలి, దుమ్ము, మెరిసే చీకటి, అతని ఏకాంతం భయం కలగజేశాయి. ప్రపంచం విశ్వంలోకి ముందుకు సాగిపోతూ అతన్ని దిగవిడిచి నట్లనిపించింది. అతనికి ప్రపంచంతో నిమిత్తము లేదు. అయినా ప్రపంచానికి అతనితో నిమిత్తం దేనికో? అతన్ని పరుగెత్తుకు రమ్మని యాగీ చేస్తుంది. రాలేకపోతే, కుంటాడనో, గుడ్డివాడనో పేర్లు పెడుతుంది. అతని హృదయంలో నిశీధిలాంటి, అనంతంలాంటి ఏకాంతం కేంద్రీకరించింది. దాన్ని చూసి జడుసుకున్నాడు. ఎక్కడికి పారిపోతాడు?

తీరా చేసి ఇంటికే చేరుకున్నాడు. పక్కవారింట్లో గడియారము ఎనిమిది గంటలు కొట్టింది. మెట్లెక్కి, వరండాలో కొచ్చాడు. గుమ్మము అవతల బల్లమీద కూర్చుని పూలదండ కడుతోంది అమృతం.

"ఏం బావా - నీ కోసం నారయ్యని పంపాను, కనపళ్ళేదూ". అమృతం పూలని పళ్ళెంలో వుంచి, దీపాన్ని పైకెత్తి ఊది పెద్దది చేసింది. ఆ వెలుగులో ఆమె మొహము నిండుగా కనపడింది; జడని విప్పేసి వెంట్రుకల్ని నిలువుగా మెలిత్రిప్పి, మెడమీదికి జారుగా ఒరిగే చుట్టలా చుట్టింది. సూర్యోదయాలని దీక్షగా చూచే పవిత్రమైన నేత్రాలలా, కళ్ళు స్వచ్ఛంగా మెరుస్తున్నాయి. పాపిడి ఇరుప్రక్కలా ఎత్తుగా లేచిన జుట్టు నీడ నుదుటిమీద మెత్తగా పడింది. పెదవులు కలిసిన చోట, అర్ధచంద్రుడిలా లేచిన బుగ్గల "నీటైన నీడలు పడుతున్నాయి. అంతటి ఠీవి, గర్వం వెనుక, కెరటం వెనుక అస్తమిస్తున్న సూర్యుడిలా దాగిన హాస్యదృష్టి, కారుణ్యాన్ని కాక్షించిన ఆ కళ్ళ నిశ్చలత్వము, కనపడని స్థిరత్వం పొందిన ఆ అవయవాల కదలికలో ఆదుర్దా - ఇదివరలో ఎప్పుడూ అమృతంలో అతను చూడలేదు.

"ఏం బావా, అల్లా తెల్లబోయి చూస్తావు?" లేచి పళ్ళాన్ని దూరంగానెట్టి బల్ల తుడిచింది.

"నిన్ను ఆనమాలు పట్టలేదు అమృతం" అంటూ అతను బల్లమీద కూర్చున్నాడు.

"ఏం? అంతలావుగా ఐపోయాను కదూ– మావారు "పొతకలావున్నా" నంటుంటారు. అంటే నన్ను పూర్తిగా మరిచిపోయావన్నమాట ఔనా?"

"మరిచిపోవడం కాదు... నువ్విక్కడ వుంటావని ఊహించలేకపొయ్యాను. అంచేత కొంచెం ఆశ్చర్యం వేసింది."

నిధి లోపలికెళ్ళి కుర్చీ తెచ్చి బైటవేసి, తను కూర్చున్నాడు. అమృతం బల్లమీద కూర్చుని, పూలని ముడిమీద అలంకరించుకుంటోంది.

"ఇప్పుడు చెప్పు... ఎప్పుడు రావటం? ఎక్కడనుంచీ, ఎందుకూ..."

పూలని సర్దుతూ, పిన్నుని పళ్ళమధ్య బిగించి మాట్లాడుతోంది అమృతం.

"ఉండు మరీ – ఈ జుట్టు లొంగదు" విచ్చలవిడిగా ఎగిరిపోయిన ఆ జుట్టుని అమృతం నాలుగు పిన్నులతో లొంగదీసింది. కొన్ని వెంట్రుకలు మెడచుట్టూ, చెవుల మీదా, చెక్కిళ్ళమీదా పడి ఒడ్డున పడేసిన చేపపిల్లలా కొట్టుకుంటున్నాయి.

"అబ్బ ఎంతగాలి! వర్షం వస్తుందా? నువ్వు చాలా చిక్కిపోయావు బావా..." అంది జాలిగా.

"ఏదో ఊరికే అంటున్నావు."

"లేదు బావా... చూడు కణతలు పల్చగా ఎల్లా కొట్టుకుంటున్నాయో కళ్ళు లోతుకి పోయాయి" అతన్ని ఎగాదిగా పరీక్షగా చూసింది.

"మనం పెద్దవాళ్ళం అయిపోతున్నాం కదూ..."

"కాలం ఆగుతుందా మరి" గాలికి తట్టుకోలేనట్లుగా అమృతం, పమిట చెంగుని ఒళ్ళోంచి తీసి నెత్తిన కప్పుకుని, కుడి చెవిమీదికి లాగి కళ్ళు, బుగ్గలు చిట్లించి నవ్వుతోంది.

"అన్నాలొడ్డించనా?... ఏమండోయ్; ఒచ్చారే! మీ కోసము బజారంతా వెతిగానే... లేవండి, నీళ్ళు కాగాయి, స్నానం చేద్దురుగాని" అన్నాడు శంకరం లోపల్నించి వొచ్చి.

"నారాయణేడి శంకరం?" అంది అమృతం.

"అలా కాలవొడ్డు కెళ్ళాడు."

"బావా! నేను, శంకరం, పాలికాపు నారాయణా అల్లా తెనాలి వెళ్ళివస్తున్నాం. మావాళ్ళ తాలూకు ఒకరికి పెళ్ళి సంబంధం వొచ్చింది. పిల్లని చూసి వొస్తున్నా. మా అత్తగారు ఇదివరకే చూశారు. మావారు తీరికలేక రాలేదు. శిస్తు వసూలు చెయ్యమని మా పాలికాపుని కూడా మాతో పంపారు. పన్లు జరిగినై. దోవలోనే కదా. ఓసారి నిన్ను

చూసి పోదాము అని వాళ్ళని కూడా దింపాను. ఏది శంకరం. పెండ్లికూతురెల్లా వుంది చెప్పు" అని యాకరవు పెట్టింది అమృతం.

శంకరం పెండ్లి కూతుర్ని వర్ణించాడు. అమృతం నవ్వుతోంది. తన కర్థం కాకుండా నిధి కూడా నవ్వడం ప్రారంభించాడు.

"దబ్బున స్నానం చెయ్యిబావా... భోజనం చేద్దాం. బట్టలంతా దుమ్మే... లే, లే" అని తను లేచింది. దయానిధి వెళ్ళి స్నానం చేసి వచ్చాడు. జుట్టు పాపిడి లేకుండా వెనక్కి దువ్వి, బనీను తొడుక్కుని పైన తువ్వాలు కప్పుగుని సిద్ధమయ్యాడు. పాలికాపు నారాయణకి మండువాలో ఒడ్డించారు. రోజ్ హోటల్లో భోజనం చేసి, ముందు గదిలో పక్క వేసుగుంది. నిధి, అమృతం, శంకరం భోజనాలు చేశారు. శంకరం, స్నేహితుడితో సినిమాకి వెళ్ళి స్నేహితుడింట్లో పడుకుని ఉదయం వొస్తానని బయలుదేరాడు.

"వర్షం వచ్చేటట్లుగా వుంది. ఈ చలిలో సినిమా ఏం చూస్తారూ ఆ స్నేహితుడ్ని తీసుకొచ్చి ఇక్కడే పడుకోరాదూ?" అన్నాడు నిధి.

"టీ తాగితే ఏ చలీ వుండదు. ఔను శంకరం?" అంది అమృతం.

"ఫరవాలేదు లెండి" అంటూ ఏదో గొణిగి శంకరం ప్రయాణమయ్యాడు. నారయ్య, పాలికాపుకూడా సినిమాకి తయారయ్యారు. హాల్లో, డిస్పెన్సింగ్ గదిముందు, పాలికాపుకి బల్ల మీద పక్క ఏర్పాటు చేశారు. నారయ్య నిధికోసం మంచం గదిముందు హాల్లోనే వేశాడు. తన చాప చుట్ట మండువాలో వేసుకున్నాడు. ఈ పనులు చేసి వాళ్ళు ముగ్గురూ వెళ్ళిపొయ్యారు.

అమృతం తమలపాకులకి సున్నం రాస్తూ మండువాలోకి నడిచి దొడ్డి వైపు చూస్తోంది.

"ఇక్కడ ఎంతో హాయిగా వుంది బావా - అచ్చంగా మావూళ్ళో దొడ్డి ఇల్లాగే వుంటుంది" ఇద్దరూ దొడ్లోకి నూతిపళ్ళెం మీదికి నడిచారు. మేఘాలు చంద్రుడ్ని విడిచి దూరంగా పరుగులెత్తాయి. ఆకాశం నిర్మలంగా వుంది. నక్షత్రాలు స్వేచ్ఛగా మెరుస్తున్నాయి. ఉండి ఉండి పల్చటి తెల్లమేఘం పొర చంద్రుడిమీద పెండ్లికూతురు మొదటిరాత్రి సిగ్గుముసుగులో కప్పి, కవ్వించి, తీసేసి తొలిగిపోతోంది. గాలిలో చలి, పదునుపెట్టిన కత్తిలా శరీరాన్ని మభ్యపెడుతోంది. చెట్లల్లో ఆకులు సంగీతం కోసం గొంతులు సవరించు కుంటున్నాయి. చలిని ధిక్కరించినట్లు ఎక్కడో పక్షులు బాధతో ఆనందాన్ని రెపరెప ప్రకటిస్తున్నాయి. తపోభంగ యత్నాన్ని జయించిన ఋషిలా ప్రకృతి జపం చేస్తోంది.

"ఏం బావా మాట్లాడడం లేదు. కోపం వచ్చిందా?" అంది అమృతం నూతి ఒర మీద చేతులానించి నీళ్ళల్లోకి చూస్తూ.

నాకు కోపం వస్తే ప్రపంచానికి నష్టం లేదు. పైగా నీమీద కోపం దేనికి?

"ఊరికే అన్నాను. అయితే బావా, సుశీల నాకో ఉత్తరం రాసింది...తెలుసా?"

"తెలీదు."

"అది చాలా విచిత్రమైన ఉత్తరం. అందులో రాసింది తనకేదైనా ప్రమాదం జరిగితే, నువ్వే బాధ్యుడవుట"

"ఎందుకో?"

"తనకి జీవితంలో సౌఖ్యం లేకపోవడానికి నువ్వు కారణంట నాకేమీ అర్థం కాలేదు, నేను జవాబు రాయలేదనుకో - అబ్బ చలిగా వుంది" అంటూ కొంగు ఒంటిచుట్టూ గట్టిగా బిగించుకుంది. పసుపుపచ్చరంగుపై ఆకుపచ్చ పువ్వుల ఖద్దరు చీర, జబ్బల్ని పట్టుకున్న అంగుళం వెడల్పు జరీగల నల్లరంగు ఖద్దరు రవిక. దానిపై కుట్టిన తెల్లపూలు; వెన్నెలలో వింతగా కనబడుతున్నాయి.

"అయితే బావా, నేనో విషయం అడుగుతాను, ఏమీ అనుకోవు కదా?"

"అడుగు అమృతం. నేను స్వేచ్ఛగా మాట్లాడేందుకు తగినంత చనువు నాకింకెవ్వరి దగ్గరాలేదు. నిన్ను గురించి అన్ని విషయాలూ నాతో చెప్పుకోలేకపోవచ్చు. నీ దగ్గర నుంచి దాచే విషయాలు నాకేవీ లేవు. ఈ విషయం నీకు తెలుసు కూడాను."

"నువ్వు ఎంతో దిగులుగా, వింతగా మాట్లాడుతున్నావు. నాకెల్లాగో వుంది బావా."

ప్రతివారి ముందూ ఎంతకాలం నటించగలం అమృతం. ఎప్పుడో ఒకప్పుడు ఎవరి దగ్గరో ఒకరి దగ్గర మన నిజస్వరూపాలు బైటపెట్టక తప్పదు. రహస్యాలని బాధ లేకుండా చెప్పుకుంటే, విమర్శించకుండా విని, అర్థం చేసుకుని సానుభూతి చూపే వ్యక్తులు కనబడే వరకూ స్నేహితుల కోసం అన్వేషించక మానం. సత్యాన్ని, సౌందర్యాన్ని అన్వేషించడం అంటే నిజంగా ఇదే అర్థం...

"ఏమిటో బావా, మగాళ్ళ రహస్యాలు ఆడవాళ్ళతో ఎందుకు చెబుతారు? ప్రతీ మొగాడూ ఆడదాని ముందర కొంత దాస్తాడు."

"ఐతే నేను నీతో చెప్పే విషయాలని నువ్వు నమ్మలేవన్నమాట."

"నువ్వు కొన్ని నిజం చెబుతావు. కొన్ని అసలే చెప్పక పోవచ్చు. స్త్రీతో చెప్పకూడనివి ఎన్నో వుండొచ్చు."

"నేను నిన్నెప్పుడూ స్త్రీగా పరిగణించలేదు అమృతం. కన్నీరు కారిస్తే తడిసి నీరైపోయిన స్వప్నకాంతలాంటి దానవు."

అమృతం నిశ్శబ్దంగా నవ్వింది. అప్రయత్నంగా చెట్టుకొమ్మని కదిపి, ఆకుల్ని వేళ్ళతో విరుస్తోంది కీచురాయి కదిలింది.

"అబ్బ, చలిగా వుంది... జబ్బు చేస్తుంది. లోపలి కెడదాం బావా. నాకు వెన్నెట్లో నువ్వు సరిగా కనపడడం లేదు" అంటూ అమృతం మండువాలోకి చేరుకుంది. ఇద్దరూ హాల్లోకొచ్చారు. పాతసంగతులు స్మరించుకుంటున్నారు. జగన్నాథం పట్నంలో కాలేజీలో చదువుతున్నాడట. నాగమణి పెళ్ళి చేసుకుందట. భర్తకి నాయుడుపేటలో ఉద్యోగంట. తరువాత సుశీల విషయం మాట్లాడుకున్నారు.

"నాకో అనుమానం వుంది బావా... సుశీలకి నీమీద వుండేదని" అంది అమృతం తన పాదాలకేసి చూస్తూ. నిధికి ఈ మాటలు వింటే నవ్వొచ్చింది.

"మీద వుండటం ఏమిటి అమృతం – ప్రేమించింది అనొచ్చుగా..."

"ఏమో అబ్బా, ఎట్లా అనాలో నాకు తెలీదు" అంది మూతి వంకర చేసి.

"ఫరవాలేదులే – సిగ్గు పడేటందుకు మనం చిన్నవాళ్ళం కాము. సుశీల నన్నే కాదు, ఎవర్నీ ప్రేమించలేదు?"

"అసలు ప్రేమించడం అంటే ఏమిటి బావా?"

"ఏమో నాకు తెలియదు. కాపురం చేస్తున్న దానవు నీకెక్కువ అనుభవం వుండాలి..."

"నాకేం వుంటుంది పల్లెటూరి మొద్దుని. ఏ నీ బోటిగాళ్ళో చెబుతుంటే వినడమే..."

"చాలామంది జీవితంలో 'ప్రేమ' అనుభవించకుండానే జరిగిపోతుంది. కలలోనూ, పుస్తకాలలోనూ, కళలోనూ ప్రేమని తెలుసుకుని తృప్తి పడాల్సిందే..."

"నువ్వు అంతేనా ఏమిటి బావా?" అంది అమృతం కళ్ళకొనలనుంచీ చూస్తూ.

"ప్రేమని ఆశించడం పురుషుడి వొంతూ – దాన్ని ఇవ్వడం స్త్రీ వొంతూ"

మధ్యలో అమృతం అందుకుని...

"ఐతే బావా, సుశీల విషం తాగి చచ్చిపోయిందంటారు. నిజమేనా."

"నిజం కావొచ్చు. భర్త శంకించి వుండొచ్చు, గర్వి ఈ పరాభవం భరించలేక చేసి వుండొచ్చు..."

"ఇందులో నువ్వు చేసిన అపచారం ఏముందీ?"

"ఏమీ లేదు. తన స్వార్థాన్ని స్తుతించలేదు."

అమృతం ఆవులించి, కళ్ళని తుడుచుకుని గదిలోకెళ్ళి మంచం మీద కూర్చుంది. పక్కంతా సర్ది తలగడాని ఒళ్ళో వేసుకుని, కాళ్ళు ఊగిసలాడిస్తూ కొంచెం గట్టిగా అడిగింది.

"బావా... నువ్వు మీ ఆవిడతో కాపరం పెట్టవా ఏమిటి?"

దయానిధి గదిలోకొచ్చి, కుర్చీ వాల్చి కూర్చున్నాడు.

"ప్రేమించిన వాళ్ళు పెళ్ళి చేసుకోలేరు. పెళ్ళి చేసుకున్న వాళ్ళు ప్రేమించలేరు... అదీ ఈ దేశంలో యువకుల చరిత్ర..."

"నీవన్నీ చిత్రమైన భావాలు బావా!" అమృతం వికృతంగా ఒళ్ళు విరుచుకుని పక్క మీద ఒరిగింది.

"అబ్బ పిన్నులు గుచ్చుకుంటున్నై బాబూ..."అని లేచి పిన్నులను దిండుకింద పెట్టింది.

"నీకు నిద్రొస్తోంది - నే వెళ్ళి పడుకుంటా..." అని నిధి లేవబొయ్యాడు.

"కూచో బావా - ఇలా కూర్చుని మనం కబుర్లు చెప్పుకోవడం ఎన్నాళ్ళకో. నేను వస్తాను. మనం మీ మామగారి దగ్గరికెళ్ళి ఇందిరని తీసుకొద్దాం?"

అతనేమీ మాట్లాడలేదు.

"బావా, కోమలెక్కడుంది?"

"ఏమో...."

"ఓస్, ఏం తెలియనట్లు మహా? నా దగ్గర ఎందుకు దాస్తావ్?"

"కోమలి కోసం నీ దగ్గర చేసిన బాకీ ఎలా తీర్చాలో ఆలోచించవలసినప్పుడే జ్ఞాపకం వస్తుంది. ఆ రోజుల్లో బాహ్య ప్రపంచంలోని ప్రేమకోసం తహతహ లాడాను."

"ఇప్పుడూ?"

"ఇప్పుడు నాలోని ప్రేమతో సమాధాన పడుతున్నాను."

"నాకేమీ అర్థం కాలేదు."

"నేను వెళ్ళి పడుకుంటా" అని నిధి లేచి వెళ్ళి, గుమ్మం ముందు మడతమంచంపై పడుకున్నాడు. కాసేపు నిశ్శబ్దం. అమృతం పెట్టి తీసిన చప్పుడైంది. బట్టల మడతలోంచి కర్పూరం వుండల పరిమళం వేసింది. సబ్బుబిళ్ళల పెట్టిలో రూపాయల గలగల వినబడింది. అమృతం గదిలో ఏం చేస్తోందో! గది తలుపులు వేసుకోమంటే? గాజుల చప్పుడు, దిండ్లని సర్దిన శబ్దం, నిలిపివేసిన ఆవులింత - మళ్ళా నిశ్శబ్దం.

"నిద్ర పట్టిందా బావా?" అని అడిగింది లోపల్నుంచి.

"ఊఁ" అన్నాడు. కాని అది అబద్ధం అని అతనికి తెలుసు.

"అబద్ధం" అంది.

నిధికి భయమేసింది. ఈ ఆడవాళ్ళు అన్ని విషయాలూ ఎలా తెలుసుకుంటారో చిత్రం అనుకున్నాడు.

"అంటే పడుతో వుంది" అన్నాడు.

“మా జగ్గు అడిగినట్లు, ఆ అవస్థ ఎట్లాంటిదో వర్ణించు బావా” అంది.

“ఓ, కళ్ళు మూతలు పడడం... కుడికన్ను తెరవడం; ఎడమది ముయ్యడం, కుడి చెయ్యి తలకింద తీసి, ఎడమ చెయ్యిపెట్టడం, వెల్లకిలా పడుకోడం, తరువాత బోర్లకిల పడుకుని, దిండులో మొహం గుచ్చుకోవటం....”

అమృతం నిలిపి నిలిపి మసీదులో మృదంగం మోగిస్తే ప్రతిధ్వనించినట్లుగా నవ్వుతోంది.

మళ్ళా నిశ్శబ్దం. పక్క డాబా ఇంట్లోంచి, గడియారం పదకొండు కొట్టింది. పది క్షణాలలో ఆ నిశ్శబ్దం భగ్నమైంది.

ఆకాశంలో బంగారపు కత్తులని ఎవరో విరిచి పారేసినట్లుగా మెరుపులు... గాలికి ఒక్కసారిగా కిటికీ తలుపులు కొట్టుకున్నాయి. నేలమీద ఆకులు లేచి లోపల పడుతున్నాయి. దీపం నృత్యం చేస్తోంది. భయంకరంగా పిడుగులు దిక్కు తేల్చకుండా మారు మ్రోగుతున్నాయి. గదిలో గోడని కేలండర్ కాగితాలు చప్పుడు చేసి కిందపడ్డాయి. గోడనున్న నిధి తల్లి ఫొటోగ్రాఫ్ కిందపడి పగిలింది. అమృతం లేచి, గాజుముక్కల్ని పోగుచేసిన చప్పుడవుతోంది. దీపం ఆరిపోయింది.

“నాకు భయం వేస్తోంది బావా” అంది.

అతను లేచి అగ్గిపెట్టె కోసం గదిలో కొచ్చి బల్లమీద తడుములాడుతున్నాడు. మెరుపుల వెలుగులో కనబడుతుందని నిదానంగా చూస్తున్నాడు. కిటికీ తలుపులు మూసుగున్నాయి. అంతా చీకటి. బైట రొద. అమృతం దీపంమీద చెయ్యిపెట్టి, ‘అబ్బా కాలింది’ అని గెంతింది. నిధి చెయ్యి ఆమె భుజంమీద పడింది. ఆ చేతిని తన మెడని ఆనించి బిగించింది. చెయ్యి తీసేశాడు. వెళ్ళి తలుపులు తీశాడు. అగ్గిపెట్టె, మంచం పక్కన అలమర్లో వుంది. దాన్ని తీసి దీపం ముట్టించాడు. తలుపులు కొట్టుకోకుండా, రాళ్ళు పెట్టాడు వెళ్ళి గదిలో మంచం మీద కూర్చున్నాడు.

“నీకు భయంగా లేదు బావా?” అన్నది అమృతం. నిధి లేచాడు. అమృతం మంచం మీద కూర్చుని, దిండుని ఒళ్ళో వేసుగుని కాళ్ళు ఊగిసలాడిస్తోంది. బోర్డర్ లేని పసుపుపచ్చ రంగు పల్చటి పట్టుచీర కట్టుకుంది. దానిమీద ఎర్రరంగు, అంచులేని సిల్కు జాకెట్టు వేసుకుంది.

“ఖద్దరు చీరలో నిద్రపట్టదు. సిల్కుచీర చలేస్తుంది. ఎల్లా బావా బాగుందా చీర...”

అతని కేసి జాలిగా చూసింది.

“అమృతం...”

"ఎందుకు బావా?"

"ఇల్లా ఎందు కొచ్చావు?"

"ఏం?"

"ప్రపంచానికి లేని ఆపేక్ష నీకెందుకు?"

"అదేమిటి బావా – ప్రపంచానికి ఆపేక్ష ఎందుకుంటుంది, ఎవళ్ళో ఒకరిద్దరికి తప్ప..."

అమృతం కళ్ళు బరువుగా మెరుస్తున్నాయి. కళ్ళకింద నల్లనీడలు వెన్నెట్లో మెరిసిన మంచిగంధం మ్రానులా తీర్చుకున్నాయి విప్పార్చుకుని, ప్రేమతో పదింతలైంది మొహం.

"అమృతం..."

అతనికి ఏమనాలో తెలీడం లేదు. వాక్యాలూ, మాటలు అన్నీ మాయమయ్యాయి.

"ఏం బావా?"

ఉప్పెనలా గాలి గదంతా కమ్మేసింది. కడసారి నృత్యం ముగించి దీపం మూర్ఛ పోయింది. అమృతం చేతులు అతని భుజం మీద పడ్డాయి. సముద్రంలో కొట్టుకుపోయే వ్యక్తికి రబ్బరుబంతి దొరికినట్లుగా, ఏదో శక్తి అతన్ని కిందకి నెట్టేస్తోంది. అతని మంచం పైన కాళ్ళమీద కూలబడిపోయ్యాడు. అంతా చీకటి. అతని కళ్ళు అమృతం ఒళ్ళో తెరుచుకున్నాయి. అతని నుదిటిని చలిమంటలా కాల్చింది అమృతం కడుపు. కనురెప్పల్ని ఆమె వక్షాలు మెత్తగా కోసేస్తున్నాయి. ఆమె రెండు చేతులూ అతన్ని ఎక్కడికో తీసుకు పోతున్నాయి. భరింపరాని సౌందర్యపు వెలుగులో అతనికి స్పృహ తప్పింది. అమృతం జుట్టు ముడి ఊడింది. జడంతా అతన్ని కప్పేసింది. నిశీధిలా కన్నీటి చుక్కలచే చీరతడిసి, అమృతం తొడలు చలితో వేడెక్కుతున్నాయి. ఆకాశం తన ఒక్కడి మీద నిశ్చింతగా వర్షిస్తోన్నట్టు అతని మెడ వెనుకభాగం మీద కన్నీరు ఉనికివున్న ఇంద్రధనస్సులా ఆవరించింది. 'బావా' అంది ముక్కలైన లయకోసం. తడుములాడుతున్న కంఠంతో భూమి తిరిగిపోతోంది. స్థలం, సమయం గతులు తప్పాయి. విశ్వమే కదిలి పోతున్నట్లుంది. ఎక్కడికో ఇంకా ఇంకా దగ్గరగా కలిసి ఒకరై, అన్ని రహస్యాలన్నీ ఛేదించి, అన్ని లోతుల్నీ శోధించి, అన్ని శిఖరాలనీ సాధించి, ఒంటి జీవంగా కొట్టుకుని, విశ్వరహస్యానికి ప్రాణం పోశారు. ఆలోచనా, విమర్శనా, తర్కం, చైతన్యం.... అన్నీ ఉద్రేకాల ప్రవాహంలో కెరటంపై నురుగు కొట్టుకుపోతున్నాయి. దేనికోసమో, రెండు ప్రాణులు సృష్టిశక్తులను కేంద్రీకరించి పెనుగులాడుతున్నాయి. ఎక్కడో అది యథార్థమై వుంటుంది. రక్తం పట్టు తప్పి నిష్ప

ద్రావకంలా పొర్లి శరీరాన్ని కడిగి పవిత్రం చేస్తోంది. సర్వేంద్రియాలు విడిపొయ్యాయి. జీవక్షణాలుగా శరీరాన్ని మార్చేశాయి. శరీరం అనుభవంతో ఆత్మైపోయింది.

★ ★ ★

ఆ క్షణం సృష్టి నిల్చిపోయింది. ప్రాణం స్థిమితపడింది. నిప్పులో కాలిన మల్లెపూల పరిమళం అమృతం శ్వాసలో చుట్టేసింది. మెత్తటి బలంతో తడిసి ముద్దయి, ఆనందంతో ఎర్రగా అలసిపోయి సూర్యుడిలోని వేడిమికి కలిగిన మంచుకణమై అమృతం పక్కమీద వాలిపోయింది. ఆ శరీరం అది, ఎవ్వరూ 'ఇది నాది' అనలేరు. సృష్టి అనాదినుంచి వుండిపోయి నిద్రనించి లేచి మరచిపోయిన శరీరం అది.

దయానిధి మంచం మీదనుంచి నేలమీద కూలిపొయ్యాడు.

అమృతం చేతికింద దిండు కిందకి జారింది. దానిమీద తల ఆనించి కళ్ళు మూశాడు. ఓపిక లేకుండా కురుస్తున్న వర్షం నిలిచిపోయింది. చప్పుబడి, నీరసించి ప్రకృతి విశ్రమించింది. విషాదంగా వెన్నెల కిటికీలోంచి వీడ్కోలిస్తోంది. పక్క డాబాలో గడియారం ఒంటిగంట కొట్టింది. నిధి లేచి వెళ్ళి గది గుమ్మం ముందు మంచం మీద పడుకున్నాడు. నారయ్య, నారాయణ సినిమానుంచి రావడం, పక్క చుట్టలు సర్దుకుని పడుకోవడం చప్పుడైంది.

దయానిధికి నిద్రపట్టలేదు. లేచి నిలబడ్డాడు. కాళ్ళు నేలమీద ఆనడం లేదు. మరో శరీరంలోకి జొరబడ్డట్లయింది. అమృతం శరీర పరిమళం తనని ఆవరించింది. తువ్వాలుతో మొహం తుడుచుకున్నాడు. గదిలోకెళ్ళి అగ్గిపుల్ల గీసి దీపం ముట్టించాడు. తలుపు చేరేశాడు. అతనికి భయమేసింది. సిగ్గేసింది. తనదే ఆ మొహం, మరో లోకంలో కెళ్ళి అద్దంలో నీడ చూసుకున్నట్లుంది. అలసి కృశించిన మొహంలో ఏదో కొత్తవికాసం. వెలుగు ప్రతిభ కనిపిస్తోంది. ఈ కళ్ళతో మళ్ళా ప్రపంచాన్ని చూడడమా! స్వప్నంలో తెరుచుకుని చూడటం నేర్చుకున్న నేత్రాలతో ఈ బాహ్య ప్రపంచాన్ని చూడటమా!

దీపం తీసుకుని మంచం దగ్గర కెళ్ళి పైకెత్తి అమృతం కేసి చూశాడు. సిగ్గేసింది. ఆమెకేసి చూడలేక పోయాడు. అది నిద్రా దేవతే నిద్రపోవడం లాగుంది. దీపం దాచేశాడు. బయట రోడ్డుమీదకి వొచ్చేసి ఆకాశం కేసి చూస్తూ ఒంతెనమీద కూర్చున్నాడు. బనీను లోపల మెడ వెనుక ఏదో పట్టుకున్నట్లయింది. తడిమి బయటకి తీశాడు. నల్లటి పొడుగాటి వెంట్రుక, అమృతం జడలోది. అతనికి భయమేసింది. తనకే తను వింతమనిషి లాగున్నాడు. అతని పూర్వపు భావాలు, ఆదర్శాలు, అభిప్రాయాలు.... వాటికీ తన

నిజతత్వానికి ఎంతటి భేదం వుందో తెలుసుకుంటే అతనికీ భయమేస్తోంది. అతని తత్వం అతనికే తెలీకపోవడం ఆశ్చర్యం. తను ఆ వాతావరణంలో వుండలేడు. అదంతా మైలపడిపోతుంది. సూర్యోదయం కాగానే అమృతాన్ని ఎట్లా చూడగలడు? అమృతం తన నిజస్వరూపాన్ని తనకి చూపించి, హాయిగా నిద్రపోయింది. ఈ కళ్ళతో ఈ వ్యక్తులనీ, ఈ స్థలాన్నీ చూడలేడు. చంద్రుడే చిత్రంగా కదులుతున్నాడు. పక్కింటి గడియారం రెండు కొట్టింది. లోపలకొచ్చి మెట్లమీద కూర్చున్నాడు. సుశీల చావుకి కారణమైన తను, కృష్ణమూర్తికి మందులిచ్చిన తను. అవకాశం వున్నా, కోమల్ని తాకకుండా బైటకొచ్చిన తను, షేక్స్పియర్ సమస్యని పరిష్కారం చేయదలచిన తను.....

లోపలికెళ్ళి చప్పుడు కాకుండా, డ్రాయర్లోంచి షేక్స్పియర్ వ్యాసం తీసుకుని బయటకొచ్చి మెట్లమీద కూర్చుని నిప్పుపుల్ల వెలిగించి కాగితాలని తగులపెట్టాడు. మళ్ళా లోపలికెళ్ళి, అమృతం పెట్టితీసి సబ్బుబిళ్ళ పెట్టెని పెళ్ళగించాడు. అందులో రెండువందల ఎనభై రూపాయలున్నాయి. భూముల మీద శిస్తు కాబోలు. అంతే? మిగతాది నారాయణ దగ్గరుంది కాబోలు. ఎనభై పెట్టిలో వుంచి, రెండు వందలు తీసుకున్నాడు. తాళాలగుత్తి దిండుకింద వుంచాడు. అమృతం వెంట్రుక కవరులో పెట్టాడు. తొందరగా హోల్డాలు సర్దుకున్నాడు. అమృతం బరువుగా కదిలి, పక్కకి తిరిగి పడుకుంది. పక్కింటి గడియారం మూడు గంటలు కొట్టింది. ఓ ఉత్తరం రాసి నారయ్యి చాపకింద పెట్టాడు. మరో ఉత్తరం రాసి అమృతం గాజు వెనక పెట్టాడు. 'ఋణం తీర్చుకో సాహసించడానికి నేనెవర్ని?' అని అది చదివి ఏమనుకుంటుందో... "ఏం రాతలు బావా నీదంతా చిత్రం" అంటుంది కాబోలు. గోడనున్న కోటు తొడుక్కున్నాడు. మరోసారి దీపం పైకెత్తి అమృతం కేసి చూపించాడు. అంత నిద్రపోవడానికి ఎంతటి నిర్మల హృదయమో! కడసారి పవిత్రంలో పవ్వళించిన అమృతం!

దీపం తగ్గించి తలుపులు జేర్లేసి, హోల్డాలు తీసుకుని బైటకొచ్చి గేటు మూసి రోడ్డుమీదికి కదిలాడు. పక్కింటి గడియారం నాలుగు కొట్టింది. బెజవాడ బండికి అరగంట టైముంది. సూర్యోదయం గాదు.

★ ★ ★

రాళ్ళసీమ

దయానిధి కర్నూలొచ్చి రెండు వారాలయింది. గవర్నమెంటు హాస్పిటల్ పక్కనే షెడ్‌లో వుంటూ, సైకిల్ ఎరువుచ్చుగుని, మెడిసిన్ బ్యాగ్ తగిలించుకుని, మైళ్ళు మైళ్ళు ప్రయాణం చేస్తూ ప్రమాద వ్యాధులకు గురైన రోగులకు చేతనైన చికిత్స చేస్తుండేవాడు. అప్పుడప్పుడు తోడి డాక్టర్లతోనూ, హెల్త్ ఇన్‌స్పెక్టర్లతోనూ కలిసి భోజనం చేస్తూ, రాత్రికి మళ్ళా కర్నూలు చేరుకునేవాడు. అవసరమైన శవాలని బయటికి తీసుకుపోయి తగలబెట్టేందుకు సాయపడేవాడు. హోటల్ ప్రొప్రయిటర్ కొన్ని రోజులు తన హోటల్లోనే వుంచుకుని ఉచితంగా భోజనం పెడుతుండేవాడు. కొన్ని దినాలు వీలులేక రాత్రిళ్ళు వెళ్ళినచోటే వుండిపోయేవాడు.

ఆ ఊళ్ళు చిత్రంగా వుంటాయి. మైళ్ళు మైళ్ళు చెట్లే వుండవు. కొంతమేర ఇసుకనేల; కొంతదూరం రకరకాల రాళ్ళు. అంతా రాళ్ళమయం. కాసేపు గడ్డి నేలమీద తివాసి పరిచినట్లు చిత్రమైన గడ్డి, తమాషా మొక్కలు. ఆ ఇళ్ళు మరీ విచిత్రంగా వుంటాయి. మూడు రాతిబండలు, మూడు గోడలు, పైన మరో రాయి. అదే ఇల్లు. కొన్ని రాళ్ళల్లో దొలిచిన గుహలు, కప్పుగా వేసిన రాతిలో కన్నం వుంటుంది. అందులోనుంచి సూర్యరశ్మి సోకితే తప్ప వెలుతురు లేదు. కాలువ, పిల్ల కాలవ, చెరువు, నుయ్యి ఏమీ కనపడవు.

ఆవులు, గేదెలు, గొర్రెలు, ఆ కొండ గుహలలో సత్యాన్ని అన్వేషించే వేదాంతులులా సంచారం చేస్తాయి. ఏ రాతి పక్కనుంచో గాడిద దర్శనం ఇచ్చి, భయపడి పారిపోతుంది. ఎక్కడో నల్లకుక్క కుంటుకుంటూ కదిలిపోతుంది. వాటి యాత్రకి ముగింపు లేదు. ఉండి ఉండి అన్ని ఆకులూ ఊడిపోయి, మొండి కొమ్మల చెట్టు కొమ్మల్ని చాచి అస్తిపంజరం ప్రదర్శిస్తుంది. ఆ చెట్లకి ఆకులే వుండవేమో! ఆకాశంలో గద్దలు ఈ ప్రకృతి సంపదకి

గస్తీ తిరుగుతుంటాయి. కాకులు, నల్లగోరు వంకలు తరుముకుంటూ ఎగురుతాయి. వెళ్ళగా వెళ్ళగా ఎక్కడో ఒక నుయ్యి వుంటుంది. దానికి వరలుండవు; అది మనుషులకక్కరలేదు. చచ్చిపోయిన మనుషులే దానికి కావాలేమో! అవతల ప్రపంచంలో వాళ్ళు అందులో నీళ్ళు సులభంగా తోడుకోవచ్చు. ఆ స్థలంలో సూర్యుడు తీక్షణంగా ప్రకాశించలేడు. ఆ రాళ్ళ వెనుక సూర్యాస్తమయం చూస్తే ఏడవాలనిపిస్తుంది.

ఎక్కడా మనుషులే కనపడరు. అది ఊరు, నాలుగిళ్ళు – పది గొర్రెలు – మూడావులు – రెండు కోళ్ళు. ఒక ముసలది ఎండలో కూర్చుని ఏదో చేస్తుంటుంది. నల్లటి చీర– ఒంటికి చాలదు; సంచుల్లా వేళ్ళాడే చేతులు – తెల్లబడగా మిగిలిన జుట్టు, మూసుకు పోయిన కళ్ళు, విప్పుకున్న పెదవులు, ఒంగిన నడుం – ఆమె కూడా మనిషి సంతతే. ముసలివాడు రాళ్ళు కొడుతున్నాడు, కట్టెలు కొడుతున్నాడు. మోకాళ్ళ పైకి పంచి, నల్లటి మొలతాడు, దుమ్ము రంగు పాగా, ఎక్కడా వార్ధక్యమే గాని యవ్వనం లేదు. ఆ మనుషులకి యవ్వనదశే వున్నట్లు తోచదు. రాళ్ళల్లో ఆడుకుంటూ ఆల్చిప్పల్ని ఏరుకుంటున్న కుర్రాళ్ళు కూడా ముసలి నవ్వులు నవ్వుతారు. వాళ్ళ మొహాలలో సంతోషం, చైతన్యం, యవ్వనం, ఉత్సాహం ఏమీ లేవు. క్షామదేవత సంతానం. ఆకలిదప్పులు 'నన్ను చూడండి' అంటూ వారి స్వరూపాలు దాల్చి పుట్టి చస్తున్నాయి. ఆ ప్రదేశములో ఆ స్థలాలతో మనుషులకి నిమిత్తం లేదు, దైవానికే తప్ప. అక్కడుండే మనుషులు కూడా ఆ స్థలంలోని వారే. వారికి వేరే ఉనికి, వ్యక్తిత్వం లేదు. అన్నీ రాళ్ళు, వారు కదిలే రాళ్ళు, నిజంగా అది రాయలసీమ కాదు, ఎవరో అన్నట్లు రాళ్ళసీమే!

నిధికి, అనంతాచార్యులుగారితో మొదట మునిమాడుగులో పరిచయం కలిగింది. ఆయన పెద్దకూతురు లక్ష్మీదేవికి జబ్బు చేసిందంటే చూడ్డానికి వొచ్చాడు. ప్లేగు అని తెలియగానే ఆమె మామగారు, భర్త వేరే చోటికి వెళ్ళిపోయారు. తండ్రి వొచ్చిన రెండు రోజులకే నాలుగు సంవత్సరాలు వయస్సుగల కూతురు ఈ ఘోర వ్యాధికి గురియై చనిపోయింది. రాత్రి ఎనిమిదింటికి నిధి, అనంతాచారిగారు ఆ పిల్లని పూడ్చి వొచ్చేశారు. రాత్రంతా తల్లిని ఓదార్చడంలో గడిచింది. రాత్రికి రాత్రి, ఇద్దరు కూలీలను తీసుకువెళ్ళి నిధి, రెండు మైళ్ళదూరంలో ఒక పాకలాంటిది వేయించి తెల్లవారేదాకా ముగ్గురూ అక్కడే గడిపారు. తరువాత నాలుగు రోజులకి లక్ష్మీదేవి భర్త వచ్చి ఆమెని కర్నూలు తీసుకువెళ్ళాడు.

అనంతాచార్లుగారిది అనంతపురం జిల్లాలో వజ్రకరూర్‌కి ఆరుమైళ్ళ దూరంలో వున్న న్యాయంపల్లి* అనేగ్రామం. కాంగ్రెస్‌లో చేరి ఎంతో సేవ చేసి చుట్టుపక్కల పేరు,

* న్యాయంపల్లి ఊహించిన గ్రామం.

పలుకుబడి గలవాడు. ఇటీవల సంచారం తగ్గించి సొంత పనులు, వ్యవసాయము చూసుకుంటున్నాడు. రాత్రిళ్ళు పురాణ కాలక్షేపం చేస్తూ నిశ్చింతగా గడుపుతాడు.

ఆయనది చాలా పెద్ద కుటుంబం. ఆయనా, భార్యా, నలుగురు ఆడపిల్లలు, ముగ్గురు మొగపిల్లలు. ఇద్దరు ఆడపిల్లలకి పెళ్ళిళ్ళు చేశాడు. కాత్యాయని, రాధ పెళ్ళికున్నారు. రాధ ఆఖరిది చిన్నపిల్ల. కాత్యాయనికి పదిహేనో ఏడు వచ్చింది. పెద్దపిల్లవాడు రాఘవుడు ఇంజనీరింగ్ చదువుతున్నాడు. రదం ఇద్దరూ స్కూల్లో చదువుతున్నారు.

స్థితిపరుడు కాకపోయినా, ఆయన కుటుంబం గుంభనంగా, లోటులేకుండా ఎట్లా గడిచిపోతోందో చాలా మందికి తెలీదు. ప్రజాసేవకుడనీ, పండితుడనీ తాలూకాలో పెద్దమనుషులందరూ ఆయనకేదో ఇంత ముట్టచెబుతుంటారు.

ఆయన అన్నగారు బళ్ళారిలో పెద్ద వకీలు. కాని వారికీ వీరికీ సంబంధాలు లేవు. అనంతాచారిగారు జైల్లో వున్న ఏడాది చుట్టుపక్కల స్నేహితులు ఆదుకున్నారు. కాని, అన్నగారేమీ సహాయపడినట్లు లేదు. అయినా అన్నగారింట్లో ఏ కార్యం వచ్చినా, ఎవరికి జబ్బు చేసినా, ఈయన వెళ్ళి తగినంత సాయం చేసి వస్తుంటాడు. ఆయన భార్య రాజమ్మగారి కిదంతా నచ్చకపోయినా, ఈ విషయం తేల్చకుండా, భర్తకి చాలా అనుకూలంగా వుంటూ, సంసారం గౌరవంగా దిద్దుకుంటుంది. ఆవిడకి ఇల్లే ప్రపంచం.

అనంతాచార్లుగారు నిధిని తనతో వచ్చేయ్యమన్నాడు. ఆ జిల్లాలో డాక్టర్ల అవసరం ఎంతో వుందనీ, తన భుక్తికి ఏమీ లోటు వుండదనీ, తన శ్రేయస్సు కోరేవాళ్ళు సొంత స్థలంలో ఎవ్వరూ లేనందున అతను ఇక్కడే వుండటం మంచిదనీ నచ్చచెప్పి నిధిని ఒప్పించారు. అనంతాచార్లుగారే కర్నూలు వెళ్ళి పెద్దకూతుర్ని తీసుకుని నిధితో కలిసి వారం రోజుల్లో న్యాయంపల్లి వచ్చేశారు.

అప్పటికప్పుడే ఆ తాలూకాలో కూడా కలరా పాకింది. అనంతాచారిగారు నిధికి ఓ సైకిల్ సంపాదించి పెట్టారు. దానికి బ్యాగ్ తగిలించుకుని నిధి మళ్ళా పల్లె పల్లెకి తిరిగి పని చెయ్యడం సాగించాడు. ఒక్కొక్క సమయంలో రాత్రిళ్ళు భోజనం లేకుండానే, ఏ పాడుబడిన గుడిలోనో, పేషెంట్లతోనో గడపడం జరిగేది. గుడికి దూరంగానే దేవుడి సమక్షాన ఎన్ని శవాలని తగులబెట్టాడో!

ఇరవై రోజుల్లో పరిస్థితులు బాగుపడ్డాయి. నిధికి తిరగడం తప్పింది. అనంతాచారి గారింట్లో ముందు గదిచ్చారు. ఇల్లు అంత పెద్దది కాదు. దొడ్డిమాత్రం చాలా పెద్దది. ఇంటివెనకా అంతా బైలే.

ముందుగదిలో ఒక పురాతనపు ఈజీ చైరూ, పుస్తకాల బీరువా వున్నాయి. గది

చిందర వందరగా వుంటుంది. బీరువాలో పురాణ గ్రంథాలు – రామాయణం, భాగవతం, భగవద్గీత, భట్టి విక్రమార్కుని కథలు, కాంగ్రెసు కార్యక్రమానికి సంబంధించిన గ్రంథాలు వున్నాయి. ఉదయం ఇంత కాఫీ తాగటం, సైకిల్‌మీద వజ్రకరూరో, చుట్టుపక్కల పల్లెకో వెళ్ళి పేషెంట్లని చూడటం; మధ్యాహ్నం భోజనం, నిద్ర, సాయంత్రం మళ్ళా పనిమీద వెళ్ళటం, రాత్రి పురాణ కాలక్షేపం, లేకపోతే రామాయణాన్ని పఠించడం – ఇదీ అతని దినచర్య.

ఒకరోజున దొడ్లో స్నానానికని, వంటింట్లోంచి వెళ్ళబొయ్యాడు నిధి. అనంతాచార్లుగారి రెండో కుర్రాడు శేషు అట్లా వెళ్ళకూడదని చెప్పి, వేరే గదిలోంచి దొడ్లోకి తీసుకెళ్ళాడు. భోజనం కూడా ఇతనికి ఇవతల గదిలోనే పెడుతున్నారు. ఇతను అనంతాచార్లుగారితో వాదించటం, ఆయన భార్య రాజమ్మని కూకలెయ్యడం జరిగింది. ఇతన్ని వంటింట్లోంచి వెళ్ళనిస్తున్నారు. కాని భోజనం మాత్రం వేరేనే పెడుతున్నారు.

ఇంతలో రెండో అమ్మాయి మాధవి పురిటికొచ్చింది. మాధవి భర్తకి సికింద్రాబాద్‌లో పుగాకు పరిశోధనాలయంలో పని. ఆ అమ్మాయి నెత్తిమీద ముసుగేసుకుంటుంది. ముఖమల్ జోళ్ళుతో కాని ఇంట్లో నడవదు. ఒకటి రెండు రోజులు తల్లీ, ఆమే ఘర్షణ పడ్డారు. జోళ్ళు తీసేసింది. కాని ముసుగు తియ్యలేదు. రాజమ్మగారు నచ్చచెపితే కొంత వరకు అంగీకరించి, 'ఊఁ' అనే రకం కాని, మొండి పట్టుదల మనిషి కాదు. పూర్తిగా ఒప్పుకోకుండా సగం సగం అంగీకరిస్తుంది.

మాధవితో కూడా, కొడుకు 'గోపు', బంట్రోతు రెహమాన్, ఆడబడుచు ఆండాళమ్మ కూడా వున్నారు. ఎవరికో ఏదో జబ్బు చేస్తూనే వుండేది. నిధి వారికి మందులిస్తూనే వుంటాడు. బళ్ళారి వెళ్ళి వొంద రూపాయల మందులు తీసుకొస్తానని వారం రోజులు బళ్ళారి వెళ్ళి వచ్చాడు నిధి.

క్రితం రాత్రే మాధవి ప్రసవించి ఆడపిల్లని కంది. పురిటిమంచం ముందుగదిలో ఏర్పాటు చేశారు. అనంతాచార్లుగారితో చెప్పి దొడ్లో దూరంగా – అంటే ఫర్లాంగు దూరంలో మొండిచెట్టుకింద రాళ్ళు పరిపించి, నాలుగు కర్రలు నాలుగు మూలలా పాతించి, తాటాకూ పూరిగడ్డి వేయించి, చిన్న కుటీరం లాంటిది నిధి ఏర్పాటు చేయించుకున్నాడు. ఆ కుటీరానికి 'శాంతి' అని పేరు పెట్టుకుని, తన హోల్డాలు, బ్యాగ్, ఓ బల్ల, కుర్చీ, రెండు పొడుగాటి నేలమట్టం బల్లలపైన పక్కా, అందులో వేయించుకున్నాడు. అందులో ఒంటిగా వుంటూ భోజనానికీ, కబుర్లకీ అనంతాచారిగారింటికెడుతూ కాలం వెళ్ళబుచ్చుతుండేవాడు.

242 చివరకు మిగిలేది

ఒక రాత్రి భోజనం చేసి దొడ్లో చెయ్యి కడుక్కుంటూంటే రాజమ్మ గారికి తేలు కుట్టింది. ఆ చెంబు గిరవాటెట్టి "బాబోయ్ – మండ్రగబ్బ"ని కేకేసి వంటింట్లో పడుకుని ఏడవడం సాగించింది.

దూడలు కాసే కుర్రాడు పిలవగానే నిధి తన లాంతరు, బ్యాగ్ తీసుకుని చక్కా వచ్చాడు. ఈలోగా అనంతాచారిగారు దొడ్డంతా దీపం తీసుకుని వెదికి, "అసలు తేలే లేదు. ఏ గండుచీమో, దానికింత గొడవేమి"టని భార్యని తేకతలేస్తున్నాడు.

రాజమ్మగారు మొగుణ్ణి కసురుకుని భోరున ఏడవడం సాగించింది. ఆమె చుట్టూ ఆఖరు కుర్రాడు రంగడు, కాత్యాయని, రాధ మూగి చూస్తున్నారు.

హాల్లో నిధి నుంచుని "లోపలికి రమ్మంటారా?" అని అడిగాడు.

రాజమ్మగారు తెరిపి చేసుకుని నవ్వి, "దబ్బుని మందీ నాయనా, మండ్రగబ్బే!" అన్నది.

నిధి వంటింట్లో కెళ్ళి నెప్పి కనబడకుండా ఇంజక్ష నిచ్చాడు.

ఈలోగా హనుమంతప్ప మంత్రగాణ్ణి తీసుకొచ్చాడు. వాడు మంత్రంవేశాడు. రాజమ్మ తెల్లారగట్ట నాలుగింటిదాకా బాధపడుతూ మూలుగుతూనే వుంది.

అందరూ మెల్లిమెల్లిగా పక్కలమీద ఒరిగారు. అనంతాచార్లుగారు మండువాలో ముసుగుతన్ని పడుకున్నారు. నిధి మాత్రం ఆవిడ పక్కనే పత్రిక చదువుతూ, ఓదారుస్తూ తెల్లవార్లూ జాగారం చేశాడు. మూడింటికి రహమాన్, తనో తేళ్ళ కుటుంబాన్ని రోడ్డుపక్కన బండకింద సాయంత్రం చూశానన్నాడు.

నిధి అతనితో ఈ విషయం ఎవ్వరితోనూ చెప్పొద్దని, రహమాన్‌తో కలిసి వెళ్ళి, ఓ పెద్ద చూడుతున్న తేలుని తీసుకొచ్చి దొడ్లో రాజమ్మగారు చెయ్యి కడుక్కున్న చోటున పడేయించి నాలుగింటికి దీపంతో దొడ్డంతా వెదికి తేలుని పట్టుకున్నట్లు అభినయించి, ఆ తేలుని చంపి, రాజమ్మగారికి చూపించాడు. అది మండ్రగబ్బ కాకపోయినా ఆ జాతిదే అని ఆవిడతో చెప్పాడు. దాన్ని చూసిం తర్వాత ఆవిడ బాధంతా తగ్గి, మూలగడం మానేసి, నిధిని మెచ్చుగుని, భర్తని కాసేపు సణిగి నిద్రపోయింది.

ఐదు గంటలవుతోంది. నిధి దొడ్లో గేదెని పాలు పితకడానికెళ్ళాడు. అది సరిగ్గా నిలబడటంలేదు.

ఇంతలో "నెప్పి తగ్గిందా అమ్మా?" అంటూ కాత్యాయని లేచింది. అమ్మ మాట్లాడలేదు. దొడ్లో నిధి గేదెతో పడుతున్న అవస్థ చూసి, దొడ్లో కొచ్చి, గేదెను పలుపుతో పట్టుకుని నిలబెట్టింది. అతను పాలు పితికాడు.

గబగబా వంటింట్లోకి పరుగెట్టి, కాత్యాయని కుంపటి ముట్టించి పాలు కాచి కాఫీ తయారు చేసింది. నిధి రాజమ్మగారిని లేపాడు. ఆవిడ మొహం కడుక్కుని "మా నాయనే – ఎంతమంచి కాఫీ!" అని నిధిని మెచ్చుగుంటూ మళ్ళా నిద్రపోయింది. ఇది జరిగిం తర్వాత ఇంట్లో అందరి వైఖరీ మారింది. అందరూ నిధిని ఎంతో ఆప్యాయంగా వారింట్లో వాడిలా చూడటం మొదలెట్టారు.

నిధి, తన పెళ్ళి విషయం రాజమ్మగారితో చెప్పక తప్పింది కాదు. ఆవిడ జాలిపడింది. తను వెళ్ళి తీసుకొస్తానంది. వాళ్ళింట్లోనే కాపురం పెట్టొచ్చునంది. ఇతను నవ్వి ఊరుకున్నాడు. అప్పుడప్పుడు నిధి, అనంతాచార్లుగారితో కలిసి గ్రామ పర్యటనం చేసేవాడు. ఆచార్లుగారు సభలలో ప్రసంగించేవాడు. రాత్రుళ్ళు పురాణ కాలక్షేపం చేసేవాడు. కొన్ని సభలలో నిధి కూడా ఉపన్యసించేవాడు. వీరిని ఎంతోమంది గౌరవించేవారు. చాలా మంది స్నేహితులయ్యారు. కొంతకాలం వజ్రకరూర్‌లో ఉచిత చికిత్సాలయం పెట్టించడానికి డబ్బు పోగుచెయ్యడంలో జరిగిపోయింది. రాజకీయ రంగంలో ప్రవేశించిన రాజభూషణం, ఆంధ్ర రాష్ట్రం విషయం రాయలసీమలో ప్రచారం చేసే జట్టుతో వొచ్చాడు. నిధి ఎక్కడున్నదీ తెలుసుకుని, అక్కడికొచ్చాడు రాజభూషణం. ఉదయం తొమ్మిది గంటలైంది. అనంతాచార్లుగారు ఏదో ఊరెళ్ళాడు. అతనితో రాజమ్మగారే మాట్లాడింది. దూరంగా వున్న పాకలో వుంటాడు, అక్కడికెళ్ళండంది.

పాకలో నిధి కాళ్ళు స్తంభానికి ఆనించి పడక కుర్చీలో కూర్చున్నాడు. పక్కనే బల్లమీద కూర్చుని కాత్యాయని మందు గ్లాసులు అవీ సర్దుతోంది. మరోపక్కన రంగడు గోలీలాడుతున్నాడు. రాజభూషణం రాగానే కాత్యాయని వెళ్ళిపోయింది.

అనంతాచార్లుగారి కుటుంబం అందరిలోకి బొత్తిగా ఎవరితోనూ మాట్లాడని పిల్ల కాత్యాయని. ఇంట్లో ఎప్పుడూ ఏదో పనిచేస్తూనే వుంటుంది గాని, చురుకుగా, చలాకీగా వుండదు. పెళ్ళికాలేదని బెంగని వాళ్ళమ్మ అంటే, రెండురోజులు ఎవ్వరికీ కనబడకుండా, ఏడుస్తూ కూర్చుంటుంది. రాజమ్మగారిని మొగుడు కూకలేశాడు.

నలుగురాడపిల్లల్లోకి కాత్యాయని చక్కనిదనీ, మంచి మొగుడు వచ్చి వాళ్ళ యత్నం లేకుండానే పెండ్లి చేసుకుపోతాడనే రాజమ్మగారి ధైర్యం మీద అనంతాచార్లుగారు వివాహయత్నాలు గట్టిగా చెయ్యడం లేదు.

కాత్యాయని లక్ష్మీదేవంత ఎరుపు కాదు. రాధంత నలుపూ కాదు. మధ్యరకం ఛాయ. తల్లిదండ్రులలోని ఆకారాలని మినహాయించి, అందమైన లక్షణాలు కాత్యాయనిలో వున్నాయి. రాజమ్మగారి నల్లగా మెరిసే జుట్టూ, విశాలమైన గుండ్రని బుగ్గలూ,

అనంతాచారిగారి 'నిమీలిత' నేత్రాలూ, ఎర్రటి చిన్నినోరూ అన్నీ వచ్చాయి. కాత్యాయని పై పన్నునోటి చివరిది ఊడింది. మాట్లాడినప్పుడు అది కనబడదు. నవ్వినప్పుడు కనిపిస్తుంది. కాని కాత్యాయని ఎప్పుడో కాని నవ్వదు. "ఈ లోకంలో ఎందుకు పుట్టాంరా బాబూ!" అనుకున్నట్లు దీనంగా వుంటుంది.

తండ్రి సంస్కృతం చెప్పాడు. లక్ష్మీదేవమ్మ పోరితే ఒక మేష్టార్ని పెట్టి హిందీ చెప్పించాడు. ఇప్పుడు వీలున్నప్పుడల్లా నిధి ఆమెకి ఇంగ్లీషు నేర్పుతున్నాడు. కాత్యాయనికి పాఠం చెప్పడం చాలా కష్టం. ప్రశ్నకు సమాధానం చెప్పదు. తెలిసిందా? అని అడిగితే తల ఊపుతుంది.

ఇంట్లో నుంచి కప్పులో కాఫీ తీసుకొచ్చి బల్లమీద పెట్టింది. రంగణ్ణి కేకేసి చెవులో ఏదో చెప్పింది. రంగడు వొచ్చి రాజభూషణాన్ని "ఏమండీ, మీరు సజ్జరొట్టె తింటారా?" అని అడిగాడు.

"మరి గత్యంతరం లేదు; గుర్రాల తిండితప్ప ఏదో వొకటి" అంటూ నవ్వాడు రాజభూషణం. అక్కడున్న వారెవ్వరూ ఇందులోని స్వారస్యాన్ని గుర్తించినట్లు లేరు. కాత్యాయని ఇంట్లోకెళ్ళి, రెండు సజ్జరొట్టెలు తీసుకొచ్చిచ్చి మళ్ళా వెళ్ళిపోయింది.

"అయితే భాయీ, ఈ తిలోత్తమ మూగదా ఏమిటి కర్మ" అని అడిగాడు రాజభూషణం.

"కాదు, కాదు సిగ్గు"

"సో, అవివాహిత అన్నమాట. ఇహనేఁ! ఇక్కడ నీ కన్ని ఏర్పాట్లు బాగున్నాయి. కనుకనే, నాగరికతని ఒదిలేసి ఆశ్రమవాసంలో వున్నావు."

"నువ్వలా అనడం నాకిష్టం లేదు రాజా! ఇక్కడ మాత్రం నాగరికత లేదా? వీరు మాత్రం మనుషులు కారా?"

"ఇక్కడ వుండి, వీళ్ళ ఉప్పు తింటున్నావు కాబట్టి, నువ్వు అల్లా వెనకేసుకొని రావడం సమంజసమే - కాని, ఇది నాగరికత అనుకోవడం ఆత్మవంచన. వీళ్ళకి ఓ సంస్కారమా, ఓ భాషా, ఓ కళా - వెనుక కృష్ణదేవరాయల టైంలో గొప్పగా బ్రతికామన్న డాబులు తప్ప? వీళ్ళు నిజంగా అడవి మనుషులే! నువ్వెల్లా వుండగలుగుతున్నావో ఆశ్చర్యమే" అన్నాడు రాజా.

"ఇప్పుడేగా, కాత్యాయని చూసి తిలోత్తమ అన్నావు. ఇంతలో ఆవిడ మనిషై పోయిందా?" అన్నాడు నిధి నవ్వుతూ.

"అడవిలో అడవి పుష్పం వుండొచ్చుగా?"

"నీకు రాయలసీమంటే అల్లాటి అభిప్రాయం వున్నప్పుడు, ఇక్కడ ప్రచారం చెయ్యడం ఎందుకు?"

"ఏదో పదిమందితోనూ కలిసి వొచ్చాను. కాని, నాకు నిజంగా నమ్మకం లేదు. మేం సర్కారువోళ్ళతో కలవం మొర్రో అంటున్నారు. కాని, నా అభిప్రాయం వాళ్ళు కలవకుండా వేరే వుంటేనే మంచిదని. మనతో కలిస్తే, వాళ్ళని మనతో సమానంగా చెయ్యాలంటే మూడు పుష్కరాలైనా పడుతుంది.

"పోనీ వాళ్ళని నీతో సమానంగా చేసిం తర్వాతనే ఆంధ్రరాష్ట్రం కావాలను. చిన్నతమ్ముడు చదువుకోలేదు కాబట్టి, ఆస్తిలో వాడికి వాటా వొద్దనా నీ వాదన?"

"ఆంధ్రరాష్ట్రం వస్తేగాని ఈ ఆశయాలు నెరవేరవు అనేగా ఈ గంద్రగోళం" అన్నాడు రాజా.

"ఈ ఆశయాలు నెరవేరకపోతే రాష్ట్రం రాదు. రాష్ట్రం రాకపోతే ఈ ఆశయాలు నెరవేరవు. ఎలాగో ముందు రాష్ట్రం రావాలని నీ వాదం. ముందు ఈ ఆశయం కొనసాగాలని నా సంకల్పం."

"అయితే దీనికి నువ్వు చేసే కృషి ఏమిటో తెలుసుకోవచ్చా? ప్రక్కన ఇన్‌స్పిరేషన్ వుందిగాబట్టి, నువ్వు కృషి చేస్తే చెయ్యనూ వచ్చు" అని రాజభూషణం బిగ్గరగా నవ్వాడు.

"తను 'పని' ఇది అనుకోకుండా, నిశ్శబ్దంగా పనిచేసేవాళ్ళ వల్లే, ప్రపంచం అసలు కదులుతోంది– దాని మాట అల్లావుంచి, నువ్వు కాత్యాయని నుద్దేశించి అలా హేళన చెయ్యడం నాకిష్టం లేదు."

"హేళన కాదు, నేను నిజంగా అంటున్నాను. ఇన్‌స్పిరేషన్ లేకపోతే నువ్వు పని చెయ్యలేవు. ఉంటే చప్పుడు కాకుండా, నువ్వన్నట్లు నిశ్శబ్దంగా చేసేస్తావు – సుశీల విషయంలో నువ్వు చేసిన కృషి..."

"ఫూల్ – నోర్ముయ్!" అంటూ నిధి స్తంభానికానించిన కాళ్ళను దించి, బలహీనంగా లేచి నుంచున్నాడు.

"ఏం, కొడతావా ఏమిటి?" అంటూ రాజా ఒకడుగు వెనక్కి వేశాడు.

"ఈ ధోరణిలో మాట్లాడితే తప్పకుండా కొడతాను."

"అవును నిజం చెబితే ఎవరు సహిస్తారు? కాని స్నేహితుడ్ని కాబట్టి చెబుతున్నాను. నిన్ను గురించిన యథార్థం నువ్వు తెలుసుకోవడం అవసరమేరా! నీకు వివాహం జరిగిందన్న సంగతి ఇక్కడి వాళ్ళకు తెలుసా?"

"తెలుసు."

"సుశీల, నాగమణి, కోమలి, అమృతం, ఇందిర - ఇప్పుడు కాత్యాయని."

"గెట్‌ఔట్! నో, వెళ్ళిపో..."

"వెళ్ళిపోతాను. సత్యాన్ని నువ్వు దాచలేవు.."

"పో..."

"సత్యం ప్రపంచానికి నోగిస్పి చాటుతుంది. ప్రపంచం నమ్మకపోతే, తనే నీ పీక పిసుకుతుంది" అంటూ, రాజా తొందరగా నడిచి వెళ్ళిపొయ్యాడు. నిధి నీరసంతో మూలుగుతూ కుర్చీలో వాలిపొయ్యాడు.

మలేరియా వ్యాధినుంచి కొంచెం తేరుకుంటున్న మనిషిని, ఈ ఘట్టం కదిపేసింది. తల పగిలిపోతోంది. అద్దంలో తన మొహం చూసుకున్నాడు. దట్టంగా గడ్డం పెరిగి వుంది. చేసుకోవడానికి ఓపిక లేదు. తోకచుక్కలా రాజభూషణం తన కొత్త ప్రపంచంలో కొచ్చి నిశ్చలత్వాన్ని నాశనం చేశాడు. ఏవేవో జ్ఞాపకాలు. మెదడు అనేది లేకుండా వుంటే బాగుండును. లేకపోతే, మెదడు నెత్తి మీద ఒక డిప్పలాగా వుండి వుంటే, దాన్ని బయటికి లాగి ఉఫ్‌మని ఊది, దుమ్ము దుర్ర తుడిచి బాగుచేసి మళ్ళా తగిలించవచ్చు కదా! వర్తమానం తప్ప, భూతకాలం, భవిష్యత్తు వుండకూడదు. మనిషికి ఆ రెండు వర్తమానాన్ని నిరంతరం హత్య చేస్తుంటాయి. భూతకాలం తీర్పు చెబుతుంది. భవిష్యత్తు శిక్షిస్తుంది. ఆ రెండింటినీ గురించి చింతించి కృశించి శల్యమై, మనిషి వర్తమానంలో ఆత్మహత్య చేసుకుంటాడు.

అల్లా గంటలు గంటలు పడుకుని కళ్ళు తెరిచాడు. ఆకులు, గడ్డి గాలికి లేచి అతని మొహాన పడుతున్నాయి. మేఘాలు గొర్రెల మందలా పడమటి ఆకాశంలో సూర్యరశ్మిని మేస్తున్నాయి. గడ్డి బయలులాంటి రశ్మి కరిగిపోతోంది. కొండలపై మొండిబండలు కదుల్తున్నట్లున్నాయి. భూమి తపస్సుకి మెచ్చుకుని ఆకాశం సంతసించి వర్షిస్తోంది. రాళ్ళమీద పడే చినుకులు మామూలు వర్షమే, బంగారపు తునకలు కావు; మధువు కాదు; క్షీరం కాదు. కాపరిలా సూర్యుడు; కిరణాల కట్టలని మేఘాల మధ్య ఝూడిస్తున్నాడు. పక్కకి తిరిగి చూశాడు. కాత్యాయని అవీ ఇవీ సర్దుతోంది.

"అబ్బో! పెద్ద చినుకులు" అంది ప్రకృతిని సంబోధిస్తూ.

"వానలో తడవొద్దు, నువ్వు ఇంటికి వెళ్ళు" అన్నాడు నిధి.

"చలి - జబ్బు చేస్తుంది లోపలికి రండి."

"ఫరవాలేదు - హాయిగా వుంది ప్రాణం."

"శాలువా తీసుకురానా?"

"ఒద్దు"

కాత్యాయని, తువ్వాలు నెత్తిన కప్పుకుని, గబగబా లోపలికెళ్ళింది. రంగడు ఫ్లాస్క్ తీసుకొచ్చి గ్లాసులో కాఫీపోసి ఇచ్చాడు.

"అమ్మ రమ్మంటోంది."

"ఫరవాలేదు. ఇక్కడ బాగుందని చెప్పు."

వర్షం రాళ్ళమధ్య ఇసుకలో చారలు చేసుకుని చిన్నకాలువలా పాకచుట్టూ పాకుతోంది.

"నా కో పడవ చేసి పెట్టరూ?" అన్నాడు రంగడు.

పత్రిక కాగితం చించి, రెండు పెద్ద పడవలు చేశాడు నిధి. రంగడు వాటిని నీళ్ళలో వదిలాడు. అవి కొంతదూరం జారి బెడ్డల మధ్య ఇరుక్కున్నాయి. వర్షం నిలిచిపోయింది. మేఘాలు వేగంగా విడిపోయాయి. నీళ్ళలో స్నానానికి దిగి చలికి తట్టుకోలేక చేతులు విప్పి కదిలించినట్లు, సూర్యుడి కిరణాలు దూరంగా వ్యాపిస్తున్నాయి. కాత్యాయని ఇంట్లోంచి వచ్చి ఓ కవరు అతని కిచ్చింది. చించి చదివాడు. అది జగన్నాథం రాసింది. అందులో ఒకటే విశేషం వుంది. అమృతానికి ఆరో మాసంట!

దయానిధి లేచి తొందరగా పడమటివైపుకు నడవడం మొదలెట్టాడు. సూర్యాస్తమయానికి ఇంకా రెండు గంటలు పడుతుంది. వర్షం వెలవగానే తలంటు పోసుకున్నట్లు సూర్యుడు పవిత్రంగా ప్రకాశిస్తున్నాడు. ఆ కాంతిలో శరీరాన్ని తడిపి – ఎండబెడితే పాపం తొలగిపోయి పవిత్రం అవుతుంది శరీరం. ఫర్లాంగుపైన కాలిబాట సన్నగిలి రాళ్ళల్లో అంతర్ధానమైంది. గుట్టల నీడలు చల్లగా నిశ్చలంగా పడుతున్నాయి. ఇసుక కాళ్ళకింద చలితో ఒణికిపోతోంది. పిచ్చిమొక్కలన్నీ సంతోషంతో సొమ్మసిల్లిపోయాయి. పక్షులు జాతి నీతిని తిరస్కరించి సూర్యుని వైపు జంటలుగా లేచిపోతున్నాయి. వేడికోసం తపిస్తూ, రాళ్ళు కూడా పడమటి దిక్కుకు దగ్గరగా జరుగుతున్నట్లున్నాయి. గిలిగింతలతో విడిపోయి ఇసుక మాయమైంది. కాళ్ళ కింద రాళ్ళు నవ్వుతాయి; గడ్డి నిద్రలో శ్వాసలా కదుల్తుంది; గుట్టలు, రాళ్ళు, పక్షులు, పురుగులు – అన్నీ సూర్యుడికేసి ప్రయాణం.

గంట నడిచాడు. కాళ్ళు తేలిపోతున్నాయి. గుండెలు బరువెక్కాయి. సగం ఆరిన నల్లరాయిమీద కూర్చున్నాడు. దూరం నుండి పసుపుపచ్చగా కనిపించింది. దగ్గర నుండి చూస్తే అది నల్లరాయే. ఊరుని, జిల్లాని, రాష్ట్రాన్ని, దేశాన్ని వొదిలి పారిపోవచ్చు; కాని తన శరీరంలోంచి ఎట్లా పారిపోగలడు?

248 చివరకు మిగిలేది

జగన్నాథం రాసిన ఉత్తరం మళ్ళా చదువుకున్నాడు. ఆరో మాసంట. కారణం అతనేనని అతని భయం. అమృతం ఏం చేస్తుంది? అమృతం భర్త అమృతాన్ని శంకిస్తాడా? భర్త విడిచిపెడితే అమృతం ఏమవుతుంది? రాజభూషణం ఏమంటాడు? సత్యం తన మాట ఎవరూ వినకపోతే, తనే అతని పీక నులుముతుంది - అన్నాడు. తన పీక తనే నలుముకున్నట్లు జరిగింది. తను ఏలూరు నుంచి వొచ్చి ఐదు మాసాలేగా అయింది? అమృతానికి ఇప్పుడు ఆరోమాసంట. సరిగ్గా ఎన్నో మాసమో ఎవరు నిర్ణయించగలరు? అమృతం అబద్ధం ఆడిందేమో! సత్యం ఎట్లా తెలుస్తుంది? అమృతానికి తన ద్వారా సంతానం కలగకపోతే, ఏమీ ప్రమాదం లేదు; సత్యం తన నోట్లోనే గుడ్డలు కుక్కుకుని చస్తుంది. అంతేనా నీతి? మంచితనం అంటే పట్టుబడని చెడ్డతనమేనా?

తను చేసిన పని మంచిదో చెడ్డదో నిర్ణయించుకోవడం ఎంత కష్టం! ఆ కార్యానికి ఫలితం చూసి ప్రకృతే విలువ కడుతుంది; సంఘం దాన్ని ఆధారం చేసుకుని నిర్ధారణ చేస్తుంది. అయితే తన అభిప్రాయం ఏమిటి? ఆ పరిస్థితులలో, ఆ వ్యక్తులు అల్లా చేయక తప్పదు. ఏ ఇద్దరు వ్యక్తులైనా ఆ పరిస్థితులలో అల్లా చేసి తీరుతారు. "అహం", "వ్యక్తిత్వం", "స్వార్థం", "నేను అనే చైతన్యం" అన్నిటినీ నాశనం చేసే మహత్తర అనుభవం. దానికి అతీతం అయిన వ్యక్తులు దేవతలో, మహా ఋషులో కావొచ్చు. కాని మానవులు కాలేరు."మానవత్వం" మంచిదే. అదొక్కటే మంచేమో కూడా! దాని ఫలితంతో నిమిత్తం ఎందుకు? కాని సంఘానికి ఫలితాలు కావాలి. చిహ్నాలు - బహిర్గత చిహ్నాలు కావాలి. మానవత్వం వున్నవాడు, ఆ కృత్యాన్ని సమర్థించగలడు? అది లేనివాడి విమర్శకి విలువే లేదు. ఆ విధంగా అది "మంచే" అని నిర్ణయించుకున్నాడు. సానుభూతి, ప్రేమ, నిర్మలమైన ఆనందం - ఇవి మహోజ్వలమైన విలువలు. వీటిని అనుభవం ఇవ్వగలిగింది ఇద్దరి వ్యక్తులకు. ఈ విలువలని మానవులందరూ సాధింపగలిగినప్పుడు ప్రపంచం స్వర్గతుల్యం. మానవత్వం లేని మనుషుల క్షేమం కోసం సంఘం ప్రతిపాదించిన "వివాహం" మొదలైన సంస్థలపై తిరుగుబాటు చేసి, తమ మానవత్వాన్ని ప్రకటించినప్పుడు, సాధించలేని వారు సాధించినవారిపై తీర్పు చెప్పి, శిక్ష విధించడం సమంజసమే. శిక్షార్హుల సంఖ్య అతి స్వల్పం. యుగానికి ఇద్దరో ముగ్గురో దేశానికి ఇద్దరో ముగ్గురో! తను చేసిన పని తనకు నచ్చాలి. మంచిదని స్థిరపరచుకోవాలి. అది ముఖ్యంగాని ఇతరుల కళ్ళ ద్వారా చూసి విలువ కట్టి ఒక కార్యాన్ని ఖండించడం, నైతిక పిరికితనం. దుర్నీతిపరుడు తన్ను తాను విమర్శిస్తాడు.

కానీ ఈ ఆలోచనలు నిధికి శాంతిని ఇవ్వడం లేదు. ఇవన్నీ తన ప్రవర్తనని సమర్థించడం కోసం తార్కిక జ్ఞానాన్ని, భాషని, భావాలని వ్యభిచరింప చేయడంలా తోస్తోంది. "చెడిపోవడం ఆధునికులు తెలుసుకున్నారనుకోవడం పొరపాటు. అది అనాది నుంచి వుంటున్నదే; కాని దాన్ని సమర్థించి, వీలయితే బహిరంగంగా మెచ్చుకోవడం ఆధునికం; నేటి నాగరికత" అన్న రాధాకృష్ణన్ వాక్యాలు స్మరణకొచ్చాయి. బుద్ధి విచిత్రమైంది. మనం మంచిదనుకున్నా సమర్థించేటందుకు ఎన్నో కారణాలు వెదికి పెడుతుంది. మన ప్రవర్తనకి మన ఉద్రేకాలు కారణం. ఉద్రేకాలు శరీరాన్నుంచి జనిస్తాయి. ఇంతకీ మంచి చెడ్డల నిర్ణయం కూడా శరీరమే చేస్తుంది. బుద్ధి మరో ప్రపంచంలో ఉదయించిన సూర్యుడిలా వృధాగా చూస్తూ కూర్చుంటుంది.

తనలోంచి తాను పారిపోలేడు. తను తన శరీరంలోనే హాయిగా కాపరం వుండాలంటే మంచి గాలి, వెలుతురు, చోటు వుండాలి. ఇవి లేకపోతే శరీరంతో వుండలేడు, ఇవి లేనినాడు కిటికీలు మూతలు పడతాయి: మెదడు బూజుపడుతుంది. స్వప్నంలో బంధించ బడిన అడవి మృగాలైనా వాంఛలు గర్జిస్తాయి. విషసర్పాలు విషం కక్కుతాయి. ఎంతకాలం అల్లా వుండటం? మరణమే శరణ్యం.

నువ్వు నీ శరీరంతో వాదించలేవు. వేదాంతం, తర్కం, నీతి – వీటితో సంఘాన్ని మెప్పించలేవు. ప్రపంచాన్ని నీ వైపుకు తిప్పుకోలేవు. నువ్వు ప్రపంచంవైపు తిరగలేవు. నీకు మరణమే శరణ్యం... అప్రయత్నంగా అతని కళ్ళమ్మట నీళ్ళు కారుతున్నాయి. ఎన్నో జ్ఞాపకాల కారుణ్యాన్ని భరించలేని నేత్రాలు : కన్నీటిని ఒదిలేశాయి. భవిష్యత్తు లేని భావి కాలం దాచలేకపోయిన కన్నీరు ప్రతి బిందువూ నల్లరాతిమీద పడి విడిపోతోంది. అమృతం హృదయం ఆ బిందువులలో భగ్నమైపోతోంది. మృత్యువు కూడా అంతమొందించలేని బాధ.

దూరంగా కాత్యాయని, రంగడు, గొల్ల బాయప్ప తనకేసి రావడం చూశాడు. సూర్యరశ్మికి ఎర్రగా మెరిసిపోతున్న ఎర్రచీరలో కాత్యాయని కిరణంలాగుంది. కాలి బొటనవ్రేలితో నేలను గీస్తూ కూర్చున్నాడు నిధి. ఏదో గట్టిగా తగిలింది. బొటనవ్రేలితో ఇసుకని లోతుగా కెలకడం మొదలెట్టాడు. ఏదో ఎర్రగా కనిపించింది. రంగడు రానే వచ్చాడు. గుట్టప్రక్కన మొగ్గలేస్తున్నాడు.

"నాన్న మిమ్మల్ని ఇంటికి రమ్మన్నాడు" అన్నది కాత్యాయని.

"నాకోసం ఇంత దూరం నడిచి వొచ్చావా?"

కాత్యాయని ఏమీ మాట్లాడలేదు.

"అదేమిటి" అంటూ అతని పాదాలకింద మట్టిని పక్కకు తోసి ఎఱ్ఱగా కనిపిస్తున్న రాయిని పెల్లగించడం మొదలెట్టింది. కొంచెం ఆకుపచ్చ రేఖలున్న ఎఱ్ఱటి రాయి చుట్టూ పెద్ద రాయి. శ్రమపడి దాన్ని ఇద్దరూ పైకి తీశారు. సూర్యుడు కిందికి జారిపోయాడు. కడసారి కిరణాలు రాతి వెలుగుని కాత్యాయని గడ్డం కింద మెరిపించాయి. చిన్న రక్తం గడ్డకట్టిన గాయంలా, కాత్యాయని గడ్డం ఎఱ్ఱగా తళుక్కుమంది. సూర్యుడు వేట విరమించి అంబులను పొదలో దాపుకున్నట్టు, కిరణాలు మాయమయ్యాయి.

"ఏమిటిదీ?" వింతగా చూసింది కాత్యాయని రాయికేసి.

"కాత్యాయని!" అన్నాడు నిధి. ఆ బలహీనమైన నవ్వును ప్రకృతి తప్ప ఎవ్వరూ గమనించలేదు. రాళ్ళసీమ కూడా నవ్వగలదు. అనుకుంటూ నిధి ఇంటికి మరలాడు. రాయిని తీసుకుని కాత్యాయని, రంగడు, బాయప్ప వెనకాల బయలుదేరారు.

★ ★ ★

కాత్యాయని సంతతి

ఎనిమిది మాసాలు గడిచినాయి, ఎనిమిది మాసాలలో న్యాయంపల్లి న్యాయపురంగా మారింది. బొంబాయి నుంచి వజ్రాల వర్తకుడు హీరాలాల్ వచ్చి, 'కాత్యాయని'కి విలువ కట్టాడు. 'కాత్యాయని' లేత ఎరుపురంగు వజ్రం. బాగా పండిపోయిన పెద్ద ఎర్ర టొమాటో పండులాగుంటుంది. లోపల ఆకుపచ్చ తీగెలు మెరుస్తాయి. సంధ్యాసమయంలో, పాచినీళ్ళలో కనిపించే ఎర్రమేఘంలో నీడల్లాంటి కాంతి గలది,

బెల్జియమ్ దొరిలియాన్ బ్లామర్ఫీ దాన్ని కోసి పదునెట్టి, వజ్రంగా తయారు చేశాడు. ముప్ఫై తొమ్మిది కారట్ల బరువు కట్టాడు.

న్యాయపురంలో 'కాత్యాయని' తొమ్మిది రోజులుంది. దాన్ని చూడటానికి ఎందరో జనం వచ్చి పోతుండేవారు. ఆ జనంకోసం దుకాణాలు లేచాయి. మోటార్ల మీద, బండ్ల మీదా తీర్థ ప్రజలా వచ్చిపోతున్నారు. ఇదివరకు ఆ చుట్టుపక్కల దొరికిన వజ్రాలను గురించి కథలు చెప్పుకున్నారు. అక్కడి పత్రికలు ప్రాచీన వజ్రాల చరిత్రల్ని ప్రచురించాయి.

తరువాత హీరాలాల్ 'కాత్యాయని'ని కొనుక్కుని తనతో బొంబాయి తీసుకుపొయ్యాడు. దాని వెలలో మూడోవంతు దయానిధి గవర్నమెంటుకి ఇచ్చివేశాడు. అక్కడ వజ్రాలగని తవ్వించాలనీ, దానికి కావాల్సిన సహాయం చెయ్యాలనీ ప్రభుత్వానికి విన్నపం చేశాడు.

ఆ జిల్లాలలో ధనికులు కొందరు ధన సహాయం చెయ్యటానికి అంగీకరించారు. బొంబాయి నుంచి ఇంజనీర్లు వచ్చి ఆ స్థలాన్ని పరిశోధించి వజ్రాలు లభ్యమయ్యే ఆవరణ ప్రణాళిక తయారు చేశారు.

మూడు మాసాలలో గనికి కావాల్సిన పరికరాలు పైదేశాలనుంచి వచ్చాయి. చుట్టు పక్కల బీదజనానికి పని దొరికింది. నాలుగొందలమంది కూలిపని చేస్తున్నారు. వాళ్ళకి

కొంచెం దూరంలో గుడిసెలు కట్టడం జరిగింది. మెకానిక్కులు, ఇంజనీర్లు ఓ ఇరవై మంది అక్కడే పనికి కుదిరారు.

అన్ని పనులూ అనంతాచారిగారే స్వయంగా చూసుకుంటున్నారు. ఆయన ఇంటికి డాబా వేశారు; చుట్టూ గోడ పెట్టారు.

ఇదివరకు నిధికోసం ఏర్పాటు చేసిన 'శాంతి' పేరుగల పాక దగ్గరలోనే నిధికోసం ఒక భవనం నిర్మాణం అయింది. ఆధునిక కట్టడపు పద్ధతులలో ప్రావీణ్యం పొందిన నిర్మాతలు దాన్ని సిద్ధం చేశారు. చుట్టూ చెట్లమొక్కలు పాతారు. ముందు మధ్యగా ఒక ఫౌంటెన్ కట్టారు. కాని అందులోనుంచి నీరు రాదు. పెద్ద లోతైన నూతులు తవ్వి, రిజర్వాయర్లు సిద్ధం చేస్తేకాని నీటివసతి లేదన్నారు. చెరువు త్రవ్వడం ప్రారంభమైంది.

ఈలోగా మైసూరునుంచి శిల్పి ఛాయప్ప వచ్చి నిధి తల్లిది రాతివిగ్రహం ఒకటి తయారు చేసి ఫౌంటెన్ మధ్యలో ప్రతిష్టించాడు. అక్కడి కట్టడాలలో చూడదగింది ఆ శిల్పం ఒక్కటేనన్నారు. నిశ్చింతగా రోజులు గడిచిపోతున్నాయి.

రాయలసీమలో రాళ్ళు తప్ప మనుషులు లేరనుకున్న నిధి తన అభిప్రాయం మార్చుకోవలసి వచ్చింది. ఎండలో రాళ్ళల్లో పనిచేస్తున్న ఆ మనుషుల్ని చూస్తుంటే నిధికి ఎంతో ఆనందంగా వుండేది. నల్లగా కండలు తిరిగి, ఎండలో చెమట్లు కారుస్తూ, నీళ్ళల్లో ముంచిన నల్లరాళ్ళలా మెరిసే శరీరాలతో –ఆ మనుషులు నిజంగా మనుషులేనా? అసలు 'మానవత్వం' ఎందులో వుంది? ప్రాణి కదలికలోనా? బండ పనిలోనా? కదల కుండా మెదలకుండా విశ్వాన్ని తిలకించడంలోనా? మానవుడి భాషలోనా? సృష్టిలోనా? అతనికి తెలిసింది కాదు; తెలుసుకునేందుకు అతనికి వ్యవధిలేదు. నిరర్థకమైన ఆలోచనతో కాలం జీవితం వృధా చెయ్యకుండా వుండడమే మానవత్వమేమో అనుకుంటుండగా, రాజమ్మగారు అట్టహాసంగా గొడుగేసుకుని కూలీలని గదమాయించే దృశ్యం చూశాడు.

వెనకాలే అనంతాచార్లుగారొచ్చి భార్యని కేకలేశారు. ఎందుకో, ఏం లాభమో, ఆవిడ దర్జాగా వుండి, అందరిమీదా అధికారం చెలాయిద్దాం అనుకుంటూ వుంటుంది – ఇంతలో భర్త చక్కా వచ్చి, పరాచికాలాడో, కాస్త కోపంగా మందలించో, ఆవిడ్ని చిన్నబుచ్చుతాడు. నిధికి నవ్వొచ్చింది. వాళ్ళవి ఎంతటి నిర్మలమైన మనస్సులు ఆరేసిన తెల్లబట్ట లాంటిది వాళ్ళమెదడు. అనుకున్న దానికి, అన్నదానికీ – ఆలోచనకీ, మాటకీ – చేతకీ బట్టమీద తడికీ వున్నంతటి సంపూర్ణమైన అన్వయం వుంది. మేస్త్రి మరియప్పచెట్టి నవ్వు మీసాల వెనుక మరుగుపడింది. ఆ మనుషులు కూడా నవ్వగలరనుకున్న తరువాత నిధి మనస్సు మరింత నిశ్చింతగా తయారైంది.

గని తాలూకా పనులన్నీ ఆచారిగారే చూస్తున్నారు. నిధికి తను స్వయంగా చేసుకోవాల్సిన పనులు బోలెడున్నాయి. అక్కడ ఒక పెద్ద డిస్పెన్సరీ, రోగులకోసం గదులు కట్టించడం పని అతనిది. నలుగురు నర్సులనీ, నలుగురు కాంపౌండర్లనీ నియమించాడు. అక్కడికి కష్టపడి రాగలిగిన రోగులకి ఉచితంగా చికిత్స ఏర్పాటుంది.

రాజమ్మగారి సలహామీద, అక్కడ ఒక బడికూడా పెట్టించాడు. ఓనమాల దగ్గరనుంచి నేర్చుకునేటందుకు ఇష్టపడ్డ నిరక్షరాస్యులున్నారు. ముగ్గురు మేష్టర్లు నియమించబడ్డారు. ఆచారిగారి రెండోవాడు శేషు కూడా రాత్రిళ్ళప్పుడు మేష్టరే! అనంతాచారిగారి పురాణ కాలక్షేపం వుండనే వుంది.

అందరికీ తీరిక లేకుండా వున్నది. నారయ్య ఆనాడే అమృతంగారి ఊరునుంచి తిరిగి వచ్చాడు.

“ఇవి మీకు భద్రంగా ఇమ్మన్నారండి” అని తీసుకొచ్చిన చెరుకుగడలు,తేనెపానకం భద్రంగా మూలగదిలో వుంచాడు. నిధి నారయ్య ద్వారా అమృతానికి ఇవ్వవల్సిన మూడొందలూ పంపేశాడు.

“డబ్బు తీసుకుందా?” అని అడిగాడు.

“ఎందుకు తీసుకోరండీ, డబ్బు చేదా? ఆవిడ మొగుడు తీసుకున్నాడండి...”

“కాంతారావు అతని పేరు. మొగుడనకూడదు నారయ్యా భర్త!”

“మొత్తానికి మొగుడే కదటండీ!”

“ఏమన్నాడు?”

“తీసుకుని, ‘సరేలే’ అన్నారండి!”

“అమృతం ఏమీ అనలేదా?”

“ఏమంటుందండి? ఆవిడ మంచంమీద నుంచి దిగరండి – రేపో మాపో పురుడు కామోల్సు. శానాసేపు నన్ను గుర్తుపట్టలేదండి – ఈ బట్టలూ, వేషం చూసి కామందను కున్నారండి!” అంటూ నారయ్య బోసిగా నవ్వి, తన తెల్లటి బట్టలకేసి గర్వంగా చూసుకున్నాడు.

“ఈ పంచి ఆరిచ్చిందేనండి! ఇదిగోనండి ఉత్తరం” అని నారయ్య ఉత్తరం ఇచ్చాడు.

నిధికి బోలెడు సందేహాలొచ్చాయి. అవి నారయ్యని అడగాలో, అడగకూడదో తెలిసింది కాదు. ఆ ఉత్తరం అమృతం ఎవరూ చూడనప్పుడు రాసి ఇచ్చిందా, తన విషయం మాట్లాడేటప్పుడు ఇంకా ఎవరైనా వున్నారా మొదలైనవి.

“ఏం నారయ్యా! అక్కడనుంచి ఎప్పుడు బైలుదేరావు?”

"తెల్లారగట్ల."

"ఉత్తరం కూడా అప్పుడే ఇచ్చిందా?"

"క్రితం రాత్రేనండి!"

"ఎప్పుడు రాసిందో?"

"నాకేం తెలుసుద్దండి?"

"ఇంకా ఏమన్నారు?"

"ఏమీ అనలేదండీ - ఇక్కడ ఊసులు సెప్పమన్నారండి. ఎందుకో ఆవిడా, మొగుడు ఊ తెగ నవ్వులండి..."

"ఎందుకో?"

"ఏటో నాకు మాచెడ్డ తట్టుగాలేసుకొచ్చిందండి."

"చాలా హుషారుగా వున్నారండి!"

"ఊశారేనండి... ఓ మీగళ్ళు, జున్నులు, ఎన్నపూసలు ఆరికేటండి..."

"నాతో ఏమన్నా చెప్పమందా?"

"ఆరేమీ సెప్పనేదుగానండి. అత్తగారు కాబోసు, ఒక ముసిలామె, మిమ్మల్ని ఆళ్ళ వూరికే రమ్మన్నారండి. ఆద్దుగదిగో- దూడ ఇంట్లో దొరబడతా వుంది-" అంటూ నారయ్య కర్ర తీసుకుని వీధిలో కెళ్ళాడు. దయానిధి మేడమీది గదిలో కెళ్ళి, బల్లదగ్గర కూర్చుని ఉత్తరం చదవడం మొదలెట్టాడు. ఉత్తరం చదవబోతున్నాను గదా అన్న ఆలోచన ఎంతో సంతోషం ఇచ్చింది. బల్లమీద అతని తల్లి ఫొటోగ్రాపు ఎదురుగుండా కనిపిస్తోంది. దాన్ని కనపడకుండా అవతలకు తిప్పివేశాడు.

"నారయ్య అన్నీ చెప్పాడు. నువ్వింత వాడవైనందుకు మా అందరికీ ఆనందంగా వున్నది. ఏదో అమాయకుడవనుకున్నాను. రూపాయణా పైసలుతో సహా, నీకు లెక్కలు బాగానే జ్ఞాపకం వుంటాయే! డబ్బు తిప్పి పంపించి వేశావు - ఇహ నింతటితో మా జోలి అక్కర్లేదనా? ఎప్పుడైనా మా ఊరు రాగలవా? రెండు నెలలు పోయాక అయినా నువ్వెందు కొస్తావులే, మాబోటి బీద లిండ్లకి. ఎప్పుడో మేమే వస్తాము - జగన్నాథం పరీక్ష పాస య్యాడు. పై చదువు చదవనంటున్నాడు. వారం రోజుల్లో రావాలి. ఎప్పుడేనా ఉత్తరం ముక్క వ్రాస్తూ వుండు."

అదీ ఉత్తరం. అతను ఊహించుకున్న అమృతం ఆ ఉత్తరంలో ఎక్కడా లేదు. అతనికి తెలిసిన అమృతం కూడా అందులో లేదు. డబ్బు పంపకుండా వుంటే బాగుండు నేమో! ఆ డబ్బు విషయం భర్తకు తెలీనివ్వకుండా వుంచాలనుకుందేమో! రెండు నెలలు

గడిచాక రమ్మంది – ఎందుకో? ఆలోగా పిల్లాడు పుడతాడు కాబోలు! పిల్లాడని ఎవరు చెప్పగలరు? పిల్ల కాకూడదూ? "మేము" "మాకు" అంటుంది. కాని "నేను" అనదేం? తనకీ లేనిపోని సంశయాలు కాని ఈ ఉత్తరం ఏకాంతంగా వున్నప్పుడు రాసింది కాదేమో! అవును. తప్పకుండా అదే కారణం. ఎలాగైనా స్త్రీలు చాలా తెలివైనవాళ్ళు. ఎదురుగుండా చూశాడు. తల్లి ఫొటోగ్రాఫు తనకేసి చూస్తోంది. ఎవరు కదిపారు చెప్మా! పక్కకి తిరిగాడు – కాత్యాయని!

"నువ్వేనా దీన్ని కదిపింది?"

ఔనన్నట్లుగా తల పంకించి, నవ్వడానికి యత్నించింది కాత్యాయని.

"ఎవరో వొచ్చారు" అన్నది. ప్రపంచానికొక సందేశం చెప్పినట్లుగా.

"ఎవరు?"

"ఏమో?"

కాసేపు నిదానించి –

"యువర్ వైఫ్" అంది ఇంగ్లీషులో. తన మాటకి తనకే నవ్వొచ్చింది. ప్రయత్నం లేకుండానే శబ్దం చేస్తూ నవ్వింది. ఊడిపోయిన పన్ను రానేలేదు.

నిధి లేచాడు.. ఆమె గబగబా కిందికి పరుగెత్తుకుపోయింది. అతను లేచి మెట్లు దిగుతున్నాడు తొందరగా, చివరి మెట్టుమీద కూర్చుని వుంది కోమలి.

అతన్ని చూసి మెట్లమీద నిలబడి, నమస్కారం చేసింది. అతను అలాగే నిలబడిపోయి మాట్లాడలేకపోయాడు. కోమలిలో అతను చూసిన మార్పు ప్రపంచంలోని అనుభవానికొక కొలతబద్ద. గతాన్ని శరీరం అంతటా ముసుగులా కప్పుకుంది. ఛాయ తగ్గింది. మనిషి ఎత్తుగా, లావుగా అయిపోయింది. ముడినిబట్టి జడ పొడుగ్గా లేదని చెప్పవచ్చు. నడుం వెడల్పుని బట్టి ఆధునిక నాగరికత వైశాల్యం తెలుసుకోవచ్చు. సహజమైన ప్రకృతిలోని చెట్లను కొట్టించేసి, మొక్కలు, గడ్డి పీకించేసి, ఎవరో కార్ఖానాలు నిర్మించినట్లు వుంది. సరస్సులు, నూనె కందకాలు, పుష్పాలు, పనివాండ్ర టీ కప్పులు, ముళ్ళు, కార్మికుల సమ్మెలు, కొండలు, మిల్లు యజమానుల దురంతాలు, మేఘాలు, ఫ్యాక్టరీల పొగ, పక్షులు, తుమ్మెదలు, కీటకాలు ఏమయ్యాయో? రొద, వాసన–మెరుగుపురుగు, ఎలక్ట్రీ దీపాలు– ఈ మార్పులకి, పరిణామానికి కోమలి బహిర్గత చిహ్నం. ఆమె చూపులో ఆనాటి చాంచల్యం ఈనాడు లేకంట ప్రపంచాన్నిచూసి విసిగిపోయిన నిశ్చలత్వంతో కళ్ళు మెరుస్తున్నాయి. కనురెప్పలు, దృష్టి ఇతరుల కంటపడకుండా జైలు కడ్డీలుగా కాపలా వేస్తున్నాయి. అత్తరు తయారుకోసం, ఏనాడో రసాన్ని, అందాన్ని పిండి పారేసిన గులాబి పుష్పం ఆ నోరు.

256 చివరకు మిగిలేది

"ఇల్లారా" అని సంజ్ఞ చేసి అతను, మెట్లపైకి నడుస్తూ.

కోమలి నవ్వింది - సూర్యోదయంలో వెలవెలబోతున్న నక్షత్రాల లాంటి పళ్ళని ప్రదర్శిస్తూ. మేడమీద గదిలోకొచ్చి, గుమ్మం మీద కూర్చుంది.

"ఇల్లా ఇల్లా" అని సోఫాకేసి చూపించాడు.

గదంతా నివ్వెరపడి చూస్తోంది.

"స్నానం చేసేవరకూ కనబడకుండావుండాలనుకున్నా" అన్నది.

"ఏం?"

"రైలు పొగ, నిద్ర లేదు. ఒళ్ళంతా ఎల్లాగో - అసయ్యంగా వుంది."

"నీళ్ళు పెట్టించనా?" అంటూ లేచి వెళ్ళాడు.

ఈలోగా కాత్యాయని కాఫీ కప్పు, ఫలహారం తీసుకొచ్చింది. కోమలి ఆమెకేసి పరీక్షగా చూసింది.

"నీ పేరు చెప్పనా?"అంది.

కాత్యాయని నీరసంగా నవ్వింది. ఇంతలో నిధి వచ్చాడు.

"ఇందిర అనుకుంటున్నావేమిటి?"

"......."

"కాత్యాయని. అనంతాచార్లు అని ఈ ఊరే - వారి మూడో అమ్మాయి."

"చెప్పమ్మా. నీ పేరేమిటి?" అంది కాత్యాయన్ని ఉద్దేశించి కోమలి.

"కాత్యాయనీదేవి"

"అబ్బో, తమాషా పేరే - నా పేరు అడగవేం?"

కాత్యాయని అమాయకత్వాన్ని నవ్వులో దాచేసింది.

"అబ్బో, ఎంత సిగ్గో! పెళ్ళయ్యేదాకా ఇదంతా" అంది కోమలి మనస్ఫూర్తిగా నవ్వుతూ.

స్నానానికని కాత్యాయని కోమలిని కిందికి తీసుకెళ్ళింది. కోమలి బెడ్డింగ్, లెదర్ బాక్స్ నారయ్య పైకి తీసుకువచ్చి, గదిలో పెట్టాడు. అందులో ఓ సోఫా, మంచం, రెండు కుర్చీలు వేశాడు.

"ఎవరండి ఆ వచ్చింది?" అని అడిగాడు

"చూళ్ళేదా నువ్వు?" అన్నాడు నిధి.

"ఆడామెనంటనే - సూళ్ళా."

"చూస్తావుగా"

అని నిధి బయటికి వెళ్ళిపోయాడు. కోమల్ని గురించి అనంతాచార్లు గారితో చెప్పాలని

సంకల్పం. ఏం చెప్పాలో, ఎలా చెప్పాలో ఆలోచించాలి. నిజంగా ఏం చెప్పాలో అతనికే తెలీడం లేదు. అసలు కోమలి ఎవరు అన్న ప్రశ్నకి యథార్థమైన సమాధానం లేదు. సంఘంలో తమ స్థానాన్నిబట్టి, కోమల్ని చూస్తే, అందరికీ తలో విధంగా తోస్తుంది. కోమల్ని ఓ గాజు బీరువాలో పెట్టి, కింద "నేనెవర్ని?" అని రాసిన కాగితం అంటించి, చూసిన వారిని నిర్ణయించమంటే ఏం జరుగుతుంది? జ్యోతిష్కుడు చూస్తాడు. "ఈమె చాలా కష్టాలు పడింది. నాలుగు పెద్ద గండాలు తప్పాయి. ఈ జాతకురాలికి ముందు ముందు మంచిరోజులొస్తాయి. భర్తవలన ఎన్నో చిక్కులు అనుభవించినా, స్నేహితుల సహాయం వలన అన్నీ సర్దుకుంటాయి. ఈ జాతకురాలికి సంతాన యోగం లేదు" అంటాడు.

కోమలి అతనికి జాతకురాలయింది.

జీవశాస్త్రజ్ఞుడు చూసి : "ఈ ప్రాణి ఇతర ప్రాణులను సృష్టించలేకపోయింది. సహజమైన మాతృత్వాన్ని తృణీకరించింది. కాబట్టి ఈ రకం స్త్రీకి సంఘంలో తావులేదు. సృష్టికోసం ప్రకృతి తనకిచ్చిన సౌందర్యాన్ని స్వార్థం కోసం ఉపయోగించుకుంది. ఈ జీవికి ఆయుధం శీలం కాదు. శీలం అనే ఆయుధం స్త్రీలకి పురుషులే సమర్పించారు. వారికి స్వతహా లేదు. దాన్ని కొందరు బాగా గుట్టుగా వాడుకోవటం నేర్చుకుంటారు. ఈ జీవికి ఈ సహజమైన ఆయుధంతో నిమిత్తం లేకపోయింది. ప్రకృతి ఈమెకు సౌందర్యం ఇచ్చింది. మెదడూ ఇచ్చింది. దానివల్లే ఈ జీవి నిరుపయోగమైంది. నేర్చుకోవాల్సిన పాఠం – తెలివైన స్త్రీలకి సౌందర్యం కూడా వుండటం సంఘ పురోగమనానికి అనర్థం" అంటాడు.

ఒక వైద్యుడు చూసి : "ఈ రోగి తన ఆరోగ్యం విషయంలో ఆలోచించుకోలేదు. శరీరం మొత్తంగా అంతా మళ్ళా మరమ్మత్తు చెయ్యాలి. బ్లడ్‌టెస్టు చెయ్యాలి, మైనర్ ఆపరేషన్ చేస్తేనేగాని, పిల్లల విషయం చెప్పలేం, వైటమిన్ బి, డి, ఎ (కాంప్లెక్స్) అన్నీ తక్కువే. Obesity is symptomatic of disturbed metapolism. Regular meals only once in the day. గాంధీగారి మందే; మరి గత్యంతరంలేదు. X- Ray రిపోర్టు రావాలి; Jungled nerves ఆల్ ట్రావైలెట్ తెరఫీ అవసరం ఈ రోగికి" అంటాడు.

ఇద్దరు సంఘ సంస్కర్తలు చూసి ఏమనుకుంటారు?

ఒకడు : "సంఘంలో న్యాయంగా నీతిగా సంసారం చేసుకుని సుఖపడే అవకాశం వుండి కూడా ఈ వ్యక్తి ఈ వృత్తి చేసుకుని చివరికి ఈ స్థితికొచ్చింది. సంసార సౌఖ్యానికీ, సంఘ జీవనానికి ఈ వృత్తి ఎట్లాంటి అంతరాయమో మరో నిదర్శనం ఈమెలో వుంది."

258 చివరకు మిగిలేది

మరి ఒకడు : "పోదూ, మహా చెప్పావ్ శ్రీరంగనీతులు! అసలు వివాహం అనేదే చట్టబద్ధమైన వ్యభిచారం. అసలిది లేకపోతే 'వివాహం' అనబడే సంస్థే నిలబడదు. సంసారంలోంచి సెలవు తీసుకోకపోతే ఎవడు బ్రతకగలడు? బ్రతకగలిగినా దానికేం విలువ వుంటుంది? కార్యనిర్వహణకు పూనుకోని మంచితనం వృథా. ఎంతోమంది యువకుల దుర్భర జీవితాలలోకి ఈమె కాంతి కోణాలని ప్రసరింప చేసింది; అవి స్మరించుకుని జీవిస్తున్న పురుషులు ఎందరో వున్నారు. ఆంధ్రదేశంలో నిజానికి మనం ఈవిడ రాతి విగ్రహం చెక్కించి పార్కులో పెట్టాలి."

ఒక కవి : "ఆనాడు చీకట్లను ఛేదించిన ఈ నేత్రాలు, ఈ నాడు సంఘం చీకట్లో అంధత్వం పొందాయా? సౌందర్యం యవ్వనాన్ని శాశ్వతంగా వుంచుకుంటే నేను గొంతెత్తి పాడను; పచ్చ మబ్బులో మసకగా మెదిలిన మెరుపు కాంతుల ఎర్రనీడలు కదిలిన ఈ నేత్రద్వయం, కన్నీటిని తేనె బిందువులుగా వర్షించి మధుర స్వప్నంలో శిలలుగా స్థిరత్వం పొందిననాడు, ఎలుగెత్తి పాడానులే. నేను అడ్డు పెట్టనులే, ఈ కన్నీటి ధారకి."

ఇంకా ఎందరెందరో...!

"స్త్రీకి పురుషుడితోపాటు సమాన హక్కు లుండాలి. వుంటాయి ప్రజాస్వామ్యంలో. ఈమెకి కూడా రాజ్యాంగ విధానం నడిపే భారం వుంటుంది. జీవించేటందుకు ఈమెకు హక్కులున్నాయి. భావం, వాక్కు, ఆర్థిక స్వాతంత్ర్యం – మీ ఓటు నా కర్పించండి."

"నే కోరినప్పుడు మీరు ఇన్స్యూర్ చేసివుంటే ఎంత బాగుండును! Destitute woman's policy ఈ పాటికి mature అవునా?"

"ఈ ముద్దాయి.."

"కొందరు ప్రేక్షకులు...."

"చదువరి అభిప్రాయం ఏమిటో?"

Libido ఇంకా స్థిరత్వం పొందలేదు. Repressions are rendered impotent unless they achieve finality though the unconscious. In this case the balance between the unconscious and conscious plans of activity moral and physical has been disturbed to the detriment of general psychosis.

ఇట్లాంటి కోమలి తనకేమౌతుందని చెప్పగలడు? బాల్య స్నేహం అవొచ్చు. ఇంతకీ అవతల వ్యక్తుల వైఖరిని బట్టి, సమయానుకూలంగా ఏదో సమాధానం ఇవ్వచ్చు అనుకుని దయానిధి తన బంగళాకి తిరిగి వచ్చేశాడు. స్నానం చేసి కొత్తచీర కట్టుకున్న కోమల్ని గదిలో చూశాడు. ఎడం పక్క పాపిడికి దిగువగా నుదుటి మీద మచ్చను చూశాడు. ఇదివరకు లేనిది. ఇది వరకటి కోమల్ని ఈమె ముందు ఊహించుకోలేకపోతున్నాడు.

ఆనాటిది విప్పుకునేటందుకు వికాసం వొదిలేసిన మొగ్గ, ఈనాడది వొయ్యారంగా వంగిపోయిన పుష్పం. రెక్కల పురుగులు, పక్షులు పుష్పాన్ని ఆస్వాదించిన గుర్తు నుదుటి మీద మచ్చ. ఈ ఉపమానాన్ని మనస్సులోనించి నెట్టివేశాడు.

"ఎక్కడనుంచి రావటం?"

"నన్నా?" పరధ్యానంగా మాట్లాడుతోంది కోమలి – "నేనా? అడివిలోంచి."

"అంటే?"

"ఇప్పుడు నా మనస్సు నిశ్చింతగా వుంది. ఇక్కడ హాయిగా వుంది ఏమీ అడగకండి."

"పోనీ, ఏ ఊళ్ళో అడివి.

"వల్లకాట్లో అడవి – ఏట్లో అడివి..."

"ఏట్లో చేపలున్నాయా?"

"అబ్బో – చేపలు మాట మీకింకా జ్ఞాపకం వుందే – నేను చాలా మారిపోయి, అసహ్యంగా ఐపొయ్యాను కదూ?" అంది అద్దంలో చూసుకుంటూ. "మీరు ఏమీ అసలే మార్లేదు."

"నేనిక్కడున్నానని నీకెట్లా తెలుసు?" అనిఅడిగాడు.

"అబ్బో! ఆ మాత్రం తెలుసుకోలేకపోతానా ఏమిటి? పేపర్లో పడింది. అక్కడంతా చెప్పుకుంటమే. మీరు గొప్పవోరయ్యారుగా."

"అందుకని దబ్బుని తెలిసిందంటావ్?"

"చూశారా – ఇంకా చిన్నప్పటి మాట్లు పోనిచ్చుకున్నారు కాదు. మీరు ఎప్పుడు, ఎక్కడ ఎల్లా వుండేదీ అంతా నాకు వయనమే. ఉత్తరాలు రాశానా? ఇంకా మీరే మర్చిపొయ్యారు నన్ను. అవున్లెండి, నేనెందుకు జ్ఞాపకం వుంటాను? ఉత్తరానికి జవాబు రాశారా? ఎప్పటికప్పుడు వొద్దామని వుండేది. కాని ఏమంటారో అని భయం"

"నీకెందుకు అంత దయ నామీద?"

"ఎందుకో, చిత్రం! రాత్రంతా మిమ్మల్ని గురించి ఆలోచించేదాన్ని నిద్రపట్టదు. ఊఁ–కలలు. ఒక్కసారొచ్చి కనబడిపోయారు కారు చూశావా, అనుకునేదాన్ని..."

"నాకు నువ్వెందుకు జ్ఞాపకం వుండాలి?"

"ఏమో! ఓస్. నాకు మీమీదుంటే, మీకు నామీదుండదేమిటి?"

"నీకు నామీద ఏముంది?"

"అబ్బో. చాలా చిలిపివారే! ఏమో అనుకున్నాను. అవునుగాని, ఆ రాత్రి వొచ్చి, నన్ను చూసి వెళ్ళిపోయారంటగా – నన్ను లేపలేదేం? మొద్దు నిద్రా నేనూ – లేపితే

పెళ్ళి చేసుకోమని గీక్కుతింటానని భయం కదూ మీకు? నాకెప్పుడూ ఆ గొడవలేదు. అంతా అమ్మ చంపుకుతినేది" అని జ్ఞాపకము చేసుకుంటున్నట్లుగా నవ్వింది కోమలి.

"మీ అమ్మ ఎక్కడుంది?"

"మా అమ్మ కూడా జ్ఞాపకం వుందే – ఉంది, ఎక్కడో చస్తూ వుంది. డబ్బు పీకులాట్లు – దానికదే రంధి."

"నీకు లేనట్లు మహా" అన్నాడు.

"అట్లాగంటే నాకు కోపం వొస్తుంది. నాకు డబ్బెందుకు? ఎవళ్ళకోసమని – అంతా అమ్మకేగా!"

మధ్యలో నిధి అందుకున్నాడు.

"అమ్మమీద అంత ఆపేక్ష వున్నదానవు, ఇప్పుడు అమ్మని విడిచిపెట్టి ఇల్లా ఎందుకొచ్చావు?" అని, సమాధానం కోసం ఎదురు చూస్తున్నాడు.

"మీ కోసమనే" అని మూతి ముందుకు చాపి కళ్ళు పెద్దవి చేసి గారంగా అన్నది.

"ఓస్, ఎన్నడూ లేంది ఇప్పుడెల్లా వొచ్చిందో?"

"నాకు మొదటినుంచి ఉండేది. కాని, ఎట్లా చెప్పాలో తెలిసేది కాదు. చిన్నతనం. రాత్రిళ్ళు నిద్రపట్టేది కాదు – అస్తమానం కలలో మీరే. మీరూ నేనూ కాలఒడ్డున కూర్చుని చేపలు పడుతున్నాంట – నన్ను మీరు కాలవలోకి గెంటారట. చీరకొంగు గిరవాటేసి బయటకి లాగండని మొత్తుకున్నాన్ట" ధ్యానంతో దూరంగా చూస్తూ అంటోంది.

"ఇంకా ఎవర్నెవర్ని నాకోసం వొదిలివచ్చావో!" ఈ వాక్యంతో కోమలి సోఫాలోంచి లేచి అతని దగ్గరగా వెళ్ళి కళ్ళల్లోకి కోపంగా చూసి అటూ ఇటూ పచార్లు చేసి, మళ్ళా వొచ్చి కూర్చుంది.

"వెనక ఇట్లాగే అన్నారు. నేను మళ్ళా ఏదో అన్నాను. లెంపకాయ కొట్టారు" అని అరచేత్తో చెక్కిళ్ళు సర్దుకుంది.

హాల్లో ఎవరో మసలుతున్నట్లు అలికిడైంది. కోమలి గది తలుపులు చేరేసింది.

"నేను మహాపతివ్రతనని మీతో చెప్పడం లేదు."

"నువ్వు చెప్పనక్కర్లేదు. అయిందీ లేందీ నీ వాలకమే చెపుతోంది" అని నిధి గది తలుపులు తెరిచాడు.

"నిజం చెబితే మొగాళ్ళు సహించలేరు."

"పాపం, అనుభవం మీద తెలుసుకున్నావు." దూరంగా వున్న నారయ్యని సంబోధించి

– "చూడు నారయ్యా, మేస్త్రీ వెట్టేకల్ వొచ్చాడా? ఐదు గంటలకి అతన్నీ, ఛాయప్ప శెట్టినీ ఇక్కడికి తీసుకురా, తవ్వ రేపు ప్రారంభించాలి" అన్నాడు

"ఎవరండి మాట్లు?" అంటూ నారయ్య లోపలికొచ్చి తొంగి చూశాడు.

"కోమలి."

"అబ్బో, ఈమెగారు మళ్ళా ఇక్కడికొచ్చిందే? దోవ ఎవడు సెప్పాడూ అంట?"

"ఏం నారయ్యా, బాగున్నావా?"

"ఏదో నీలాగే నేను వున్నా. ఎక్కడ వుంటుంటం?" అని అడిగాడు.

"ఎక్కడేమిటి, నాకు కొంపా గోడా..."

"నాటకాలు తొక్కడం అయిందేమిటి?"

"ఏం మాట్లు నారయ్యా? నే పెద్దదాన్నయ్యాను, తెలుసా? వెనకటి కోమల్లను కుంటున్నావా?"

"ఎన్నేళ్ళొస్తేనేం, ఆడ పోకిళ్ళేమవుతాయి?"

"ఇంటికొచ్చిన వాళ్ళని ఇట్లాగేటండీ మర్యాద చెయ్యడం, ఎంత భాగ్యవంతులైతే మాత్రం?" అని నిధిని సంబోధించింది.

"ఇప్పుడు నిన్నెవరేమన్నారే వెర్రిదానా – పాతూసు లాడాను" అంటూ వెళ్ళిపొయ్యాడు నారయ్య. నిధి కూడా తలుపు దగ్గరగా మూసి హాల్లోకి నడిచాడు. కోమలి మొహాన్ని చేతులమధ్య దాచుకుని, సోఫాలో పడుకుని నిశ్శబ్దంగా ఏడుపు సాగించింది.

ఆ రోజు, మొన్నాడు కూడా అనంతాచారిగారింట్లో జనం ఒక్కరొక్కరే వచ్చి కోమల్ని వింతగా చూసి పోతున్నారు. నిధి భార్య కాదని తెలియగానే రాజమ్మగారికి కూడా చూడాలని బుద్ధిపుట్టి కాత్యాయన్ని తీసుకుని చక్కా వొచ్చింది. సాయంత్రం అయిదు గంటలు దాటింది. కోమలి స్నానం చేసి, తల్లో పూలు అమర్చుకుంటూ డాబామీద కొచ్చి చుట్టుపక్కలంతా చూస్తోంది. దూరంగా కొండ వెనుక దిగుతూ సూర్యుడు కోమలి మొహాన్ని ప్రమాదంగా వెలిగించి మాయమయ్యాడు. కడసారి కిరణం ఆమె తల వెంట్రుకల అలలోంచి ఒడ్డుకు చేరుకుని వెళ్ళిపోయింది. దూరంగా డిస్పెన్సరీ దగ్గర నడుస్తున్న నిధిని చూసింది. షికారుగా ఆ వైపుకి నడుద్దామనుకుంటోంది. ఇంతలో రాజమ్మగారు డాబామీదికే వచ్చింది.

"రండి, రండి" అంది కోమలి. చిట్టిని కేకేసి పైకి రెండు కుర్చీలు తీసుకురమ్మంది.

రాజమ్మగారు వద్దంది. "నాకీ కుర్చీలు సరిపోవు, హాయిగా కిందే బాగుంటుంది."

తరువాత ఏం మాట్లాడాలో ఎవరికీ తెలీడం లేదు.

"మీ అమ్మాయి కాత్యాయని చాలా మంచిపిల్ల–నా కష్టసుఖాలు కనుక్కుంటోంది– ఇల్లా రా అమ్మా... జడేసేదా? –వుండు పూలెడతాను" అని కోమలి కాత్యాయనిని దగ్గరికి తీసుకుంది.

కాత్యాయని ముందు కోమలి ఎత్తుగా, ఠీవిగా వుంది. రాజమ్మగారి ముందు సన్నంగా నాజూకుగా వుంది. ఈ రెండూ కోమలికి కొంత చనువిచ్చాయి.

"అద్దం, దువ్వెనా తీసుకొస్తా, జడేస్తారా?" అంటూ కాత్యాయని మెట్లు దిగింది.

"నీతో మీ వాళ్ళెవరూ రాలేదా? ఒక్కదానవు ఎలా ప్రయాణం చేశావమ్మా!"

"నాకు నా వాళ్ళెవరూ లేరండి"

"ఏం? మీ అమ్మా నాన్నా లేరూ? నీ విషయం నిధి మాతో ఎప్పుడూ చెప్పలేదే! – పైగాతన కెవ్వరూ బంధువులు లేరంటాడు" అని సమాధానం కోసం ఎదురు చూసింది.

"ఎందుకు లేరండీ? బోలెడు మందున్నారు. వాళ్ళకి ఆయనంటే గిట్టదు."

"ఏం?"

"వాళ్ళకీ వాళ్ళకీ ఏదో వున్నాయి, నాకు బాగా తెలవదు."

"నీ కెల్లాంటి చుట్టరికం?"

"నాకా?" కోమలి అటూ ఇటూ చూసి, తలకాయ వంచుకుంది. చివరికి తెగించి చెప్పింది.

"ఆయన నన్ను పెండ్లి చేసుకుంటా నన్నారండీ!"

"అతనికి పెండ్లాం వుండగానే?"

"ఇప్పుడు కాదు, పెండ్లికాక పూర్వం అనేవారు. మేం కులం తక్కువవాళ్ళం అని చేసుకోలేదు. అత్తారికీ ఈయనకీ చెడిపోయిందిగా!"

"మరి నీకు అయిందా పెళ్ళి?"

"నేను చేసుకోలా... ఈయనకోసం..."

రాజమ్మగారు అర్థం చేసుకుంది. ఇంతలో కాత్యాయనొచ్చింది, అద్దం, దువ్వెనా తీసుకుని. అప్పటికప్పుడే చీకట్లు కమ్ముతున్నాయి. నిర్మలమైన ఆకాశంలో చుక్కలు చక్కగా పొడుస్తున్నాయి. కాత్యాయని జడ విప్పింది. కోమలి దువ్వుతోంది. రాజమ్మగారు "పొద్దోయింది వెడతా"నని లేచింది.

"ఈపూట మా ఇంట్లో భోజనం చేద్దాం, రండి" అన్నది కాత్యాయని.

"అబ్బో, మర్యాదలన్నీ తెలుసే నీకు? నీకు మంచి మొగుడొచ్చాక, నీ ఇంటికొచ్చి తింటాలే" అంది కోమలి.

"అట్లాగైతే నే వెళ్ళిపోతానంతే."

రాజమ్మగారు కూతుర్ని లేవదీసింది. ఇద్దరూ మెట్లు దిగారు.

"మీరు రండి" అంది కోమల్ని, కాత్యాయని.

""కాసేపుండి వొస్తాలే."

ఇద్దరూ వెళ్ళిపోయారు. కోమలి చిట్టిని కేకేసి, డాబామీదికి ఒక చాప తెప్పించి వేయించి, పడుకుంది. జడని మెలితిప్పి, దాన్ని దిండుగా పెట్టుకుంది.

ఎవరో వచ్చిన చప్పుడైంది.

"ఎవరు?"

"నేనే!"

కోమలి కూర్చుంది. పమిట గాలికి జారి, చాపమీద పరిచివుంది. "ఇట్లా కూర్చోండి" అని చాపను దులిపింది.

దయానిధి స్నానం చేసి వొచ్చాడు, తలని తువ్వాలతో తుడుచుకుంటూ.

"దువ్వెన ఇలా ఇయ్యి" అన్నాడు.

అందిచ్చింది. అతను దువ్వుకుంటూ మెట్లు దిగడం మొదలెట్టాడు. స్నానం చేసిన సబ్బువాసన గాలిలో క్షణం మెదిలింది.

"ఇక్కడ కూర్చుని దువ్వుకోరాదూ?" అంది కోమలి.

అతనేమీ సమాధానం చెప్పలేదు. మెట్లుదిగి వెళ్ళిపోయాడు.

మూడు నిముషాలు గడిచింది. కోమలి కూడా మెట్లు దిగింది.

★ ★ ★

దయానిధి కింద గదిలో సోఫాలో కూర్చుని ఎదురుగుండా అద్దంలో మొహం చూసుకుని తల దువ్వుకుంటున్నాడు. కోమలి వెనకాలే నిశ్శబ్దంగా వచ్చి, "చిట్టి" కలిపిన కాఫీ కప్పులో పోసి తీసుకొచ్చింది.

"ఇదిగో కాఫీ!"

అతను వెనక్కి తిరిగిచూశాడు. పెట్రోమాక్స్‌దీపం వెలుగులో కోమలి మొహం తళుక్కున మెరిసింది. అప్రయత్నంగా అతని మనస్సులో ఆరాటం బయలుదేరింది. పశ్చాత్తాపంతో దీనత్వం అలవర్చుకున్న ఆమె నేత్రాలు, అనుభవంతో పరిపూర్ణత తెచ్చుకున్న ఆమె నిండు అవయవాలు, అతన్ని పాత సౌందర్యపు చిహ్నాల స్మరణ వత్తిడి చేసి ఊపివేశాయి. ఇదివరకు అతను చూడని ఒక కొత్త ఠీవి, ప్రపంచం పిచ్చిని చూసి వెక్కిరించకుండా నవ్వగల నిశ్చల ఔదార్యం చివరికి యథార్థమైన ప్రాచీన స్వప్నంలా గోచరించింది.

264 చివరకు మిగిలేది

"మరి నువ్వో?"

"నేను అస్తమాను కాఫీ తాగను. తాగితే ఒళ్ళొస్తుందటగా!" అని తన పాదాలకేసి చూసుకుని, 'మీకు తెలుసు' నన్నట్లుగా నవ్వింది.

"వస్తేనేం! వయసు మళ్ళే కొద్దీ ఎన్నో మార్పులొస్తుంటాయి. ఆ మార్పులని మనం అంగీకరిస్తాం..." ఇంకా అతని వాక్యం పూర్తి కాకుండానే...

"మరి మీరు మార్లేదేం?" అన్నది.

"ఎందుకు మార్లేదు? చూడు, కళ్ళకింద గీతలు, పగలు చూస్తే కనబడతాయి. తెల్లవెంట్రుకలు - ఎప్పుడూ లెక్కబెట్టలేదు."

"నిజంగా ఇప్పుడే మీరు ఎంతో బాగున్నారు."

"నీకు నాలో కనిపించిన బాగు నీ మనస్సులో వున్నదేకాని నాలోది కాదు."

"అబ్బో, వేదాంతం మాట్లాడుతున్నారే" అంటూ లేచి అతనికి కప్పు అందించింది. "ఏదీ, ఎన్ని నెరిసిన వెంట్రుకలున్నాయో లెక్కపెట్టనివ్వండి" అని పెట్రోమాక్సు లైట్ ఎత్తుగా బల్లమీద పెట్టి, అతని జుట్టుని నిమరటం మొదలెట్టింది.

ఆమె చేతిని తన చేతితో పట్టుకుని కిందికి దించివేశాడు. దించిన చేతిని అరచేతిలో పరిచి, మెత్తగా అదిమి పరీక్షగా చూశాడు.

"ఏం, ముట్టుకోకూడదా?" అని అడిగింది.

"ఆ రోజుల్లో రాత్రి - పగలు నాకోసం తపించిపొయ్యేవారు. ఇప్పుడిలాగై పోయారేం? దగ్గిరుంటే తప్ప, దూరంగా వెడితే మొగాళ్ళు మారిపోతారు."

"దగ్గరున్నప్పుడు కూడా దగాచేసే శక్తి ఒక్క ఆడాళ్ళదే కాబోలు!" అన్నాడు.

"నేను మిమ్మల్ని ఏం దగా చేశాను?"

"నీకే తెలుసు."

"అబ్బ, ఎంత నొప్పించే మాటలంటారండీ!" అంటూ మూతి నొంకరజేసి, వెనక్కి తిరిగి, అతని కళ్ళల్లోకి లోతుగా చూసింది. "నేనేం చేసేది? అప్పుడు నాకు ప్రేమంటే ఏమీ తెలిసేది కాదు- మిమ్మల్ని చూస్తూ కూర్చుంటే చిత్రంగా వుండేది. మీరు నాతో మాట్లాడేవారే కారు - నాకేం తెలుసు? నన్ను మీరు ఎందుకు పెండ్లి చేసుకోలేదు? ఇప్పుడంతా తల్చుకుంటే, ఏమిటోలాగా, భయమేస్తుంది."

"ఇప్పుడంతా తెలిసిపోయిందా?"

"ఓ, నాకు తెలుసు ప్రపంచం ఎలాంటిదో, ప్రేమంటే ఏమిటో, నా మనస్సులో

ఏముందో మీకు ఎట్లా తెలుస్తుంది?" తలవొంచి, దిగులుగా అతనికేసి చూసింది. అప్రయత్నంగా చేత్తో జడని విప్పుకుంటోంది.

"ప్రేమంటే ఎల్లాంటిదో చెప్పు" అన్నాడు, కొంచెం నవ్వుతూ.

"నాకు చెప్పడం తెలీదు. అదొకలాగుంటుంది. మీరు వెనుక అదొకలాగ చూసేవారే! ఎప్పుడూ మీరూ నేనూ కలిసి వుండాలనిపిస్తుంది. మీరు నా దగ్గరగా వుంటే చాలు – ఇంకేమీ వొద్దు. మీరు లేకుంటే నే బ్రతకగలనా? అమ్మో!" అని తలని అతని భుజం మీద ఆనించి కళ్ళు మూసుకుంది.

కోమలి తన చెయ్యిమీద గడ్డం ఆనించి సోఫా మీద పక్కకి తిరిగి ఒరిగింది. కిరసనాయిలు తక్కువై, పెట్రోమాక్స్ దీపం సన్నగిల్లుతోంది. దాని 'షేడ్' మీద పురుగులు కొట్టుగుంటున్న చప్పుడు తప్ప అంతా నిశ్శబ్దంగా వుంది. కోమలి కళ్ళలోంచి కన్నీరు చుక్క అతని ఎడమ మోచెయ్యిమీద పడింది – బాధతో వేడిగా తొణికిన కన్నీరు, అతను ఆమె మొహాన్ని తన భుజంమీద నుంచి తొలగించి లేచి, "చిట్టీ!" అని కేకేస్తూ, పెట్రోమాక్స్ దీపం తీసుకుని ముందు హాల్లోకి నడిచివెళ్ళాడు.

★ ★ ★

వారం గడిచింది. ఇంటి పనులని కోమలి చూసుగుంటోంది. వంట కూడా తనే స్వయంగా చేస్తోంది. దినచర్య యధావిధిగా జరిగిపోతోంది. భోజనానికి తప్ప, నిధికి పగలల్లా పనులలోనే బయట తిరగడానికి సరిపోతోంది. రాత్రిళ్ళు తనూ, నారయ్య కింద వరండాలో పడుకుంటారు. కోమలి పైన తన గదిలోనే పడుకుంటుంది; మెట్లముందు చిట్టిగాడి పక్క వుంటుంది. అప్పుడప్పుడు కాత్యాయని, రంగడు కోమలికి సాయంగా పడుకుంటారు. కోమలికి పగలు పొద్దుపోయేది కాదు. గవ్వలు, పచ్చీసు, వైకుంఠపాళి వీట్లతో కొన్ని రోజులు కాలక్షేపం చేసేవారు. తరువాత కోమలి రెండు రాట్నాలు తెప్పించి వడకడం ప్రారంభించింది.

ఓసారి, అనంతాచారిగారింట్లో జరిగిన నాటకంలో కోమలి తనకి తెలియకుండా నాయిక అయింది రాజమ్మగారి కోర్కె ప్రకారం. నిధి కోమలితో కలిసి, ఆచారిగారింటికి భోజనానికెళ్ళాడు. రాజమ్మగారు కోమలికొక్క దానికీ బయట ఆకులో వొడ్డించి మిగతావాళ్ళకి హాల్లో పీటలు వేసింది. తనని హీనంగా చూడడానికే భోజనానికి పిలవడం అనుకుని, కోమలి విడిగా భోజనము చెయ్యనని వెళ్ళిపోయింది. అనంతాచార్లుగారు, రాజమ్మ వాదించుకున్నారు. ఆఖరికి రాజీ జరిగింది. ఈ ఒక్కసారేనా; అందరూ కలిసి

266 చివరకు మిగిలేది

కూర్చోవాలని నిర్ధారణ జరిగి, నిధిని వెళ్ళి పిల్చుకురమ్మన్నారు. కోమలి చరచరా వెళ్ళి నిధి తల్లివిగ్రహం ముందు ఫౌంటెన్ గుట్టమీద కూర్చుంది. అక్కడి కొచ్చాడు దయానిధి.

"అందరం కలిసి తిందాం, రా!" అని ఆహ్వానించాడు.

కోమలి కళ్ళు వర్షాన్ని బిగపెట్టి నిలుపుకున్న నల్లమేఘాలలా ప్రమాదంగా మెరుస్తున్నాయి.

"నేనిక్కడ వుండటం ఇష్టం లేకపోతే వెళ్ళిపొమ్మనండి, వెళ్ళిపోతాను- అంతేకాని ఇట్లా మీ స్నేహితులతో చెప్పించి పరాభవించనక్కర్లేదు" అంది.

"నేను వాళ్ళతో నిన్ను భోజనానికి పిలిపించి పరాభవించండని చెప్పాననా నీ ఊహ?" అని అడిగాడు.

"లేకపోతే వాళ్ళెందుకూ నన్ను పిలవడం? నా తమాషా అంతా తెలుసుకుని యాగీ చేద్దామనేనా?"

"వాళ్ళకెందుకుంటుంది నీ మీద పగ?"

"మీకే తెలియాలి. మీ లోటుపాట్లు తెలుసుకుని మిమ్మల్ని లోకువ కడుతున్నారు వాళ్ళు. నన్ను మీరే గౌరవం చెయ్యందే వాళ్ళెందుకు చేస్తారు? వారూ, మీరూ కలిసి అన్యోన్యంగా వుండకుండా మధ్య నేనెందుకు; వెళ్ళిపోతాలెండి!" అంటూ కోమలి చీర కొంగులో మొహాన్ని కప్పేసుకుంది.

"వాళ్ళెంత మంచివాళ్ళో నీకేం తెలుసు? బ్రాహ్మల కుటుంబాలలో ఆచారం నీకు కొత్తా? దేశం అంతా చూసినదానవు. వీళ్ళింకా నయం, నచ్చచెబితే సరేనంటారు. నిన్ను తీసుకురమ్మన్నారుగా, లే - అందరం కలిసి తిందాం!"

"మీరెళ్ళి తినండి - నాకీ పూట ఆకలిగా లేదు."

"కోపం వచ్చిందా?"

"నాకు కోపం వస్తే ఎవరికి లెక్క?"

"నేను బాధపడటం నీకిష్టమా?"

"............................"

"మాట్లాడవేం?"

చీరకొంగు దించి, మసగగా నవ్వింది కోమలి.

"ఏం?"

"అమ్మో మీరు బాధపడితే నే చచ్చిపోనూ?" అంటూ గుండెమీద ఐదు వేళ్ళూ పరుచుకుంది."

"మరయితే లేచిరా..."

"లేవతీండి" అని అతని రెండు చేతులూ దగ్గరగా లాక్కుని, మెడ వెనక్కి వేసి, శరీరాన్ని ఊపిలేచి నిలబడింది.

కోమలి లేవగానే, రెండు చేతులూ ఒదిలేసి దులుపుకున్నాడు. కరీంసాహెబ్, కాత్యాయని దీపం పుచ్చుకుని వొచ్చారు.

"మా అమ్మ రమ్మంటూంది" అంది కాత్యాయని.

"వొస్తున్నాం" అన్నాడు నిధి.

భోజనాలు నిశ్శబ్దంగా జరిగిపోయాయి.

ఇది జరిగిన తర్వాత కోమలి బాహ్య ప్రపంచంలో కొంచెం ఉత్సాహం చూపుతూ, గని తవ్వేచోటికి, హాస్పిటల్ వేపుకీ షికారుగా వెళ్ళి అవన్నీ చూస్తూ తనూ ఏదో పనిచేస్తూ వుండేది సాహసించి. మొదట్లో అందరికీ కోమలి వింతగా తోచింది. ఎడారిలో మోటారు లాగా, అడవిలో సూటు వ్యక్తిలాగా, తరువాత ఆ వాతావరణంలో ఒక ముఖ్యమైన అలంకారంలాగా కలిసిపోయింది కోమలి. ముఖ్యంగా హాస్పిటల్ వాతావరణంలో కోమలి బాగా అతికిపోయింది. రోజూ నిధితో కలిసి రోగులందర్నీ చూసేది. టెంపరేచర్ పరీక్ష చేసేది. 'చార్టు'లో గుర్తులు పెట్టేది, రోగులను నవ్వించి సంతోషపెట్టడానికి యత్నాలు చేసేది. వాళ్ళ కష్టసుఖాలన్నీ ఆదరంతో వినేది. వాళ్ళకోసం ఒక రీడింగ్ రూమ్, బోలెడు పత్రికలూ ఏర్పాటు చేయించింది. అందులోకి గ్రామఫోను తెప్పించింది.

తనే స్వయంగా పత్రికలూ, పుస్తకాలూ చదివి వినిపించేది. ప్రతిరోగి మంచం దగ్గిరా, ఓ "ఫ్లవర్ వేజ్" పెట్టించి, వాటిల్లో పూలు తనే పెట్టేది ప్రతిరోజూ. అప్పుడప్పుడు పొరుగూళ్ళ నుంచి జనంవొచ్చి దయానిధి ఆశ్రమాన్ని చూసి పోతుండేవారు. విరాళాలియ్య సంకల్పించిన వారి కోసం ఓ డబ్బీ ఏర్పాటు చేశారు. అభిప్రాయాల కోసం విజిటర్స్ బుక్ కూడా పెట్టించాడు.

ఆనాడు ఆదివారం. సాయంత్రం నాలుగయింది. నిధి పనిమీద బళ్ళారి వెళ్ళి రెండు రోజులయింది. ఆ సాయంత్రం రావాలి. పనివాండ్రకి సెలవురోజు, వాళ్ళంతా ఆ రాత్రికి జంగం కథ పెట్టించడానికి ఏర్పాట్లలో వున్నారు. అన్నీ ఒకసారి తనిఖీ చేసి రావాలన్న సంగతి జ్ఞాపకం వచ్చి కోమలి అప్పుడే నిద్రనుంచి లేచి, మొహం కడుక్కుని, కొత్తబట్ట లేసుకుని, టీ తాగి, షికారుకి బయలుదేరబోతూంటే, 'చిట్టి'గాడు "ఎవరో ఒచ్చారండీ!" అన్నాడు. గబగబా కోమలి మెట్లు దిగింది. వరండాలో కుర్చీమీద కూర్చున్నాడు రాజభూషణం. అతన్ని చూసి తెల్లబోయి, అప్రయత్నంగా ఓ అడుగు వెనక్కే నిలిచిపోయి "ఎవరికోసం?" అని పలుకరించింది.

అతను ఆమెకేసి పరీక్షగా చూస్తున్నాడు.

"ఆయన ఊళ్ళోలేరు, తరువాత రండి" అంది.

"నీకిక్కడ నీళ్ళూ, తిండీ సరిపడ్డాయన్నమాట - బంతిపువ్వులా వున్నావు. అయితే నేను ఆయన కోసమే వచ్చానని ఎందుకనుకున్నావు?" అన్నాడు రాజభూషణం.

"అవేం మాటలు?"

"ఏం, తప్పా?"

"ఇక్కడి కెందుకొచ్చావు?" అని కోమలి మెట్ల మీద కూర్చుని చేతులు నలుపుకుంటోంది.

"నా స్నేహితుడికోసం వచ్చాను! నీకోసం కాదులే."

"నాకోసం వస్తే ఏం జరుగుతుందో జ్ఞాపకం వుండే వుంటుందిలే."

"ఇప్పుడు కొట్టిస్తావా ఏమిటి నన్ను? కాసేపు క్రాస్ ఎగ్జామినేషన్ చెయ్యనీ, అక్కడ రాజాగారి దీపం ఆరింది కాబట్టి ఇల్లా వొచ్చావా? దీపం ఎక్కడుంటే అక్కడికి పురుగులు చేరుకుంటాయన్నాడు వేమన్న."

"దీపం ఒక్కటే కాదు, బురదలోనూ వుంటాయి దోమలు."

"చిత్రోత్తరానికి టోపీలు దించి చప్పట్లు కొడుతున్నాం" అని రాజభూషణం చప్పట్లు కొట్టాడు.

కోమలి చప్పట్లు కొట్టి "చిట్టి"ని కేకేసి, ఆచారిగారి శేషుని, కాత్యాయన్ని తను దబ్బున రమ్మంటున్నానని తీసుకురమ్మని పంపింది.

"నిజంగా తన్నిస్తావా ఏమిటి, అందర్నీ రమ్మంటున్నావు?"

"గుమ్మడికాయల దొంగవు కాబట్టి, నువ్వు అల్లా అంటున్నావు."

"ఈ ఎడారిలో ఒయాసిస్‌లా కనిపించావుగాని, ఈ ప్రాణి నాలుకమీద ఓ టీ చుక్క పోద్దూ...."

లోపలికెళ్ళి టీ కప్పు తీసుకొచ్చి ఇచ్చింది కోమలి. అతను తాగుతూ అన్నాడు, "బైదిబై, కాత్యాయనన్నావు - వెనుక నే చూసిన కాత్యాయనన్న మాట. మీ నిధిగారి ప్రాణ స్నేహితురాలు. అతని హృదయ వీణకి తీగ. క్లియోపాత్రా to the fallen Antony."

"మీకెట్లా తెలుసు ఆ అమ్మాయి?"

"నేను సమాధానం చెప్పను. అయితే, కోమలీ! ఎవళ్ళు ఎన్ని మాటలన్నా ఒక్కటి మాత్రం సత్యం. ఆంధ్రదేశంలో నీ అంతటి అందమైన స్త్రీని నేనింతవరకూ చూళ్ళేదు. ఫిలిం డైరెక్టర్లు ఆత్మహత్యలు చేసుకోకపోవడం ఆశ్చర్యమే."

"ఇట్లాంటి మాటలంటే నే ఊరుకోను; ఇన్నేళ్ళొచ్చాయి; నీకెప్పుడొస్తుంది బుద్ధి?"

"ఓసి పిచ్చిదానా! స్త్రీల పట్ల బుద్ధిని కోల్పోడంకంటే వేరే జ్ఞానోదయం ఎక్కడుందీ పురుషుడికి? Men become wise only when they are fooled by women."

"నువ్విలాంటి మాటలంటే వెళ్ళిపోతాను. నిధిగారి ముందు నా గొడవ ఎత్తకు సుమా!"

"ఎత్తకుండా వుంటాను. ఏమిస్తావు? ఒక్కరాత్రి నీతో గడపనిస్తావా?"

"ఛీ, పో దుర్మార్గుడా! మీ స్నేహితుడు, నిధిగారు నన్ను ప్రేమించారు తెలుసా?"

"నిన్ను ఎవడు ప్రేమించలేదో చెప్పు?"

"నా కాయన తప్ప ఇంకెవరూ లేరు."

"ఓహో! నీ జీవితగ్రంథంలో కొత్త ప్రకరణం ప్రారంభించావన్నమాట? ఆంధ్రదేశ మంతా పంచుకున్న సౌందర్యంలో నాక్కూడా కాస్తంత పడెయ్యకూడదూ అని అడిగాను."

"నే నట్లాంటి వృత్తి ఎప్పుడూ చెయ్యలేదు, తెలుసా? అదే పెట్టుకుంటే లక్షలు గణిద్దును. నువ్వు బలవంతం చేస్తే ఏం జరిగిందో అప్పుడే మరిచిపొయ్యావా?"

"మరిచిపోలేదు కాబట్టే వచ్చాననుకో. నేను మీ నిధిగారితో అవన్నీ చెబుతానని భయపడొద్దు" అన్నాడతను.

"చెప్పేటందుకు ఏమున్నాయ్? పాతవన్నీ ఊహించుకుని బాధపడతారేమోనని భయం నాకు, అంతే!"

"అవునులే, అతని పాత గొడవలు నీకు తెలీనట్లు నటిస్తూ వుండాలి. ఉందనుకుంటే వుందీ, లేదనుకుంటే లేదు - ఏమంటావు?" అని కన్ను మెదిపాడు రాజభూషణం.

"నేను మరొకరి భార్యనై వుంటే నన్నిలా లోకువ కడుదువా?"

"సరే, ఆ మాటకొస్తే, నాకు భార్యలేదు, ఏటిఒడ్డున ఇల్లు కడదామంటే ఇక్కడ ఏరూ లేదు" అని మరో సిగరెట్టు ముట్టించి-

"ఊరికే తమాషాకంటున్నాను కోమలీ! నువ్వేం అనుకోకు."

"తమాషా చేస్తే ఏం చేస్తానో తెలుసుగా నీకు?"

"ఏముంది? గిల్లుతావు, రక్కుతావు - లేక కరుస్తావు! ఆ విధంగానైనా సినిమాలో విలన్‌లా నిన్ను తాకడం జరుగుతుందిగా? అందుకనే సినిమాలో హీరోకంటే విలన్‌వేషం కోసం జనం ఎగబడతారు."

ఇంతట్లోకే కాత్యాయని వచ్చి, ఇతన్ని చూసి భయపడి నిలబడిపోయింది. కోమలి ఆమె దగ్గరగా వెళ్ళి భుజం మీద చెయ్యి వేసింది.

"ఇప్పుడే వస్తాం" అంటూ ఇద్దరూ వెళ్ళిపోయారు.

రాజభూషణం ఒక్కడూ బట్టలూ అవీ సర్దుకుని పేపర్ చదువుతూ కూర్చున్నాడు. కాసేపు చదివి తోచక బయటకొచ్చాడు. అటూ ఇటూ పచార్లు చేస్తున్నాడు. దూరంగా వస్తున్న నిధిని చూసి ఎదురెళ్ళాడు. ఇద్దరూ కలుసుకుని మళ్ళా ఇంటికొచ్చారు.

"ఎలక్షన్ లొస్తున్నాయి. కాన్వాసింగ్‌కి బయలుదేరాను, అంటే ఉత్తచేతులతో రాలేదులే. క్షామనిధికి విరాళాలు తీసుకునే వచ్చాను. నువ్వు సహాయం చెయ్యాలి" అన్నాడు రాజభూషణం, అతనికో సిగరెట్టు ఇస్తూ.

నేను కాల్చనన్నట్టుగా సంజ్ఞ చేసి, కోటు విప్పి కూర్చున్నాడు దయానిధి.

"నీకీ జిల్లాలంటే ఇష్టంలేదుగా, ఎందుకొచ్చావు?"

"రాజకీయాలకి, నా ఇష్టాఇష్టాలకి సంబంధం ఏముంది? నా అభిప్రాయం మార్చుకోలేదు, వీళ్ళకి సంస్కారం లేదు, భాష లేదు, సారస్వతం లేదు, నాగరికత లేదు..."

"అంటే – నువ్వు అనుకున్నట్లుగా వారి కవి లేవు అంటే నేను ఖండించను. మన జిల్లాలలో వుండే కుళ్ళు, దగాకోరుతనం, అసహనం, కుట్ర, డాబుసర్లు, సోమరితనం, పట్టింపులు ఇక్కడ లేవు. అవి ఉండడం నీ ఉద్దేశంలో నాగరికత లేకపోవడం. వీరి నాగరికత..."

"అబ్బాయి, నువ్వు వీళ్ళ మధ్య వుంటూ ఇట్లా అంటూ వుండకపోతే తంతారని భయం చొప్పున అంటున్న మాటలుగానీ, నీ అభిప్రాయాలకీ, నా అభిప్రాయాలకీ భేదం లేదు."

"భేదం వుంది. నాకిదే నచ్చింది కనుక, నే నిక్కడే వుండిపోవడానికి సంకల్పించాను."

"ఉండిపోవడానికి కారణాలు నాకు తెలియకపోలేదు."

"అంటే?"

"ఇక్కడుండే ఆదివాసులకి నీ వెనకటి జీవితం తెలియదు కాబట్టి..." ఇంకా వాక్యం పూర్తి కాకుండానే నిధి అందుకున్నాడు.

"అవునూ – నా చుట్టుపక్కల వున్న వాతావరణంలో సమత్వం పొందటంలో తప్పేముంది?"

"ఏముంది? ఆ వాతావరణం పాడవుతుంది" అని బిగ్గరగా నవ్వాడు.

నిధికి కోపం వచ్చినట్లు కళ్ళమీదికి రెప్పలు చటుక్కున జారాయి.

"రాజా! నీకూ నాకూ వెనుక ఈ విషయంలో కలహం జరిగింది. నిన్ను

వెళ్ళిపొమ్మన్నాను. నామీద దయతల్చి వెళ్ళావు – సంతోషించాను. మళ్ళా ఇప్పుడు ఆ మాట నా నోటంట అనిపించడం భావ్యం కాదు."

"నీ శ్రేయస్సు కోరేవాళ్ళల్లో నేనూ ఒకడిని గనుకనే ఇలా రావడం జరిగింది. ఒక్క కోమలే కాదు."

"కోమలి సంగతి నీకెల్లా తెలుసు?"

"నీలాగే పాత చుట్టం!"

"కోమలి!"

"ఏం, మహా పతివ్రత అనమంటావా?"

"నువ్వు?"

"ఏం? ఏకపత్నీవ్రతుడ్ని ఎల్లాను కాను – అసలు నాకు పత్నే లేదుగా!"

"నాతో చెప్పడంలో నీ ఉద్దేశం?"

"ఏముంది? శ్రేయస్కామిని కాబట్టి 'జాగ్రత్త' అంటాను. ఎందరో మహానుభావుల య్యారు. నువ్వు ఆఖరు ఆసామీ కావడం ఇష్టం లేదు నాకు..." అని రాజభూషణం లేచి వెళ్ళటానికి సిద్ధమయ్యాడు.

అతను ఎనిమిది గంటల రైలు కెళ్ళాలి. మళ్ళా వారం రోజుల్లో వస్తానని ప్రయాణమ య్యాడు. బండి కూడా వచ్చింది.

"కోమలితో నువ్వు మాట్లాడావా?"

"ఓ!"

బండి కదిలింది.

దయానిధి స్నానానికెళ్ళాడు. లాల్చీ, పైన తువ్వాలూ వేసుకుని బయట వరండాలో కొచ్చాడు సూర్యుడు కొండ వెనక్కి జారాడు. ఏదో వింత చూడ్డం కోసం అన్నట్లు నల్లమేఘాలు, పడమటి వెలుగు వైపుకి కదుల్తున్నాయి. చాప దించుకున్న పడవలా, అన్ని వస్తువులూ తమ నీడలని లాగేసి, చీకటి స్వరూపాలని బయటపెట్టాయి. జేబులో కాగితాలు, ఉత్తరాలు ఓసారి చూసి, వాటిని ఉండచుట్టి అవతలకి గిరవాటెట్టి, తూర్పు వెంపుకి చరచరా నడిచి వెళ్ళిపోయాడు.

దయానిధి వెళ్ళింది జీవితాన్ని సృజించడానికి. ఆ చీకట్లో ఎక్కడో జీవిత రహస్యం దాగివుంటుంది. దాన్ని పట్టుకోవాలి. అతన్ని గురించి అతనికి అనుమానాలు, సందేహాలు లేవు. నేలమీద నడుస్తూ అనుకోకుండా నీళ్ళల్లో దిగినట్లుగా వుంది. ఈత చేతనైతే కాని నీళ్ళల్లో దిగలేదు. దిగితేకాని ఈత రాదు. ఏమిటో ఈ ఉపమానాలకి అర్థం ఏముంది?

పోనీ, జీవితం ఒక కుండలాంటిది. కాలం, వ్యక్తులు అందరిచేతా తలో చుక్కా పోయిస్తుంది. ఇంక ఒక్క చుక్కపడితే కుండ నిండుకుంటుంది. ఆ సాయంత్రం ఆ చుక్క ఎవరో పోసినట్లుంది. నీళ్ళా? కుండా? ఏది యథార్థం? చీకట్లో కాలికి కుండపెంకు తగిలింది. అది శ్మశానమా? తూర్పు కొండ వెనుక చంద్రుడు, కొమ్ముల మధ్యనుంచి కనబడే ఎద్దు మూపులా కదుల్తున్నాడు. నీటికుండను మృత్యువు పగలకొడుతుంది. ఆ నేలమీద అన్నీ కుండపెంకులే. ఎందరెందరో రాజులు, రాణులు విహారాలు చేసి, జీవించి నింపురున్న కుండలని మృత్యువు తన్ని ముక్కలు చేసింది. ఆ పెంకుల జీవితగాథ అది. ఏమిటో ఉపమానాలకి అర్థం లేదు.

అనుమానం, ప్రశ్న, సంశయం, అసంతృప్తి, వాంఛ, ద్వేషం, రాగం – ఇవేవీ కుండలో నీటిని కదపని సమయం అది. రాళ్ళ మధ్య కూర్చున్నాడు. అన్నీ రాళ్ళు, రాళ్ళ కింద మారిపోయిన నీటికుండలు, ఎండకిమాడి, “నిప్పు నిప్పు” అని కేకలు వెయ్యవు. వానకి తడిచి “చలి చలి” అని భావగీతాలు పాడవు. చంద్రుడిని చూసి గానం చెయ్యవు. వాటికేమీ అక్కర్లేదు. కాని అవి అక్కడ లేకపోతే ఏదీ లేదు. అట్లాంటిది అతని హృదయం – ఏడవాలనిపించదు. నవ్వాలనిపించదు. అతనితో దేనికీ ఎవ్వరికీ నిమిత్తం లేదు. కాని అతనక్కడ లేకపోతే ఒక శూన్యం ఏర్పడుతుంది. కాలం, స్థలం, పరిమాణం, మార్పు, తను... అన్నీ ఏకమై తాత్కాలిక యథార్థం.... దాన్ని ఎవరు స్పృశించగలరు?

ఎవరో స్పృశించారు. కుండలో నీటిని ఎవరో కెలికారు. బాధతో కుండ తొణికిసలాడింది. స్థలం, పరిమాణం మారింది. కాలం గతులు వెతుక్కుంటోంది. మార్పు కొనసాగుతోంది. తను తనైపోయి వెనక్కి తిరిగితే కోమలి!

“ఒక్కదానవు, చీకట్లో ఎందుకొచ్చావు?”

“మీరుండగా చీకటెందుకుంటుంది?”

“అసలెందుకొచ్చావు?”

“మీకోసం...” అతని భుజంమీద తన కుడిచెయ్యి ఆనించి ఆ చేతిమీద తల ఆనించింది కోమలి. గాలికి చీరకొంగు లేచి, అతని ముందు రెపరెప కొట్టుకుంటోంది. సూదిలో దారంలా అతని నడుం చుట్టూ చల్లటి వేడి పెనవేసుకుంది! సౌందర్యం క్షణంలోబలిసి బరువెక్కి అతన్ని ఊపుతోంది. కుండలో నీళ్ళు కదులుతున్నాయి. అవి ఒలికిపోకుండా నిలుపుకోవాలి. ఎవరి శరీరాన్నో ఎవరో ముట్టుకుంటుంటే తను దూరంగా వుండి వారించడంలాగుంది అది పెనుగులాట.

“కోపమా?” అంది.

"………."

"నేనేం చేశాను….?" గడ్డం పట్టుకుని ఆమెవెంపుకి తిప్పుకుంది.

అతను చూస్తూనే వున్నాడు. కాని, ఆమె కనిపించడం లేదు. మేఘాలలోంచి వస్తున్న ధ్వనులలా, నిశ్శబ్దం నిట్టూర్చింది. కోమలి కంఠంలో ప్రేమతో పెగిలిన కంఠం అది. భాష స్వరూపం తెలీక, హృదయం ధ్వనిస్తోంది. సముద్రం లోతులో జరిగిన చప్పుడు, ఎవరో నక్షత్ర మండలంలో విన్నట్లుగా వుంది.

"ఎందుకు కోపం?" ఏదో పిచ్చి ప్రశ్న అడిగాడు. సమాధానం కోరని పిచ్చి ప్రశ్న.

"నేను చెడ్డదాన్ని, మీతో బాగా వుంటాను. అవన్నీ తల్చుకోకండి. నే నప్పుడు పుట్టలా. నాకు తెలీకుండా అవన్నీ జరిగాయి. ఇప్పుడన్నీ తెలుసు నాకు. మీ దగ్గరే వుండనియ్యండి… లేకపోతే చచ్చిపోతాను!"

చెరువులో చేపలు కదిలిన పరిమళం శ్వాసలో అతన్ని మొహాన్ని కాల్చింది. పెరిగి పెరిగి పెద్దవయి, విశ్వరూపం దాల్చిన ఆ రెండు పెదవులూ అతన్ని కప్పివేసి శూన్యం చేశాయి. ఆ నోరు, తుంపరగా జనించి, నురుగై, కెరటమై, గుండమై, నీటిలోయై, మహా సముద్రమై అతన్ని ముంచివేసింది. ఎందరి రక్తమో ప్రవహించి, ఆర్పివేస్తున్న మంటల రంగు పెదవుల మీద తరతరాలుగా ఎర్రబడి, భవిష్యత్తులో వాడిపోయిన రోజా పుష్పం ఆ నోరు.

"మీరన్నీ మరిచిపొండి. జమీందారుగారి దగ్గరున్నప్పుడు ఆయన వచ్చి నన్ను బలవంతం చేశాడు. మీ స్నేహితుడ్ని అన్నాడు. మీ దగ్గిరకి తీసుకొస్తానన్నాడు. నేను ఒప్పుకోలేదు. రక్కాను, పారిపోయి జమీందారుగారితో నేను మంచిదాన్ని కాదని చెప్పాడు. ఆయన కొట్టేవాడు, తన్నేవాడు. ఒకరోజున పెద్ద దెబ్బలాట జరిగింది; మిమ్మల్ని గురించే! ప్రేమించానని చెప్పాను. ఆయనకి కోపం వచ్చింది. ఆయన తన్నాడు నన్ను. సంచిలోంచి బయటికి తీసి ఆయన డబ్బు మొహాన్న కొట్టాను. ఆయన బూటు తీసి కొట్టాడు. నా ఒళ్ళు మండింది. కొన్న నగలన్నీ బీరువాలోంచి తీసి ఆయనమీద పడేశాను. మీద కొచ్చాడు జమీందారు… పూలతొట్టి విసిరికొట్టాను. నుదురు పగిలింది చచ్చినాడికి. పారిపోయి, మా అమ్మదగ్గర కెళ్ళిపోయాను. అమ్మకీ నాకూ రోజూ దెబ్బలాట్లే – అట్లు కాడుచ్చుకుని అమ్మ నెత్తిన కొట్టింది, లేచ్చుక్కా వచ్చా మీ దగ్గరకి!"

కోమలి చిత్రించిన భయానక దృశ్యాలని ఊహించుకున్నాడు దయానిధి. అతనికి కోపం లేదు. ఈర్ష్యలేదు. గమ్యస్థానం లేని జలపాతంలా కారుణ్యం పొంగుతోంది. అతని హృదయం. అందరూ పంచుకోవడం వల్లనే వస్తువులు, స్థిరత్వాన్ని కోల్పోయి

నశింపవుతాయి. సౌందర్యం, ఆనందం, విచారం పంచుకోవడం వల్ల కృశిస్తాయి. భక్తులు కూడా మతాన్ని పంచుకుని దైవాన్ని హత్య చేశారా అనిపిస్తుంది. తన సర్వస్వమూ సంఘానికి పంచిపెట్టి, తన నిజ వ్యక్తిత్వాన్ని తెలుసుకున్నది కోమలి. ఎందరెందరో తమ పెదవులకు పట్టిన బూజులు ఆమెకు రాసి దులుపుకున్నారు. ఎందరెందరి స్వప్నాలనో యథార్థం చేసి, తనలో యథార్థాన్ని రహస్యంగా స్వప్నం చేసుకుంది కోమలి. ఆ కృత్రిమ స్వేచ్ఛా జీవనం వదిలేసి, మళ్ళా తన దాస్యం ఎందురు అభిలషిస్తోంది? ఆమెకి ఏం కావాలి? పురుషుడి ద్వారా తప్ప, స్త్రీ తన స్వేచ్ఛ సాధించుకోలేదు కాబోలు! తన స్వేచ్ఛకోసం అతన్ని బానిస చేస్తానంటోంది.

"నీకా జీవితంపైన అసహ్యం పుట్టింది కదా? మళ్ళా అదే నా దగ్గర కావాలంటా వెందుకు?" అని మొహాన్ని పక్కకి తొలగించి కళ్ళలోకి చూశాడు. ఎందరి పురుషుల రహస్య జీవితాలనో బంధించిన ఆమె శిరోజాలు గాలిలో ముళ్ళడ్డాయి. ఉద్రేకంతో కళ్ళు మెరసి మూతలు పడ్డాయి.

"ఛఛా – నేను పోకిరిదాన్ని గాను – కాని, నేను మిమ్మల్ని ఎంత ఎక్కువగా ప్రేమించానో, మీకు తెలియపర్చడం ఎట్లాగ?" అంది కోమలి.

"ప్రేమలో ఎక్కువ తక్కువలుండవు. నువ్వు ఒక వ్యక్తిని ప్రేమిస్తావు లేక ద్వేషిస్తావు. అంతే..."

"ఎట్లా చెప్పాలో నాకు తెలీదు. జ్ఞానం వచ్చాక, ప్రేమంటే ఏమిటో తెలిశాక, నాదంతా మీకిచ్చివేస్తే నా ప్రాణం స్థిమితపడుతుంది."

"ఇచ్చేటందుకు నీ దగ్గర ఏముంది?"

"అంతా మీకోసమే అట్టే పెట్టుకున్నాను. నాకు మరి ఎవ్వరితోనో నిమిత్తంలేదు. మీకు నేను తప్ప ఎవ్వరూ పనికిరారు, నాకు తెలుసు..." అంటూ అతని నడుంచుట్టూ చేతులు బిగించి, అతని ఒళ్ళో వాలిపోయి, మెడని చేతుల్తో బంధించి చంద్రుడికేసి చూస్తూ ఏడవసాగింది.

"నీ శరీరంతో తప్ప నాకు నీతో పరిచయం లేదు. ఆ శరీరం నీకిప్పుడు లేదు, నాకు నువ్వు పరాయిదానవు – తెలుసా?"

"ఇది ఒట్టిది – నేనెంత అందంగా వుండగలనో మీరు ఊహించుకోలేదు. నాతో సంబంధం లేదు గనుకనే నన్ను మీరు ప్రేమిస్తారు, అంతే!"

"అలాంటప్పుడు సంబంధంతో ఇప్పుడు ఆ ప్రేమని ఎందుకు పాడుచేసుకోవడం? మనం ఇలాగే పరాయివాళ్ళలా, అపరిచితులుగా వుంటే ఎంత బాగుంటుంది, ఊహించు"

అని కిందికి వాలిపోయి తలను పైకి తీసుకున్నాడు. కన్నీరు అతని బొటనవ్రేలిమీద ధారలా పడుతోంది.

ఏడ్చేందుకు ఇంత కన్నీరు ఎక్కడ దాచుకుందో!

"మీరు నన్ను ప్రేమిస్తాననండి - ఇంకేమీ అడగను. నా జన్మధన్యం అవుతుంది- నేనీ సంతోషంతో చచ్చిపోతాను."

"చూడు కోమలీ! నాకు ప్రేమంటే ఏమిటో ఇంతవరకూ తెలిసింది కాదు. అందరిలాగా, శరీరవాంఛనే ప్రేమనుకుని, నన్ను నేను దగా చేసుకోలేను. ఇతరులు ఎవ్వరితోనూ ఏ ఒక్కరితోనూ పంచుకోలేనిది నా ప్రేమ. అదొక దృష్టి - జీవితం అంతటినీ, తుదీ మొదలూ, ముందూ వెనకా, అన్నింటినీ దూరంగా చూసి అర్థం చేసుకుని ప్రపంచంపై ఒక చూపు, నా ప్రతిమాటని, భావాన్ని, చర్యలనీ, ఆ దృష్టి పురిగొల్పుతుంది. నీతో స్నేహం వల్ల ఆ దృష్టి పోతుంది - నీకేమన్నా అర్థమౌతుందా? పోనీ నీ ఉద్దేశంలో ప్రేమంటే ఏమిటి?"

"ఓయబ్బ, ఆ మాత్రం అర్థం కాదా! నాకన్నీ తెలుసు. మీరొక్కరూ ఎక్కడో సన్యాసిలాగా వుండిపోతానంటారు. దానివల్ల ఏమిటి ప్రయోజనం? ప్రేమంటే - ఇద్దరూ ఒక్కరిలాగుండి కలిసి సంతోషపడి, ఇతరులకి సహాయపడి, వారిని కూడా సంతోషపెట్టడం. మనం ఒకళ్ళకి ఒకళ్ళు తన్మయత కలిగించుకుంటాం. అప్పుడు ధైర్యంగా, బలంగా, సరదాగా వుంటుంది. ఆ టైంలో ఎన్నో మంచి పనులు చేస్తాం. చూశారా, నాకెంత బాగా తెలుసో!"

లేచి కూర్చుంది కోమలి.

"అయినా ప్రేమంటే నాకేం తెలుసు? చూడండి, గుండెలెల్లా కొట్టుకుంటున్నాయో! శరీరం వేడిగా, మీ కోసం. అసలదంతా ఎందుకు?" అని అతని నోటిని తన పెదవులతో నొక్కేసింది.

"ఇదేనా ప్రేమంటే? ఈ పని ఎంతమందితో, ఎన్నిసార్లు చేశావో?"

"అది వేరు, ఇది వేరు - అసలు మీరు మనిషే వేరుగా! వాళ్ళంతా పశువులు - మీరు దేవుడు."

"దేవుడ్ని పూజించాలి కాని, ముద్దెట్టుకుంటారా?"

"ముందు ముద్దు, తర్వాత పూజ.."

మీదికి ఎగబాకుతున్న శరీరాన్ని వెనక్కి నెట్టివేశాడు నిధి. సముద్ర ప్రవాహానికి ఎదురీదే శక్తిగల శరీరం, వర్షించి కొండ శిఖరాన్ని కరిగించివేసే వేగం గల మేఘం లాంటి శరీరం, వికసించిన పుష్పాన్ని మళ్ళా మొగ్గని చెయ్యగల విచిత్రమైన శక్తిగల ఆ

276 చివరకు మిగిలేది

శరీరం ఈ అల్పమైన ప్రేమకోసం ప్రాకులాడి, నశించడం విషాదంగా తోచిందతనికి. ఆమె నోటిమీద తన అరచేతిని నొక్కి -

"ఒద్దు కోమలీ! నా ప్రేమని పంచుకుని పాడుచెయ్యకు - నాకు మిగిలింది ప్రేమ ఒక్కటే" అన్నాడు.

"నాకేమీ వద్దు. ఊరికే మీతో ఎప్పుడూ ఇలా వుండనివ్వండి, సరేనా?"

"సరే- అయితే ఇంకేమీ చెయ్యకూడదు నన్ను" అంటూ అతను లేచాడు. "కోపం రాదు కదా- మీకు ఎవరైనా వున్నారా?" అని అతని చెయ్యి పట్టుకుని లేచి నిలబడింది.

"ఉన్నట్లుగా వున్నానా?"

"ఏమో, నాకేం తెలుసు, మీ లోపల ఏముందో? నామీద ఇష్టం లేకపోతే నేనల్లా అనుకోకూడదా?"

"నాకు ఎవరిమీదేనా వుంటే నీకు నా మీద పోతుందా?

"పోదు, 'అయ్యో పాపం' అనుకుని ఊరుకుంటా. మిమ్మల్ని వేధించుకుని తినను."

"ఎవరున్నా లేకపోయినా, నాకు భార్య వుందిగా?"

"ఆమె ఇక్కడ కెందుకు రాదు?"

"వొస్తే, నువ్వు ఇక్కడుంటావా?"

"ఎందుకుండను? ఇద్దరం హాయిగా అక్కాచెల్లెళ్ళలాగుంటాం."

"నీ కందులో ఏం సుఖముంది?"

"మీతో వుండటమే..."

ఇద్దరూ నడవటం సాగించారు నిశ్శబ్దంగా. కోమలి ముళ్ళనీ గతుకుల్ని తప్పుకున్నప్పుడు అతని భుజం పట్టుకుని నడుస్తోంది.

"ఇందిరకి నిన్ను నే వుంచుకున్నానని అనుమానం... నీకు తెలుసా?" అని అడిగాడు.

"అయ్యో, ఖర్మ - నా గొడవే మీ కక్కర్లేదు. చూశారా ప్రపంచం ఎట్లాగనుకుంటుందో నేను మీకోసం పిచ్చిదాన్నయిపోయాను గానీ, ఎందుకు రాదు ఆవిడ? మీ కిష్టం లేదా?"

"జబ్బుగా వుందిట! మామగారు ఉత్తరం రాశారు. నన్ను వొచ్చి చూడమన్నారు!"

"అయ్యో పాపం - ఏం జబ్బు? నేను కూడా వొచ్చేదా?"

"క్షయ, మామగారు, 'రావ్ బహద్దూర్' రాకుండానే రిటైరయ్యారు. నన్ను పాతవన్నీ మరిచిపోయి క్షమించమని రాశారు. మొన్న మందుల నిమిత్తం ఓ వెయ్యి పంపించాను."

"మనం వెళ్ళి చూసొద్దామా?"

"నువ్వొస్తే జబ్బు ఇంకా ఎక్కువవుతుందేమో!"

"పోనీలెండి..." మళ్ళా మాట్లాడటం మానేసింది.

"నన్ను ప్రేమించానంటావు – మాటిమాటికీ కోపం వస్తే ఎట్లాగ? ప్రేమించకుండా పరాయిదాన్లా వుంటే కోపాలూ, తాపాలూ – ఈర్ష్యలూ, బాధలూ ఏమీ వుండవు."

"అవన్నీ వుంటేనే బాగుంటుంది నాకు. అవి లేకపోతే బైరాగినే – బైరాగి బ్రతుకు నాకొద్దు."

మళ్ళా నిశ్శబ్దం – దూరంగా మేడ వెన్నెలలో తెల్ల మేఘంలా మెరుస్తోంది.

"అయితే అమృతంగారెక్కడున్నారు?" అని అడిగింది.

"అమృతంగారు..."

కోమలి నవ్వింది. పడిపోబోతూ అతని భుజాన్ని గట్టిగా పట్టుకుంది.

"అబ్బో, మీకింకా జ్ఞాపకం వుందే – నాకప్పుడు నోరు తిరిగేది కాదు, బాగున్నారా?"

"నీ దగ్గర ఆ యాభై రూపాయలూ, వడ్డీతో సహా వసూలు చెయ్యమంది."

"అంటే?"

"జ్ఞాపకం లేదూ? ఆ రాత్రి వొచ్చి, నిన్ను నిద్ర లేపకుండా దిండు కింద డబ్బుపెట్టి వచ్చేశాను. ఆ డబ్బు అమృతం దగ్గర పుచ్చుకున్నదే."

"ఆవిడ చాలా మంచిది. ఆవిడ లేకపోతే, మీరు నా దగ్గరకే వచ్చేవారు కారు. ఔనా? నల్లగా వున్నా, మనిషి భల్లే ఎత్తుగా, గుండ్రంగా, దర్జాగా వుంటుంది."

"నీకు తెలుసా? అమృతానికి ఆడపిల్ల" అన్నాడు.

"నిజంగా! ఆవిడకే?"

"అవును, జగన్నాథం ఉత్తరం రాశాడు. కొవ్వూరులో గోదావరొడ్డున పాకేసుకుని, హాయిగా ఆశ్రమంలోలా వుంటున్నాడట. వొచ్చి చూడమన్నాడు."

"అబ్బో– అప్పుడే, భలే చిలిపల్లరి చేసేవాడు. నన్ను చెర్లోకి తోసేసి చొక్కా తొడుక్కోవడానికిచ్చాడు. ఏం చేస్తున్నాడు? పెళ్ళయిందా?"

"లేదు – కూలివాళ్ళకీ, బీదవాళ్ళకీ ఊరికే చదువు నేర్పుతున్నాడట. అదే ఉద్యోగమట"

"సుశీలగారు చచ్చిపోయిందటగా – పాపం!"

"స్త్రీలని నమ్మకూడదు."

"ఓ యబ్బ! నాకు చెప్పకండి – మొగాళ్ళే వాళ్ళ గొంతుకలు కోస్తారు. సల్లంగా కబుర్లు చెప్పి, వాళ్ళ పని కానిచ్చుకుని తర్వాత ఇదెలా సచ్చిందీ వాళ్ళకి పట్టదు."

"స్త్రీలకు ప్రేమించడం చేతకాదని గ్రహించుకుని, మొగాడు చివరికి వాళ్ళ సంపర్కం వొదులుకుంటాడు."

"ఎప్పుడు? అన్నీ అయినాకనా? ఏ కడుపో కాలో వొస్తే వాళ్ళకేం?"

"చెంపలేసుకో - అట్లాంటి మాట్లనొచ్చా?" అన్నాడు నిధి. కోమలి వేసిన ప్రశ్నతో అమృతం అతని ఊహలో కదిలి వ్యాపించింది.

"అవును, మీరనొచ్చా అట్లాంటి మాటలు? అస్తమానం ఆడాళ్ళని తిట్టిపోసి, శాపనార్థాలు పెట్టే మొగాళ్ళకి, అస్తమానం ఆడోళ్ళ సంపర్కమే కావాలి. స్త్రీలని తిట్టడం, మళ్ళా స్త్రీల చుట్టూ తిరగడం"

"ఊఁ" అని గర్జించి -మందలించాడు నిధి.

ఇంటికి చేరుకున్నారు. కోమలి గబగబా మెట్లెక్కి మేడమీద కెళ్ళిపోయింది. దయానిధి మండువాలో కుర్చీలో కూర్చున్నాడు. 'అమ్మ' విగ్రహం కేసి చూస్తూ. స్త్రీ జాతిపై అతని నమ్మకం పోయినందుకు 'అమ్మ' కారణం అనుకున్నాడు. క్షణం అపచారం చేస్తే వారి సంతతి ఇలాగై పోతుందని తెలుసుకోగలిగితే, ఏ స్త్రీయేనా అపచారం చేస్తుందా? 'అమ్మ' స్త్రీత్వానికి ఒక చిహ్నం. ఆ చిహ్నం ఒక నల్లటి తెరగా తన దృష్టిని మరుగుపరుస్తుంది. ఆ తెర ఎక్స్‌రే లాంటిది. బయట రక్తం, మాంసం, మెదడు, ఊహ, ఆదర్శం, జ్ఞానం గల స్త్రీలున్నా లోపల్నించి ఇతనికి కనబడేది అస్థిపంజరమే. అతని అనుభవాలని ఆత్మవంచన లేకుండా తరచి చూసుకుంటే, స్త్రీలని ఆదర్శవ్యక్తులుగా పరిగణించేటందుకు తగిన ఆధారాలు లేవు. ఏది యథార్థం? తన ఎక్స్‌రే దృష్ట్యా బయటి మాంసం, రక్తం, మనుషులా?

"మా నాన్నగారు భోజనాలైన తర్వాత రమ్మన్నారు."

పక్కకు తిరిగి చూస్తే కాత్యాయని!

"ఎందుకు?"

"ఏమో - ఏదో పనుందట. ఎవరో వచ్చారు బళ్ళారినుంచి."

"సరేలే - అలాగే వస్తానని చెప్పు."

కాత్యాయని వెళ్ళబోతూ నిలిచిపోయి...

"నాకు పాఠం చెప్పడం మానేశారు.." అన్నది.

"ఏం చెయ్యను? తీరికలేదు. రేపు చెప్తాగా. వారం రోజుల్లో మేష్టారు వస్తోంది. నేను పాఠాలు మరిచిపొయ్యాను సుమా."

కాత్యాయని అమాయకంగా నవ్వి వెళ్ళబోయింది.

ఈలోగా ఉత్తరాలకట్ట విప్పి చూసుకున్నాడు. అమృతం పిల్లకి అన్నప్రాశన, రమ్మని ఆహ్వానం. మరో పది నిముషాలలో నారయ్య వచ్చి అనంతాచార్లుగారు దబ్బున

రమ్మన్నారని చెప్పాడు. వెంటనే నిధి వాళ్ళింటికి వెళ్ళి, అక్కడే భోజనం చేసి, వ్యవహారాలు మాట్లాడుకుని తిరిగి ఇంటికొచ్చేటప్పటికి, రాత్రి పదకొండు దాటింది. క్యాంపుకాట్ వరండాలో కీడ్చుకుని పడుకున్నాడు, నక్షత్రాలకేసి చూస్తూ. కనబడే నక్షత్రం ఆ స్థానంలోంచి కదిలిపోయినా, అక్కడే వున్నట్లు మెరుస్తుంది. అంతటి విశాలమైన విశ్వంలో ఈ అల్పుడైన మానవుడికి ఇంత అశాంతి ఎందుకో? లేక, విశ్వం అంతటి విశాలమైందని గ్రహించుకోడానికి మానవుడి మనస్సు, ఊహ ఇంకెంత విశాలమైందిగా ఉండాలో!

అమృతం ఆడపిల్లకి అన్నప్రాశన! అతనికి భయమేసింది. పసిపాప తన గుండెల్లో మెదిలి ఏడుస్తున్నట్లుగా వుంది. అనుమానంతో, భయంతో శరీరం పీక్కుపోతోంది. సృష్టి తన రహస్యాన్ని ఛేదించమని సవాల్ చేసింది. సంతానం ఇంత సులభమా? సృష్టికి మనుషులు రాగద్వేషాలతో నిమిత్తం లేదు. లేక వుందా? స్త్రీ ఒక చెట్టులాంటిది; చూస్తుండగానే ఎదిగిపోయి, మానులు చాచుకుని ఆకులు, మొగ్గలు, ఫలాలు తెచ్చుకుంటుంది. ఆ నీడలో ఎవడో యాత్రికుడు నిలబడి, సేద తీర్చుకుని, దాని శ్వాసపీల్చి, ఆ ఫలాన్ని కొరికి, ఒక్కసారి కదిపిపోతాడు. ఏదో చప్పుడవుతుంది. వెనక్కి తిరుగుతాడు. అప్పుడే పండు కిందికి రాలింది. అమృతాన్ని కదిపింది తనే. ఎట్లా తెలుస్తుంది. వెళ్ళి చూస్తేగాని, అతనికి మతి పొయ్యేటట్లుంది.

ఆలోచనలతో మెదడు వేడెక్కిపోతోంది. ఏవో రెండు, మెత్తటి చల్లటి చేతులు నుదుటిమీద వొత్తుతున్నాయి. వాటిని తొలగించి పైకి చూశాడు.

"ఇందాక అల్లా అన్నందుకు కోపం వచ్చిందా?" అంది కోమలి.

అతనేమీ మాట్లాడలేదు. పిల్లల విషయం కోమల్ని అడుగుదామనుకున్నాడు. కానీ, ఆ ప్రశ్న దిగమింగేశాడు.

"ఇంకెప్పుడూ అన్ను, క్షమించండి" అంటుండగా అతను నుదుటికి ఆనించిన ఆమె చేతులని తొలగించివేశాడు.

"నేనింక మిమ్మల్ని వేధించను, హాయిగా పడుకోండి" అని లేచి వెళ్ళిపోయింది కోమలి.

నిధి ఒంటిని నిద్రాదేవి వరించింది. తపస్సు చేస్తున్న "భయం" అనే ఒక ఋషిని, 'ప్రశాంతం' అనే కన్యక తన నాట్యం చేత భంగపరిచింది. కనురెప్పలకి కట్టిన దారాలని, నిద్రాదేవి నక్షత్రానికి ముడి వేసింది.

మందు వేసంగిలో, ఏప్రిల్ ఇరవయ్యోతేదీని ఆంధ్రరాష్ట్ర కమిటీవారు కడపలో సభ చేశారు. ఆ సభకు అనంతాచార్లుగారు, దయానిధి కూడా వెళ్ళారు. దత్త మండలం

జిల్లాల నుండి, ఎందరో నాయకులు, పెద్దలు, సభ్యులు వస్తారు. వారందరి పరిచయం పొందడం అవసరమని, ఆచారిగారి ప్రోత్సాహం మీద, నిధి అక్కడికి రావడం జరిగింది. అతన్ని ఎలక్షన్‌లో నిలబెట్టి నెగ్గించి, పెద్దవాడిని చెయ్యాలని ఆచారిగారి సంకల్పం. కానీ,అతనేమీ ఉత్సాహం చూపడంలేదు. అయినా వెళ్ళక తప్పింది కాదు.

సాయంత్రం ఐదు గంటలవుతోంది. రెండు మూడొందల మంది జనం మూగారు. ఉపన్యాసాలు ప్రారంభమయ్యాయి. మూడో ఉపన్యాసకుడు రాజభూషణం. పది వాక్యాలు మాట్లాడింతర్వాత, జనంలో కలకలం బయలుదేరింది.

"ఈ జిల్లాలలో కొందరి మతం, ఆంధ్రరాష్ట్రం అక్కర్లేదనీ, దాని అవసరం వారికి కనబడలేదనీ, అసలు రాష్ట్రం ఏర్పడకుండా చెయ్యడానికి వారు కృషి చెయ్యడానికి అభ్యంతరం లేదని కూడా. వారు అలా అనడంలో ఆశ్చర్యంలేదు ఎందుకంటే, ఆంధ్ర రాష్ట్రోద్యమం సర్కారు జిల్లాలలో బయలుదేరింది. ప్రతి ఉద్యమంలోనూ, సారస్వతోద్యమం కానివ్వండి, మరే ఇతర నూతన ఉద్యమం లేవదియ్యాల్సి వచ్చినా, సర్కారు జిల్లాలవారే ముందంజ వేసేది. వారే మార్గదర్శకులు. రాజకీయ, ఆర్థిక, కళా సాంఘిక అభ్యుదయానికి పునాదిరాళ్ళు వేసింది వారు. ఆంధ్ర నాగరికతని భద్రపరిచింది వారే. అంచేత వాళ్ళేదో బాగుపడి గొప్పవాళ్ళయిపోతున్నారని, మిగతా జిల్లాలవారు అసూయపడి వెనక్కి తగ్గి, వారి అభివృద్ధికి అంతరాయం కల్పించడంలో ఆశ్చర్యం లేదేమో! నాకీ జిల్లాలతో పరిచయం లేకపోలేదు. కారణాలేమైతేనేం, ఇక్కడి ప్రజ హీనస్థితిలో వుంటున్న సంగతి అందరికీ తెలిసిందే. కట్టుకునేందుకు బట్టలేదు. తినేటందుకు తిండిలేదు, తిండి, బట్ట లభ్యం చేసుకుని, తీరికగా వుంటూ, ప్రాణం నిలబెట్టుకునేందుకు ఉపకరించే వాటిని సాధించటమే నాగరికత. అవే కళలు, మతం, శృంగారం, ఆధ్యాత్మిక విలువలు. తిండీ, బట్టాలేని ఈ బీద ప్రజలకి ఆ నాగరికత అలవడాలంటే వారి ఈర్ష్యలని పట్టింపులనీ దిగమింగి సర్కారు జిల్లాలవారితో ఏకమై రాష్ట్రం కోసం కృషి చెయ్యడమే కర్తవ్యం."

కొందరు చప్పట్లు కొట్టారు. వారిని మరికొందరు మందలించారు. మాటా మాటా అనుకున్నారు. గంద్రగోళమైంది. కొంచెం సేపటికి అలజడి తగ్గింది. మళ్ళా మొదలెట్టాడు.

"ఉదాహరణకి... నేను మొన్న రాఘవ శ్రేష్ఠిగారింట్లో దిగాను. నాకు నవ్వొచ్చింది. ఆ ఇంట్లో నాలుగు భాషలేనా విన్నాను. ఒకరు తెలుగు మాట్లాడతారు; ఒకరు సంస్కృతం, మరిఒకరు కన్నడం! అత్తగారు తమిళం మాట్లాడుతుందిట! నైజాం సరిహద్దుల దగ్గర వుండడం వల్ల కాబోలు - అందరికీ కొద్దో గొప్పో హిందీ కూడా వచ్చే వుంటుంది. వీరికి మాతృభాష లేదేమో అనిపిస్తుంది. ఒక పత్రికా సంపాదకుడు గాని, గొప్ప

గాయకుడుగాని, చిత్రకారుడు గాని, కవిగాని, రాజకీయవేత్త గాని, ప్రతిభాశాలిగానీ, ఎవర్నేనా మనం ఎరుగుదుమా? వీరు తెలివి తక్కువవారనను. తెలివితేటలు బయటపడి రాణించే ఆర్థిక, సాంఘిక పరిస్థితులు ఏర్పడలేదు. అవి ఏర్పడాలంటే మాతో కలవడమే సాధనం. మాతో కలవండని ప్రాధేయపడుతున్నామని బిగిస్తారేమో! ఎవర్నేనా ఏదేనా కోరితే, వారు చెట్టెక్కడం మానవ లక్షణం. ఆ పక్షంలో మేం భయపడి మా ఉద్యమం విరమిస్తామనీ, ఆంధ్రరాష్ట్ర రథం కదల్దనీ కలలోకూడా భ్రమించవద్దని విన్నపం. వీరిని మినహాయించి, మిగతా వాళ్ళమే రాష్ట్రం సంపాదించుకొని తీరతాం...."

వాక్యం పూర్తికాకుండానే ప్రజలు అతన్ని ఆపుచెయ్యమని అల్లరి చేశారు. అతను చేసిన సవాల్, అక్కడి పెద్దలకి కూడా కష్టంగా తోచింది. మధ్యలో ఒకాయన నిలబడి "నాకు మాట్లాడే అవకాశం ఇవ్వండి" అని అధ్యక్షుడిని కోరాడు. జనం చప్పట్లు కొట్టి ఆయన్ని ఉపన్యాసవేదిక మీదికి తీసుకెళ్ళి నిలబెట్టారు. ఒకాయన లేచి ఆ ఉపన్యాసకుడిని పరిచయం చేశాడు.

"వీరి పేరు తిప్పేస్వామి. వీరు కర్నూలు కార్మికుల సంస్థకి కార్యదర్శిగా వుంటున్నారు. పనివాంద్ర కనీసపు వేతనాల ప్రణాళిక తయారు చేశారు. అంతకంటే వేరే చెప్పనక్కర్లేదు" అని కూర్చున్నాడు.

తిప్పేస్వామి ఇల్లా ప్రారంభించాడు :

"నేను ఈ సాయంత్రం మాట్లాడాలని వచ్చుండలేదు. ఇంతకు ముందు చెప్పినాయన చాలా జోరుగా సాగిస్తుంటే బండికి బ్రేక్ వేద్దామనిపించింది. ఆ ఛాన్సు ఇచ్చినందుకు అధ్యక్షుడికి కృతజ్ఞతా పూర్వక వందనాలు.

మా సర్కారు మిత్రులు – క్షమించండి. సర్కారు జిల్లాల మిత్రులు ఈ కరువు సమయంలో క్షామనిధిగా ఐదువేలు రొక్కం ఇచ్చినమాట వాస్తవం. దానికి వారికి మేం కృతజ్ఞులం. ఇట్లాంటి కరువు సంభవించడానికి మా తెలివితక్కువతనమే కారణం అన్నట్లుగా వారు మాట్లాడటం విన్న మీ అందరికీ నవ్వొచ్చిందంటే ఆశ్చర్యంలేదు. ఎందుకంటారా? కలరా, ప్లేగులు, ఉప్పెనలు, వరదలు, వానలు పడక పంటలు నాశనం కావడాలు – ఇవన్నీ సర్కారు జిల్లాలలో కూడా వుండటం అందరికీ తెలిసిందే. అయితే! వారు మమ్మల్ని చూసి జాలిపడటం వారి ఎక్కువ తనాన్ని చూపెడుతుంది కాబోలు! వారికి సంభవించే ఇక్కట్లని చూసి సంతోషించి జాలిపడుతున్నాననుకోకండి.

నాగరికతను గురించి వారేదో సెలవిచ్చారు. నేను అనాగరికుడిని గనుక నాకది అర్థం కాలేదనుకోండి! తిండీ, బట్టా వున్నవాళ్ళకే ఈ నాగరికత అనే జాడ్యం పడుతుందని

వారి ఉద్దేశం కాబోలు! వారి జిల్లాలలో జమీందార్లు తిండి బట్ట వున్నవారలే. వారు నాగరికులా? కార్మికులను, కర్షకులను, కౌలుకిచ్చిన వాళ్ళనీ పీడించి – ఊటీ, సిమ్లా, బొంబాయిలలో త్రాగుడు, జూదం, స్త్రీ లోలత్వంతో ఆ డబ్బంతా తగలెయ్యడం నాగరికతా? మహానుభావులు, గొప్పవాళ్ళు చాలామంది బీదవాళ్ళేనని చరిత్ర చదివిన వారికి తెలుస్తుంది. బీదతనమే వారి కృషికి కారణం అంటాను. పూర్వీకులు కష్టపడి సంపాదించిన సంస్కారాన్ని, నాగరికతని తగలయ్యడంలో ప్రధానస్థానం సర్కారువారిదే... క్షమించండి... సర్కారు జిల్లాలవారిదే! నేను మొన్న బెజవాడ రైల్వేస్టేషన్‌లో ఒక హాస్యరచన గ్రంథం కొని చదివాను. దాన్నిబట్టి అక్కడి జనం ఎట్లాంటివారో తెలుసుకున్నాను. డబుక్కులు – వారు దాన్ని కోతలంటారు. ఈర్ష్య, సోమరితనం, ఆరంభశూరత్వం, కుళ్ళు, దగా, మోసం, స్వార్థపరత్వం – ఇవి వారి జాతీయ లక్షణాలంటే, నా మిత్రులు బాధపడతారు. ఆ గ్రంథం హాస్యరచన కాదు – విషాదగీతం. అది చదువుకుని వారు ఏడవడానికి బదులు నవ్వుతున్నారంటే నాకు ఏడవాలనిపిస్తుంది.

ఈ జిల్లాలలో కవులు లేరట. మా రీడింగ్ రూమ్‌కొస్తే నలభై పేజీల గ్రంథం వుంది. అందులో నూటతొంభై మంది కవుల పేర్లున్నాయి. చిత్రకారులు లేరట. కీర్తిశేషుడు వెంకట్రావు పేరు ఈ చర్చలోకి దింపటం నాకిష్టం లేదు.

ఇక ఆంధ్రరాష్ట్రం మాట. మేం రాష్ట్రం వొద్దనటం లేదు. మేం దానికి తగం అన్నట్లుగా ఆ జిల్లాలవారు మాట్లాడతారు ఎందుకో? మా ప్రాజెక్టులు ఫలించి, ఆర్థికంగా సమానత్వం తెచ్చుకున్న తర్వాత రాష్ట్రం అవశ్యం తెచ్చుకుంటాం. ఈతరాని వాడిని అవతలొడ్డుకి తీసుకెడదామంటే ఇద్దరూ మునిగిపోతారు.

మా సర్కారు మిత్రుడు – క్షమించండి – సర్కారు జిల్లాల మిత్రుడు రాఘవశ్రేష్ఠి గారిని గురించి వ్యక్తిగతంగా మాట్లాడాడు గనక. ఆ హక్కు నేను చలాయించుకుంటాను. ఇక్కడికి 90 మైళ్ళ దూరంలో న్యాయంపల్లి గ్రామంలో ఒక సర్కార్ల వ్యక్తి వున్నాడు. ఆయన డాక్టర్ ఇక్కడికి ఫకీరుగా వచ్చాడు ఈ రాళ్ళసీమలో వజ్రం దొరికింది. లక్షాధికారయ్యాడు. వజ్రాలగని త్రవ్విస్తున్నాడు. హాస్పిటల్ పెట్టాడు. ఆ సిరిసంపద మాదిగాక సర్కారు జిల్లాల వారిదా? రాఘవశ్రేష్ఠిగారింట్లో నాలుగు భాషలున్న విషయం మీరు విన్నారు. సర్కారు డాక్టర్‌కి – క్షమించండి, సర్కారు జిల్లాల డాక్టరుకి నలుగురు భార్యలున్నారని వినికిడి."

జనంలో గోల బయలుదేరింది. అధ్యక్షుడు ఆయన్ని నిలిపివేసి కూర్చోమన్నాడు. బలవంతంగా అందరూ ఆయన్ని కిందికి దించి తీసుకుపొయ్యారు. అక్కడ అమర్చిన

రెండు గ్యాస్‌లైట్లల్లో ఒకటి ఆరిపోయింది. ఉపన్యాసకుల వేదిక దగ్గరిది మాత్రం వెలుగుతూనే వుంది. ఇంతలో నిధిని వేదికపైకి రమ్మనమని ఎవరో పిలిచారు. నిధికోసం ఆచారిగారు అటూ ఇటూ చూశాడు. ఎక్కడా కనిపించలేదు. అప్పుడు అనంతాచారిగారు 'ఆయన ఒంట్లో బాగుండలేదని, అంచేత మాట్లాడే స్థితిలోలేడనీ' సర్దిచెప్పి, శ్లోకాలు, ఉపమానాలు, గీతావాక్యాలు చదివి, సర్కార్ జిల్లాల వారికి, దత్తమండలం వారికీ ఐక్యం వుండాలంటూ ఉపన్యసించి సభికులను రంజింపజేశారు.

దయానిధి వెంటనే కార్లో ఇంటికి వొచ్చేశాడు. రాత్రి పన్నెండు గంటలు కావొస్తోంది. నిశ్శబ్దంగా మేడమీదికి నడిచి వెళ్ళాడు. నారయ్య హాల్లో గుర్రెట్టి నిద్రపోతున్నాడు. "చిట్టి" మండువాలో పడుకున్నాడు. పక్కగదిలో కోమలి పడుకుంది. సన్నగా దీపం ఓ మూల వుంది. కిటికీ లోంచి నిశ్శబ్దంగా, చల్లటి వెన్నెల కోమలి మంచంమీద పడింది. మెడలో నగలు లేకపోవడం వల్ల ఆమె కంఠం గుండ్రంగా, మెత్తగా కనబడుతోంది. వెన్నెల ఇంద్రజాలాన్నుండి తప్పించుకోవాలని, రహస్యమైన శ్వాసతో రొమ్ములు లయతో లేచి పడుతున్నాయి. వికసించడం మరిచిపోయిన ఎర్రమందారం మొగ్గల్లా కళ్ళు మూసుకున్నాయి. కోమలి అందం అనంతం; క్షణక్షణానికి, రోజు రోజుకీ, యుగయుగానికీ అభివృద్ధి పొందే సౌందర్యం అది. వయస్సు చక్కదనంలోని చాంచల్యాన్ని తొలగించి మార్దవాన్నీ, గాంభీర్యాన్నీ ఇచ్చింది. జీవితంలో రాపిడిగా యవ్వనంలో వుండే కుటిలత్వాన్ని తొలగించి వైరాగ్యాన్నిచ్చింది.

అతను పక్కన సోఫాలో కూర్చున్నాడు. పర్వతం ఎక్కి శిఖరం చేరుకున్నట్లుగా వుంది. ఆమె పక్కన కూర్చోడం, వెన్నెల వాతావరణాన్ని కోమలి ఉనికి ప్రశాంతంలో బంధించి వేసింది. గోళం మరి తిరగదు. అతనికి ఆమెని తాకాలని లేదు; మందారం రేకులని విప్పి వికసింప చెయ్యాలనీ లేదు. ఆమె గతం ఊహిస్తే భయమేస్తుంది. తిప్పేస్వామి ఉపన్యాసం ఆమె కంఠంలో వినబడుతోంది. ఎన్నో ముళ్ళు, ఎన్నో కీటకాలు ఆ శరీరాన్ని మైలపరచాయి. ఏమీ తెలీనట్లు ఇక్కడ ఆత్మ నిద్రపోతోంది. అతనిలో ఒక కోరిక జనించింది. ఆమె కంఠాన్ని తన రెండు చేతులతో పట్టుకుని, నులిమి, ఆ సడలిపోని సౌందర్యంతో చంపివెయ్యాలని! అది ఒక వ్యసనం లాంటిది; ఒక తృష్ణ, బడబాగ్ని, శిఖరం కూలి సముద్రాన్ని ఎండింపచేసే ప్రాచీన శక్తి అది. అతని కోర్కెలు, తీరని వాంఛలు, యథార్థంకాని కలలు, అనుసరించలేని ఆదర్శాలూ, ఆంతరంగికమూ అన్నీ కోమలై నిద్రిస్తున్నాయి. ఆమెని చంపితే హత్యకాదు; ఆత్మహత్య. ప్రపంచంలో మరి "చెడుగు" వుండదు. అమ్మలు, అమృతాలు, దయానిధులు వుండని సంతోషమయ

ప్రపంచం. ఆ సంకల్పంతో పెద్ద పోరాటం సాగించాడు. అధోలోకంలోని క్రూరమృగాల వేట అది. బాల్యంలో బంధింపబడ్డ జంతువులు సంకెళ్ళు తెంచుకుని స్వేచ్ఛా విహారానికి గర్జిస్తున్నాయి. లోపల అధికారం, అఘాతం, చీకటిలోయ మృగాల సంచారం, ఆకాశంలో తలుపులు తెరుచుకున్నాయి. అతను చూసి, దిగివచ్చి మధ్య నిలబడి పెనుగులాడుతున్నాడు.

సోఫా మంచానికి దగ్గరగా లాగి కోమలికి అడుగు దూరములో కూర్చున్నాడు. ఎవరో హృదయంలోని ఆలయపు తలుపులు తెరిచారు. కోమలిపై అతనికున్న ద్వేషం, చంపాలన్న కోర్కె, వెనక్కి ప్రయాణం చేసి జన్మస్థాపన వెతుక్కుంటోంది.

అమ్మపై ద్వేషంగా మారిన తన సహజ ప్రేమ వాటి జన్మస్థానం. ఆ దృశ్యం నిజంగా జరిగిందా? లేక తను ఊహించిందా? తన తండ్రి, తల్లిని పీక పిసుగుతున్నట్లు అతనెక్కడో – ఎక్కడో చూశాడు. తన ఆదర్శాలని, అందాన్ని, స్వప్నాలని ఎవ్వరో పీక నులిమి చంపిన దృశ్యం అది. అమ్మ మాత్రం యథార్థం; జగత్తంతా మాయ. ఆ సత్యాన్ని ఎందుకో పీక నులిమి హత్య చేశారు. హంతకుడు మృత్యువాత పడ్డాడు. తను ఎవర్ని చంపడం? అందం, ఆదర్శం, స్వప్నం, అన్నీ అమ్మని చూసి నేర్చుకున్న కోమలినా తను చంపడం?

ఆలయంలో గంటలు మ్రోగాయి. ఆ ధ్వనిలో తిప్పేస్వామి కడపటి వాక్యాలు గిరగిరా తిరుగుతున్నాయి. తెర చినిగి జారింది; ఆకాశం అంతా ఒకే తెరిచిన తలుపు; మొగ్గలే లేవు. అన్నీ వికసించిన మందారాలే. వెన్నెల మేఘాల సంకెళ్ళు విప్పుకుంది; వాతావరణం స్వాతంత్ర్యం తెచ్చుకుంది. కోమలి అతన్ని అధోలోకాన్నుంచి విముక్తిచేసి; సత్యసామ్రాజ్యానికి రాణీ అయింది. ఆమెను ముట్టుకోకూడదు.

మూలనున్న దీపం తెచ్చి పెద్దదిచేసి. ఆమె మొహం వైపు చూశాడు.

అప్రయత్నంగా తన కుడిచెయ్యి అతని చెయ్యిమీద వేసింది. "అబ్బో; అంతా తెలుసు" అన్నట్లుగా నిద్రలో నవ్వుతోంది. క్షణం వెలుగు చూశాడు.

ఆమె కుడిచెయ్యి అతన్ని శోధిస్తోంది – అతని భుజం కోసం ఉద్దేశింపబడిన ఆ అరిచెయ్యి దాని దగ్గరికే చేరుకుంది. అప్రయత్నంగా ఒళ్ళు విరిచి, గీర్వాణంగా సింహాసనం మీద కదిలి సౌందర్యాన్ని దిక్కులకు నెట్టివేసింది రాణి. చెయ్యి దీపాన్ని కొట్టింది. దీపం కిందపడి చప్పుడైంది. తటాలున లేచి కూర్చుంది.

"మీరా!... ఎప్పుడొచ్చారు? ఎందుకు లేపలేదు?" ఏవో మసగ ప్రశ్న ఆవులిస్తూ అడిగి, అతన్ని మంచంమీదికి లాక్కుంది.

"కోమలీ! నీకు తెలుసా? చిత్రం జరిగింది" అని అడిగి, ఆమె చేతులని తొలగించి, పాదాల దగ్గర కూర్చున్నాడు.

"ఏమిటి?"

"నాకు నలుగురు భార్యలున్నారని ఇక్కడ మనుషులు చెప్పుకుంటున్నారు."

"అందులో చిత్రం ఏముంది? అందరు మొగాళ్ళూ అంతేగా! చేసుకున్న పెళ్ళాలు కారనుకోండి! మొన్న రాజమ్మగారు చెప్పింది - ఇక్కడ చాలామందికి ఇద్దరు పెళ్ళాలుండటం మామూలేట! ఓస్, ఇంతేనా?" మొహం ప్రక్కకితిప్పి తలగడ వేసి నవ్వింది.

"దాని అర్థం నీకు తెలుసా?"

"ఆ! ఎందరు పెళ్ళాలుంటేనేం? ప్రేమించడం ఎప్పుడూ ఒకర్నేగా! నేనంతేగా"

"ఈ విషయం విన్న తర్వాత నీకు; నామీద అసహ్యం వేయలా?"

"వేయలా -మిమ్మల్నింకా, ఇదిగా ప్రేమిస్తున్నాను."

"నాకు నామీదే అసహ్యం వేస్తోంది. నా మనస్సు నిజంగా ఎల్లాంటిదో తెలుసుకున్నవారెవరూ నన్ను ప్రేమించరు."

"నాకు తెలుసు - అందుకనే ప్రేమిస్తాను కూడా" అంది కోమలి. అతడు లేవబొయ్యాడు.

"ఉండండి - గాజుపెంకులు తీస్తాను" అంటూ కోమలి లేచి, అతన్ని పక్కగా నడిపించింది. ఇద్దరూ బయటికి వచ్చారు. అతను గబగబా మెట్లెక్కి డాబా మీదికి వెళ్ళాడు. కోమలి కూడా వెనకాలే వెళ్ళింది. వారి రహస్యాలు వినేందుకన్నట్లు వెన్నెల వారి దగ్గిరగా వచ్చి విశాలంగా తొంగిచూస్తోంది. చంద్రుడు మచ్చని మేఘంలా రహస్యంగా దాచుకున్నాడు.

"నాకు ప్రేమించబడే అర్హత పోయింది కోమలీ.."

"నేను బ్రతికివుండగా పోదు" అని అతని భుజంమీద తలకాయ ఆనించింది. వేడి నిట్టూర్పు వెన్నెలలో చల్లబడింది. ఆమె కళ్ళల్లోకి చూస్తే విశ్వాసానికి అవతలొడ్డు కనిపించింది. అతను అవతలకి అడుగు వెయ్యలేదు.

"మనం స్నేహంగా వుండకూడదూ?" అన్నాడు.

"ఉన్నాంగా...."

"ఇంత దగ్గరగా కాకుండా వుండలేమూ?"

"ఇంతకంటే దగ్గరగా ఎవ్వరూ వుండలేరు."

"శరీరాలు లేని ఆత్మలమైతే ఎంత బాగుండును!" అన్నాడు.

"ఆత్మలు విడివిడిగా వుంటాయి. ఒక్క శరీరాలే దగ్గరగా కలిసి వుండేది."

"నీకెవరు చెప్పారు?"

"నేనూ చదువుతున్నాను భగవద్గీత."

"నీ కర్థమౌతోందా?"

"ఓ-అసలది నాలాంటివాళ్ళ కోసమే వ్రాశారు ఎవరో!"

"అంటే?"

"ఏమో, నాకు తెలీదు. చదువుతున్నప్పుడు అదంతా నిజంగా వుంటుంది. పుస్తకం మూసేస్తే ఏమీ వుండదు."

"అట్లాంటప్పుడు నువ్వెందుకూ ప్రేమించడం?"

"ప్రేమ పవిత్రమైంది"

"ఓస్!"

"నిజం"

"మరి నా మీద కోరికెందుకు?"

"అది మనస్సుకి, ఇది శరీరానికి - అద్దైనా మీరు కాబట్టి."

"అలా వద్దు - అసలు కోర్కెలే వద్దు - ఇద్దరం ఇలాగే స్నేహంగా వుందాం. ఏం? శరీరాల స్నేహం ద్వేషంగా మారుతుంది. ఆత్మలని చంపేస్తుంది."

"అబ్బో - అంత లాగ నేనుండలేను."

"మరి ఆ అలవాటు వదుల్చుకోవాలి. అది యోగం, తపస్సు."

"అంటే...."

"కష్టం కాదు? ఎప్పుడూ, చచ్చిపోయేదాకా అలాగే?"

"ఆ!"

"అమ్మో- ఒక్కసారి కూడా వద్దు. ఒక్కసారి. మళ్ళా వద్దు!"

"అట్లా చేస్తే మనం అందర్లానే అయిపోతాం. అట్లా చెయ్యకపోవడంలోనే వుంది అందం. జీవితం వింతగా వుంటుంది. బతుకుమీద విసుగు పుట్టదు. గొప్పగొప్ప పనులు చెయ్యొచ్చు" అన్నాడు.

"అట్లాగైతే మీరెవరిలాగో వుంటారు; కొత్తగా వుంటారు" అన్నది.

"అలా వుంటేనే తమాషాగా వుంటుంది చూడు, నీ ముఖంతో నాకు పరిచయం వుంది కానీ, శరీరంతో లేదు. మనం రోజూ చూసే వాటినీ, బాగా ఎరుగున్న వాటినీ ఆదరంతో చూసి ప్రేమిస్తామా? అట్లా చెయ్యం. రోజూ వుండేదే- ఇంతేగా అనుకుని అసహ్యించుకుంటాం. కానీ, తెలీనిదాన్ని, కొత్తదాన్ని తెలుసుకుందామని శోధిస్తాం - ఆ పరిశోధనే ప్రేమంటే. ప్రియుడు ప్రియురాల్ని ఎంతవరకూ ప్రేమిస్తాడు? ఆమె పరిచయం

దొరికి, భార్యగా చేసుకునే వరకూ. అంతే! తర్వాత వాళ్ళు మామూలు మొగుడూ - పెళ్ళాలలాగా కీచులాడుకుంటారు, పిల్లలు పుడతారు. మళ్ళా వాళ్ళ శరీరాలు కొత్తవవుతాయి. అయినా వాటిని సహించలేరు. ఆమె పిల్లాడిని ప్రేమిస్తుంది. అయ్యో, నన్ను మరిచిపోయిందే అని మొగాడు ఏడ్చి ద్వేషిస్తాడు. అలాగే చిత్రకారుడు అందాన్ని ప్రేమిస్తాడు. ఎంతవరకూ? అది తన రంగు ద్వారా పటంలో లభ్యమయ్యేవరకూ. అందాన్ని బంధించిన తర్వాత, అతను బాహ్య ప్రపంచానికి దాస్యం చేస్తాడు. కవుల విషయం అంతే. 'సత్యాన్ని' మాటలలో బంధిస్తారు. సత్యానికి దగ్గరగా రావడమే కవిత్వం. భక్తుడు దైవాన్ని అన్వేషిస్తాడు. జీవితం అంతా ఒక అనంతమైన అన్వేషణ. జీవిత రహస్యాన్ని శోధించడం, రహస్యం తెలుసుకున్న తర్వాత, అన్వేషణ మానడు. అర్థంకాక అన్వేషణ మానెయ్యడం జరుగుతుంది. అలాగే మనం ఒకరికొకరు అర్థం కానంతవరకూ, శరీరాలు పరిచయం కానంతవరకూ ప్రేమించుకుంటాం."

అతను మాట్లాడుతుంటే, ఆమె అతని కళ్ళలోకి నిశ్చింతగా చూసింది. మెదడులో మెదలడం మరిచిపోయినా ఊహలు పీడిస్తున్నాయి. మెదడు గుండెల దగ్గరగా వెళ్ళినట్లయింది. కోమలికి అదొక వింత అనుభవం. కోమలి తన్మయంతో అతన్ని బిగించేసి, నేలమీదికి కూలి, అతన్ని కిందికి లాగేసింది.

ఆమె పడుకుంది. అతని తొడపై తల ఆనించి ఆకాశం కేసి చూస్తూ. ఆమెలో మరి కోరిక లేదు. ఊహని కలవరపెట్టే కొత్త అనుమానాలే అన్నీ.

"అయితే, జీవిత రహస్యం అంటే ఏమిటి?" అని అడిగింది.

అతనికి నవ్వొచ్చింది.

"చూశావా - నీచేత ఈ ప్రశ్న అడిగించేటట్లు చెయ్యడమే జీవిత రహస్యం!"

"పోండీ - మీదంతా వేళాకోళం. చెప్పకపోతే, పోనీలెండి. నేనే కనుక్కుంటా!"

"తప్పకుండా నిద్రపో, స్వప్నంలో కనబడుతుందిలే" అని అతను కూడా వెన్ను వాల్చాడు.

"నే కనుక్కున్నా రహస్యం మీరే."

అని మత్తుగా నవ్వి నిద్రలో చూపు తెరిచింది - తెల్లారింది. సూర్య కిరణాలు చెవుల్లో గిలిగింతలెట్టి వారిని లేవగొట్టాయి.

★ ★ ★

ఆకులు రాలడం

నెల గడిచిన తర్వాత ఇందిరకి జబ్బు తీవ్రరూపం దాల్చింది. నిధిని వెంటనే రమ్మనమని టెలిగ్రాం వచ్చింది. శీతాకాలం, చలిరోజులవి. టెలిగ్రాం చూసుకుని దయానిది మేడమీద గదిలో కొచ్చాడు. కోమలి రాట్నం వడుకుతోంది. అతను తొందరగా సామాన్లు సర్దుకున్నాడు.

"టపా చూసుకున్నారా? ఇందాక వచ్చాయి" అంటూ ఉత్తరాలకట్ట అతనికిచ్చింది.

అందులో ఒకటి రొమాంటిక్ సీను దగ్గరనుంచి – అందులో కొంతభాగం;

"నాకు నిన్ను చూడాలనుంది. నేను వస్తాననడం, మళ్ళా రాలేకపోవడం, నీకూ నాకూ మామూలై పోయింది. ఈసారి వస్తున్నానని రాస్తే నువ్వు నమ్మలేవేమో, గొల్లవాడు తోడేలు కథలో మాదిరి. అయినా హిందూదేశం ఇంత పెద్దది కావడం, భారతీయుల దౌర్భాగ్యం అనుకుంటా. దేశం వైశాల్యమే ఈ దేశం యొక్క అభివృద్ధికి అంతరాయం అనుకుంటా. ఒక్కరోజు చూడకపోతే సూర్యుడు అస్తమించడనుకునే బాల్య స్నేహితులు, నెలలు సంవత్సరాలు కలుసుకోకుండా ఎవరి ఇళ్ళల్లో వాళ్ళే బంధించబడి, జీవితం ముగిస్తారేమో! చిన్నప్పుడు అంతా ప్రేమ, స్వేచ్ఛ, వెలుగు. రోజులు గడిచిన కొద్దీ వెలుగు సన్నగిల్లుతుంది. జైలుకడ్డీల నీడలు పొడుగవుతుంటాయి. బాల్య స్నేహాలు, శృంగారంతో కొట్టుకునే హృదయాలు, ఒక్కటొక్కటే విడిపోయి, జారిపోతాయి. ఒక్కరొక్కరే చెట్ల ఆకులు మాదిరి రాలిపోతారు. జనసమూహంలోంచి ఏకాంతంలోకి నడవడం లాంటిది. నా ఉద్యోగం, నా కుటుంబం, నా పిల్లలు, నా ఊరు, నాదేశం, నా మతం– ఈ 'నా'లో మానవుడు బంధించబడతాడు. 'నా' లేకుండా వుంటే ఎంత బాగుండును? ఇల్లాంటి ఎన్నో నీతో మాట్లాడుకోవాలనుంది. రేపు సాయంత్రం బండికి వస్తున్నానంటే నవ్వకు సుమా?"

ఆ ఉత్తరం చదువుకుని, సర్దిన పెట్టెని ఒక మూలగా నెట్టివేసి, సోఫాలో కూర్చున్నాడు. కోమలి సోఫా వెనకాలకొచ్చి అతని బుజం మీద చెయ్యి వేసింది.

"నన్ను కూడా తీసుకెళ్ళరూ, ఇందిరని చూస్తాను" అన్నది.

"నేను వెళ్ళడం లేదు. రేపు ఒక స్నేహితుడొస్తున్నాడు."

"ఎక్కువగా వుందిటగా, వెళ్ళకపోతే బాగుండదు. స్నేహితుడికి రావద్దని టెలిగ్రాం ఇవ్వండి."

"అయినా, నేను వెళ్ళి చేసేదేముంది?"

"అదేమిటి అలాగంటారు? పెళ్ళాంకి ప్రాణం మీదికి వచ్చినా వెళ్ళి చూళ్ళేదని, మిమ్మల్నే అంటారు."

"ఇప్పుడనడంలేదు గనకనా?

"పైగా, నా మూలాన్నుంచి అంటారు, తెలిసిందా?"

"నువ్వు నాతో కూడా వస్తే ఇంకా ఏమనుకుంటారో అని భయం లేదూ నీకు?"

"ఉందనుకోండి – నేను ఇట్లాంటి వాటికి అలవాటు పడ్డదాన్ని – తెగించినదాన్ని."

"నేనూ అంతే"

"నే నొచ్చి ఆవిడకి సంరక్షణ చెయ్యాలని వుంది."

"నిన్నూ నన్నూ చూస్తే, జబ్బు మరింత ఎక్కువై, అప్పుడే కళ్ళు మూస్తుంది. ఏ స్త్రీ మరో స్త్రీని హర్షించదు."

"ఏంమ్మాటలండవి? ఆడదాని మనస్సు మీకు బొత్తిగా తెలియదు. పోనీ మీరు రేపు వొద్దురుగాని, ఈలోగా నేనూ, నారయ్య వెళ్ళిరామా?"

ఇంతలో మెట్లమీద అడుగుల చప్పుడైంది. ఐదారుగురు పనివాళ్ళు, మేస్త్రీ నెట్టేకల్ తొందరగా లోపలికొచ్చి "ఇట్లా రండి" అని సంజ్ఞ చేశారు. దయానిధి, కోమలి గబగబా మెట్లు దిగి కిందికి వెళ్ళారు. ముందు వరండాలో నారయ్య చాపమీద పడుకున్నాడు. భుజాల మీద రెండు పెద్దగాయాలు, నెత్తిమీద చిన్నగాయం తగిలాయి. రక్తం కారుతోంది. తొందరగా బ్యాగ్ తీసుకొచ్చి నిధి చికిత్స చేస్తున్నాడు.

"సోమప్పగాడి పనండి" అన్నాడు మేస్త్రీ.

"ఏం?" అని అడిగింది కోమలి.

"మీరేం సెప్పక్కర్లే, మీ పన్లమీద మీరు పొండి" అని నారయ్య మూలిగాడు.

నారయ్య పెద్దగా రెడ్డిమీద అరుస్తాడు. ఓసారి పనికాడ అంగీ ఇప్పమంటుంటాడు నారయ్య. నే ఇప్పేది లేదంటుండాడు రెడ్డి. ఆవలికి నారయ్య లెగిసి పోయుండడు. రెడ్డి

సోమప్ప నీ దేంది నువ్వో కూలోడివని ఈడ్ని గదమాయించినోరు, ఈడు, ఆళ్ళని అరిసి, తంతానసుండడు. అదిక్కాబోసు, తన్నుండోరు."

కోమలికి ఈ కథ ఏమీ అర్థం కాలేదు. తెల్లబోయి నిధికేసి చూస్తూ నిలబడింది. మరో పనివాడు సింగప్ప చెప్పడం మొదలెట్టాడు.

"ఈ పీకులాట దుడ్డుకాడొచ్చుండది అయ్యలారా! అయ్యవారితో సెప్పి, రెడ్డి బత్తెంలో బొట్టి తగ్గిస్తానడుండడు నారయ్య. ఇది ఇనంగానే సోమప్పకి సివమెత్తింది. మారెమ్మ లేదండి సామే, రెడ్డితో పరాచికాలాడుతుంది అని నారయ్యకి పట్టలేదండయ్య. ఓరా దాని జోలికి పోవద్దని నారయ్య పెద్దగా అరిసి ఏరు చేసుండడు. నారయ్యకీ, మారెమ్మకి ఏందో వుందని రెడ్డి లెగసినాడు. మారెమ్మని, రెడ్డి ఒకాడనే వొద్దని, ఏరేరుంగా తొవ్వండని నారయ్య డొకాయించినాడు, మారెమ్మ సోమప్పతో సెప్పుకుంది. అది రెడ్డికి కన్నెర. ఇద్దరూ ఏకమై మెత్తగా తన్నుండొరు."

ఈ కథ కూడా కోమలికి పూర్తిగా అర్థం కాలేదు, వాళ్ళని కేకలేశాడు. నలుగురు పని వాళ్ళు జారిపొయ్యారు.

గిరి గుప్పన్న మాత్రం మిగిలాడు. దీనంతటికీ కారణం అతను చెప్పడం మొదలెట్టాడు.

"ఇదంతా అల్ల కర్నూలు సాముండడే, ఆడెక్కించిన బిస."

"కర్నూలు స్వామెవరు?" అన్నాడు నిధి.

"ఆడా, ఈడా గుంపుల్లో ఎగడి ఏదో సెప్తుంటాడు. ఆ మద్దిన మీరు ఈడలేరు. సామీ కర్నూల్‌లో మీటింగ్ చేసుండడు. ఎన్నోళ్ళని రమ్మని డబ్బుకే ఇస్తే, నేపోయుంటిని. ఆడు, దుడ్డు బాగా ఇస్తేగాని, పనుల్లో కెళ్ళొద్దని, ఇనుకిచ్చిండొడు రెడ్డికి సివమెత్తింది. నారయ్య దుడ్డు కోయిస్తానంటుండడు అయ్యవోరితో చెప్పి, ఈణ్ణి ఏస్కోవాలెహె అని సోమప్పతో సెప్పి, మారెమ్మ సాకుమీద బాగా తన్నుండరు."

తన బాధ్యత తీరిపోయినట్లు, అతను కూడా వెళ్ళిపోయాడు. మూడు కథలు విన్న తరువాత నారయ్యని, వాళ్ళు ఎందుకు కొట్టారో నిధికి బోధపడింది. నారయ్య మాట్లాడడం మానేశాడు. కట్టు కట్టిం తర్వాత నిధి లోపలికి వచ్చేశాడు.

"మీ కేమన్నా బోధపడిందా?" అని అడిగింది కోమలి.

"నారయ్య రెడ్డిమీద అధికారం చలాయించ బొయ్యాడు. మారెమ్మతో రెడ్డి సరసాలాడడం నారయ్యకి నచ్చలేదు. తిప్పేస్వామి పనివాండ్రని ఎక్కువ జీతాలకోసం సమ్మె చెయ్యమని ప్రోత్సహించాడు. ఇవన్నీ కారణంగా, రెడ్డి, సోమప్ప కలిసి నారయ్యకి పాఠం చెప్పారు. ప్రజా ప్రభుత్వం ఎట్లాగుంటుందో కాస్త రుచి చూపించారు.

"అయితే మీరెళ్ళరూ?"

"ఎట్లా వెళ్ళను?"

మాట్లాడుకుంటుండగా ఇందిరకి మరీ తీవ్రంగా వుందని మరో టెలిగ్రాం వచ్చింది. తనే చూడ్డానికి వస్తున్నానని శ్రీనివాసరావుకి నిధి టెలిగ్రాం ఇచ్చి ప్రయాణం కట్టాడు. సాయంత్రం బండికి, మధ్యాహ్నం రెండు దాటింది. స్టేషన్‌కి బండికోసం కబురు చేశాడు నిధి. ఈలోగా అనంతాచార్లుగారు చక్కా వచ్చాడు. ఆయన్ని చూడగానే కోమలి లోపల గదిలో కెళ్ళిపోయింది. తలుపు వెనక నిలబడి, వారి సంభాషణ వింటోంది.

"మొన్న దేవరకొండలో మళ్ళా గంద్రగోళమైంది. విన్నావా?" అన్నాడు అనంతాచార్లుగారు.

"చూచాయగా తెలిసింది."

"మళ్ళా మీ రాజభూణమే అల్లరి పడ్డాడు. మీటింగు ముగిసిం తర్వాత గుండప్ప గారింట్లో భోజనాలు ఏర్పాటయ్యాయి. అక్కడ పెద్ద వాదం జరిగింది. గుండప్పగారికి ఇద్దరు భార్యలు. ఇతను ఆయన్ని ఆక్షేపిస్తూ మాట్లాడుతున్నాడని అనుమానపడి, గుండప్ప, సర్కార్ల వాళ్ళకి నీతి, మర్యాద లేదని జాడించేశాడు. ఆ ఘర్షణలో నీ పేరొచ్చింది. కోమలి పేరు కూడా ఎత్తినట్లు నాకుగుర్తు."

"గుండప్పగారి ఫిర్యాదు ఎట్లాంటిది?"

"ఏముంది? ఏవో అనవసరపు ఉద్రేకాలు తెచ్చుకుని, మాటా మాటా అనుకోడం, పెండ్లిలేకుండా పరాయి స్త్రీతో వుండటం కంటే ఇది మెరుగు అంటాడు. భార్యని ఇతరులు అపహరించకుండా కాపాడుకోడమే పెండ్లని రాజభూషణం అన్నాడు. దానిమీద ఆయన రెచ్చిపొయ్యాడు. కొట్టుకునేందుకు సిద్ధపడ్డారు. నేను అడ్డంపడి సర్ది చెప్పాను. నన్ను మట్టుకు ఒదిలారనా?"

"ఏం?"

"ఏముంది? తుంటర్లు! కాత్యాయనికి పెండ్లి కావడం కష్టం అంటాడు గుండప్ప. పోన్లే, మా అమ్మాయి విరాగినిగానే వుంటుందిలే, నీకెందుకన్నాను. ఇంతకీ రాజభూషణం, ఆ రాత్రే, మా ఎవళ్ళకీ కనబడకుండా వెళ్ళిపోయాడు. ఈ రెడ్లు పాపం నారయ్యను చావదన్నారు – చూశావా?"

"అవును, మరి నారయ్యదే తప్పనుకుంటా" అన్నాడు నిధి.

"ఏడిశారు వెధవలు! ఒళ్ళు పొగరెక్కి ఇద్దర్నీ పనిలోంచి తీసేయాల్సిందే" అన్నాడు ఆచారిగారు.

292 చివరకు మిగిలేది

"దానివల్ల సమస్య పరిష్కారం కాదు. అంతకీ కారణం ఏదో వుంటుంది. దాన్ని తొలగించాలి. మీకేమన్నా తెలుస్తోందా?"

"నాకేమీ కనబడ్డం లేదు."

"జాతివైరం, సరిహద్దుల కొట్లాట - బీదలకి, ధనికులకి నిరంతరం జరిగే యుద్ధం. ఆర్థిక సమానత్వం వుంటే గాని మానవుడు అందరినీ సమానంగా ప్రేమించడం నేర్చుకోడు."

"సోషలిజం రావాలనా నీ ఊహ?"

"నా ఊహ కాదు. దయా దాక్షిణ్యాలు, ఔదార్యం, ప్రేమ- ఇల్లాంటి విలువలకీ, భౌతిక సంపదకీ అంతటి దగ్గర సంబంధం వుంది. ఉత్తమ ఆధ్యాత్మిక జీవనం అన్నింటినీ త్యజించి చీకూ చింతలేని యోగికే సాధ్యం అవుతోందిగాని, కుటుంబీకుడికి సాధ్యపడటం లేదని మీకు తెలియంది కాదు. అందరూ యోగులు ఎల్లానూ కాలేరు. కారు; కాకూడదు కూడానేమో! అంచేత, అందరికీ సమాన భౌతిక సంపదని సమకూర్చడం తప్ప గత్యంతరం లేదనుకుంటా. దాన్ని సోషలిజం అనండి; మరోటనండి."

"అవన్నీ గాలిలో మేడలు కాని, జరిగేపనా? జరిగినా; మనిషికి కావల్సింది తిండీ, బట్టా - అంతేనా?"

"అంతే అనను. అవి లేందే, ఇంకేవీ రావంటాను అంతే! ప్రభుత్వం, ద్వీపాంతర వాస శిక్షలో వున్న వాళ్ళకి, తిండీ, బట్టా సమానంగా ఏర్పాటు చేస్తుంది. ప్రేమ, ఔదార్యం ఆధ్యాత్మిక చింతన మనం వాళ్ళల్లో చూడొచ్చు. ఉత్తమ గ్రంథాలు జైళ్ళలో వ్రాయబడినవే. బట్టని విసర్జించిన వ్యక్తి న్యూడిస్టు కాలనీలో మోక్షం పొందుతాడేమో చెప్పలేను కాని, తిండిని విసర్జించి మోక్షం పొందిన జీవిని ఎవ్వరూ చూడలేదు."

అనంతాచార్లుగారు ఆలోచనలోపడ్డా, ఏదో ప్రశ్న అడగడానికి సందేహిస్తున్న వాడికి మల్లే వున్నారు. రెండు మూడు సార్లు ఆ ప్రశ్న నోటిదాకా వచ్చింది. అయినా దిగమింగేశారు; మరోప్రశ్న తెగించి అడిగేరు.

"పోనీ, మనిద్దరం వెళ్ళి నీ భార్యని తీసుకొద్దామా?"

"జబ్బుగా వుందట. ఇప్పుడే వెళుతున్నా, చూడ్డానికి. తవ్వ ఇరవై అడుగులేనా పూర్తయినట్లు లేదు."

"వారంలో అవుతుంది - పనివాళ్ళు పల్చబడకపోతే."

"గని తవ్వించడం విరమిద్దామా అని వుంది."

"ఇంతవరకూ వచ్చి ఇప్పుడు మానెయ్యడం ఎందుకు? ఆ పనులన్నీ నేనే చూస్తాలే. నువ్వెళ్ళి, నింపాదిగా వున్న తరవాత తీసుకురా."

"ఇంతలో, కోమలి రొట్టెముక్కలు, పంచదార పళ్ళెంలో వేసి కప్పుతో పాలు తీసుకొచ్చి, ఆచారిగారి ముందు బల్లమీద పెట్టింది. ఆమెని చూడగానే ఆచారిగారు కుర్చీలో కదిలాడు.

"నేను కూడా వస్తానంటున్నానండి."

"ఇక్కడ ఒక్కదానవు వుండనక్కర్లేదులే. మా ఇంట్లో వుందువు గాని" అన్నాడు ఆచార్లుగారు.

"నా మూలాన మీక్కూడా కష్టం ఎందుకు కలగాలి?"

"కష్టం ఏముంది?"

"కష్టం కాకపోతే, పోనీ నింద. కాత్యాయనికి పెండ్లయితే, ఎవ్వరికీ బెంగ వుండదు."

ఆచార్లుగారు మాట్లాడలేదు; పాలు తాగేసి, వెళ్ళొస్తానంటూ వెళ్ళిపొయ్యాడు.

"పాపం, నారయ్యని వదిలి వెళ్ళనా?" అన్నాడు నిధి.

"నే చూస్తాలెండి, ఏం భయం లేదు. డాక్టర్లు, నర్సులు ఇంతమందున్నారుగా!" అంది కోమలి.

ఇంతలో బండి వచ్చింది. కోమలి పెట్టి, బెడ్డింగ్ బండిలో పెట్టింది. నిధి నారయ్య దగ్గరకెళ్ళాడు.

"సులువుగానే వుంటుంది. మీరెళ్ళి రండి. కోమల్ని తీసుకెళ్ళమోకండేం" అంటూ నీరసంగా అన్నాడు నారయ్య.

"లేదు, ఒక్కణ్ణే వెడుతున్నాను."

"అసలు తగువంతా దానిమూలకంగానే వచ్చిందండి."

"ఏం?"

"ఆళ్ళ కూతలకేఁ గాని, ఆ రెడ్డి, కోమల్ని గురించి ఏటేటో అనబొయ్యాడు. మూతిమీద ఒక్కటంటించాను. దాన్ని ఆళ్ళకాడికి, ఈళ్ళకాడికీ పంపి నేనూ, మీరు డబ్బు గణిస్తున్నా మన్నారండీ, తొత్తుకొడుకులు. నాకు సీదరేసి ఉతిగానండి. ఇట్టా సేసినారు ముండా కొడుకులు. లెగనీండి, మక్కలిరగదంతాను."

"నారయ్యా! మన పరిస్థితులు సవ్యంగా లేనప్పుడు లోకులు అనేకం అనుకుంటారు. అవి నిజం కానప్పుడు, మనం కోపగించుకోటం దేనికి? మంచితో వాళ్ళని జయించాలిగాని, పగ సాధిస్తే సర్వనాశనం అవుతుంది."

"ఈ నా కొడుకుల్తో మంచేటండి? ఏ ఎండకి ఆ గొడుగేనండి."

"సరేలే - పడుకో."

"ఏం భయం లేదు, వెళ్ళిరండి."

నిధి వెళ్ళి బండిలో కూర్చున్నాడు.

కోమలి నిలబడి, బండిలోకి వంగి,అతని చేతులు పట్టుకుని, కళ్ళల్లోకి జాలిగా చూసింది.

"టబ్బుని రావాలి."

"ఎన్ని రోజులవుతుందో ఏం చెప్పగల్ను?"

"మిమ్మల్ని చూడకపోతే వుండలేను. నేనూ వచ్చేస్తా రేపో మాపో. కోపగించుకోకండేం?"

"నారయ్యని వదిలే!"

"ముసిలాడిది దుక్క శరీరం, చావడు" అని నవ్వింది.

"వచ్చేటప్పుడు అమృతంగార్నీ, ఆవిడ తమ్ముడినీ, అందర్నీ తీసుకురండి."

బండి కదిలింది, కోమలి పడబోయి, వెనక్కి తుళ్ళిపడి, బండి సందు తిరిగేదాకా చూస్తూ నిలబడింది. దూరంగా ఎర్రచీరలో, చిన్న చుక్కలాగై ఎండలో కలిసి మెరిసి, మాయమైంది కోమలి.

★ ★ ★

స్టేషన్‌కి ఎవ్వరూ రాలేదు. బండి దిగి మామగారింట్లో అడుగు పెట్టేటప్పటికి సాయంత్రం నాలుగైంది. ఇంట్లో మనుషుల సందడి లేదు. పనిమనిషి మండువా ఊడుస్తోంది. మధ్యలో నిలబడి "ఎవరి కోసమండీ?" అని అడిగింది. నిధికి ఏం సమాధానం చెప్పాలో తెలిసింది కాదు. ఎవర్నీ వరసలెట్టి పిలవడం అలవాట్లేదు. బెడ్డింగు బల్లమీద పెట్టించి, అరుగుమీద పచార్లు చేస్తున్నాడు. ఇంతలో ఏడెనిమిదేళ్ళ వయసుగల కుర్రాడు అతని దగ్గరగా వచ్చి "ఆ బల్లకింద నా బొంగరం ఇరుక్కుంది, తీసిపెట్టరూ?" అన్నాడు.

"ఎవరమ్మా నువ్వు?"

"మాధవయ్యగా రబ్బాయిని, మీరెవరు?"

"ఇందిర తమ్ముడివా?"

"ఊఁ, నా బొంగరం తియ్యరూ?"

అబ్బాయి మొహాన్ని బట్టి ఇందిరని ఊహింప యత్నిస్తున్నాడు నిధి. బల్లకిందికి పాకి, కర్రతో ఇవతలకి లాగాడు. దాంతో పాటు చచ్చిన ఎలుకకూడా ఇవతలికొచ్చింది.

"నే నెవర్నో ఎరగవా?"

"ఊహూఁ" అంటూ తలపంకించి, బొంగరంతో రోడ్డుమీదికి నడిచాడు కుర్రాడు.

"అయ్యగారు లోపలుండారు, రమ్మంటుండారండి" అన్నది పనిమనిషి. లోపలి గదిలో చాపమీద గోడకి జార్లపడి కూర్చున్నాడు మాధవయ్యగారు. మొహం చేతుల్లో దాచుకుని కాళ్ళమీద ఆనుకుని చతికిలబడ్డాడాయన. ఇతన్ని చూడగానే.

"ఆఁ ఎవరు - ఆఁ" అంటూ నివ్వెరపడి చూస్తూ, ఒక్కసారి లేచి, ముందుకు గెంతి, "వచ్చావా, వచ్చావా" అంటూ నిధిని వెర్రిగా కౌగలించుకుని, కళ్ళమ్మట నీళ్ళు రాకుండా అతని భుజాన మొహం నొక్కి వుంచాడు.

"ఇంకా నువ్వే బతికించావు. మమ్మల్ని దేవుడు ఏట్లోకి నెట్టేశాడు" అంటూ కూలబడి, నిశ్శబ్దంగా బాధపడుతున్నాడాయన.

"ఇందిరేది?" అన్నాడు నిధి మొహం అవతలకి తిప్పేసుకుని.

బాధపడుతున్న వాళ్ళ మొహాలు చూడటానికి అలవాటుపడ్డా, అతనికి ఇదో వింత అనుభవం. ఈ దృశ్యంలో అతనికి బాధ కనపడలేదు కానీ, ఒక అవాంతరాన్ని తొలగించేటందుకు. మరో అవాంతరాన్ని ఆహ్వానించినట్లుగా వుంది.

"నిన్ను పోగొట్టుకున్నాను- శాస్తి జరిగింది. కర్మఫలం ఊరికే పోతుందా?"

ఏవేవో అంటూ మాధవయ్యగారు కూర్చున్నవాడు లేచి, తొట్రుపాటుతో పచార్లు చేస్తూ, పైన తువ్వాలు వేసుకుని నిధిని తీసుకుని, బయటికి నడిచాడు. ఇద్దరూ నడవడం మొదలెట్టారు. నిధి మాధవయ్యగార్ని పరకాయించి చూశాడు. జీవితం ఆయన్ని ఎత్తునుంచి లోయలోకి గిరవాటెట్టింది. కాలం ఆయన్ని మళ్ళా లేవదీసి, పైకి గిరవాటెట్టింది. అయినా పైనవుండే అర్హత పోగొట్టుకున్న వ్యక్తికి మల్లే పదే పదే లోయలోపడి, గాయాలు తగిలించు కున్న మనిషి. పైన రెండు పళ్ళు లేవు; వెంట్రుకలు బుర్రవేడికి తట్టుకోలేక ఊడిపడ్డాయి. ఊడడానికి ఓపికలేని తెల్ల వెంట్రుకలు నెత్తినే ఆశ్రయించుకున్నాయి. చర్మం ఎముకల్ని పట్టుకునే శక్తిలేక జారిపోయి నీళ్ళమధ్య రాతిగుహలో జారి వేళ్ళాడే వృక్షజాలం మాదిరి, నిలబడి వుంది. శరీరం లోపల చూడొచ్చు, వినొచ్చు ననిపించేటట్లుగా వుంది.

ఊరవతల చెరువుగట్టుకి చేరుకున్నారు. దూరంగా పాక, ముందు పందిరి కనిపిస్తున్నాయి. ఊరు తగలబడుతున్నట్లు, పాక వెనుక పడమటి ఆకాశాన్ని సూర్యుడు కాలుస్తున్నాడు. దూరంగా ఆవులమంద కదుల్తోంది. పక్షులు వాటి నిస్సత్తువకి వెక్కిరించినట్లుగా, వెన్నంటి గుంపులుగా లేచి, చెరువులో పడుతున్నాయి.

"ఊళ్ళో వుంచడానికి వీల్లేదన్నారు. ఏ శానిటోరియమ్‌లోనూ ఖాళీలేదన్నారు. ఏం

చెయ్యను? ఇక్కడ ఏర్పాటు చేశాను" అన్నాడు మాధవయ్యగారు. పాక వెనుక ఒక ముసిలావిడ గిన్నెలు తోముతోంది.

"మా వదినగారు. పాపం, ఆవిడే రాత్రి, పగలూ..."

మంచంపైన మిగిలిన ఇందిర పడుకుని వుంది. పక్కన వున్న ట్రంక్కు పెట్టె లాక్కుని మంచం ప్రక్కన కూర్చున్నాడు దయానిధి. వికృతంగా నవ్వింది ఇందిర. అస్థిపంజరం, ప్రక్కకి కదిలింది. చెయ్యి ఇవతలకి తీసింది–ఆ చర్యలో శిశువు జన్మించిన ఆశ్చర్యం వుంది.

"కదలకు – బెడ్‌సోర్స్" అంటూ బయట నిలబడి మాధవయ్యగారు అరుస్తున్నారు.

అతనికేసి నిశ్చలంగా చూసింది ఇందిర. ఎవరో ఎక్కడికో లాగేస్తున్న చూపులని బలవంతంగా ఒక్కసారి లాగి నిలబెట్టింది. అన్ని శక్తులూ, కంఠంలో ఒక్కసారిగా ప్రజ్వరిల్లాయి. గుండెల్ని కాసేపు కొట్టుకోవడం ఆపుచేసి శబ్దరూపం దాల్చిన అత్యంత శక్తుల ఆర్భాటం అది.

"వచ్చారా?"

ముసలమ్మగారు ఈ దృశ్యం చూడలేక లోపలికెళ్ళి ఏడవడం సాగించింది.

"ఇక్కడ పారేశారు నన్ను – నన్ను వదిలి వెళ్ళకండేం?" అని ఓపిక లేక ఇందిర కళ్ళు మూసింది.

దయానిధి మనస్సు నిశ్చలంగా వుంది. చుట్టూ శిఖరాలు కరిగి, కదిలి పడిపోతు న్నాయి. నదులు జన్మస్థానానికి ఎగబ్రాకుతున్నాయి. నేలమీద పడిపోయిన ఆకులు పైకిలేచి చెట్లని కలుసుకున్నాయి. ఇంత అనిశ్చలమైన వాతావరణంలో తనొక్కడే స్థిరంగా, ప్రశాంతంగా వున్నాడు. అతనిలో ఉద్రేకం లేదు, బాధలేదు, బెంగలేదు, దిగులులేదు.

ఇందిరతో కలిసి సూర్యోదయ సౌందర్యంతో ఆవులించలేదతను; చందమామ చల్లటి అందంలో నిద్రలో ప్రేమతో కదల్లేదతను. నక్షత్రాల కనుసన్నలకి కామంతో వణకలేదతను; చల్లటినీళ్ళ పులకరింతలతో సొమ్మసిల్లలేదతను; గుండెలూ గుండెలూ విశ్వగానంతో మేళవించి కలిసి కొట్టుకోలేదు. అన్ని నదులూ కలిసిపొయ్యే మహాసముద్రంలాంటి ప్రేమ ప్రవాహంలో వారి రక్తాలు వేరు వేరుగానే ప్రవహించాయి. సృష్టికోసం పెనుగులాడటం నేర్చుకుని అమాయకపు ప్రాణాల పిచ్చి ప్రశాంతం అతన్ని ఆవరించింది.

పాటలు, పద్యాలు, యజ్ఞాలు, యాగాలు, క్రతువులు, ప్రార్థనలు – ఎన్ని చేసినా చందమామ అంతకంటే ఎక్కువ ప్రకాశించదు. గాలి అంతకంటే జోరుగా వీయదు. కెరటాల సంఖ్య పెంచుకోలేదు సముద్రం. ప్రేమించదు మానవ హృదయం. సుఖపడటం నేర్చుకోని వాళ్ళకి బాధపడటం చేతగాదు.

మళ్ళా ఇందిర చూస్తున్న లోకంలో తలుపులు తెరుచుకున్నాయి. కళ్ళు తెరిచిందా....

"నన్ను ఎప్పుడూ వదిలి వెళ్ళకండేం?" శరీరంలోంచి విడిపోయిన చెయ్యి అతని చేతిని ప్రమాదంగా స్పృశించింది. చేతి చర్మం తిరగేసినట్లుంది. ఇంకా ఈ పెనుగులాట ఎందుకో! ఎవరి కోసమో- ఈ గుండెలు కొట్టుకోవడం ఎందుకో! చర్మాలని పట్టుకుని పీక్కుతినడాలెందుకో! ఈ లోకంలో ముసుగుని మరో లోకంలో తెరుచుకున్న ఆమె నేత్రాలకి ఈ చీకటిలో దాగుడుమూతలెందుకో!

ఏమనాలి? ఏం చెయ్యాలి? అతనికి తెలీడం లేదు. లేచి బైటికి వచ్చాడు. పడమటి ఆకాశపు మంటలో పడి సూర్యుడు దగ్ధమైపోయాడు. నుసై మేఘాలు కొట్టుకుపోతున్నాయి. ప్రకృతి బాధతో చీకటైంది. పాకచుట్టూ పెనవేసుకుని గాలి మూలుగుతోంది. టెలిగ్రాఫ్ స్తంభంపై కాకి ఏకాంతంగా ఏడుస్తోంది. ఎవరికోసమో. లోపల్నించి "నాన్నా!" అని పెద్దకేక వినబడింది.

"చూడు నాయనా!" అంటూ మాధవయ్యగారు నిధిని లోపలికి గెంటాడు. "వెళ్ళిపోతారా?" అని ఇందిర రెండు కళ్ళని ప్రశ్నార్థకంగా త్రిప్పి, చూపు నిలబెట్టి వేసింది. అది మృత్యువు జీవాన్ని అడిగిన ప్రశ్నని అతనికి తెలుసు. అతని చేతిని పట్టుకుని ఊపింది. ఆ పడవకి లంగరి అందదు; ఏ శక్తీ దాన్ని నిలబెట్టలేదు. మృత్యువుని స్పృశించాడు. జీవం యొక్క కడసారి మాధుర్యం అతని చేతుల్లో తన్నుకులాడింది.

సృష్టి రహస్యాల్ని అతను శోధించినట్లయింది. అతని హృదయం ప్రశాంతమైన వెలుగు వాహిని, సుఖదుఃఖాలని విసర్జించి, ఉద్రేకాలకి అతీతమైన మహత్తర చైతన్యం అతన్ని ఉత్తమ మానవుడ్ని చేసింది.

లోపల ముసలమ్మ; బయట మాధవయ్యగారు, ప్రపంచానికి అర్థమయ్యే ఏడుపు సాగించారు. ఏడుపులో గాంభీర్యం, పరిపూర్ణత వుంది. దానికి అంతరాయం వుండకూడదు. మానవుడిని జీవితానికి కట్టిపడేసేది కన్నీరు. ఆది అంత్యాలున్నది కన్నీరొకటే. దానికి అతీతమయ్యాడు దయానిధి.

మానవ జీవితాన్ని కన్నీటి బిందువుగా మార్చి, అరచేతిలో వుంచుకుని, దాన్ని పరీక్షగా చూసి కరిగించి వేసే సమయం అది. ఆ కన్నీటి బిందువులో కలిసిన ఎన్నో ప్రేమ వాహినులు; ఎన్నో నవ్వు అలలు; మనిషినీ, మనిషినీ బంధించిన తుంపరుల గొలుసు. యవ్వనంలో వేడెక్కి వార్ధక్యంలో మంచుగడ్డయి, మృత్యువులో పరమార్థం పొందిన కన్నీటి బిందువుకి అర్థమేలేదా? లేదు. కన్నీటికి అర్థం లేదన్న తలంపుకి కన్నీరు తప్ప, కన్నీటికి వేరే అర్థం లేదు.

కర్మకాండంతా తనే జరిపాడు. ఇందిర మహా ఇల్లాలన్నారు; పుణ్యం చేసుకుని పునిస్త్రీ చావు చచ్చిందన్నారు. పిల్లలు లేకపోవడం మెరుగన్నారు. అతన్ని మళ్ళా పెళ్ళి చేసుకోమన్నారు పెద్దలు. శవాన్ని తగులబెట్టి నడిచి వచ్చిన కాళ్ళతో పెండ్లిపీటలమీద కూర్చోమన్నారు. చితికి అగ్గిపుల్లగీసిన ఆ చేత్తో, అగరొత్తులు ముట్టించమన్నారు.

ఆత్మశాంతికోసం అర్థంలేని ధ్వనులు చేసిన ఆ నోటితో గదిలో బాటసారి చెవులో ప్రేమమంత్రం పఠించమన్నారు. ఈ మనుషులు గోనిబస్తా మనుషులు. ఏ బస్తా ఖాళీగా వుండకూడదు. అందులో పుష్పాలు వెయ్యాలి, లేకపోతే రాళ్ళు వెయ్యాలి, కట్టెలు వెయ్యాలి. ప్రతివాణ్ణీ ఆ బస్తాలో దిగేసి, చెట్టుకొమ్మకి వ్రేలాడతీస్తారు.

ఐదువేలు కట్నం అన్నారు; పదివేలన్నారు; ఎవరి పీకకో తాడు కట్టి నులపమన్నారు; అందుకు లంచం ఐదువేలు - అందమైన, గుండ్రని మృదువైన అమాయకపు పీకలు. అతను రైలు ఎక్కేదాకా అంటూనే వున్నారు; అతన్ని సెకండు క్లాస్‌లో కూర్చోబెట్టి, పక్క పెట్టెలో కొంతదూరం వరకూ ప్రయాణం చేశారు పెద్దలు. వారిని తప్పించుకుని బయట పడ్డాడు. ప్లాట్‌ఫారం మీద ఆడాళ్ళ పీకలు చూసి భయపడ్డాడు. టికెట్ ఇచ్చేసి ఒంటెద్దు బండి కట్టించుకుని గోదావరి రోడ్డుకేసి పోనీమన్నాడు.

గోదావరి గట్టమ్మటే నాలుగు మైళ్ళు వెళ్ళింతర్వాత దయానిధి, జగన్నాథం ఆశ్రమానికి చేరుకున్నాడు. తొమ్మిది గంటలైంది. గట్టుకి ఫర్లాంగు దూరాన, పల్లంలో, ఒక పెద్ద పూరిపాక, రెండు మూడు చిన్న గుడిసెలు వున్నాయి. ముందు రెండు పెద్ద చెట్లు చల్లటి నీడల్ని వేస్తున్నాయి. వెనుక గడ్డివామి, రెండు మూడావులు, దూడ గంతులేస్తూ మేస్తున్నాయి. ఒడ్డున సగం నేలపైకి లాగిన పడవ, కఱ్ఱకి కట్టి వుంది.

నిధి బండిలోంచి తన బెడ్డింగు దించి, బండివాడికి డబ్బులిస్తుండగా దూరంగా లోపల్నుంచి ఒక సన్నటి పొడుగాటాయన పరుగెత్తుకుంటూ వచ్చాడు. మధ్య పాపిడి, పక్కలకి అణిచి దువ్విన పొడుగాటి వెంట్రుకలు. సన్నగా ఒత్తుగా లేచిన ముక్కు, కొంచెం బయటికి వచ్చే కింద పెదవి, తెల్లటి వదులు ఖద్దరు పైజమా, బొత్తాలు లేని కంటిమెడ లాల్చీ, పైన తువ్వాలు, ఎడంచేతిలో పొట్టికఱ్ఱ- ఆ వ్యక్తి జగన్నాథం.

"రుగావబా, రుగావబా" అన్నాడు. పూర్తిగా బొంగురు కాని కంఠంతో. యవ్వనంలోని ఆ బలత్వం ఇంకా ఆ కంఠంలో వుంది.

నిధి వెనక్కి తిరిగాడు. జగన్నాథం రెండు చేతులూ అతని మెడచుట్టూ వేసి కౌగలించుకుని, "రుగావబా, కిళ్ళన్నాఎ, కిళ్ళన్నాఎ" అన్నాడు. ఆర్చిలా అమర్చబడ్డ నల్లటి కనుబొమలు అతని కళ్ళకి ఒక తీవ్రత నిచ్చాయి. ఆ తీవ్రత ఉద్రేకంతో చలించింది.

"తమిళం నేర్చుకుంటున్నావా?" అన్నాడు నిధి.

"మా పాఠశాలలో చేరినవారై, శిష్యత్వం స్వీకరించి, ఓనామా లభ్యసించొచ్చు. లైక్ మై లైఫ్ - నా జీవితం లాగా, నా భాషయున్ గూడా తలక్రిందులైందని, గ్రహించరేల రుగావబా!" అన్నాడు. ఇద్దరూ కసిగా నవ్వుకున్నారు. అతని రెండు చేతులు పట్టుకుని కళ్ళల్లోకి చూశాడు నిధి. పక్కున నవ్వాడు.

"ఓస్ - మనమూ చెయ్యగలం" అంటూ జగన్నాథం కూడా పక్కున నవ్వాడు. అట్లా ఇద్దరూ నిలిపి, నిలిపి నాలుగైదుసార్లు అర్థం లేకుండా నవ్వుకున్నారు. బండివాడు తెల్లబోయి పక్కుననవ్వి ఎద్దుని హుషార్ చేసి, ఈల వేసుకుంటూ బండిని తోసుకుపొయ్యాడు.

"కర్ర తీసుకొచ్చావ్, కొడతావా ఏమిటి?"

జగన్నాథం చేతిలో కర్రని పైకెత్తి దానికేసి చూస్తూ....

"A dog hath a bone to lick

A girl hath a flower to pick

The King hath a bed to fall sick

But a Lord of the Word" (అంటే జగన్నాథ్) has only a stick.

మదీయ జీవగర్ర - జ్ఞాపకం వుందా? జీవము + కర్ర - ఆగమసంధి The Staff of my life.

ఏ కొండకోనల మడిసియుంటిరి? ఏ సీమ దాగియుంటిరి? ఇన్నినాళ్ళు చెప్పండి" అని కర్రని రెండుసార్లు గాలిలో విదిల్చాడు.

జగన్నాథం తువ్వాలుతో పాగాచుట్టి బెడ్డింగ్ నెత్తి నెట్టుకుని "ఆర్యా! స్వాగతం, సుస్వాగతం, తదీయ రాకచే - యక్స్‌కూజ్ బాడ్ గ్రామర్ - మదీయ గృహంబు - ప్యూర్లీ ఫర్ ది సేక్ ఆఫ్ రైమ్ పావనం బయ్యె - దయచేయుడు - లేదా ది గుడోల్డ్ మిడీవల్ ట్రెడిషన్ - శ్రీశ్రీశ్రీ మహా, మహా, తత్ ఓం, ఓం, ఓం - శ్రీశ్రీశ్రీ బహుపరాక్" అంటూ ఇద్దరూ నడిచి ఇంట్లోకి చేరుకున్నారు.

ఇంకా నలుగురు కుర్రాళ్ళు చెట్లకింద చాపలమీద కూర్చుని చదువుకుంటున్నారు. వాళ్ళు లోపలికొచ్చారు. ఒకబ్బాయి నిమ్మరసం నీళ్ళల్లో పోసి, పంచదార కలిపి తీసుకొచ్చాడు. ఈలోగా జగన్నాథం తువ్వాళ్ళు తీసుకొచ్చాడు.

"స్నానంబాచరింతమా?"

"ఓ, అయితే నీ ఆశ్రమానికి ఏం పేరెట్టావ్?"

"ఈ పుణ్యభూమిని ఆశ్రమం అనడం పాపమని గ్రహించండి స్వామీ! ప్రపంచంతో నిమిత్తం లేని వారి కీడ తావు లేదు - టు యూస్ నారయ్యాస్ లాంగ్వేజ్ ఫర్ చేంజ్ - సంఘంలో ఉండవల్సిన వారికి ఇక్కడ మార్గం చూపుతాం. అజ్ఞానాంధకారంలో వున్న నిరక్షరాస్యులకీ ప్రబంధశైలి మహాత్మా - జ్ఞానం కలిపించి, వెలుగు చూపుతాం"

"ఆ సంకల్పం ఉన్నవాడవు. ఊళ్ళో వుండక ఈ నిర్జన ప్రదేశంలో ఎందుకు?"

"అంతరాయం లేకుండా కార్యనిర్వహణ కొనసాగించడానికి 'రాలవర్షం' ఇంతకీ బావగారూ, మనలో మనమాట - పొట్టకూటికోసం, ఉద్యోగం కోసం అడ్డమైనవాళ్ళ లెగ్సు పట్టుకోటం నాకిష్టం లేదు. చేతకాదు. కొన్నాళ్ళు ఆ అవస్థలన్నీ పడ్డాను. ఎవడో మనకి ఉద్యోగం ఇచ్చేదేమిటి, మనమే ఇద్దాం అనుకుని, అట్టే ఆలోచించితే బుర్రలో కెరటం వచ్చింది. ఈ అజ్ఞానంలో పడ్డాను. - bye the bye -'అజ్ఞానం' అన్నది మీరింతకు పూర్వం 'ఆశ్రమం' అని వ్యవహరించినారే దాని నామాంతరం. Why so you may ask."

ఒడ్డుకు చేరుకున్నారు. నీళ్ళలోకి దిగారు.

"ఇది మన జీవితనౌక. నావ, సుకుమార డింగీ సాయంకాల విహారానికి" అని జగన్నాథం, ఆ పడవమీదికి ఎక్కి అందులోంచి నీళ్ళల్లోకి దూకి, ఈది స్నానం చేస్తున్నాడు.

ఒళ్ళు తుడుచుకుని, చెట్టుకింద కూర్చున్నారు.

"అయితే బావగారూ, ఇందిర పోయిందటగా?"

"అవును."

"జీవితం చిత్రమైంది సుమండి! మనిషి అడ్డు తగలకపోతే జీవితం సమస్యలని అదే పరిష్కారం చేస్తుంది."

"అది పరిష్కారం కాదు, సమస్య లేకుండా చెయ్యడం పరిష్కారం ఎట్లాగవుతుంది? సమస్య లేకపోవడం మృత్యువు చిహ్నం అయితే. జగన్నాథం, నీకు పెండ్లాంతో కాపురం చేసే ఈడొచ్చింది."

"ఎవరి పెండ్లాంతో మహాత్మా? ఉడ్ హౌసియన్ జోక్ - నాకు స్త్రీలు అర్థం కారండి. వాళ్ళతో నిమిత్తం కనపళ్ళేదండి. బొమ్మలతో మాదిరి, వాళ్ళతో ఆడుకోవాలనిపిస్తుంది. కాని, ఏ ఒక్కరితోనూ ఫర్ ఆల్ టైమ్ వుండటం అంటే భయం అండి. నా ఉద్దేశ్యం - మొదట మనిషికి తోచక ఇదవుతుంటే కాలక్షేపానికి 'స్త్రీని' సృష్టించుకున్నాడని నా అనుమానం. హాల్డేన్‌కి ఉత్తరం రాసి కనుక్కోవాలి."

"నీకు వాంఛ..."

"Say, Passion."

"అదే - పోనీ - లేదు నీకూ?"

"ఏమీ పనీపంగు లేనివాడి కవన్నీని -చేతినిండా పనుంటే అదో పెద్ద బాధకాదు - టేక్ మై లైఫ్. పొద్దున్నే లేస్తాను. గోదావరిలో స్నానం చేస్తాను. స్వయంగా పాలు పితుకుతాను. తరువాత మొక్కలు, తోటా చూసుకుంటాను. అన్నం వండుతాను. మధ్యాహ్నం పత్రికా పఠనం, చదరంగం, పాఠాలు చెప్పడం - సాయంత్రం తేలికైన తేయాకు డ్రింక్. ఇండియన్ టీ - దెన్ బోట్ షైర్ - రోయింగ్ ఎ గ్రేట్ ఎక్సర్‌సైజ్ - నైట్‌ని, చెట్టుకింద ఓ పాతికమంది పోగవుతారు.

పదింటి వరకూ వాళ్ళకి చదువు నేర్పడం -కానీ ఖర్చు లేదు- రాజా లాంటి జీవితం - ఎవరి దగ్గరా దమ్మిడీ పుచ్చుకోను. శిష్యబృందం ఒకడు చింతపండు, మరొకడు మిరపకాయలు ఇస్తారు. ఇంటిదగ్గర నుంచి బియ్యం వస్తాయి. ఆ ఆవు చూడండి, శిష్యులిచ్చిందే -అసలు వాళ్ళే వొండి పెడతామంటారు. బట్ ఫర్ మి-ఎందుకు? ఐదేళ్ళలో ఇది పెద్దయూనివర్శిటీ అవుతుంది. అప్పుడు మన దర్శనార్థం మాళవ్యాజీ, గాంధీ చక్కా వస్తారు. జీవిత రహస్యం అదే - ఏదీ కోరకుండా ఏదో పని చేసుకుపోండి- ప్రపంచం మీ కాళ్ళ ముందు వాలుతుంది. ఏమన్నా అడిగారా, చెట్టెక్కుతుంది - ప్రపంచం, వరల్డు."

వంటలయ్యాయి భోజనాలు చేశారు. కాసేపు పడుకుని లేచారు. సాయంత్రం టీ తాగి, పడవ షికారు బయలుదేరారు. దూరంగా నదిలో సూర్యుడు కోయలకి కాపలా వేస్తున్నాడు. గొర్రెల మందలా మేఘాలన్నీ - మంచినీళ్ళ కోసం అన్నట్లు, నీటి అంచుమీద గుమికూడాయి. నీటి ప్రవాహం అలసిపోయి - ఆకాశాన్ని పైన కప్పుకుని నిశ్చలంగా నిద్రిస్తోంది. రెల్లుగడ్డి వయ్యారంగా వింజామరేస్తోంది. పక్షులు భయంతో గానం చేస్తున్నాయి. ప్రేమని అన్వేషిస్తున్న కెరటాలు చీరమడతలు విప్పుకుని, పడవని స్పృశిస్తున్నాయి. నది నిద్రనుంచి లేచి, ఆవులించి పడవకి దోవ చేస్తోంది.

"జగ్గూ!"

"మిమ్మల్ని మీరు సరిజేసుకోండి"

"పోనీ, నాథ్-"

"ఇందాకటిదే బాగుంది. నాథ్ ఫర్ వాట్? జగత్ మదీయ శరీరం - నాథ్ మదీయ ఆత్మ"

"ఆల్‌రైట్ జగన్నాథా!"

"దట్ ఈజ్ బెటర్, ప్రొసీడ్."

"అయితే, మీ అమృతం కూతురెట్లా వుంటుంది?" అని నిధి నీళ్ళల్లో చెయ్యిపెట్టి కెలుకుతూ అడిగాడు.

302 చివరకు మిగిలేది

"నాకు తెలిసినంత వరకూ ద్వంద్వాలమీద నడుస్తోంది. విపులీకరిస్తాను; రెండు కాళ్ళు, రెండుచేతులు, రెండుకళ్ళు నాసికారంధ్రద్వయా – 'యా' తరువాత అరసున్నుందో లేదో శర్మగారికి రాసి కనుక్కోవాలి – ఎస్ అథారిటీ ఆన్ అరసున్న."

"అది కాదోయ్ – ఎవరి పోలికని?"

"అందంగా వుంటే అమ్మ పోలిక. మొద్దయితే నాన్నపోలికా"

"నీ ఉద్దేశ్యంలో?"

"కోతి జాతికీ, మనిషి జాతికీ మధ్య మరోజాతి వుండేదిట. ఆ జాతి తఫిసీళ్ళు. ప్రాచీన అస్తిపంజరాల సమీకరణ శాస్త్రజ్ఞులకు లభ్యం కాలేదు. ఆ మధ్య జాతిది అనొచ్చు."

"అసందర్భంగా మాట్లాడావంటే పడవ ఊపుతాను" అంటూ నిధి పడవని కదల్చడం మొదలెట్టాడు.

"ఏమండోయ్– కన్నీరై అగానుడై, అపరిచితుడై, అగౌరవుడనై –

Unwept, unsung, unknown, unhonoured
One, two, three
Timeless waters of Godavary.
Swallowed Jagannath's mystery.
And flowed into the sea of Eternity.
But కాని Who is the boatman? నావికుండెవడు?
The wealth of kindness,
Dayanidhi
He the boatman made a childish mess.
Of loving humanity
with kindness killed,
With burning passion, chilled,

అయ్యా, మనం కేవలం ఊరికే వుండటం ఒక్క ఆంధ్ర దేశానికీ ఒక్క భారత భూమికి కాక జగత్తంతకీ నష్టం అనవొచ్చు. మనపద్యాలు ఒక్క తెలుగు ఆంగ్లంలోగాక నార్వీజియన్ భాషలో కూడా తర్జుమా కాబడే దినం దగ్గరలో రానున్నది. అన్ని హక్కులూ దయానిధివి. వలయువారు కేరాఫ్ కోమలి. నాగమణి గ్రంథమాల, తప్పొప్పుల పట్టిక సుశీల. టిప్పణి నారయ్య, ఆఖరి కూర్పు, వెయ్యి ప్రతులు, వెల – తెలుసుకోలేరు"

తరువాత జగన్నాథం సంగీతం మొదలెట్టాడు. ఇసుక తిన్నెమీదికి చేరుకున్నారు.

"నీ జాబితాలో అమృతం పేరు వదిలేశావేం?"

"మీకు కోపం వచ్చినట్లుంది. తమాషాకన్నాను."

"నాకేమీ కోపం లేదు. అయితే, నేనొకటడుగుతాను చెప్పు."

"సెలవియ్యండి."

"నువ్విలా చిత్రంగా మాట్లాడతావెందుకు? స్వభావమా తెచ్చి పెట్టుకున్నదా?"

"తెచ్చిపెట్టుకునేది ఏదీలేదు."

"ఎప్పుడైనా నువ్వు నువ్వుగా వుంటావా?"

"నేను నేనుగా వుండే అవసరం, పుస్తకాల్లో మనుషులకి తప్ప మామూలు లైఫ్‌లో మనుషులకి రాదు. వస్తే వాళ్ళు చస్తారు!"

"ఇప్పుడు మాట్లాడుతున్నట్లుగా ఎప్పుడూ ఎందుకు మాట్లాడవు?"

"ఇట్లా మాట్లాడితే ఎవ్వరూ లైక్ చెయ్యరు."

"నీ సంభాషణంతా ఒక్క నటనన్నమాట!"

"అసలు జీవితమే నాటకరంగం; మనం అందరం పాత్రలం; సంభాషణ నటనెందుకు కాకూడదు? నటుడు నటించడం మానేసి, తన నిజ స్వరూపం ప్రదర్శించి గొడవలు మొదలెడితే, ప్రేక్షకులు ఏం చేస్తారని మీ ఊహ?అందుకనే భర్తృహరి ఏమన్నాడంటే - భర్తృహరి గాడి స్పెల్లింగ్ రాదండి"

"ఇస్, మళ్ళా మొదటికొస్తున్నావు"

"ఆయన హృదయ ద్వారంబుల్ మూసి, చిల్లుపడ్డ డోలువలె - ఆర్ టు వెరీ ది మెటఫర్, - తల్లిపాలు తాగిన పాపవలె - ఊరకుండెను."

"కేరాఫ్ కోమలి అన్నావు కదా, నీ ఉద్దేశ్యం?"

"... ... ..."

"చెప్పు నిన్నే - అబ్బో, కోపం కాబోలు!"

మళ్ళా ఇద్దరూ పడవెక్కి ఒడ్డుకు తోసుకొస్తున్నారు.

ఆ రాత్రి భోజనం చేసి చెట్టుకింద మంచాలు వేసుకున్నారు. దయానిధి అప్పుడన్నాడు.

"కోమలి నాతో వుంది, తెలుసా? అందుకనే కేరాఫ్ కోమలి అన్నావనుకున్నాను."

"నా జీవిత రహస్యాన్ని ఛేదించేవరకూ మీరు నిద్రపోరనుకుంటాను. కోమలి పేరెత్తారంటే, నేను నిష్కారణంగా పొయిట్రిలోకి దిగిపోతాను.

Where are thou roaming
O, Komali!
In the wasteful valley
Of poisoned honey?
In the arms of strong stupidity?

304 చివరకు మిగిలేది

వండ్రఫుల్ గరల్. భావకవిత్వం మీద వ్యాసాలు దంచేస్తున్నారీమధ్య ఆంధ్ర కవిపుంగవులు, కోమలి ఫొటోగ్రాఫ్ క్రింద వీళ్ళంతా సంతకాలు పెడితే సరిపోదు."

"నిన్ను చూడాలి. తీసుకురమ్మంది. నువ్వు నీళ్ళల్లోకి గెంటావట. రానీ తగిన శాస్తి చేస్తానంటోంది."

"చప్పునే ఆంధ్రరాష్ట్రం వస్తుందని బెంగ కాబోలు."

"అంటే?"

"ఏదో అన్నాను పోనిస్తురూ, చంపక..."

ఇంతలో ఓ పదిమంది చదువుకోడానికొచ్చారు. వాళ్ళతో కలిసి జగన్నాథం ఇంట్లోకెళ్ళి పోయాడు. తెల్లారింది. బండి వచ్చింది. నిధి ప్రయాణం కట్టాడు.

"నువ్వు తప్పకుండా రావాలి సుమా!"

"తప్పకుండా వస్తాను – కోమలికివి నా మాటలుగా చెప్పండి–

"ఏ వూరనున్నయున్, నీ సల్లటి తలంపే, గాడ్పుని వడగండ్లు సేయవా?
ఏదీ హార్మోనిష్టూ! బిలహరిలో నాలుగున్నర –
ఏ మందలో చేరినా
ఏకాకివై, అలిగి ముగ్గెట్టంత
నోసుకోని, నీ బ్రతుకుతెరువు
సూసుకో, వొయ్యారమైన–

అబ్బె, ఈపూట రావడం లేదండి – ది రీజన్ ఈజ్ పద్యంగా మొదలెట్టి పాటలోకి దిగాను – ఎనివే–దీపావళి కొస్తాను – మా అమృతాన్ని చాలా చాలా ఆస్కానని చెప్పండి"

బండి దూరంగా వెళ్ళిపోయింది.

దయానిధి అమృతంగారి ఊరు చేరుకునేటప్పటికి సాయంత్రం ఐదు గంటలైంది. సామానులు స్టేషన్‌లో పెట్టేసి ఒక్కడూ ఊళ్ళోకి నాలుగుమైళ్ళు బండిమీద ప్రయాణం చేశాడు. బండి వంతెన దగ్గర నిలిచింది. బండివాడు అమృతంగారింటికి గుర్తులు చెప్పి వెళ్ళిపోయాడు.

దయానిధి చీకటిపడే వరకూ ఊళ్ళోకి వెళ్ళదలచుకోలేదు. దూరంగా కుడివైపున పొలాలు కనిపిస్తున్నాయి. పొలాల్నించి అందరూ ఇళ్ళకొచ్చే సమయం అది. అమృతం భర్త కాంతారావు ఎదురౌతాడేమో ననిపించి నిధి ఎడంవైపు చెరువుకేసి నడవడం సాగించాడు.

జగన్నాథం నవ్వినప్పుడూ, తల తిప్పుతూ దెప్పినప్పుడూ అతనిలో ఎక్కడో అమృతం

ఛాయలు కనిపించినట్లు నిధికి గుర్తొచ్చింది. ఎవ్వరూ చూడకుండా, అతనొక్కడూ అమృతం కూతుర్ని 'రహస్యంగా' చూసి వెళ్ళాలని సంకల్పం.

అందరికీ తెలిసేటట్లుగానే వెళ్ళి, బహిరంగంగా ఎందుకు చూడకూడదూ అని ప్రశ్నించుకుంటే సమాధానం లేదు. అందులో ఒక నిగూఢమైన, రహస్యమైన ఆనందం ఉన్నట్లుంది. అది ఎవరితోటీ చెప్పుకోవడానికి వీల్లేనిది. ఇతన్ని చూసి అమృతం సిగ్గుతో తలొంచుకుంటుంది, పిచ్చి సంతోషంతో పారిపోతుంది.

"ఎందుకొచ్చావు బావా? నువ్వు శాశ్వతంగా నా దగ్గరే వుంటావు. నిన్ను పంచుకున్న ఫలితం బావా, ఈ పిల్ల" అని తొట్టిలోకేసి చూసి అంటుంది కాబోలు! ప్రపంచానికి అర్థంకాని ఆనందంతో అమృతం మూగదై బాధపడుతుంది. ఆ అమృతం బాధని ఏకాంతంగా చూడాలి. ఆ పిల్ల ఏడుపులో, అనాదినుంచి మానవుడు రహస్యంగా పడిన తపన వినపడుతుంది.

పుణ్యంలాగే పాపం కూడా అమరత పొందుతుంది కాబోలు! 'నే నెవర్ని?' అని ఆ పసిది వేసే ప్రశ్నకి ఏ వేదాంతి సమాధానం చెప్పగలడు? 'ఆత్మ', 'పరమాత్మ', 'విశ్వరూపం', 'సృష్టి రహస్యం', 'జీవాత్మ' అంటారా? లేక – 'అంధత్వం', 'చీకటి', 'అజ్ఞానం', 'పశుత్వం' పోనీ, సాధారణ భాషలో 'గోడలు దూకడం', 'తలుపు సందులో', 'ముసుగు', 'మోసం', 'మంచంకింద' – అంటారా? జన్మాంతరవాసం కాబోలు! తలుచుకుంటే కవిత్వం వస్తుంది.

"గుళ్ళను, గోపురాలను, గులకరాళ్ళను –
ప్రేమ ప్రవాహం కరిగించిందీ –
రక్తమైన గట్టు చేరింది –
రాత్రంతా అడవిలో ధ్వనించింది.
ఉదయాన ఊపిరికోసం, పసిదై ఏడ్చింది.
ఇదే అనుభవాన్ని ఆధునిక కవి ఏ విధంగా చెప్పగలడో!
కాళిదాసుకేం తెలుసు కావమ్మ సొగసు!
స్విచ్ నొక్కు, సెకండ్ షోకి పోదాం.
ఆమె "జ్యూలియట్"
అతను "మజ్ను"
ఫైనల్లీ, "పోలియస్, బెర్ జరీ" –
టాక్సీలో సన్నటి నడుం "క్లోజప్"

భవభూతికేం తెలుసు ఆ షోల్డర్ బ్లేడ్ సొంపు?-
జుట్టంతా రేగింది, గ్రామ్‌ఫోన్ పెట్టె వాటన్స్,
రాత్రి టోపీ ఓవల్టీన్ బిగుతైంది.
క్లియోపాట్రా లిప్‌స్టిక్‌కి బదులు
ఎంకి చొంగతో తృప్తిపడదాం!
శకుంతల "కాసియో" కిచ్చిన కర్చీఫ
బెరి బెరి బెర్నార్డ్‌షాకి తెలీదు; బుచ్చమ్మ విడోడ్ బ్రెస్టులో
భర్తృహరికీ తెలీదు మా గాంధీ అన్నాడంటే-
పొలిటికల్ స్టంట్ - పొమ్మన్నారు."

ఈ భావాలు ఊహలో తిప్పుకుంటూ నిధి చెరువు గట్టున కూర్చున్నాడు. అలలు మెల్లిగా గట్టుమీద ఊపిరి తీసుకుంటున్నాయి. మట్టిలో వేడిగాలి, పైకి వెళ్ళలేక భూమినే ఆవరించుకుంది. పొడుస్తున్న చుక్కల ప్రతిబింబాలు, చెరువులో పడ్డాయి. ఎడ్లు నీళ్ళు తాగడానికొచ్చి తామరాకుల్ని కెలికేశాయి.

వాడు కాంతారావుగారి పాలేరు కాడుకదా! అయినా తన కెందుకంత భయం? అమృతం వుందిగా, చమత్కారంగా ఏదో సర్ది చెప్పకపోతుందా? అంచేత వీధి గుమ్మాన బహిరంగంగా వెళ్ళడం మంచిది. తనుచాలా గొప్పవాడు, ధనికుడు - తనని ఎవరేమన గలరు? డబ్బుంటే ఫరవాలేదు. ఎన్నింటినైనా కప్పేస్తుందన్న వేమన పద్యం జ్ఞాపకం రావడం లేదు.

ఆకాశం నిర్మలంగా వుంది. చంద్రుడు కూడా లేడు. నక్షత్రాలు ప్రశాంతంగా మెరుస్తున్నాయి. మేఘాలన్నీ పడమటి ఆకాశంలో స్నానానికి దిగి మునిగిపోయినట్లు మాయమయ్యాయి. ఎక్కడో ఓ పక్షి నేనూ ఉన్నానంటూ అరుస్తోంది. పిల్లలు కర్రకి మేకు దిగేసి, ఇనుప చక్రాలని దొర్లించుకుంటూ పోతున్నారు.

జనం పల్చబడ్డారు. సందడి తగ్గింది. అతనికి ఆకలేస్తోంది. వొంతెన దగ్గర కిల్లీ దుకాణం దగ్గరకొచ్చి, రెండరటి పళ్ళు తిని, సోడా తాగాడు. ఎనిమిది దాటుతోంది. అమృతంగారింటి సందులోకి చేరుకున్నాడు.

"అబ్బీ, కాంతారావుగారి ఇల్లు ఏదీ?" అని అడిగాడు, గడ్డిమోపు తీసుకెళుతున్న ఆసామీని. "అమృతంగారిల్లు..." ఆసామీ కాసేపు నిదానించి, "అద్దుగదిగో, - ఆ మూలగా వున్న మేడేనండి. కామందు కాంతయ్యగారిల్లేనాండి?" అని ఆ వ్యక్తి వెళ్ళిపోయాడు.

అది విశాలమైన సందు; అన్నీ మట్టి గోడల ఇల్లు; పాకలు; దూరంగా ఖాళీ

లాంతరు స్తంభం ఒరిగి వుంది. కాని వెలగడం లేదు; అక్కడంతా స్థలమే... ఎదురుగా, పసుపుపచ్చ మేడ వుంది. అదే అమృతం గారి మేడ.

దయానిధికి వీధిగుమ్మంలోంచి బహిరంగంగా వెళ్ళే ధైర్యం లేకపోయింది. ఇంటిముందునుంచి నడిచి వీధి చివరికి చేరుకున్నాడు. ఆ వీధిలోంచి అమృతం చెరువునుంచి నీళ్ళబింది తీసుకుని ఎన్నిసార్లు నడిచిందో! వెనకాల సందులో కెళ్ళేటందుకు మరో దోవలేదు; ఇంటిచుట్టూ పచ్చగోడ కాపలా కాసింది.

గోడమీద గాజుపెంకులు గుచ్చి వున్నాయి. పాపం, ఏ నల్లటి రాకుమారుడో అర్ధరాత్రి గోడదూకి దొడ్లో ఉయ్యాల ఊగుతున్న అమృతాన్ని ఎత్తుకుని పోకుండా కాబోలు? గోడచుట్టి దొడ్డివైపుకి వెళ్ళాడు. తలుపుంది. తలుపు సందులోంచి లోపల దొడ్డంతా కనిపిస్తోంది. పెద్ద పెద్ద చెట్లు, మొక్కలు, వసారాకి మెట్లు, కాగు, గంగాళం, నూతిపళ్ళెం, బాదంచెట్టు.... పెద్ద తలుపు సందే!

మనుషుల అలికిడి మాత్రం లేదు. 'కీ' ఇవ్వడం మరిచిపోయాడు కాబోలు - రిస్టువాచీ సాయంత్రం నాలుగింటికి నిలిచిపోయింది. లోపల భోజనాలు చేస్తుంటారు కాబోలు! కాంతారావు పొలాన్నుంచి వచ్చాడా? అమృతం గుళ్ళోకి వెళ్ళిందేమో! అంతగా అతన్ని చూసి "ఇదేమిటి?" అని అడిగితే, "ఇదే వీధి గుమ్మం అనుకున్నాను" అంటాడు.

ఎవరో : "సామాన్లేవి?"

అతను : "రైల్లో వదిలేశాను."

ఎవరో : "ఇప్పుడేం రైలుంది?"

అతను : "అంటే...అంటే..."

(నవ్వి) అమృతం : "బావ మధ్యాహ్నం రైల్లో వచ్చాడు. అత్తయ్యా, బావకి తిన్నగా ఇంటికొచ్చే అలవాట్లేదు. దోవలో ఆగుతూ వింతలు చూస్తూ నడిచి వచ్చి వుంటాడు - కదు బావా?"

ఎవరో : "ఈ ఊళ్ళో ఏం వింతలుంటాయే? నీది మరీ సోద్యం!"

అమృతం : "మీకు తెలీదత్తయ్యా... బావకి ప్రతిదీ వింతగా తోస్తుంది - తొట్టిలో మన పాపాయిలాగ, కదూ?"

అంటూ పాపాయి బుగ్గ గిల్లుతుంది.

అప్రయత్నంగా అతని చెయ్యి తలుపు మీద ఆనింది, తలుపు కిర్రుమని జరిగింది. తీసే వుందన్నమాట! గబుక్కున చెయ్యి తీసేసి తలుపుని దగ్గరగా మూశాడు. అమృతం దొడ్లోకి రాకుండా వుంటుందా? వచ్చినా, దూరాన్నుంచి తను గుర్తు పట్టగలడా? అత్తగార్ని

అమృతం పిలిస్తే, ఇంకేమన్నా వుందా? దొడ్డి చాలా పెద్దది. కుడివైపున గడ్డివామి కనబడుతోంది. దూడ మెదుల్తోంది, పేడకంపు. ఏ అర్ధరాత్రో అమృతానికి నిద్రపట్టక వసారాలోకొచ్చి బాదంచెట్టుకింద కూర్చుని నక్షత్రాలకేసి చూస్తూ వుంటుంది. అతన్ని చూస్తుంది.

అమృతం : ఎవరది?

అతను : నేను.

అమృతం : బావా! నువ్వా? (ఏడుస్తుంది)

అతను : ఎందుకు ఏడుపు?

అమృతం : బావా! నీకు తెలుసు, ఘోరం జరిగింది. నీ దగ్గర వుండే సాహసం లేదు. నిన్ను వదిలివుండే గుండెకాదు, నేను బ్రతకను బావా!

అతను : నన్ను మరిచిపో అమృతం! అది చెప్పడానికే వచ్చాను.

అమృతం : నీలా సులభంగా మరిచిపోలేను బావా! మరిచిపోయిన నాడు, ఈ అమృతం విషం కాదూ! నిన్ను మరిచి స్త్రీత్వాన్ని కోల్పోతానా?.. (కొంగు నెత్తిన కప్పుకుని, మల్లెపూలు ఊడదీసి పారేసి అతని భుజాలని కన్నీటితో తడిపేస్తుంది.)

అతను : ఎక్కడికి అమృతం?

అమృతం : నిశీధిలోకి...

అతను : నేను రానక్కరలేదా?

అమృతం : జ్ఞాపకాలు లేని ఈ మనుషులతో నాకు నిమిత్తం లేదు. ఎక్కడో గుండె రాయి చేసుకుని సముద్రంలో కెరటాల మధ్య శిలగా మారతాను బావా!

అతను : మరి నీ పాపాయి? ప్రపంచానికి ఆ పాప జ్ఞాపకాలేనా సంతతి...

అలా మాట్లాడుతుంది కాబోలు అమృతం! ఊహించుకుంటే అతనికి నవ్వొచ్చింది. భయమేసింది. స్త్రీలు ఎంత సాహసమేనా చేస్తారంటారు పెద్దలు. స్త్రీలు ప్రేమ లేకుండానే పిల్లల్ని కనగలరు! మహాఇల్లాలులూ కాగలరు, ఖ్యాతి గడించగలరు. చరిత్రలో అమరత గడించగలరు.

వారే కనక నిజంగా ప్రేమించగలిగితే, ఇంకేమన్నా వుందా? సంఘం తారుమారవుతుంది. ప్రపంచం తలక్రిందులవుతుంది. ఆకాశం నెత్తిమీద పడటం లాంటిది – దాన్ని వారించి మోసే పురుషుడు ఈ జగత్తులో వున్నాడా? భారత స్త్రీ ప్రేమించకపోవడం – నిజంగా మంచికే. చరిత్రలో యుద్ధాలైనా తగ్గుతాయి. గాంధీగారు నిశ్చింతగా నిద్రపోవచ్చు.

ఎంతకాలం తను అలా నుంచోడం! ఎంతో సిగ్గుగానూ చిన్నతనంగానూ వుంది.

తనకెందుకు చూడాలన్న ఉబలాటం? అమృతానికి లేని చింత తనకెందుకు? అదుగో, ఎవరో వసారాలో కొచ్చినట్లున్నారు, అదుగో ఆమెయే అమృతం! తలుపునెట్టి లోపలి కొచ్చాడు. చేతుల్లో విస్తళ్ళకట్ట దూరంగా గోడవతలకి గిరవాటెట్టి, వెనక్కి తిరిగి చూసి – "ఎవరు?" అంటూ మెట్లుదిగి–

"బావా! దా, దా" అన్నది.

"ఉస్" అన్నాడతను, చూపుడు వేలు నోటిమీద వుంచుకుని. "బిగ్గరగా మాట్లాడకు. – నే వచ్చినట్లు ఎవరికి..."

ఇంకా అతని వాక్యం పూర్తికాకుండానే అమృతం సంతోషంతో నవ్వుతూ, "భలేవాడివే! ఇంట్లోకి రా, ఇదేం చిత్రం – అత్తయ్యా, బావ వొచ్చాడు" అని ఇంటివైపుకి తిరిగి బిగ్గరగా కేకేసింది.

"బండి పొద్దుపోయింది కాబోలు. లోపలికి రా, బావా!" అంటూ దొడ్డి తలుపులు మూసి, గడియెట్టింది.

ఇంతలో అత్తగారు వసారాలో కొచ్చింది.

"ఎవరదీ? దీపమేనా పెట్టారు కారేమర్రా?" అన్నది.

"మా నిధి బావండత్తయ్యా! రైలు ఆలస్యమైంది. పాపం, వీధి గుమ్మం తెలిసిందికాదు. రా బావా, మా అమ్మాయిని చూద్దువుగాని...."

ముగ్గురూ లోపలికి వెళ్ళారు.

"కాంతారావుగారేరి?" అన్నాడు నిధి.

"నరసయ్య మేష్టారింటికి పేకాట కెళ్ళారు. చూశావా మా ఇల్లు – నీకేం నువ్వు జమీందారయ్యావు. మేం కనిపిస్తామా – నీ బంగళా బాగుంటుందంటగా – నన్ను తీసుకెళ్ళి చూపించకూడదా ఏమిటి?" అంటోంది అమృతం.

స్నఫ్ కలర్ చీర చిందరవందరగా కట్టుకుంది. చీర బిగించిన ముడికీ, చుక్కల జాకెట్టుకీ మధ్య కడుపు మడత దీపం వెలుగులో కనబడుతోంది.

అమృతం ఎదిగింది; పెద్ద ఆరిందాలాగుంది. జడంతా ఊడి చుట్టలుచుట్టలుగా మెడలమీదనుంచి జారింది; మధ్య మధ్య దుద్దుల రాళ్ళు తళుక్కున మెరుస్తున్నాయి.

"నా బంగళాని నీకెవరు వర్ణించారు?"

"ఓయబ్బ, మేం ఎంత పల్లెటూళ్ళో వున్నా మాకన్నీ ఆమాత్రం తెలియవా ఏమిటి. చూశావా, అత్తయ్యా! నేను చెబుతుండేదాన్నే – ఆ బావ– చెరుగ్గడలంటే మహా ఇష్టం."

"అలాగా! మావాడు నీ దగ్గరకొస్తానంటూ ప్రయాణం కడుతుంటాడు. మంచివాడు

గనక ఆపేక్షపడే వాడవు గనుక – పాపం జ్ఞాపకం వుంచుకుని నువ్వే వచ్చావు. అలా వుండాలి నాయనా, చుట్టరికాలంటే" అంటూ ఆవిడ దీపంబుడ్డితో ఏదో సవరిస్తూంది.

"నా మనవరాల్ని చూద్దువుగాని ఇట్టారా..."

"ఇట్లారా బావా!" అంది అమృతం.

ముగ్గురూ పక్కగదిలోకి నడిచారు. అమృతం దీపం ఒత్తి పెద్దది చేసి, తొట్టిలోకి చూపించింది. అందులో చిన్నపిల్ల! అమాయకంగా కళ్ళు మూసుకుని పడుకుంది. పిల్ల నల్లగా వుంది. మొహాన అక్కులు చుక్క వుంది. ఒంపులు తిరిగిన లేతజుట్టు నుదుటిని కప్పేసింది. ఎవరి పోలికో అతనికి తెలీడం లేదు. అత్తగారు, తనే స్వయంగా కన్నట్లు, గర్వంగా చూసి, పిల్ల బుగ్గని తాకి....

"ఒసేయ్ గడుగ్గాయి పిల్లకానా! బాబయ్యొచ్చాడే. వజ్రం దొరికిందే – ఆ జమిందారు బాబయ్య నిన్ను చూడాలనొచ్చాడు....బాబయ్యకి వజ్రం దొరికింది, మాకు నువ్వు దొరికావు..." అన్నది.

ఆవిడెలా కనుక్కుందో!

"అత్తయ్యా, అచ్చంగా బావ పోలిక కదూ?"

అతని గుండెలు దడదడ కొట్టుకుంటున్నాయి. ఇదేమిటి, ఇలా నిర్భయంగా అనేస్తుంది? అతన్ని కదిపివేసిన మహత్తర అనుభవం తనకి జరిగినట్లుగానే ప్రవర్తిస్తుంది. అమృతం వంకాయల బేరం తెగింపుకాక, కూరల మనిషిని పొమ్మన్నట్లు –అంత చులకన!

"చూడండి – దాని కళ్ళు, నోరు అంతా బావ పోలికే" అన్నది అమృతం, అతని కళ్ళల్లోకి వయ్యారంగా చూస్తూ.

"పెద్దయితేగాని పోలికలు బయటపడవు, బాబయ్యల పోలికలు రాకుండా పోతాయా మరి" అన్నది అమృతం అత్తగారు.

"ఏ వేళైందో, భోజనం వడ్డించు" అంటూ అత్తగారు వంటింట్లోకి నడిచింది.

"ఎలా వుంది బావా, నీ కూతురు?" అన్నది అమృతం.

'నిజంగా నా కూతురే?' అని అడగాలనిపించింది తనకి. ధైర్యం తెచ్చుకుని, గొంతు సవరించుకున్నాడు. "అయితే, అమృతం... నన్నో అనుమానం బాధిస్తోంది." అని మాటలు వెదుక్కుంటున్నాడు.

"నేనూ, వారూ మీ ఊరెందుకు రాలేదనేనా? సరే, మంచివాడివేలే, మమ్మల్ని రమ్మన్నావా ఏమిటి?" అని లోపలికెళ్ళి చెంబుతో నీళ్ళు, తువ్వాలు, సబ్బుపెట్టె తీసుకొచ్చింది.

ఇంతలో కాంతారావొచ్చాడు. అందరూ భోజనానికి కూర్చున్నారు.

అమృతం స్నానం చేసి, పల్చటి తెల్లచీర, తెల్లజాకెట్టు, తల్లోపూలు సింగారించుకుని వడ్డన కొచ్చింది. "బావ"కి ఏవేవి ఇష్టమో కనుక్కుంటూ జాగ్రత్తగా వడ్డిస్తోంది.

"అన్నగారు రావడంవల్ల మాకు పిండివంటలూ, పెరుగూ తగిలాయి" అన్నాడు కాంతారావు నవ్వుతూ.

"మీదిమరీ సోద్యం. ఎప్పుడూ పెరుగు మొహం ఎరగనట్లు చెబుతున్నారు. బావ నిజం అనుకుంటాడు కూడాను" అన్నది అమృతం.

అందరూ నవ్వుకున్నారు. ఇంతలో పిల్ల ఏడ్చింది. అమృతం లోపలికెళ్ళింది. భోజనాలయ్యాయి.

అమృతం తమలపాకులు చిలకలు కట్టి, వక్కలు, యాలకులు ఒక డబ్బీలో పోసి తీసుకొచ్చింది. నిధికి వీధి అరుగుమీద పక్కవేశారు. జగన్నాథం కబుర్లు, అనంతాచార్లుగారి కబుర్లు కాసేపు చెప్పుకున్నారు.

ఇంతలో అమృతం కూడా భోజనం చేసి వచ్చింది. కాంతారావు చుట్ట ముట్టించి, నీళ్ళు తీసుకొని అవతలికెళ్ళాడు.

"అబ్బ– చుట్టకంపు, ఛస్తాం" అంది అమృతం పెద్ద ఇదిగా. ఇందిర పోయినందుకు విచారం ప్రకటించింది. కాసేపు మౌనంలో పడ్డారు ఇద్దరూను.

"అయితే, బావా! కోమలి నీదగ్గరే వుంటోందిటగా?"

"అవును, నీ కెవరు చెప్పారు?"

"ఆ మాత్రం తెలీకుండా వుంటుందా, నువ్వు మమ్మల్ని మరచిపోతావేమోగాని..."

"మీ ఆయనకి కూడా తెలుసా?" అన్నాడు.

"తెలియదనుకుంటాను. నాతో ఆ విషయం ఎప్పుడూ అన్లేదు."

"కోమల్ని పెండ్లి చేసుకుంటావా?"

"నాకేం తెలుస్తుంది?"

"అసలు నీకా సందేహం ఎందుకు కలిగింది."

"చిన్నప్పటి స్నేహం... నీ దగ్గరే వుంటోందంటే... చేసుకుంటావేమో అనుకున్నాను" అంది, అమృతం కళ్ళు కిందికి దించేసి.

"చేసుకోమంటావా?"

"ఏమో....?"

"చేసుకోదగ్గ మనిషేనంటావా?"

"మనుషులు ఎప్పుడూ ఒకేలాగుంటారా, ఇప్పుడేమన్నా కుదురుగా వుందేమో!"

అతనికి నవ్వొచ్చింది అమృతం ఆ మాట అనడం. అత్తగారి రాకవల్ల వారి సంభాషణ నిలిచిపోయింది. అమృతం అత్తగారు ఇందిర పుట్టింటివారి పుట్టుపూర్వోత్తాలు స్మరించడం మొదలెట్టి, "ఇందిరకి చెల్లెలుందిటగా! పెళ్ళీడుకొచ్చిన పిల్లట- నువ్వు చేసుకోకూడదా నాయనా!" అన్నది. "ఇంతకీ ఎవళ్ళెవళ్ళకీ రాసుందో" అనుకుంటూ "నిద్రొస్తోంది" అని లేచి లోపలికెళ్ళింది.

"నేను కూడా ఏమన్నా మారానా బావా?" అంది అమృతం.

"ఏమో, నాకేం తెలుస్తుంది."

"పోదూ, నీదంతా చిత్రం. చెప్పకూడదా ఏమిటి? కొంచెం లావయ్యాను గదూ?" అంటూ తన వంటికేసి చూసుకుంది.

మంచినీళ్ళకి మెట్లమీది కూజా కోసం వంగినప్పుడు జాకెట్లోంచి రొమ్ములు బరువుగా కదలడం కనిపించింది.

"నువ్వనేది శరీరం మార్పా?" అన్నాడు నిధి పెదవి చప్పరిస్తూ.

"ఇంకే రకం మార్పుందేమిటి? అబ్బో.... నువ్వు బలే ఇదయినవాడివే, నీకు రావాలి ఆ మార్పులన్నీ."

"అంత కంగారుపడతావెందుకు అమృతం? ఇంతకీ, నిన్నడగవలిసిన ప్రశ్న మర్చేపోయాను. అసలు నేనందుకే ఇక్కడికొచ్చాను."

"బావా! అడుగు కాని; నువ్వు ఏదో కొంపంతా మునిగేటట్లు పెద్ద ప్రమాదంగా మాట్లాడతావు. ఏమిటి బాబూ, ఆ సందేహం?"

"అయితే, మీ అమ్మాయి..."

అతని వాక్యం పూర్తిచేసే అవకాశం లేకపోయింది. కాంతారావొచ్చాడు. కాసేపు వజ్రాల కబుర్లు చెప్పుకున్నారు.

"నీకు నిద్రొస్తే నువ్వెళ్ళి పడుకో" అన్నాడు కాంతారావు.

"బావకీ నిద్రొస్తుంది. అదిగో, కళ్ళు మూసుకుపోతుంటే" అన్నది అమృతం.

పావుగంటలో కాంతారావు, అమృతం లోపలి కెళ్ళారు. తలుపు గడియపడింది. దయానిధి పక్క సర్దుకుని పడుకున్నాడు.

"ఇంకా ఏమన్నా కావాలా బావా?" అంటూ అమృతం గడియ తీసి బయటకొచ్చింది.

"ఏమీ అక్కర్లేదు."

"కావాలిస్తే లేపేం" అని గుమ్మం మీద చూస్తూ నిలబడింది అమృతం.

"చెప్పు, నీ సందేహం ఏమిటో" అని అడిగింది రహస్యంగా.

కాంతారావు ఇంతలో, "అబ్బ, నిద్రపట్టడం లేదండీ లోపల. మరోచుట్ట తగలేస్తాను" అంటూ బయటకొచ్చి, చుట్ట ముట్టించి అరుగుమీద కూర్చున్నాడు.

"నే వెళ్ళి పడుకుంటా– వచ్చేటప్పుడు తలుపు వెయ్యండీ!" అని భర్తతో చెప్పి, అమృతం తలుపులు జేరవేసి లోపల కెళ్ళింది.

నిధికి నిద్ర పట్టేసింది. మళ్ళా అరగంటలో లేచాడు. ఇంట్లో గడియారం పాడైంది కాబోలు – ఆరు గంటలు కొట్టింది. అమృతం ఓ రాత్రివేళ బయటకు వస్తుందని అతని నమ్మకం. అరగంటలు, గంటలూ గడిచిపొయ్యాయి, అతనికి నిద్రపట్టలేదు. అప్రయత్నంగా అతని దృష్టి తలుపు మీదికి వెడుతోంది. అమృతాన్ని భర్త హస్తాలలో ఊహించి బాధపడ్డాడు. తనకెందుకో అంత బాధ? దూరంగా ఉన్నప్పుడు ఎన్ని ఊహించుకున్నా వాటిల్లో బాధలేదు. దగ్గరగావున్నప్పుడే. ఆరుగజాల దూరంలో అమృతం తన బరువైన సౌందర్యాన్ని భర్తకి అప్పగించేసింది. అతని ఉనికి ఆమెని ఏమాత్రమూ కలవరపరిచినట్లు లేదు. స్త్రీలు చిత్రం. వారు లోనవుండే మనోవ్యథలు, అవస్థలు తికమకలు బయటికి ప్రకటించరు. లేక, ఇవన్నీ పురుషుడి ప్రత్యేకమైన జాడ్యాలా? వాళ్ళకి వ్యక్తిత్వం వున్నట్లు లేదు. శరీరాలపైన అభిమానం. "ఇది నాది. దీన్ని ఫలానా వారికే అప్పగిస్తాను" అన్న పట్టుదల వున్నట్లు కనిపించదు. ఎవరో ఒకరు తమని కోరి అన్వేషించడంలోనే వారి తృప్తి వుంటుంది! ఏమిటో, తను ఇలా అనుకోడానికి ఆధారాలేమున్నాయి? కోమలి ఇవన్నీ తప్పని రుజువు చెయ్యడం లేదూ? స్త్రీలకి వ్యక్తిత్వం లేకపోతే, కోమలికి మాత్రం ఎలా వచ్చింది?

తలుపు చప్పుడైనట్లనిపించింది. లేచి మంచంమీద కూర్చున్నాడు. ఏమీ లేదు. పక్కింట్లో తలుపులు కాబోలు! కోడి కూసింది. అతను నీరసంతో కళ్ళు మూశాడు. తెల్లారిపోయింది. జనం అటూ ఇటూ తిరుగుతున్నారు. పాలేళ్ళ సందడి, పాచిమనిషి అలికిడి, అమృతం అత్తగారు దగ్గుతూ మాట్లాడడం, అమృతం ఇతన్ని లేపడం అన్నీ జరిగిపోయాయి.

"ఏం బావా, నిద్ర బాగా పట్టిందా?" అని అడిగింది.

"ఆహా..."

"మొహం అలా బరువుగా వుందేం?"

ఆమె మొహంలోకి చూశాడు. కళ్ళకింద నలుపు నిద్రలేని అలసటని చూపింది.

"కొత్తచోటికి వెడితే నిద్రపట్టదు కదూ?" అంది అమృతం.

ఆనాడు అమృతం అలిసి మంచంమీద పరున్న దృశ్యం జ్ఞాపకానికొచ్చింది. అతనికీ నవ్వొచ్చింది. మనుషులు అనుకునేదానికీ, అన్నదానికీ ఎక్కడా సమన్వయం వుండదు. సంభాషణంతా ఒక నటన, ఊహిస్తే ఇలా వుంటుంది.

అమృతం : నీకు నిద్ర లేనట్లుంది. చోటు కొత్త (నన్ను గురించి ఆలోచించడం మూలాన)

అతను : బాగా పట్టింది. (అసలు కళ్ళు మూయందే)

అమృతం : నాకు మొద్దు నిద్దరట్టింది. (తెల్లవార్లూ నేనూ, ఆయనా సరసాలు)

అతను : ఓస్, నేను నమ్మను. (నన్ను గురించి ఆలోచిస్తూంది కాబోలు)

అమృతం : ఫో, కొంటీ! (ఏం చెప్పను బావా, నా బాధ. ఎవరికీ అర్థం కాదు)

అలా జరుగుతుంది సంభాషణ. లోపలొకటీ, బైటొకటీ! నిజాలకి చోటు లేదు. సత్యానికి వ్యవధి లేదు.

మొహం కడుక్కున్నాడు. కాఫీ తీసుకొచ్చింది. స్నానం అయింతర్వాత నిధి ప్రయాణం కట్టాడు. కాంతారావు అన్నాడు.

"అన్నగారూ, నేను సంతకెడుతున్నాను. నా బండిలో రండి, స్టేషన్ దగ్గర దిగబెడతాను."

"పోనీ బావా, ఓ నాలుగు రోజులపాటు మా ఇంట్లో వుండకూడదా ఏమిటి?- అట్లాగైతే మీ ఊరు రాము- అంతే?" అన్నది.

"ఈసారొచ్చినప్పుడు తప్పకుండా వుంటాను!" అన్నాడు.

"మళ్ళా మళ్ళా మా ఊరు వస్తావా ఏమిటి? ఏదో పొరపాటుని వచ్చావు కాని."

"పోనీ, నువ్వూ మీ ఆయనా నాతో రాగూడదూ?" అన్నాడు నిధి.

"ఆకుమళ్ళ హడావిడి తగ్గుతుంది నెలరోజుల్లో - అప్పుడొస్తాంలెండి" అన్నాడు కాంతారావు.

"పగలు చూద్దువుగాని అమ్మాయిని, రా" అంది అమృతం. కాంతారావు, నిధి గదిలోకి వెళ్ళారు.

"బావ పోలికంటుంటే కాదంటున్నాడండోయ్!"అన్నది అమృతం. కాంతారావు నీరసంగా నవ్వాడు. నిధి పిల్లకేసి పరీక్షగా చూశాడు కానీ, ఎవరి పోలికో నిర్ణయించు కోలేకపొయ్యాడు. అమృతం పోలిక తెలుస్తూనే వుంది. మిగతా సగం తనా, కాంతారావా? ఐదారేళ్ళు పోతేనేగాని బయట పడదు.

ఎడ్లబండి సిద్ధమైంది. కాంతారావు, దయానిధి అందులో కూర్చున్నారు. అమృతం పసుపుపచ్చ పట్టుచీర, పెద్ద కుంకుం బొట్టు, నల్లటి రవిక వేసుకుని మెట్లమీద నిలబడింది. నిట్టూర్పుతో ఆమె రొమ్ములు లేచి పడుతున్నాయి. వాటిమధ్య చీర నాలుగు మడతలు పడి, నిండైన ఆకృతి తీర్చిదిద్దింది. "తెలుసునన్నట్లు" అమృతం నవ్వింది. అత్తగారు

పిల్లని ఎత్తుకొచ్చి కోడలి చేతికిచ్చింది. అమృతం పిల్లని ఎత్తుకుని – "బాబయ్య వెళ్ళి పోతున్నాడు...గుడ్ మార్నింగ్ పెట్టు" అని పిల్ల చెయ్యి ఊపించింది.

"గుడ్ మార్నింగ్‌కాదు, గుడ్‌బై అనాలి" అని కాంతారావు సరిచేశాడు.

"ఏదో ఒకటిలెండి– బావకి ఏదన్నా కోపంరాదు... మీరు మరీ నేర్చుకున్నారు, మా జగ్గుని చూసి..."అన్నది.

"జగ్గు అంటే, ఊరుకున్నా? జగన్నాథం అనాలి" అన్నాడు నిధి. అందరూ నవ్వుకున్నారు.

"గుడ్‌బై – చైల్డు ఆఫ్ క్రియేషన్" అన్నాడు నిధి, చెయ్యిఊగిస్తూ.

"అబ్బో, మా అమ్మాయితో ఇంగ్లీషు మాట్లాడేస్తున్నావే, నువ్వే తీసుకెళ్ళి దానికి చదువు చెప్పించెయ్యి."

"సరేలే, ఆ భూతకిని లోపలికి తీసుకెడుదూ" అని భర్త విసుక్కున్నాడు.

"అదేమిటండి? – మా దొరసాన్ని పట్టుకుని భూతకంటారు, చెప్పు బావా ఆయనకి, ఏమనాలో ఏమనగూడదో".

బండి కదిలింది.

"ఉత్తరం ముక్క రాస్తుండే" దూరంగా చెయ్యి ఊపుతోంది. పిల్లతో కలిసి, "అడ్రెస్ మావార్నడుగు..."

తరువాత మాటలు వినబడలేదు. బిందెలతో వెడుతున్న అమ్మలక్కలు అమృతం కేసి వింతగా చూసి వెడుతున్నారు. కడపటి దృశ్యం బండిమలుపు తిరిగింది.

★ ★ ★

316 చివరకు మిగిలేది

చివరకు మిగిలేది!

దయానిధి ఇంటికి చేరుకునేటప్పటికి సాయంత్రం ఆరుగంటలైంది. అతని రాక తెలియగానే పాతికమంది పనివాళ్ళు ఇంటి దగ్గర అతని చుట్టూ మూగారు. పనివాండ్రు సమ్మెచేసి రెండు రోజుల నుంచి పనిలోకి రావడం మానేశారన్న వార్త చెప్పారు. క్రితం రోజునే వజ్రకరూర్‌లో పెద్ద సభ చేసి, అందులో సర్కారువారు వారి జిల్లాలకొచ్చి చేస్తున్న అన్యాయాలన్నీ యాకరుపెట్టి, వారికి సహకారం ఇవ్వకూడదని తీర్మానాలు చేశారు. దాని ఫలితంగా పనివాళ్ళు సమ్మె చేశారు. దీనికి కారణం ఎవ్వరూ చెప్పలేక పోతున్నారు.

అనంతాచార్లుగారిని కూడా వెలివేసినట్లు చూస్తున్నారుట. కొన్ని కారణాలు తెలుస్తూనే వున్నాయి. నారయ్య రెడ్డికి చేసిన శాస్తి; కోమల్ని గదమాయించడం; అనంతాచార్లుగారు కోమల్ని వెనకేసుకొచ్చి సమర్థించటం; నిధికి అస్పష్టమైన గతం. రాజభూషణం ఆ జిల్లాల అనాగరికతను గురించి చేసిన ప్రచారం – ఇవి కొన్ని.

గనికోసం పెట్టుబడి పెట్టిన ధనికులు, లాభాలు కనబడక పోవడం చూసి, ఇదంతా ఏదో దగా, ఇంద్రజాలం అని శంకించి, డబ్బు విషయం చికాకు చెయ్యడం జరుగుతూనే వుంది. హాస్పిటల్‌కి సంబంధించిన వ్యక్తులు మాత్రం స్నేహభావంతోనే వున్నారు.

క్షీరప్పగారు ధనికుడు. ఆయనకి గనిలో వాటావుంది. ఆ మధ్య జబ్బు చేసి, నిధి ఆరోగ్య మందిరంలో చేరాడు. అసిస్టెంటు నాగేంద్రరావు ఇన్‌జెక్షన్లు అవీ ఇస్తూనే వున్నాడు. మూడు రోజుల క్రితం క్షీరప్పగారు చనిపోయారు. ఆయనకి విషం ఎక్కించి చంపారని పుకారుపెట్టి కొంత అల్లరి జరిగింది. క్షీరప్పకి ఎక్కువగా వుండి కబురంపినప్పుడు అసిస్టెంట్ వెంటనే రాకుండా నర్సు తాయారమ్మతో కార్లో షికారెళ్ళాడని ఫిర్యాదు చేశారు. అసిస్టెంటు తిరిగి వచ్చేలోపల, క్షీరప్ప కాలం చేశాడు.

సమయానికి అక్కడ లేకపోవడం పెద్ద అపచారం అని కోమలి అసిస్టెంటు మీద కేకలేసి, నిధితో చెప్పి ఉద్యోగం తీయించి వేస్తానని బెదిరించిందట. అసిస్టెంటు "నీకేం హక్కుంది నువ్వెవతవి?" అని చెడామడా తిట్టేశాడుట. కోమలి ఏమీ చెయ్యలేక ఏడుస్తూ కూర్చుందట. ఆ మొర్నాడు అసిస్టెంట్ "ఇదుగో పుండాకోర్ ఉద్యోగానికి రాజీనామా" అని కాగితం కోమలి మీద గిరాటెట్టి అడ్డం తగిలిన అనాంతాచారిగారిని "నీ కూతురి కింక పెండ్లి కాదులే" అని వెళ్ళిపోయాడుట. అతను కూడా శత్రుపక్షం చేరి నిధి గతాన్ని గురించి యాగీ చెయ్యడం సాగించాట్ట. ఇన్ని జరిగాయి నిధి ఊరెళ్ళిన వారం రోజుల్లోనూ.

నారయ్య గాయాలు నయమైనా నీరసంగా లేవలేని స్థితిలోనే వున్నాడు. అతన్ని చూడగానే అంత్యకాలం సమీపించిందని నిధికి తెలిసిపోయింది. పనివాళ్ళు ఇళ్ళకిపొయ్యారు. నిధి స్నానం చేసి హాల్లోకి వచ్చాడు. నారయ్య పక్కన కాత్యాయని, రంగడు కూర్చుని వున్నారు.

"ఎల్లా వుంది నారయ్యా?"

"అట్లాగే వుందండి - నాలుగు రోజుల్లో నింపాదిగా వుంటుందండి. మనకి జైలు సరిపడదు. లేచి దుక్కలా తిరగాలి, ఈళ్ళ పొగర్లు అణచాలి."

"ఇంకా నీజోరు తగ్గలేదు..."

"ఆ రెడ్డిగాణ్ని ఆఖరు చెయ్యకపోతే సూడండి - ఏంటనుకున్నారో నా తడాకా."

"తప్పు నారయ్యా - నువ్వు పెద్దవాడివి. నెమ్మదిగా, ఓర్పు- నేర్చుకోవాలి. మంచిమీద మనుషుల్ని బాగుచెయ్యాలిగాని, పగ సాధించి కాదు."

"ఈ నీతులు పశువులకాడ పనిసెయ్యవండీ - ఈ బుల్లమ్మ ఉసురోసుకుంటుండారు. నా యెదంగాళ్ళు..." అంటూ నారయ్య కాత్యాయన్ని చూసి బోసిగా నవ్వాడు.

"పడుకో, పడుకో..."

"మానాన్న ఊర్నుంచి వచ్చారు" అంది కాత్యాయని.

"రాత్రి భోజనం చేసి వస్తాను - పొద్దవుతోంది. నువ్వింటికెళ్ళు" అన్నాడు నిధి. కాత్యాయని మొహంలో అమాయకత్వం నిరుత్సాహంగా మారింది. అతని కేసి దిగులుగా చూసి వెళ్ళిపోయింది. కాత్యాయని చిక్కిపోయింది. ఏదో చెప్పరాని దిగులు - ఎవ్వరికీ అర్థం కాదు.

మేడమీది కెళ్ళి ఉత్తరాలు చూసుకున్నాడు. అందులో ఒకటి శ్రీనివాసరావు దగ్గర నుంచి, రెండో మహాసంగ్రామం ప్రారంభమైంది. భారతదేశం కూడా ఇంగ్లండుతోచేరి, యుద్ధం ప్రకటించింది. ప్రభుత్వానికి కాంగ్రెసుతో బేరాలాడేటందుకు వ్యవధిలేక కాంగ్రెసుని

సంప్రదించకుండానే, దేశాన్ని యుద్ధ మేఘాలతో చీకటి చేశారు. ఏ ఉద్యోగం దొరికినా చాలురా భగవంతుడా అనుకునే యువకులు వేలకివేలుగా యుద్ధంలో చేరిపోతున్నారు. గాంధీగారి మాట వినిపించుకోకుండా, యుద్ధానికి వెళ్ళిన యువకులలో శ్రీనివాసరావొకడు. రొమాంటిక్ సీనూ హిట్లర్ మీదికి కత్తినూరడం నిజంగా హాస్యాస్పదం. డేహరాడూన్‌లో ట్రెనింగ్ ముగిసిన తర్వాత, ఇరాక్ వెడుతున్నాట్ట. పాడుకుంటూ, గంతులేస్తూ కోమలి చక్కా వచ్చింది.

గాలికి కదిలిపోయిన చింతచెట్టు లాగున జుట్టంతా రేగింది. వాన వెలిసింతర్వాత, ఆకుల నుంచే నీళ్ళబొట్లు రాలినట్టు, స్నానం చేసిన తడి చీరని ఒంటికి పట్టించింది. నీటిచుక్కలు మెడమీది జడ లోంచి పడుతున్నాయి. సృష్టి రహస్యాన్ని కనుక్కున్న పరిశోధకుడులా కళ్ళు బహిర్గతం చేసిన ఆనందాన్ని పెదవులు దాచలేకపోతున్నాయి.

"ఏం కోమలీ, చాలా హుషారుగా వున్నావు."

"ఎందుకో చెప్పుకో - చూశారా నా చొరవ - ఎందుకు చెప్పుకోండి" అంటూ చూపుడువేలు పైకితీసి కదిల్చింది.

"ఏమో!"

"ఓస్, తెలియనట్లు మహా - దొంగ మీరు..." కాసేపు నిదానించి "అండి" "మీరు" అని గౌరవంగా అనబుద్ధి కాదు, మర్యాదగా పిలిస్తే ప్రేమలేనట్టు - ఏమిటో దూరంగా, ఎవళ్ళవోఁ పరాయి వాళ్ళతో మాట్లాడి నట్లుందండీ -ఎందుకో, అవునా దయామయా..."

"దూరంగా.... పరాయివాడనేగా..." అన్నాడు.

"అట్లాగంటే కోపం వస్తుంది - చెంప మీద కొట్టబుద్ధేస్తుంది. ఉండండి. కసిగా వుంది, హుషారంతా చంపేస్తున్నారు" అని అతని దగ్గరగా వొచ్చి, బుగ్గని గట్టిగా నలిపి, ఎడం చేత్తో లెంపకాయ కొట్టి ముక్కు మొనపట్టుకుని ఊగించింది.

"ఆగు...ఆగు... తెగించి, విప్లవం చేస్తున్నావు హుషారుకి కారణం ఏమిటో?" అన్నాడు.

"కారణమా? నిజంగా చెప్పాలా?"

"ఊఁ"

"ఇది!" గట్టిగా అతని నుదుటికి పెదవుల్ని తగిలించింది.

"మనం అనుకున్నదంతా వారం రోజుల్లో మరిచిపోయావా?"

"లేదు. అదంతా గుండెల్లో వుంది. చూడండి –" అని అతని చేతిని తీసుకుని ఆమె రొమ్ముల మధ్య ఆనించింది.

"ఎప్పుడూ విచారంగా, దిగులుగా వుండాలేమిటి? అప్పుడప్పుడు కులాసా, హుషారు లేకపోతే ఏం బాగుంటుంది" అని అతని మెడని పెనవేసుకుని, ఊపిరి పీల్చకుండా మొహాన్ని రొమ్ములతో కప్పివేసింది. అతను దూరంగా గెంటేశాడు.

"బలత్కారం, రాక్షసం ప్రారంభించా వేమిటి?"

"నాకీ ఒక్కరోజు లైసెన్స్."

"ఏం కథ?"

ఆ ప్రశ్నకి సమాధానం ఏం చెప్పగలదు? ఆకలి ఆమె కళ్ళల్లో గుడ్డలిప్పుకుని గంతులేస్తున్నట్టుంది.

ఆమె పాదాల కింద, అనుభవం ఇసిక కణాలుగా జారిపోతోంది. శరీరం చేస్తున్న దౌర్జన్యానికి, ఆదర్శం తట్టుకోలేక, తుపానులో కదిలిపోతున్న గడ్డిపోచలాగై, అతన్ని పట్టుకుంది. అతనికి లంగరి.

"మళ్ళా మనం చచ్చిపోతాం – ఈ నాలుగు రోజులేగా.."

"స్త్రీలకి జ్ఞాపకాలుండవు కాబోలు – ఎప్పటికప్పుడు కొత్తే" అన్నాడు ఏదో స్మరించుకుంటూ.

"నాలా ఇంకెవ్వరూ వుండరు – మీకే తెలుస్తుంది?"

"మొగాడు జ్ఞాపకాలతో కాలక్షేపం చేస్తాడు – గతం, భవిష్యత్తు లేని జీవితం, ఎంత బాగుంటుంది; ఇలా స్నేహితులు మాదిరి వాంఛలు అనుమానాలు, పీడింపులు లేకుండా వుండకూడదూ? ప్రశాంతమైన నీటిని ఎందుకు కెలికివేస్తావు? నీ సౌందర్యాన్ని నాచేత హత్య చేయిస్తావు. తర్వాత నిన్ను త్యజిస్తాను. ఆ విషాద అనుభవం మనకొద్దు" అన్నాడు నిధి.

అతని ఒళ్ళో తలకాయ పెట్టుకుని, ఏడవడం సాగించింది కోమలి. ఆశ యథార్థం కావడం కోసం సాగిస్తున్న ఏడుపు అది.

ఈ శరీరాలు ఒకళ్ళని చూసి ఒకళ్ళు అసహ్యించుకోడానికి ఉపయోగిస్తాయి. సంపూర్ణమైన ఏవగింపు లేకుండా, "మృత్యువు" అంటూ వుంది. సృష్టిలో మృత్యువు లేకపోతే ఈ సంసారాలు, ఈ సంఘ జీవితాలు, దేశీయతా వాదాలు, అంతర్జాతీయత ఒక క్షణంలో పటాపంచలై పోతాయి; శక్తులు నశింపై పోయిన శరీరం, అంత అసహ్యంగా వుంటుంది. అందరి మనస్సులూ ఒకటై, అందరి ఆత్మలూ ఒకటై ప్రపంచం ఏకమై పోవాలంటే, శరీరాలని త్యజించి దూరంగా ఏకాంతంగా వుండాలి."

"ఎందుకు అసలు ఏకం కావడం? ఆనందం లేని బ్రతుకు ఎందుకు? మీరు

చెప్పింది నిజమైతే అసలు మగా, ఆడా ఎందుకు? తప్పు, అంతా తప్పు - భ్రమ" అంటూ అతని మోకాళ్ళమీద కోపంతో గుద్దింది! కోమలి శరీరంలో చలిమంట వుంది. అందులోకి అతన్ని తోసేస్తోంది. జ్వాలలా ఆమె సౌందర్యం అతన్ని చుట్టుకుంటోంది తర్కం, జ్ఞానం, ముందు - వెనక చూపు - ఏదీ ఆ మంటని చల్లార్చలేదు. ఆమె జడని అతని చేతిలో పట్టుకుని మొహాన్ని పైకి లేవతీసి చూశాడు. సూర్యాస్తమయాన పశ్చిమ ఆకాశంలో మేఘంలా కళ్ళు ఎర్రంగా అయ్యాయి. కళ్ళకింద నలుపు చీకటిలో ఎగబ్రాకుతోంది. ఒడ్డున పడ్డ చేపలా, పెదవులు ఒణికి పోతున్నాయి.

"నాకు తెలుసు- మీరింకెవర్నో ప్రేమిస్తున్నారు" అన్నది.

"అది నీ ప్రేమకి అంతరాయం కాదుకదా? మన శత్రువులకీ ఈ చందమామే వెన్నెలిస్తోందని, చందమామని మెచ్చుకోవడం మానం" అన్నాడు.

"అమృతంగారా?"

అతనికి నవ్వొచ్చింది.

"ఇంకా...? వుండు, ఎవరో వచ్చినట్టుంది - కాత్యాయని కాబోలు" అన్నాడు.

"ఇంకా - కాత్యాయనా?"

నిధి కోమల్ని ఒక లెంపకాయ కొట్టి, తోసేసి లేచాడు. కాత్యాయని తలుపులు తీసి, వారిద్దరూ వున్న దృశ్యాన్ని చూసి, తలుపులు మూసి వెళ్ళిపోయింది. నిధి బయటికి నడిచి మెట్లకింద ఆమెని కలుసుకున్నాడు.

"నారయ్య మూలుగు ఎక్కువైంది, మా నాన్నగారు వచ్చారు."

ఇద్దరూ తొందరగా కిందికి వెళ్ళారు. నారయ్యకి జ్వరం ఎక్కువైంది. బాధపడు తున్నాడు. నిధి ఇంజక్షన్ ఇచ్చాడు. నారయ్య చూస్తూ పడుకున్నాడు. గాని మాట్లాడలేక పోతున్నాడు. అనంతాచారిగారు నిధిని దూరంగా వరండాలోకి తీసుకెళ్ళాడు. అతను లేని వారం రోజుల్లోనూ జరిగిన అల్లర్లను గురించి చెబుతున్నాడు. సర్కారుజిల్లాలవారిపై అక్కడ వారికి వుండే వైషమ్యాన్ని అరికట్టేందుకు ఏదైనా మార్గం చూడాలన్నారు. ఒక సభ ఏర్పాటు చేసి, వారి ఉద్దేశాలు బయటపెట్టి వాళ్ళని మంచి చేసుకోవటానికి నిర్ణయించారు. వారి కోపానికి గురికావడానికి అతను చేసిన తప్పు ఏమిటో నిధికి అర్థం కాలేదు. అతన్ని సర్కారు జిల్లాల వాడని అనడం కూడా న్యాయం కాదు, తను అక్కడ స్థిరపడిపొయ్యాడు గనక, వారిలో వాడిలాగే ఎందుకు భావించరో తెలియడం లేదతనికి. ఈర్ష్య, అసహనం -అతని సంపదని చూశా? అతను వారికి చేస్తున్న ఉ పకారాన్ని చూశా? వాడెవడో వచ్చి మన్ని బాగు చేసేది ఏమిటి" అనా? అనంతాచార్లుగారు

కూడా సరియైన కారణం చెప్పలేకపోతున్నారు. స్వార్థం, జాతీయత కింద మారడం కాబోలు అన్నారాయన. ఇతరుల దృష్టిలో, వారి సమానత్వం ఋజువు చేసుకోవడమో! ఆచారిగారు చదవమని ఓ ఉత్తరం ఇచ్చారు. నిధి చదువుకున్నాడు.

"…. ఈ పరిస్థితులలో కాత్యాయనికి వేరే సంబంధం చూసుకోవడం మంచిది. మీకు సంబంధాలు వెదుక్కునే అవసరం కూడా లేదనుకుంటాను. మీకు ఆప్తులు,ఈ విషయాలలో ఆదుకునేవారు వుండనే వున్నారు. ఇందుచే మీకు కలిగిన చీకాకుకు చింతిస్తున్నాము. క్షమింప ప్రార్థన."

అది పబ్లిక్ ప్రాసిక్యూటర్‌గా వుంటున్న ప్రభంజన మూర్తిగారు రాసిన లేఖ. మొదట్లో వారి కుర్రాడికి కాత్యాయన్ని చేసుకోడానికి ఒప్పుకుని తరువాత వ్రాసిన ఉత్తరం అది.

"ఇట్లాంటి పరిస్థితులలో నేనిక్కడ నుంచి మరోచోటికి వెళ్ళిపోవడము మంచిది అనుకుంటాను" అన్నాడు నిధి.

"తెలీనివాళ్ళు అనేకం అనుకుంటారు. మన కర్తవ్యం మనం మానకూడదు. అట్లా భయపడి, ఈ లోకంలో ఎంతకాలం బ్రతకగలం? నువ్వెక్కడికీ వెళ్ళడానికి వీల్లేదు" అన్నాడాయన కచ్చితంగా.

"నాతో స్నేహంగా వుండి నన్ను ఆదరిస్తున్నారు కాబట్టి, నామీద వుండే కోపమంతా మీ మీదికి తిప్పినట్లు కనిపిస్తోంది. నా మూలంగా మీకే ఇబ్బందులు రావడం నాకిష్టం లేదు" అన్నాడు నిధి.

ఇంతలో కోమలి భుజాన తువ్వాలును వేసుకుని గబగబా వారిముందు నుంచి నడిచి వెళ్ళింది. నిధి ఆమె వెళ్ళడం చూస్తూనే వున్నాడు. అనంతాచారిగారు మళ్ళా ప్రారంభించారు.

"నీకు నేను చెప్పదగ్గవాణ్ణి కాదు. అయినా, పెద్దవాణ్ణి గనుక ఏదో సలహా ఇవ్వాలనిపిస్తుంది."

"తప్పకుండా"

"భార్య పోయింది – ఇంకా వయస్సులో వున్నవాడవు, బోలెడు కార్యాలు సాధించాలి. నువ్వు మళ్ళా వివాహం చేసుకోవడం మంచిది" అన్నాడు ఆచారిగారు.

నిధికి భయం వేసింది. 'కొంపదీసి, కాత్యాయన్ని చేసుకోమనడు కదా!'

"నాకా ఉద్దేశం పుట్టలేదు. ఆ అవసరం కూడా కనిపించలేదు" అన్నాడు నిధి.

"ఇలా పెండ్లి లేకుండా, ఊరికే కలిసి వుండటం లోకులకి నచ్చదు."

322 చివరికు మిగిలేది

ఆచారిగారు కోమలిని మనస్సులో పెట్టుకుని అన్నమాటలని నిధికి తెలుస్తూనే వుంది.

"నిర్బంధ స్నేహంలో నాకంత నమ్మకం లేదు."

"కావచ్చు. కాని సంఘం హర్షించదు. సంఘానికి బహిర్గత చిహ్నాలు కావాలి."

"అలాంటి చిహ్నాలు వున్నప్పుడు కూడా నన్ను సంఘం క్షమించింది కాదు. సంఘాన్ని గౌరవించే అవసరం నాకు కనబడలేదు. మరణించిన వారిని కూడా, సంఘం తిడుతూనే వుంటుంది. ఫలానా జిల్లా వాడిని – అని రాజకీయంగా ద్వేషించింది సంఘం; ఫలానా తల్లి కొడుకుని అని నైతికంగా హింసించింది సంఘం..." అంటూ అప్రయత్నంగా ఫౌంటెనులో అమర్చబడ్డ తల్లి రాతివిగ్రహం కేసి చూశాడు నిధి.

అవన్నీ ఆచారిగారితో చెప్పుకున్నందుకు నిధి విచారించాడు. ఆచార్లగారు ఓదారుస్తూ అతని భుజాన్ని తట్టాడు.

"నారయ్యని చూసొస్తాను" అని ఆచారిగారు లోపలికెళ్ళారు. నిధి తల్లి విగ్రహం దగ్గరికి వెళ్ళాడు. విగ్రహం కుడిచెయ్యి విరిగింది. మొహాన పైనుంచి కింది వరకూ పెద్ద పగులుంది. ఎవరో అతని ఆయువుపట్టుమీద కొట్టిన దెబ్బ అది. ఆ పని ఎవరు చేసింది?

గేటుదాటి అవతలికి నడిచాడు. ఎక్కడికో దూరంగా నడిచివెళ్ళి పోతోంది కోమలి; కోపం వచ్చింది కాబోలు, మళ్ళా తిరిగిరాదు? ఏదేనా అఘాయిత్యం చేస్తుందా? అటుకేసి నడవడం సాగించాడు. ఆకాశం నిర్మలంగా వుంది; చంద్రుడు లేడు; మేఘాలు లేవు; నవ్వుల దుప్పటి కప్పుకున్నట్లుంది భూమి; మందంగా వీస్తోంది గాలి. ఊరు, చెట్లు, పుట్ట అన్నీ దాటాడు. "నీకు ఎవ్వరూ లేరు" పాట జ్ఞాపకం వచ్చింది. అవన్నీ తాటిచెట్లు. ఏకాంతాన్ని భంగం చెయ్యకుండా నిశీధి ఏర్పాటుచేసిన ఫారా వాళ్ళలా తాటిచెట్లు ఫర్లాంగు దూరంలో వుంది కోమలి.

"కోమలీ" అని కేక వేశాడు. అతని కంఠం అతనికే చిత్రంగా తోచింది. కొత్తగా ఎవరి కంఠంలాగో వినిపించింది. "జాగ్రత్త" అంటూ భయంకరంగా తాటిచెట్లు ఆకులు గర్జించాయి. కీచురాయి కూత మానింది. అదిరినట్లుగా నక్షత్రాలు మినుకు మనడం మానుకున్నాయి. గాలి రాలేక నిట్టూరుస్తోంది. కోమలి వెనక్కి చూడదు; భూమి అనుకుని ఆకాశంలోకి నడుస్తున్నట్లుంది.

తొందరగా నడిచి ఆమె దగ్గరికి చేరుకున్నాడు. మట్టిలో రాళ్ళని తోసేసి, కూలబడిపోయింది కోమలి. అతను చతికిలబడ్డాడు. అతని ఒళ్ళో తువ్వాలు కప్పి దాని మీద మొహం ఆనించి ఏడుస్తోంది – చల్లబడిన రక్తపు చుక్కలు.

"ఎందుకు?"

"............"

"కోపమా?"

"............"

"చూడు మరి"

"నా కోసం ఎందుకొచ్చారు? మీరు వెళ్ళిపోండి. నేను రాను...రాను..."

"ఉస్... ఊరుకో నక్షత్రాలు జడుసుకుంటాయి. నిన్ను ఇంకెప్పుడూ కొట్టను క్షమించు" అన్నాడు.

"నేను ఒక్కసారి కొడతాను" అని అతన్ని కోమలి మెత్తగా లెంపమీద కొట్టింది.

"తీరిందా అలక! ఏవేవో మనస్సుని బాధిస్తే, అకారణంగా కోపం వచ్చి, ఆ విధంగా బయట పడుతుంది" అన్నాడు నిధి.

"నన్ను క్షమించండి – కష్టపెట్టే మాటలు అన్నాను – అబద్ధం అని నాకు తెలుసుండి కూడా..."

"నీకూ నాకూ క్షమాపణ లేదు. కోమలీ – మనంతట మనం కలుసుకోలేం; సంఘం మనని విడదీయలేదు."

కోమలి కళ్ళు పెద్దవి చేసి, మూతి సున్నాలా చుట్టి, అతని జుట్టులో చేతులు పోనిచ్చి, కిందికి నెట్టేసి, అతని కంఠం మీద తన బుగ్గని ఆనించింది.

"ఇలాగే వుండి, ఇక్కడే చచ్చిపోతాను" అంది కోమలి.

"పొద్దవుతోంది లే, వెడదాం, ఆకలెయ్యడం లేదూ?"

"నిన్ను కొరుక్కుతింటాను."

"ఇంకేం మిగల్దు, మళ్ళా ఆకలేస్తే..."

"మళ్ళా వెంటనే బాగుచేసేస్తా..."

"చెడిపోయిన వస్తువు బాగుపడటం లేదు సృష్టిలో. ఉన్న దానికి విలువలేదు. అది ఎవరికీ అక్కర్లేదు" అన్నాడు.

"ఎవళ్ళకీ అక్కర్లేదు. దేవుడికి కూడా?"

"నువ్వు దేవుడివా?"

"ఓ – దేవతని..."

ఆమె శరీరం పొంగిపోయి, రాతిమీద భగ్నమైన కెరటం తుంపరల లాగా విడిపోయింది. మనిషంతా జీవుడై మృత్యువుని వెతుక్కుంటోంది.

"నేనేమీ చెయ్యను, ఊరకే పడుకుంటాను."

గుండెలు కొట్టుగోడం వినిపిస్తోందతనికి, రక్తం ప్రాకులాట తెలుస్తోంది. నాళాల నృత్యం చూస్తున్నాడు. నక్షత్రాలు తీవ్రంగా మెరుస్తున్నాయి. తాటిచెట్లు నిద్ర నుంచి లేచాయి; కీచురాయి సంగీతం ప్రారంభించింది. ప్రకృతి స్వప్నంలోంచి లేచింది... యథార్థాన్ని చూసి, జడుసుకుని కళ్ళు మూసింది.

కోమలి ఆ అనుభవంతో మానసికంగా ఎదిగిపోయింది. జీవితంతో సంపర్కం చాలించుకుని ఏకాంతంలో వార్ధక్యం పొందింది.

"చూశారా – మిమ్మల్ని ఏమీ చెయ్యలేదు. నాకా మాత్రం తెలీదా?"

"ఇలా వుండగా ఎవరైనా మనని చూస్తే ఏమీ జరగలేదంటే నమ్ముతారా?"

"నమ్మరు, వాళ్ళు ఎలాగా అనుకోడం మానరు గనుక, మనం ఏమీ చెయ్యకుండా వుండటం ఎందుకనిపిస్తుంది నాకు" అన్నది.

"అదే పొరపాటు – నిజమైన ప్రేమకి, మానవుడు నిర్మించిన సరిహద్దులుండవు. ఉంటే అది ప్రేమే కాదు."

"అయితే మీరు నన్ను నిజంగా ప్రేమిస్తున్నారన్నమాటే – నాతో ఇన్ని రోజులు ఎందుకు చెప్పలేదు? చెబితే వేధించుకు తినకబోదును కదా..."

"చర్చిస్తే మిగలనిదీ ప్రేమొక్కటే..."

కాసేపు నిశ్శబ్దంలో పడ్డారు. రెండు కెరటాలు కొట్టుకుని, సుడిగుండంతో కలుసు కున్నట్లు...కళ్ళల్లోకి చూసుకోవడం, వెర్రిగా నవ్వుకోడం... అంతే వారి ప్రేమ ఎన్నెన్నో కొత్తవి అవగాహన అవుతాయి. గతాల అస్థిపంజరాలు నశిస్తాయి; భవిష్యత్తు ముందుకి సాగి మాయమైపోతుంది. దూరాలు, లోతులు, శిఖరాలు... అన్నింటికీ ప్రతిచోటు నుంచి, ప్రతిపక్షం నుంచీ, వారే కేంద్రమౌతారు. క్షణం వెలుగుని చూశారు. ఉద్రేకానికీ, ఊహకీ, ముందు వెనకలకీ, కాలానికీ, స్థలానికీ అతీతమైన జీవజ్ఞానం.

లేచి నడవడం సాగించారు. చెయ్యి చెయ్యా పట్టుకుని... ఆ నడక కాలం చివరికి; స్థలం చివరికి పరమావధిలేని అన్వేషణ; గమ్యస్థానంలేని యాత్ర. అవన్నీ భ్రమలు, ఊళ్ళోకి చేరుకున్నారు. నిశీథి దట్టమై తన్నుచూసి జడుసుకుని, నక్షత్రాలని క్రిందికి దించుకుంది. ఆ నాలుగు తాటిచెట్లమధ్య నిలబడి ఆకాశం కేసి చూస్తున్నారు. కోమలి చెట్టుకి జార్లపడింది. అతని నడుంని తన చేతులతో బిగించి.

"ఆయాసంగా వుందా?"

"నాకేం ఆయాసం? అప్పుడే ఇంటికొచ్చామని బెంగ" అని నీరసంగా నవ్వింది.

"ఉజ్" మని ఏదో చప్పుడైంది. వెనక్కి తిరిగి చూశాడు. తాటిచెట్టుకి ఒక కత్తి అతన్ని దూసుకుపోయి గుచ్చుకుని వ్రేళ్ళాడుతోంది. అటూ ఇటూ చూశాడు. దూరంగా పొదలు, మరీ దూరంగా గుడిసెలు. మనుషుల అలికిడి లేదు. కత్తిని బయటికి లాగి పరిశీలించాడు. అది కత్తికాదు; పొడుగాటి చాకు – దానిమీద 'న' అన్న అక్షరం చెక్కబడి వుంది. ఆ చాకు ఎవరిదో అతనికి తెలుసు.

"అదేమిటి?" అన్నది కోమలి చాకుని తీసుకుని చూసింది. "ఎవళ్ళో పొగరుమోతు చచ్చినాళ్ళు.."

"పాపం, ఎవరో మనని మేలుకోమంటున్నారు" అన్నాడతను.

"అరెస్టు చేయాల్సిందే... ఇంక ఊరుకోకూడదు" అన్నది.

"మనుషుల్ని, సంస్థల్ని, దేశాలని, అన్నింటినీ ఎదుర్కోవచ్చు, అన్నింటినీ జయించవచ్చు. అన్నిటినీ... ఒక్క అకారణ ద్వేషాన్ని తప్ప..." అన్నాడు నిధి.

మళ్ళా నడవడం సాగించారు.

"నువ్వు డాక్టర్ని డిస్‌మిస్ చేశావుటగా?"

"అవును. రోగి మందులేక చస్తొవుంటే, వాడికి నర్సుతో షికార్లేమిటి?" అంది.

"అవును. మరి నారయ్య చస్తూవుంటే, మనం షికారుకు రాలేదు, అల్లాగే అతనూను" అన్నాడు.

"మీరింత మంచివారు గనుకనే వాళ్ళింత నెత్తినెక్కుతున్నారు."

"స్వచ్ఛంగా 'మంచి' అనేది లేదు. ఎవళ్ళో ఒకళ్ళకంటె 'మంచి' ఉండొచ్చు."

నడక తొందరగా సాగించారు. గనుల దగ్గరికి చేరుకున్నారు. గనుల పల్లాలు, తవ్వులు కనిపించడంలేదు. పెద్ద గనులు మూడు రాళ్ళతో మట్టితో పూడ్చబడివున్నాయి.

"ఇదేమిటి?" అంది కోమలి.

"ప్రేమ ఆరునెలలు తీసుకున్న పనిని ద్వేషం రెండు గంటలలో చేసింది."

అతనికి నవ్వాలో ఏడవాలో తెలిసింది కాదు. మానవుడి ద్వేషం, క్రూరత్వం, పశుత్వం ఎట్లా వుంటుందో చూడగలిగాడు. అతను ఆ మానవజాతికి చెందినవాడే. తనను తాను ఎట్లా ప్రేమించుకోగలడు? తనని తాను ప్రేమించుకోలేని వాడికి ఇతరులని ప్రేమించే అర్హత ఎల్లా వుంటుంది?

ఇంటికి చేరుకున్నారు. 'అమ్మ' విగ్రహం చెయ్యి ఊడిపోయి బీటతో అట్లాగే వుంది. తలకాయ ఊడి వుంటుందనుకున్నాడు, కాని అల్లా లేదు. హాల్లోకి చేరుకునేటప్పటికి రెండు గంటలయింది. అరుగుమీద తువ్వాలుతో దులుపుకుని పడుకున్నాడు. లోపల్నించి

నారయ్య మూలుగు వినబడుతోంది. దూరంగా మూల 'చిట్టి' చాపమీద పడుకున్నాడు. దీపం తన్నుకులాడి ఆరిపోయింది. కోమలి నిధి పక్కనే గోడని చేర్లబడి పక్కన ఒరిగి పోయింది. ఆ ఇద్దరూ తమ తమ ఏకాంత భవనాలలో బంధించబడి, ఒకర్ని ఒకరు నిద్రలో చూసుకుని, దగ్గర్నుండి కలుసుకోలేమే అని నిశ్చలంగా ఏడుస్తున్నారు.

ఆ సూర్యుడే ఉదయించాడు. ఆ కిరణాలే వారి నేత్రాలని మాధుర్యంలో మత్తెక్కించి మేలుకొలిపాయి. చుట్టూ జనం పోగడ్డారు. రాత్రి జరిగిన దురంతానికి కాగకులెవరో అంచనాలు వేస్తున్నారు. నేరారోపణ చేస్తున్నారు. జిల్లా మేజిస్ట్రేట్ కూడా వచ్చాడు. అసలు గనులే లేవనీ, వాటిపేరు చెప్పుకుని రాయలసీమ ప్రజల్ని మోసం చేసి, ఒక సర్కారు జిల్లా వ్యక్తి ఇష్టం వచ్చినట్లు అమాయకపు ప్రజలపై అధికారం చెలాయిస్తున్నాడని మేజిస్ట్రేట్‌కి ఆకాశరామన్న పేరిట పిటిషనులు వస్తే వాటి నిజానిజాలు తెలుసుకుందామని, ఆ ప్రభుత్వోద్యోగి చక్కా వచ్చాడు. ప్రణాళికలు పరిశీలించాడు. ఇంజనీర్లని పరామర్శించాడు. గనులు పూడిపోయి వున్నాయి. ఫిర్యాదులు, విచారణ, శిక్షణ... సాక్షులు అంతా పూర్తయి, మేజిస్ట్రేట్ ప్రభుత్వం వారికి పంపడానికి రిపోర్టు తయారయ్యేటప్పటికి మధ్యాహ్నం రెండు గంటలైంది. మేజిస్ట్రేట్ ఆ పిటిషన్‌లలో యథార్థం లేదని దయానిధి తలపెట్టిన కార్యం న్యాయబద్ధమైందని వ్రాసి పంపించాడు.

ఈ వార్త వజ్రకరూర్‌లో పొక్కింది. అక్కడ ఒక పెద్ద సభ చేశారు. మేజిస్ట్రేట్ అనంతాచారిగారి స్నేహితుడనీ, ఆయన మొహమాటాన ప్రభుత్వంవారు న్యాయంగా విచారించక, తగిన చర్య తీసుకోవడం మానివేశారనీ, వారు నిశ్చయించి, సభలో ఉపన్యాసాలు చేసి గవర్నర్‌గారి దగ్గరకు ఓ "డెప్యుటేషన్"ని నిర్ణయం చేసుకున్నారు. వారు గవర్నర్‌కి నివేదించుకోదలచిన అంశాలు :

1. ఆంధ్రరాష్ట్రంలో విషయంలో సర్కార్ల వారితో ఏకీభవించలేము.
2. తమకి ప్రత్యేక రాష్ట్రం వుండాలి. అది ఇవ్వలేని పక్షాన ఆర్థిక, జాతీయ సమానత్వం సమకూర్చే అవకాశాలు ప్రభుత్వం వెంటనే కలిగించాలి.
3. ఇతర జిల్లాల వ్యక్తులకు ఈ జిల్లాలలో పారిశ్రామిక సావకాశాలుండగూడదు.
4. ఉద్యోగాలు, కళాశాలల్లో "సీట్సు"... వీటిలో ఇతర జిల్లాల వారికి ప్రవేశం వుండకూడదు.

ఈ తీర్మానాలు సమగ్రంగా లేవని కొందరు పెద్దలు నిర్ణయించి సమయోచితంగా – "ప్రధాన స్థానం రాయలసీమ వారికే వుండాలి. వారు లభించనప్పుడు ఇతర జిల్లాల వారిని తీసుకోవచ్చు" అన్న సవరణ చేశారు. కడపలో ఒక కాలేజీ వెంటనే పెట్టాలి.

దానికి ప్రిన్సిపాల్‌గా మలయాళీ కాని, తమిళ సోదరుడు గానీ, సర్కార్ జిల్లా వ్యక్తిగాని అవకూడదు" అని మరో తీర్మానం ఆ సభలో అనంతాచారిగారూ, నిధి కూడా వున్నారు.

"ఇంకా నయం. ప్రిన్సిపాల్‌గా వుండేవాడు కనీసం మనిషై వుండాలని సంకల్పించ నందుకు సంతోషించవల్సిందే" అన్నారు అనంతాచార్లుగారు అక్కడ ఉపన్యసిస్తూ. అక్కడి జనానికి ఇదివరకు ఆచారిగారిపైన ఉన్న గౌరవం ఇప్పుడు లేదు. ఆయన ప్రసంగం ఎవరూవినే స్థితిలో లేరు.

సభ ముగిసింది – జనం పల్చబడ్డారు. చీకటి పడుతోంది. నిధి దూరంగా అరుగుమీద కూర్చున్న నరసయ్యగారి దగ్గర కెళ్ళాడు.

"ఈ చాకు మీదే ననుకుంటాను. మీ వాళ్ళెవళ్ళేనా గనుల దగ్గర పారేసుకునుంటారు" అని చాకు తీసి నరసయ్యకిచ్చాడు.

నరసయ్య దానికేసి పరకాయించి చూశాడు.

"అవును – నాదే మా తమ్ముడు పారేసుకున్నాడేమో" అని చాకును తీసుకున్నాడు.

నిధి, ఆచార్లుగారు ఇంటికి చేరుకున్నారు.

"ఇవాళ అందరం మా ఇంట్లో వుండకూడదూ!" అన్నారు ఆచార్లుగారు. సరేనన్నాడు. కాత్యాయన్ని పంపి, కోమల్ని ఆచారిగారింటికి తీసుకురమ్మన్నారు.

అనంతాచారిగారు వీధిలో మడత మంచం వాల్చుకుని కూర్చున్నారు. నరసయ్య ఇద్దరు పోలీసులూ వచ్చి ఎదురుగా నిలబడ్డారు. తక్షణం ఆచారి గార్ని తీసుకురమ్మనమని మేజిస్ట్రేట్‌గారి దగ్గరనుంచి 'సమ్మన్స్' వచ్చింది.

"అంతర్జంటా? ఉదయం రాకూడదూ?" అని అడిగారు ఆచార్లుగారు.

"ఇప్పుడే రమ్మన్నారు."

ఆచారిగారు, ఇంట్లోకెళ్ళి కోటు, కండువా వేసుకుని కర్ర తీసుకుని, మళ్ళా ఉదయమే వస్తానని చెప్పి, కార్లో ఎక్కి వెళ్ళిపోయారు.

దయానిధి ఏమీ పాలుపోక రోడ్డుమీద నడుస్తూ పోతున్నాడు. దూరంగా వంతెన మీద కొందరు వ్యక్తులు కూర్చుని మాట్లాడుకోవడం వినబడుతోంది అతనికి.

"ఆ నిజలింగప్పగాడి కన్ను దానిమీద పడింది. దాన్నెప్పుడో లేవదీసుకుని కొట్టుకపోతాడు."

"అయ్యవోరి పెళ్ళాం కాదంటగా...."

"ఆరమ్మా ఇదే మాదిరిట... బల్ల కట్టుకుని సంపాదించిన దుడ్డే..."

"అమ్మ బుద్ధులే కొడుక్కీ వచ్చాయా..."

నిధికి ప్రపంచం శ్మశాన భూమిగా కనబడుతోంది. ఆ చీకట్లో ఆ రొదలో.

అక్కడ నుంచి వచ్చేద్దామనుకున్నాడు. కాని ఇంకా ఏం చెప్పుకుంటారో నన్న కుతూహలం వదలలేదు. ప్రపంచంతో నిమిత్తం వదులుకోలేదు స్వార్థం. మళ్ళా కంఠాలు విన్పిస్తున్నాయి.

"సర్కారోళ్ళు అందరూ అంతేరా – ఆళ్ళకి ఆడోళ్ళ భాగోతమే – ఆళ్ళు పోతేగాని శని వదల్దు. మీటింగులో తీర్మానం అయిద్దిగా"

నిధిని – స్వార్థం వాళ్ళలోకి నెట్టివేస్తోంది. తను తన గౌరవం తన ఆత్మ, తన ఆదర్శాలు, తన జాతి, తన దేశం, తన ప్రపంచం – అన్నీ ఒక్కసారి ప్రేరేపించి, శక్తిలాగై, రంగంలోకి నెట్టేశాయి. భయం, సిగ్గు మొగమాటం, ఔదార్యం అన్నీ ఏమయ్యాయో!

"నేను నిజంగా మీకు చేసిన అపకారమేమిటో చెబుతారా? బ్రతిమాలుకుంటాను" అన్నాడు గుంపులోకి వెళ్ళి. ఆ వ్యక్తులు తెల్లబొయ్యారు.

"మిమ్మల్నేమన్నాం – మేం వేరే మాట్లాడుకుంటున్నాం" అన్నాడు వాళ్ళల్లో పెద్దమనిషి.

"మీరనుకునే వన్నీ నాక్కూడా అన్వయిస్తాయి. వాటిని అబద్ధం అని రుజువు చెయ్యలేను. నా తప్పు నాకు తెలియపరిస్తే మహోపకారం చేసినట్లు" అన్నాడు.

ఎవ్వరూ సమాధానం చెప్పరు.

"నేను సర్కారు జిల్లాలవాడిననా మీక్కోపం?"

సమాధానం లేదు.

"మాట్లాడరేం?"

నిశ్శబ్దం.

ఎవరో సకిలించారు.

"అదే అయితే, రేపు ఉదయమే నేను వెళ్ళిపోతున్నాను."

నిశ్శబ్దం

"నాకు పెండ్లి కాలేదనా? రేపు ఉదయమే పెండ్లి చేసుకుంటాను" ఎవరో నవ్వారు.

"నవ్వులాట కాదు. మీరెవరో నాకు తెలీదు. అనేకుల మనస్సులలో వుంటున్న భావాలని మీరు బయటికి విపులంగా వెళ్ళబుచ్చారు. మీ మధ్య నేను వుంటున్నాను. గనుక, మీతో సమాధానపడడం నా విధి, మీరేది కోరితే అది చేస్తాను. ఆస్పత్రి, గని, భవనం, స్కూలు, లైబ్రరీ – అన్నీ మీకు వప్పగించేస్తాను."

"రాష్ట్రం" అన్నారెవరో.

"నాకు రాష్ట్రం" అక్కర్లేదు. మనందరం స్నేహంగా, సుఖంగా వుండటం కావాలి. వద్దని ప్రచారం చెయ్యమంటే నే చేస్తాను. మాట్లాడరేం?

అంతా నిశ్శబ్దంగా వుంది.

"ఎవరో మా అమ్మ విషయం ఎత్తారు మీలో. నేనేం చెయ్యను? మా అమ్మ చచ్చిపోయింది, చచ్చిన వాళ్ళని నేనేం చెయ్యను?"

ఒక్కసారి కళ్ళమ్మట నీళ్లు తిరిగాయి. కంఠం పగిలిపోయింది. ఆపుకోలేక, నిధి బిగ్గరగా ఏడుస్తూ "చచ్చిపోయింది" అనుకుంటూ, పిచ్చివాడిలా నడిచి వచ్చేశాడు. దూరంగా ´రో ముక ´కుని నిట్టూర్చారు.

ఆచా‿గారింట్లో దీపం మసగ్గా కనబడుతోంది. అంతా చీకటి. ఇంకా అతనికి ఏడుపు రావడం లేదు. కన్నీరంతా ఎండిపోయింది, శ్మశానంలో భూతాలతో ప్రసంగం చేసి వచ్చింతర్వాత. ఇంక గుండెలమీద భయం తాండవించలేదు. బరువుని సముద్రంలోని ఉప్పునంతా పీల్చేసింది. కన్నీరింక ఉప్పగా వుండదు.

"రంగ"డొచ్చాడు.

"మరేమోనే, మా అమ్మ ఏమందో చెప్పుకోండి" అని అతని చెయ్యి పట్టుకుని లాగుతున్నాడు.

"ఏమంది?"

"చెబితే ఏమిస్తారు?"

"నేనివాళ చచ్చిపోతాననుకో – పోయేలోగా నీ కేదైనా కావాలంటే ఏం కోరతావు?"

"ఒక్కరూపాయి."

"ఓస్ ఇంతే కదా – ఇస్తా."

"ఏమీ లేదు. అమ్మ భోజనానికి రమ్మంది" అన్నాడు రంగడు.

"రూపాయిస్తాను. ఎప్పుడూ ఏడవకేం?" అన్నాడు నిధి.

రంగడు గంతులేస్తున్నాడు.

"అమ్మ చచ్చిపోయినా ఏడవకూడదు" అన్నాడు నిధి.

"ఇంటికి చేరుకున్నారు."

కోమలి వచ్చింది ఎన్నడూ లేంది. ఆ రాత్రి నల్లచీర కట్టుకుంది. జాకెట్టు రంగు తెలీడం లేదు. తల్లో గులాబీలు, మల్లెపూలు, దవనం అన్నీ ఎత్తుగా పెట్టుకుంది. రాణీ అత్తవారింటి కెడుతున్నట్లుంది.

"పొద్దుపోయింది – ఎక్కడ తిరుగుతున్నారు?" అన్నది.

"నారయ్య కెలా వుంది?"

"అలాగే వుంది, మూల్గడం లేదు. గొడవలన్నీ ఒదిలిపొయ్యాయా"

అతనేమీ మాట్లాడలేదు. భోజనాలు చేశారు. రాజమ్మగారు దిగులుగా వుంది. ఎవ్వళ్ళూ ఎక్కువ మాట్లాడకుండానే భోజనాలు కానిచ్చారు.

దయానిధి తువ్వాలు భుజనా వేసుకుని వీధిలోకొచ్చాడు.

"కోమలీ.." అని పిలిచాడు.

వచ్చింది.

"అలా నడుద్దామా?"

"ఓ"

రాజమ్మ గారితో చెప్పివచ్చింది. కాత్యాయని తనూ షికారొస్తానని బయలుదేరింది.

"ఒద్దమ్మా చీకట్లో – మేం షికారెళ్లడం లేదు" అన్నాడు.

"పోనీలెండి" అంటూ కాత్యాయని కోపం ప్రకటించి లోపలికెళ్ళి పక్కలెయ్యటం మొదలెట్టింది.

"నా మీద ఇంత దయ కలిగిందేం ఇవాళ?" అన్నది కోమలి.

"కోమలీ – నాకు మనుషులన్నా సంఘం అన్నా ఇంతవరకూ భయం వుండేది. ఇవాళతో ఆ భయం పోయింది.

"నేనుండగా మీ కెందుకూ భయం?" అని అతని చెయ్యి పట్టుకుంది; ధైర్యం సూచిస్తూ కనుబొమలు ఎగరేసింది. "ఏం జరిగిందేమిటి?" అని అడిగింది.

"నేను వెలుగుని చూశాను, శ్మశానంలో."

"అవేం మాట్లండి – నాకు భయం పుడతా వుంది."

"నమ్ముతావా? మానవ హృదయంలో ద్వేషం ఎందుకుంటుందో కనుక్కున్నాను."

"మీకు నా మీదెందుకుందో కూడా?"

"వేళాకోళం కాదు – నిజం."

"ఎందుకో చెప్పండి."

"చెప్పనా?"

"ఊఁ"

"తనకేం కావాలో తెలియనప్పుడు మానవుడు ద్వేషిస్తాడు."

"అంటే?"

"ఏం కావాలో తెలిస్తే ఆ వస్తువుని ప్రేమించి, దాన్ని పొందటం కోసం యత్నిస్తాడు. అది తెలీనప్పుడు హృదయంలో మిగిలేది ద్వేషం."

"మీకు నేను కావాలని మీకు తెలీదన్నమాటేగా!" అంటూ, తను వేసిన ప్రశ్న తెలివైందని సూచిస్తూ తనే నవ్వడం సాగించింది. "కొందరికి ఏమీ అక్కర్లేదనుకోండి. వారి మాటేమిటి?"

"అక్కర్లేదని తెలుసుకుంటే కూడా ద్వేషం వుండదు" అన్నాడు.

రాళ్ళమీద కూర్చున్నాడు. ఆకాశంలో చంద్రుడు లేడు. గాలి చలికి వొణికిపోతోంది. నిధి తలని కోమలి తన ఒళ్ళో పెట్టుకుంది. పసిపాపై పొయ్యాడతను. "మీకు వెలుగు కనబడితే నాకు వెంద్రుక కనబడింది" అన్నది కోమలి.

"అంటే?"

"ప్లేట్లు సర్దుతుంటే ఒక కవరు దొరికింది. దానిలో చూస్తే ఒక సన్నటి పొడుగాటి వెంద్రుక దొరికింది – నన్ను నేను కనుక్కున్నాను."

"అదేమిటి!"

"నాదేగా – తీసి దాచుకున్నారు. మనిషినే వుండగా మీకింకేం కావాలి?"

అది అమృతందని చెబుదామనుకున్నాడు. కాని దానివల్ల ప్రయోజనం? సంతోషం ఇచ్చిన భ్రమని తుంచెయ్యడం దేనికి?

"అది నీదనే నమ్మకం ఏమిటో?" అన్నాడు.

"నాకేం కావాలో నాకు తెలుసు. అంతేకాదు, మీకేం కావాలో కూడా నాకు తెలుసు. అనుమానం వుంటేగా సందేహానికి – నాలో ద్వేషం లేదు"

అంటూ అతని తలని గట్టిగా అదిమి తన పెదవుల్ని తగిల్చింది. ఆనాటి చేపపిల్లలు పెద్దవయి చెరువులలో కదిలినట్లు వింతపరిమళం అతన్ని ఆవరించింది.

"ఇంక లోతుకి దిగొద్దు – మునిగిపోతాం" అన్నాడు నవ్వుతూ.

"పొండి అట్లాగైతే" అని అతన్ని గెంటేసింది. అతని తలమట్టిలో పడింది. చెయ్యి పట్టుకుని లేవబొయ్యాడు. లేవనీయకుండా అతన్ని తోసేసింది. లేచి పట్టుకుని కొట్ట బొయ్యాడు. చక్కలిగింతలెట్టి తప్పించుకుని పారిపోయింది. తరుముకుంటూ వెంటబడ్డాడు.

"నన్ను పట్టుకోలేరు..."

పరుగెత్తుకుంటూ ఇద్దరూ ఇంటికి చేరుకున్నారు.

"ఈ ఉత్తరాలొచ్చాయట – మీకిమ్మంది అమ్మ" అని 'రంగడు' రెండు కవర్లు తీసుకొచ్చి

ఇచ్చాడు. నిధికి నిద్రొస్తోంది. బద్ధకంగా ఆవులించి కవర్ని దిండు కింద పెట్టుకుని పడుకున్నాడు. అందరూ నిద్రపోతున్నారు. గడియారం పదకొండు కొట్టింది.

ఎన్నడూ లేంది ఆనాడు వారికి వెంటనే నిద్రపట్టేసింది. ఎవరో ఇంట్లో ఏదో సర్దడం, తడమడం, తలుపులెయ్యడం - శబ్దాలు వినబడుతూనే వున్నాయి. మళ్లా నిశ్శబ్దం. నిధికేదో చిత్రమైన కల - తను సూర్యగోళంలోకి వెళ్ళిపోతున్నట్లు, సూర్యుడులోంచి పెద్దపెద్ద మంటల నాలుకలు అతన్ని దగ్ధం చెయ్యడానికి లేస్తున్నట్లు; ఆ దృశ్యం, భూమిలో వున్నవారు చూసి, "అయ్యో" అని ఏడుపులు సాగిస్తున్నట్లు భయంతో పక్కకి తొంగి చూశాడు. కోమలి జడలో పూలు ఎర్రగా మంటలలో మెరిసిపోతున్నాయి. కళ్ళు తెరిచి చూస్తున్నాడు. అది స్వప్నం కాదు, యథార్థమే - ఎవరో రోదిస్తున్నారు. పిల్లల ఏడ్పులు, మంటలు, చప్పుడు ఆచారిగారిల్లు కాలిపోతోంది.

ఇల్లు, పాక - అంతా తగలబడుతోంది, జనం లోపలికి పోయి, సామానులు ఇవతలికి గిరవాటెడుతున్నారు. ఆ జ్వాలలోకి కోమలి మెరుపు తీగెలా వెళ్ళిపోయింది. చుట్టుపక్కల జనం పోగయి, నీళ్ళు పోసి ఆర్పుతున్నారు. ఆవులు, దూడలూ ఏడుస్తూ పోతున్నాయి. అతనూ లోపలికి వెళ్ళాడు. సామానులు బయటికి గిరవాటెడుతున్నారు. పిల్లలందర్నీ బయటికి తీసుకొచ్చారు. అతను మళ్ళా లోపలికెళ్ళాడు కోమలి కోసం. అగ్నిజ్వాలలు కోమల్ని, అతన్ని చుట్టేశాయి. అతను పిలిచాడు. "కోమలీ" అని, మంటలు సమాధాన మిచ్చాయి. 'నిధీ' అని, మధ్య దూలం విరిగిపడింది, అతన్ని పక్కనుంచి ఎవరో గెంటివేశారు. దూలం పడింది; దానికింద తగలబడుతున్న చీర, కోమలి చెయ్యి వున్నాయి. ఆ దూలంతో పెనుగులాడి, కోమల్ని ఇవతలికి లాగి బయటకొచ్చాడు. కోమలికి నుదుటిమీదా, చేతిమీదా దెబ్బలు తగిలాయి. మాట లేకుండా పడిపోయింది.

జనాన్ని, సామాన్నీ నిధి తన భవనంలోకి చేరవేస్తున్నాడు. కోమల్ని స్తంభానికానించిన బండిలో ఎక్కించి, ఇద్దరు సాయంపట్టి, ఆ బండిని ఇంటివైపుకి లాక్కెళ్ళారు. ఆచారిగారి కుటుంబం అందరూ మేడమీదికి చేరుకున్నారు. కోమలి వున్న బండిని గేటు దగ్గర నిలిపి, నిధి అటూ ఇటూ తిరుగుతున్నాడు. తవ్వకోసం తెప్పించిన యంత్ర పరికరాలు నాశనమైపొయ్యాయి. గనులు పూడ్చబడ్డాయి. వజ్రంమీద వచ్చిన సిరి, సంపదా అంతా ఆహుతి అయింది. తనకున్న బంధనాలు తెగిపోయాయి. సంకెళ్ళు ఊడిబడ్డాయి. తనింక స్వతంత్రుడు - స్వేచ్ఛాజీవి; గుండె బరువుతో పగలడం లేదు. బరువుగా నడిచి గేటు దగ్గర కొచ్చాడు.

ఏదో మిగిలింది – అంతా నాశనం గాలేదు. పైకి చూశాడు – తల్లి రాతి విగ్రహం విరిగి పడిపోయింది – పాదాలు మాత్రం మిగిలాయి. "అమ్మయ్య" అనుకున్నాడు. ఇప్పుడతనికి పరిపూర్ణ స్వతంత్రం. అయ్యో ఇది ఒక్కటే మిగిలిపోయిందే! అని ఏడవక్కర్లేదు.

నారయ్య తిట్టుతో, దీవిస్తో లేవబొయ్యాడు. అతన్ని పడుకోబెట్టి కోమలికి కట్టుకట్టి చికిత్సచేసి, నెత్తికి దిండ్లు పెట్టి – ఇంతలో ఏదో జ్ఞాపకం వచ్చి గబగబా ఆచారిగారింటికి పరుగెత్తుకు పొయ్యాడు. ఇంటిముందు మంచాలు అలాగే వున్నాయి. పక్క దుప్పట్లు ఇవతలికి లాగాడు. దిండ్లు ఊడదీశాడు. వాటికింద రాత్రి చదవకుండా వదిలేసిన రెండు కవర్లు దొరికాయి. మంటల వెలుగు బోలెడుంది. మొదటి కవరు చించి చదివాడు.

"అయ్యా, నేను మీకు జ్ఞాపకం వుండే వుంటాను. వైకుంఠంగారబ్బాయిని. మా నాయనగారు నెలక్రితం పక్షవాతం వల్ల స్వర్గస్తులైనారని రాయుటకు చింతిస్తున్నాను. వారు చనిపోయేముందు నాకో కవరు అప్పగించి, దానిని మీకు పంపమన్నారు. దుఃఖ సముద్రములో మునిగి నేను ఇన్ని రోజులూ ఆలస్యం చేసినందుకు క్షమిస్తారని తలుస్తాను. మా తండ్రిగారి కోర్కె ప్రకారం, ఆ కవరు ఇప్పుడు వేరే పంపుతున్నాను. అందినదీ, లేనిదీ వెంటనే వ్రాయించకోరతాను.

ఇట్లు

జనార్ధనం"

ఆ రెండో కవరు చించాడు నిధి. అందులో ఒక ఉత్తరం, మరొక బుల్లి కవరూ వున్నాయి. ఆ ఉత్తరం చదివాడు.

"దయానిధీ, నువ్వు కొన్ని సంవత్సరాల క్రితం జీవితానికి అర్థం ఏమిటని ప్రశ్నించావు. అప్పుడు నీకు ఏ సమాధానం చెప్పినానో గుర్తు లేదు. ఏదేనా చెప్పి వున్నా, అది నిజమైన సమాధానం అయి వుండదు. ఇప్పుడు సమాధానం నాకు దొరికింది. నువ్వు నా ప్రియశిష్యుడవైనందున ఆ రహస్యం నీకు చెప్పివేయడమే నావిధి. ఆ ప్రశ్నకు సమాధానం ఇందులో పంపుతున్న చిన్నకవర్‌లో వుంటుంది. అది నువ్వు రుజువు చేసుకున్నదీ, లేనిదీ తెలుసుకునేటంత వరకూ నేను జీవించి వుండను. దైవకృప అట్టిది.

ఇట్లు,

వైకుంఠం"

ఆత్రుతతో ఆ చిన్న కవరు చించి చూశాడు. అందులో ఏమీ లేదు – ఉత్త ఖాళీ కవరు. జీవితానికర్థం లేదన్నమాట!

మంటల అందం చూస్తూ జనం నిలబడ్డారు. కొందరు ఆర్పడానికి యత్నాలు చేస్తూనే వున్నారు. నిధి తన మేడవైపుకి నడిచి వెళ్ళిపోయాడు. కింద వరండాలో రాజమ్మగారు, పిల్లలు ఏదో తడుముతూ కూర్చున్నారు.

"మీరందరూ పడుకోండి" అన్నాడు నిధి.

రాజమ్మగారు నిశ్శబ్దంగా ఏడుపు సాగించింది.

"ఇదంతా నా మూలాన జరిగింది" అన్నాడు.

ఆవిడ ఏమీ మాట్లాడలేదు. అరగంట గడిచింది. రాజమ్మగారు "ఆయన ఊళ్ళో లేకపోవడం వల్ల ఇలా జరిగింది" అంటూ పిల్లల్ని తీసుకుని పైకి నడిచింది.

నిధి, ఒక్క ఉత్తరం రాసి కిటికీలో పెట్టి గేటుదగ్గర బండి దగ్గర కొచ్చాడు. కోమలి అతన్ని నీరసంగా పిలిచింది. ఆమెను బండిలోంచి దింపారు. చేతికి మాత్రం బలమైన గాయం తగిలింది. ఆ చేతిని తన భుజం మీద వేసుకున్నాడు. నిధీ, కోమలీ మెల్లిగా నడవడం సాగించారు.

"ఎక్కడికి ఈ చీకట్లో?" అంది కోమలి నవ్వడానికి బాధపడుతూ.

"ఎక్కడికో తెలిస్తే, ఇకనేం?... జీవితం నిరంతర యాత్ర..." గమ్యస్థానం లేదు. నడవగలవా నువ్వు?

"ఓ" అని మూతి సున్నాలా చుట్టి, జుట్టు వెనక్కి తోసుకుని అతని భుజాన్ని బిగించి పట్టుకుని తొందరగా నడవడం సాగించింది. ఇళ్ళు, మనుషులు వెనుకబడ్డారు. తాడిచెట్లు నిద్రలో లేచి ఆవులించి పక్కకి జరిగి మళ్ళా పడుకున్నాయి. కాపలా కాసేటందుకు ఏమీలేక.

వెనక్కి తిరిగి చూశాడు. తీరాచేసి వాళ్ళు ఒక ఫర్లాంగే నడిచారు. దూరంగా మేడముందు, గేటుదాటి ఎవరో ఇవతలికొచ్చి, తమకేసి నడుస్తున్నారు. వెనుక ఎవరో నడిచి ముందు నడిచేవారిని నిలిపి,ఇద్దరూ మళ్ళా వెనక్కి వెళ్ళిపోయిన దృశ్యం చూశాడు నిధి. ఎవరో అతనికి తెలిసింది.

రాళ్ళు, గుట్టలు, పొదలు, కాలిబాట ఆవలిగట్టు, పుట్టలు అన్నీ దాటి కొండలదగ్గరికే చేరుకున్నారు.

అంతా చీకటి. కాలం ఎంతైందో ఎవరికీ తెలియదు. పైనా, కిందా –అన్నీ నక్షత్రాలే. తన సిరి, సంపదా 'కాత్యాయని' అన్నీ కోటి వజ్రాలై, ఆకాశాన అలంకరించాయి. ఎవరికీ అందకుండా –ఎవరూ నిర్మూలం చెయ్యకుండా, వెనుకా ముందూ, ఎడమ, కుడి – అంతటా చీకటి, నక్షత్రాలు విశ్వమంతా వాటిలో ఒక చిన్న నక్షత్రం సృష్టిలా వికసించి

విశ్వమంతటా వ్యాపించింది, అంతా తమదే - కాని చెయ్యి చాస్తే ఏదీ అందదు. అన్నీ తమరివే - కాని నోరిప్పి పిలిస్తే, ఏదీ పలకదు.

రెండుకొండల మధ్యనుంచి నడిచి అవతలికి చేరుకున్నారు. అవలంటూ లేని అవతల నడిచి నడిచి, నడిచి నడిచి, నడిచి నడిచి - మళ్ళా అక్కడికే జేరుకోటమా! అంతేనా విశాల ప్రపంచం. అదేనా అనంత జగత్తు? ఇదా ఎడతెగని జీవిత రహస్యం!

కోమలి గడ్డిలో వాలిపోయింది.

“ఇక నేను నడవలేను బాబు...ఇక్కడ పడుకుందాం”

చీర కొంగు వుండకింద చుట్టి తలకింద పెట్టుకుని కోమలి పడుకుంది.

ఎవరో “నిధిగారు” అని బిగ్గరగా కేకవేసినట్లు వినిపించింది. కొండమధ్య నుంచి వెనక్కి చూశాడు. దూరంగా ఎవరో కదులుతున్నట్లుగా కనిపించింది. “అయ్యగోరూ” అన్నది ఆ కంఠం గబగబా వెనక్కి నడిచాడు.

నారయ్య పడిపోయాడు.

“నా పనై పోయిందండి - మీకెందుకూ పనికిరాకుండా వున్నాను. మీరు భద్రంగా వుండండి...మీరు....”

నారయ్య మరి కదలడు.

నిధి దూరంగా నడిచి, కొండపక్క పెద్ద దిమ్మమీద పడుకుని ఆకాశం కేసి చూస్తున్నాడు. ఆనాడు కాలవగట్టు, ఈనాడు కొండల మధ్య అదే ఆకాశం. అవే నక్షత్రాలు అతను ఎంతదూరం వచ్చినట్లు? ఎంత సేపు అయినట్లు? స్థలం, కాలం తనూ - ఈ మూడింటి లోనూ, ఏది యథార్థం? ఆ బండిమీద పడివున్నది ఎవరు? చివరకి మిగిలిందేది?

తన జీవితం పాడుచేసుకున్న వ్యక్తి ఇతరులనేనా బాగుచేద్దామని సంకల్పిస్తే, అన్నీ పేచీలే. తన జీవితం బాగుచేసుకున్న వ్యక్తికి ఇతరుల జోలి అక్కర్లేదు. ఇతరులు బాగులేక పోతేనే తను బాగుండటం అనేది జరుగుతోంది. అసలు మంచి చెడ్డల విలువలు నిర్ణయించేది ఇతరులు. ఒకరి “కంటె” ఒకరు మంచి, కాని అసలు “మంచి” అంటూ ఎక్కడుందీ? ఎక్కడో వుండాలి లేకపోతే “కొంచెం మంచి” “ఇంకా మంచీ” ఎలా వస్తాయి? మంచికి కావల్సింది మూడు; ప్రేమా, ధనం, కీర్తి. మొదటిది యవ్వనంలో, చివరిది చివరలో, రెండోది ఎప్పుడూ కావల్సింది. రెండోది వుంటే, మొదటిదీ; చివరిదీ ఇట్టే లభ్యమౌతాయి అనాలి. కాని అతనికేం కావాలో అతనికి తెలీక, ఇప్పుడతనికి ఏమీ అక్కర్లేదు!

ప్రేమా!

నీరసించిన నరాలు, కాలే నుదురూ, ఎండిన నాలుకా... దానికోసం దగాలు, స్నేహాలు? మనస్సులు కలబోసుకోటం; గుండెలు విడిపోటం, కుట్రలు, నాటకాలు.

మబ్బు మేఘాలు, కెరటాల తుంపర, పువ్వు వికసించటం, సంధ్య మంచులో నదీ, మేక అరుపు; పిల్లల ఆట, కుక్క విశ్వాసం; పిల్లల కేకలు, వేసంగి వాన; మొక్క మొలిచిన వయ్యారం, ఎండిన ఆకు వైరాగ్యం, దాహమేస్తే మంచినీళ్ళు త్రాగడం, ప్రియురాలి లేతపెదవులు – అదా ప్రేమ!

ధనమా!

భవనాలు, కార్లు, బ్యాంక్ పుస్తకాలు, రెండు కళ్ళ మధ్య పరాయి స్త్రీ రొమ్ములబరువు, వేడిశ్వాస మధ్య ఉక్కిరి బిక్కిరి కావడం, అందరిమీద అధికారం, తనకి తనే దాస్యం, నలుగురు యువకులు నాలుగు కుక్కలు, పారేసిన విస్తళ్ళ కోసం తన్నుకులాడుతుంటే, కారులో కళ్ళుమూసుకుని కూర్చోడం – తన జాగిలాన్ని వాళ్ళమీదికి ఉసికొల్పడం – అదా ధనం!

కీర్తా!

ఏమో, ఉపన్యాస వేదికల మీద మహానుభావుడు– వంటింట్లో మృగం, గ్రంథాలలో గొప్పవాడు, పడగ్గదిలో జంతువు, రోడ్డుమీద ప్రజాసేవకుడు, ఇంట్లో సర్వాధికారి, పదిమందిలోనూ మహాపురుషుడు ఏకాంతంగా దౌర్భాగ్యుడు.

అతను జయించిన పరదేశాలన్నీ మహారాజ్యాలయ్యాయి. అతని స్వదేశం శ్మశానమైనది. అతన్ని ప్రేమించిన స్త్రీలందరూ రాణులయ్యారు; అతను ప్రేమించింది అడుక్కు తింటోంది. గడ్డిపోచ బంగారు కణికయింది; పిచ్చి పుష్పం మణి, మట్టి వెన్నెలయింది, కణికలు, మణులు, వజ్రాలు, వెన్నెలమంట కలిశాయి. శరీరాన్ని ఎందరెందరో పంచుకున్నారు. కీర్తిని కాజేశారు. ప్రేమని విషం పోసి హత్యచేశారు. సౌందర్యం జుట్టు విప్పుకుని యవ్వనాన్ని కౌగిలించుకుని ఏడ్చింది. శాంతం అహానికేసి తల పగలగొట్టుకుంది. దయని పగ పొడిచింది. మతాన్ని విజ్ఞానశాస్త్రం పూడ్చేసింది. దైవాన్ని దేవాలయంలో బంధించారు. మంచితనం సింహాసనమెక్కి ప్రాణం విడిచింది. మోహం నాగరికత నడుంని సాగేసింది. నాగరికత రోజూ కార్లకిందా, రైళ్లకిందా, విమానాలలోంచి దూకుతూ ఆత్మహత్య చేసుకుంటోంది. 'మనం' ముక్కలై 'నువ్వు' 'నేనూ' అయి ఉత్తర దక్షిణాలకి ప్రయాణం చేసింది. వారూ వీరూ ఎవరో కొందరు. వొకరు, మీరూ, ఎందరు? – ఏమో? 'అందరూ' మాత్రం లేరు.

అన్నీ ప్రశ్నలే - సమాధానంలేదు.

ఎందుకు, ఎక్కడ, ఎప్పుడు, ఎట్లా, అందుకా? ఎవరు ? ఏది? ఏరి? ఎన్ని?

ఇందుకు, ఇక్కడ, ఇప్పుడు, ఇట్లా, ఇందుకు, వీరు, ఇది, ఇదిగో ఇన్ని - లేవు చుట్టూ నవ్వులు, మధ్యలో ఏడ్పు, అంతటా ఆనందం లోపల కేంద్రంలో బాధ, అంతటా వెలుగు మధ్య చీకటి, పైనా కింద, ఎడమా కుడీ, దైవం, మధ్య మృగం, అన్నీ పోయాయి, అంతా అయింది, చివరికి మిగిలింది తను.

సంఘాన్ని మార్చలేడు? మనుషుల్ని మార్చలేడు. మారిస్తే బాధ? పగ? యుద్ధం. తనతో తను సమాధానపడాలి. అది ఈనాటికి సాధించాడు. ఒక ప్రశాంతత, పవిత్రమైన మహత్తర ఆనందం అతనిలో ఉద్భవించింది. అది బాహ్య ప్రపంచంలో లేదు. మంటని చల్లార్చే మంచు కణాల ప్రవాహం అతని హృదయం. పిచ్చి ప్రపంచాన్ని దయతో దూరంగా వుంచే ఔదార్యం. మతాన్ని, దైవాన్ని, మనుషుల్ని తోసేసి సంతృప్తి చెందే ఆధ్యాత్మిక దృష్టి తనలో కడసారి యథార్థం.

తన్ను తాను పరిపూర్ణంగా చూశాడు. ఎంత చిత్రం! ఎంత దగా! ఎంత భ్రమ! తనలో తాను సమాధానపడి. తన్ను స్వీకరించి, కౌగలించుకుని ఏకమయ్యాడు. ఇప్పుడు ప్రపంచాన్ని అంగీకరించొచ్చు. తన్ను తాను తృణీకరించినవాడు ప్రపంచాన్ని అంగీకరించ లేడు. ప్రపంచం ముందుకు కదిలిపోతోంది. అనంత సృష్టి అన్ని గోళాలు కదిలిపో తున్నాయి. సూర్యుడు వెనక్కి వెళ్ళిపోతాడు. చంద్రుడు చుక్కవుతాడు. సర్వ సముద్రాలూ గడ్డ కడతాయి. పుష్పాలు ముడుచుకుంటాయి. ప్రాణులు చచ్చిపోతాయి. భూగోళం మంచు ఎడారయి అనంతంలో అర్ధశూన్యంగా తిరుగాడుతుంది. మానవుడి స్వప్నాలు, ఆశలు, వాంఛలు విషాదగీతాలు, విజయరోదన అన్నీ...అన్నీ హరించిపోతాయి. సర్వనాశనమవుతుంది.

ఈ జీవితానికర్థం ఎందుకుండాలో! అర్థం లేదనే తలంపులో నిరుత్సాహం, బాధలేవు. కొత్తబలం, వికాసం, దృఢనిశ్చయం వుంటాయి. పునాదులు తవ్వాలి; భవనాలు లేవనెత్తాలి. సెలయేళ్ళు మహానదులు కావాలి. విత్తనాలు చల్లాలి. మహారణ్యాలు సృష్టించాలి. మానవుడికి కావల్సింది మతాలు, దేవుళ్ళు, మొక్కుబళ్ళు, రాజకీయాలు కావు; మానవుడికి కావల్సింది దయ - కొంచెం కాస్త అయినా చాలు.

తూర్పు ఆకాశం నిద్రమత్తులో కన్ను తెరిచి ఆవులించింది. రెప్ప పైకి లేచిన తెల్ల వెలుగు ఆకాశంలో నాలుక చాచి పాకుతోంది. నక్షత్రాలని దగ్గర తీసుకుని తనలో కలుపుకుంటోంది వెలుగు.

338 చివరకు మిగిలేది

కోమలి మరో నక్షత్రమై మెదులుతోంది. కోమలితో, ఎక్కడో మరో కొత్త జీవితం ప్రారంభించాలి. ఉదయభానుడు కిరణంతో చక్కలిగింతలు పెడితేనే లేచి నవ్వే పెళ్ళికూతురు కోమలి. సృష్టంతా మేలుకొలుపులు పాడితేనే లేచే కోమలి, ప్రపంచంలోని ప్రేమంతా తనే దాచేసుకుని, అమాయకంగా పడుకున్న కోమలి.

ఆనాడు గోదావరీ తీరాన జగన్నాథంతో పడవ ప్రయాణం, వర్షం వెలిశాక కాత్యాయనితో కొండల మధ్య నాట్యం చేసిన సంధ్యాకాంత - అర్ధరాత్రి అమృతం శరీరంలో ఎర్రటి శక్తి, కదిలి కాల్చివేసిన మత్తు సౌందర్యం, పంజరంలో చిలక, గిరవాటెట్టిన పంజరం- పెళ్ళి సరదాలు - స్వామీజీతో తర్కం. ఇంకా ఇంకా వెనక్కి, నాగమణితో బండిలో- చెరువు గట్టున పొలాల్లో తడిసిన బట్టలతో పరుగులెత్తిన కోమలి - పడవలో తలమీద కొంగు కప్పుకుని అమృతం - ఇందిర వేలికి తగిల్చిన ఉంగరం -ఇంకా ఇంకా వెనక్కి తలుపు సందుల పరంపరలు - టౌనుహాలు - శ్మశానంలో అమ్మ - మొదటికి - కాలవ గట్టున ఇప్పటిలా ఏకాంతంగా గడ్డిలో పడుకుని అతను వేసుకున్న ప్రశ్న "జీవితానికి అర్థం ఏమిటి" ఈనాడూ అదే ప్రశ్న.

చివరికి మిగిలింది. దాని సమాధానం కాదు; సమాధానం తెల్సుకునేటందుకు తను చేసిన యత్నాల జ్ఞాపకాలు - తనతో తాను సమాధానం పడటం - అది మిగిలింది.